ஓர் இலக்கியவாதியின் கலையுலக அனுபவங்கள்

(இதுவரை வெளிவராத கட்டுரைகளுடன்)

ஜெயகாந்தன்

தொகுப்பு: ஜெ.ஜெயசிம்மன் - கா.எழில்முத்து

டிஸ்கவரி பப்ளிகேஷன்ஸ்

எண்: 9, பிளாட் எண்: 1080A, ரோஹிணி பிளாட்ஸ்,
முனுசாமி சாலை, கே.கே.நகர் மேற்கு,
சென்னை - 600 078. பேச: 99404 46650

வெளியீட்டு எண்: 0246

ஓர் இலக்கியவாதியின் கலையுலக அனுபவங்கள்
(இதுவரை வெளிவராத கட்டுரைகளுடன்)
ஆசிரியர் : **ஜெயகாந்தன்**
உரிமை ©: வி.ஞானம்பிகை, ஜெ.காதம்பரி, ஜெ.ஜெயசிம்ஹன், ஜெ.தீபலெட்சுமி

Or Ilakkiyavaathiyin Kalaiyulaka Anupavangkal (Essay)
Author : **Jayakandhan**

Rights ©: V. Gnanambikai, J. Kadhambari, J. Jayasimhan,
J. Deepalakshmi

1st Edition: Jan - 2019

4th Edition: April - 2024

Print in India

ISBN: 978-93-86555-66-3

Pages - 288

Rs - 330

Publisher • Sales Rights

Discovery Publications	**Discovery Book Palace (P) Ltd**
No. 9, Plot,1080A, Rohini Flats,	No. 1055-B, Munusamy Salai,
Munusamy Salai,	K.K.Nagar West,
K.K.Nagar West, Chennai - 78.	Chennai-600 078.
Tamilnadu, India.	Ph: (044) 4855 7525
Mobile: +91 99404 46650	Mobile: +91 87545 07070

discoverybookpalace@gmail.com / www.discoverybookpalace.com

இந்த நூலில் பிரசுரமாகியுள்ள எந்த ஒரு பகுதியையும் எழுத்துபூர்வமான முன்அனுமதி பெறாமல் எடுத்தாள்வதோ, மறுபிரசுரம் செய்வதோ, மொழியாக்கம் செய்வதோ, ஊடகங்களில் மறுபதிப்புச் செய்வதோ, காப்புரிமைச் சட்டப்படி தடை செய்யப்பட்டுள்ளது. இந்த நூலிலிருந்து சில பகுதிகளை மேற்கோள்காட்டி நூல்அறிமுகம் செய்யலாம்.

உங்கள் மொபைல் போனிலிருந்து ஸ்கேன் செய்து 'டிஸ்கவரி புக் பேலஸ்' மொபைல் ஆப்பை டவுன்லோடு செய்து, புத்தகங்களை வாங்குங்கள்.

முன்னுரை

எனது சமுதாய வாழ்க்கை அனுபவங்களை மூன்று கூறுகளாகப் பிரித்துக்கொண்டு நான் எழுத ஆரம்பித்ததன் முதற்கூறு, அரசியல் அனுபவங்கள் என்ற தலைப்பிலும் இரண்டாவது கூறு, கலை உலக அனுபவங்கள் என்ற தலைப்பிலும் மூன்றாவது கூறு, பத்திரிகை உலக அனுபவங்கள் என்ற தலைப்பிலும் எழுதிவருகிறேன். இந்தப் புத்தகங்கள் ஒவ்வொன்றும் ஒவ்வொரு அனுபவத்தின் முதற்பாகமே ஆகும்.

உதாரணமாக, அரசியல் அனுபவங்கள் 1940 முதல் 1971 வரை உள்ள முப்பதாண்டுகால அரசியல் அனுபவ ரெக்கார்டு ஆகும். அதன்பின்னர் இதோ பல ஆண்டுகள் ஓடிவிட்டன. இந்தப் பல ஆண்டு அனுபவங்கள் இரண்டாவது பாகமாக எழுதுவதற்கு ஏராளமான சமகால நிகழ்வுகளைக் கருக்கொண்டிருக்கிறது. அதுபோலவே கலையுலக அனுபவங்கள் 1945 முதல் 1975 வரையான எனது பரந்துபட்ட அனுபவங்களை முதற்பகுதியாகக் கொண்டு இந்நூல் வெளிவருகிறது.

இவ்வளவு சுவையான, இவ்வளவு திருப்பங்கள் நிறைந்த அனுபவங்களை அரசியல் உலகுபோல் அடுத்துவரும் ஆண்டுகளில் நான் கலையுலகில் கண்டு எழுதமுடியாது என்றே நம்புகிறேன். ஆயினும் அரசியல் எங்கேதான் இல்லை? அது எல்லா துறைகளிலும் ஒளிந்து நிற்பதனால், ஒரு சமுதாயக் கலைஞன் ஏதேதோ புறக் காரணங்களைச் சாக்காகக் கொண்டு, 'நான் அரசியலிலிருந்து ஒதுங்கிக்கொள்கிறேன்' என்று சொல்லி, கலையுலகத்தில் போய் நிரந்தரமாகப் புகுந்துகொள்ள முடியாது.

அரசியல் உலகம் நாறிப்போய்க் கிடப்பதனால் அங்கேயாவது அது திறந்த சாக்கடையாய் இருக்கிறது. கலையுலகில் ஒவ்வொருவர் மடியிலும் மனத்திலும் தலையிலும் அந்தச் சாக்கடை மிக மறைவாகக் கிருமிகளை உற்பத்தி செய்து நிலைபெற்றிருக்கிறது.

அரசியல் உலகில் நட்புக்கும் தோழமைக்கும் நமக்காக உயிர்கொடுக்கும் தியாக உள்ளங்களுக்கும் நிறைய இடமுண்டு. கலையுலகில் நட்பு என்பதோர் நாடகம். ஒவ்வொருவன் இளிப்பும் ஒரு மேக்கப். எவ்வளவு உன்னதமான படைப்புகளை இவர்கள் உருவாக்கினாலும் மிக மிகக் கேவலமான நிலையில் விழுந்து கிடக்க சபிக்கப்பட்டவர்கள் நம் கால கலைஞர்கள். குஷ்டம் பிடித்தவன் பட்டுச்சட்டை போட்டிருக்கிறமாதிரி சினிமா கலையுலக வாழ்க்கை.

எனவே, ஒரு சமூக மாற்றத்திற்கு அர்ப்பணித்துக்கொள்ளாத கலையும் அரசியலும் சாக்கடையாய்த்தான் போகும். அந்தச் சமூக மாற்றத்தை அவாவி நிற்கிற ஒருவன், மாற்ற முடியாத சமூகத்தில் போராடிக்கொண்டுதான் இருக்கவேண்டுமே தவிர ஒன்றும் சாதித்துவிட முடியாது. அப்படிச் சாதிப்பதாக நினைத்துக் கொள்வதெல்லாம் சிந்தனையும், உலக அறிவும் உடைய ஒருவனுக்குப் பொருந்தாது. மலர்மாலை அணிந்து கொள்கிறவனெல்லாம் மகாவிஷ்ணு அல்ல. பெரும்பாலான கலைஞர்கள் இப்படி நினைத்துக் கொள்கிற விபத்துக்கு பலியாகிவிடுகிறார்கள். அந்த அர்த்தத்தில் பார்த்தால் நான் ஒரு கலைஞனே அல்ல.

ஒரு கலைஞன் என்பவன் சமூகத்தில் ஒடுக்கப்பட்டிருக்கும் பெண் மக்களைவிடவும் நலிந்துகிடப்பவன். மாறாத சமூகத்தில் பெண்ணைவிடப் பரிதாபத்துக்குரிய ஜந்து கிடையாது. மாறிய சமூகத்தில் அவளைவிட மாபெரும் சக்தியும் இல்லை என்கிற அனுபவம் இந்த நூற்றாண்டில் மனித ஜாதிக்கு வந்திருக்கிறது. அதனால்தான் எழுதுகிறவன் கலைஞர்களில் சிறப்பானவன் என்று நான் கண்டுகொண்டேன். பிகாஸோவின் ஓவியங்களைவிடவும் பீதோவனின் இசைக் கோலங்களைவிடவும் ஹ்யூகோவின் ஒரு வாக்கியம், கதேயின் ஒரு கடைச்சொல் உலக மக்களை எல்லாம் ஆட்டிப் படைத்துவிடும். இசை கேட்டாரை மட்டும் பிணிக்கும். இலக்கியம் கேளாதாரும் வேட்பு காலகாலத்துக்கும் நிலைக்கும்.

அது காரணம் பற்றியே இலக்கியம் தவிர வேறு கலைகளில் நான் கொள்ளுகிற ஈடுபாடு, காலத்தால் அல்லது விதிவசத்தால் நேர்ந்து விடுகிற ஒரு சொந்தம்தான் எனத் தோன்றுகிறது.

இந்தத் தலைப்பில் அரசியல் அனுபவங்கள்போல் இரண்டாவது பகுதி எழுதநேரும் என்று என்னால் நிச்சயமாகச் சொல்ல முடியாது. ஒரு மாறிய சமூகத்திற்கே அது தேவைப்படும். அப்பொழுது அதனுடைய தொனியே வேறுவிதமாய் அமையும். அப்படி ஒரு நூலை இதன் இரண்டாவது பாகமாய் நான் எழுதவேண்டாம் என்ற அபிலாஷையோடு இந்த நூலை எனது வாசகர்களுக்குச் சமர்ப்பணம் செய்கிறேன்.

ஜெயகாந்தன்

மைய்யிருள் அகல்

நூறு ஆண்டுகட்கு முன்னர் தமிழர்கள் 'கீசகவதம்' (1918) என்ற திரைப்படத்தைப் பார்த்தனர். தமிழில் வெளிவந்த முதல் திரைப்படம் இதுவேயாகும். தமிழர்கள் வாயைப் பிளந்து வெள்ளித்திரையை இவ்வாறு நோக்கிக் கொண்டிருக்கையில்தான் அந்த ஆண்டு ஜாலியன் வாலாபாக் படுகொலைகளும் அரங்கேறின.

திரையுலகம் என்ற சொல்லினை, காமிரா என்ற கருவியை தமிழர்கள் அறியும்முன்னர், நெய்தல் நிலத்திற்கு பெருமையாகச் சொல்லப்பட்டு வந்தது. அச்சுத் தொழில் வளர்ந்த காரணத்தால் நெய்தலுக்கு சொந்தமான திரை இன்றளவும் வேறுமாதிரி புரிந்துகொள்ளப்படுகிறது.

'தோன்றிற் புகழோடு தோன்றுக' என்ற வள்ளுவனாரின் வாக்குக்கேற்ப என் தந்தையின் திரை உலகப் பிரவேசம் உலக அரங்கில் வியப்பை ஏற்படுத்தியது. அவரது ஆசியஜோதி பிலிம்ஸ் நிறுவனம் சார்பில் முதல் திரைப்படமாக 'உன்னைப்போல் ஒருவன்' வெளியானது. ஆனால் அவைபோன்ற திரைப்படங்கள் திரையிட்ட, திரையரங்க உரிமையாளர்களும் அதற்குமுன்பு பெயர்பெற்றிருந்த தயாரிப்பு நிறுவனங்களும் இப்படத்தின் வருகையால் அச்சமடைந்தன. இதன் மூலப்பிரதி கோவாவில் உள்ள திரைப்படக் கல்லூரியில் உள்ளது. இப்பிரதி தமிழ்நாட்டில் இருந்தால் இவர் எழுதிய 'அண்ணாதுரையை விமர்சிக்கிறேன்' என்ற புத்தகம் எவ்வாறு பிரதியற்று அழிக்கப்பட்டதோ, யாழ் நூலகம் பாழாக்கப்பட்டு எவ்வாறு எரிக்கப்பட்டதோ அந்தக் கதியே அடைந்திருக்கும் என்பதும் சந்தேகம் என்ற பேச்சுக்கு நிறைவு தருகிறது.

பொழுதுபோக்கு, கேளிக்கை என்ற அந்தஸ்தில் உள்ள திரைப்படங்கள் இக்காரணத்தை முன்னிட்டும் விழிப்புணர்வு, அறிவுடைமை, உண்மை இவற்றை தாங்கிக்கொள்ளும் கருவியாக பயன்படக்கூடாது என்பது

ஜெயகாந்தன் 5

இன்றளவும் கொடுங்கோல் ஆட்சியாளர்களின் சட்டமாக உள்ளது. ஆகையினால் நீலப் படங்களும் மஞ்சள் பத்திரிகைகளும் கொண்டுள்ள செல்வச் செருக்குக்குமுன்பு ஞானஒளிகூட இருளாகத்தான் போகிறது.

சற்றே சிந்தித்துப் பாருங்கள். ‘உன்னைப்போல் ஒருவன்’ (1961) திரைப்படம் வெளிவருவதற்குமுன்பு தமிழர்கள், திரையில் கண்டவை என்ன? தங்ககிரீடம் அணிந்துகொண்டு குதிரைமீது வாள் சுழற்றிக்கொண்டு திரியும் கதாநாயகர்கள் மற்றும் தாலி செண்டிமெண்ட் திரைப்படங்கள் போன்றவைதான். அவை ‘ஆசை’ என்ற சுமையை மனிதன்மீது ஏற்றி, அவனை வறுமைக்கோலம் பூணச்செய்து இன்றளவும் ஆனந்தமடைகின்றனர்.

மேற்சொன்னவை என்னுடைய கருத்து. இதற்கு நான் ஒப்புதல் கேட்கவில்லை. இனி, நீங்கள் பார்க்கவுள்ள ‘ஓர் இலக்கியவாதியின் கலையுலக அனுபவங்கள்’ ஜெயகாந்தனால் எழுதி முடிக்கப்பட்ட பின்பு, அந்தக் கலை உலகத்தில் மீண்டும் பயணித்த கதைகள் குறித்து:

இயக்குநர் திரு. பீம்சிங் மறைந்தவுடன் கலை உலகத்தில் அவரது கதைகளை வெற்றிப் படமாக்க வியூகம் வகுக்க இனி யாருமில்லை என்றே சொல்லலாம். 1970களில் இப்புத்தகம் எழுதப்பட்டுவிட்டது என்பதைவிட தென்னிந்திய திரைப்பட வர்த்தக சபையினருக்கு (SIFCC) அவர் அளித்த விடை, என்று இந்நூலை சுட்டிக்காட்டலாம்.

எழுத்தாளர் என்றும், ‘எமக்குத் தொழில் எழுத்து என்றும்’ அவரிடம் பெருமை குடிகொண்டிருந்ததால், மற்றொரு தமிழ் எழுத்தாளர் சுஜாதா என்கிற ரங்கராஜன் சொல்லியதுபோல்: ‘இந்தக் கனவுத் தொழிற்சாலை வளர்ச்சி காரணமாக நிறங்களை இழைத்து ஊரை ஏமாற்றுவோருடன் தாம் பங்காளி அல்ல’ என்ற கருத்துக்கு தன்னளவில் திருப்தி அடைந்தார்.

ஆயினும், வண்டியோட வேண்டும், வாழ்க்கைச் சக்கரம் நகர வேண்டும் என்ற பொருளாதாரச் சிக்கல்களும் இல்லாதவர் அல்லர் அவர்.

பீம்சிங் அவர்கள் மறைவுக்குப்பிறகு இவரது கதைகள் திரைப்படம் ஆகக்கூடாது என்று தமிழக முதலமைச்சராக இருந்த திரு. எம்.ஜி.ராமச்சந்திரன் அவர்கள் ‘இந்தியாவின் வறுமைக் கோலத்தை படம் பிடித்து காட்டியது’. ஆயினும் பின்னர் அவருக்கு ‘இராஜராஜ விருது’ கொடுத்து கௌரவித்தார் கலைஞர். அவரது பேச்சை நாங்கள் அவரது எழுத்துகொண்டு சகித்துக் கொள்கிறோம் என்று கூறாமல் கூறி, அவரது திரைகளுக்கு மிகுந்த கவனம் எடுத்துக்கொண்டார். அதன்படியே அன்று எடுக்கப்பட்ட ‘புதுச்செருப்பு கடிக்கும்’, ‘எத்தனை கோணம், எத்தனை பார்வை’ ஆகிய திரைப்படங்களின் படப் பெட்டிகளை தங்களது கல்லறையாக மாற்றி கொண்டுவிட்டனர்.

ஒரு வினோதமான காலத்தில் எம்.ஜி.ஆர். ஆட்சி அகற்றப்பட்ட அவசர நிலையில் அவரது கதையான ‘கருணையினால் அல்ல’ திரைப் பிரவேசம் கண்டது.

இதை அடுத்து எனக்குத் தெரிந்து, அவர் ஒரு தேசியவாத பேச்சாளராக எண்பதுகளின் இறுதியிலும் தொண்ணூறுகளின் தொடக்கத்திலும் தீவிரமாக பணியாற்றிக்கொண்டிருந்தார்.

முன்னாள் பாரதப் பிரதமர் ராஜீவ்காந்தி ஆட்சிக்காலத்தில், இவரது கதைகள் தொலைக்காட்சித் தொடர்களாக மாற்றம் செய்யப்படுவதை விரும்பியதால் தயாரிப்பாளர் மூலமாக அப்பணி நடைபெற்றது. எனினும், ஆட்சிமாற்றம் ஏற்பட்டு ஐ.கே.குஜ்ரால் பிரதமரானதும், தூர்தர்ஷன் அமைப்புக்காக இவரது திரைக்கதையில் உருவான 'சுந்தர காண்டம்' என்ற புதினம் ஒளிபரப்பு தேதியன்று ஒளிபரப்பப் படாமல் நிறுத்தப்பட்டது.

இதன்பின்பு தொலைக்காட்சித் தொடர்களுக்கு தனது கைவண்ணத்தை முற்றிலுமாக நிறுத்திவிட்டார் இவர். அதன்பின்பு இவரது ஆழ்வார்ப்பேட்டை ஆபிஸ் காலியாகி, வீட்டின் மாடியில் ஒரு கூரை வீட்டை, கட்டிக்கொண்டு வாழ்ந்தார். இவையெல்லாம் நடைபெற்ற பிறகு, கேமிரா என்ற சாதனத்தை ஜெயகாந்தன் தனது இடதுகால் தூசுக்கு சமமாகக் கருதத் தொடங்கினார்.

எனினும், திரை உலகத்தைச் சார்ந்தவர்கள் அவரிடம் அன்பும், நட்பும் கொண்டிருந்தனர். திரு.நாகேஷ் அவர்கள் தன்னால் இயன்றவரை இவரை சந்தித்துப் பேசுவதில் மகிழ்ச்சி அடைந்தார். எல்லோரையும் மகிழவைக்க நாகேஷ் நடித்து வந்தபோதிலும், தனது மகிழ்ச்சிக்காக இவரையே நாடி வந்தார்.

பின்னர் வந்த ஆண்டுகளில் யாராவது சில இயக்குநர்கள் அவரிடம் 'அப்படி பண்ணலாம், இப்படி பண்ணலாம்' என்று பேசுவர். ஆனால் எதுவும் உருப்படியாக நடந்ததாக எனக்குத் தோன்றவில்லை.

தூர்தர்ஷன் அமைப்புக்கு 'சுந்தரகாண்டம்' என்ற புதினம் தொடர்பு அறுபட்டதிலிருந்து காமிராவுக்கும் அதனைச் சார்ந்த பணிகளுக்கும் ஜெயகாந்தன் ஓய்வு கொடுத்தார். ஆயினும், கம்பர் ஜெயராம், பிருதிவி ராஜன் போன்றோர் இவரைக் கொண்டு வேறு சில தொடர்களையும் தமிழில் ஒளிபரப்பினார்கள்.

ஒருசமயம், இவரே நிகழ்ச்சித் தொகுப்பாளராக சின்னத்திரையில் தோன்றி ஏராளமான ஜனங்களின் கேள்விகளுக்கு விடையளித்தார். காலம் செல்லச்செல்ல, இளையராஜா அவர்கள் இவரைக் கொண்டு ஆவணப்படம் தயாரிக்க உறுதிபூண்டார். அதன்படி, இவரது கடைசி நிமிடங்கள் (மகிழ்ச்சியாய் இருந்தது) பதிவு செய்யப்பட்டது. 'கதை எழுதியவனின் கதை' ஆவணப்படம் சுலபமாக முடித்து வைக்கப்பட்டது.

இந்த நூலாசிரியர் எழுதிய, எல்லா எழுத்துக்கும் உள்ள ஒரு பொதுத்தன்மை என்னவென்றால், அதைப் படிப்பவர்களின் எண்ணங்கள் மேன்மை ஆக்குகின்றது. ஆகையால்தான் சுமார் முப்பது ஆண்டுகளுக்கு முன்பு 'தாய்' பத்திரிகையில் நடிகர் சிவக்குமார் அவர்கள் ' தமிழ் எழுத்துலகில் இவர் ஒரு சொல்லேரழகர்' என்றார்.

அவருடைய எழுதுகோலுக்கு இணையாக நவீன கருவி எதையும் வைத்துப் பார்க்க இறுதிவரை அவர் சம்மதிக்கவில்லை. மேலும் தான் சினிமாக்காரன் அரசியல்வாதி அல்லது எந்திரகதியில் கதை தயாரிப்பாளர் போன்று அடைமொழி போடுவதை மறுத்தார். 'இறுதிவரை தாம் எழுதுவதை

நிறுத்த இயலாது' என்று சொன்னார். அதுபோன்றே சமூகத்தின் நாணயமானவர்கள், நல்லவர்கள் அன்னியர்களின் சூழ்ச்சியால் நரக வேதனைப்பட்டபோது அவர்களுக்கு ஆறுதல் அளிக்க உறுதிப்பூண்டு 'ஹரஹர சங்கர' என்ற மர்மம் நிறைந்த குறுநாவலை எழுதினார்.

இதன்பிறகு வடஇந்தியர்கள் இவருக்கு இந்தியாவில் இலக்கியத்துக்கான 'ஞானபீடம்' வழங்குவதாக அறிவிக்கப்பட்டது. பாராட்டுக் கூட்டங்கள் தமிழகமெங்கும் நடைபெற்றது. 'சமஸ்கிருத பாரதி' என்ற அமைப்பு இவருக்கு மயிலாப்பூரில் உள்ள சமஸ்கிருத கல்லூரியில் பாராட்டு விழா நடந்தது. தமிழில் எழுதும் தன்னை வடநூல் கடலை கரைத்துக் குடித்தவர்கள் பாராட்டியதால், இவரும் பதிலுக்கு அவர்களைப் பாராட்டினார். இதையடுத்து தமிழுக்கு விரோதியாக்கி, இவர் வடநாட்டாரின் விருது பெற்றுவிட்டதாக குறுநில வேட்கையாளர்கள் அவதூறு பரப்ப தொடங்கினர்.

இதற்கு பதிலளிக்கும்விதமாக 'மனிதன் விலங்கிலிருந்து வேறுபட்டவன்' என்று இவர் கூறினார். அவைகேட்டு மிகுந்த எரிச்சலடைந்த வெகுஜன பத்திரிகைகள், இவரை இளக்காரம் செய்து செய்தி வெளியிட்டன. இதைத் தொடர்ந்து சில ஆண்டுகளில் விருதுக்கும்மேல் விருதாக வழங்கப்பட்டு இறுதியாக, முரசொலி கலைஞர் விருதுடன் முடிவுக்கு வந்தது. அதற்கும் மேலாக ரஷ்ய அதிபர் நட்புறவு விருது அளிக்கப்பட்டது.

மலை உச்சியில் இருப்பவர் ஒருகட்டத்தில் இறங்கித்தான் வரவேண்டும் என்பதுபோல, ஜெயகாந்தன் தனது இறுதி காலத்தை, அமைதியாக எண்ணத் தொடங்கும் சூழல் உருவானது. அவரது கடைசிப் பத்தாண்டுகள் தனிமை நிறைந்தது. அப்படிப்பட்ட தனிமையை அவருக்கு கலைஞர் ஏற்பாடு செய்தார். ஆகையால்தான் பல ஆண்டு இடைவெளிக்குப் பிறகு 2006இல் இவர் கோபாலபுரம் சென்ற பொழுது 'சிறைக்கஞ்சா சிங்கமே வருக!' என்று இரட்டுற மொழிந்தார் கலைஞர்.

2015, இந்த எழுத்தாளனை காலம் கொண்டுவிட்டபோதிலும் அவரது உணர்வு தமிழில் உறைந்துள்ளது என்பதற்கு இப்புத்தகம் கற்பனையற்ற சான்றாகும்.

இதைப் படிப்பவர்கள் சமையல் புத்தகம் பார்த்து சமையல் செய்வதுபோல கருதாமல் மேனாட்டாரின் தொழில்நுட்பம் இன்றளவும் அவர்களால் நம்மைவிட சிறப்பாக கையாள முடியும் என்பதை ஒப்புக்கொள்ளும் ஒரு துர்பாக்கிய சூழல் நிலவுவதை எண்ணிப் பார்க்கவேண்டும்.

ஆகையால்தான் நமது தேசத்தந்தை வழியில் அவரது வாழ்க்கைச் சரித்திரத்தை வெள்ளையரான பென்கிங்ஸ்லி வாழ்ந்து காட்டினார். ஆனால் அச்சமயம் தமிழ்நாட்டில் நெஞ்சைப் பதறவைக்கும் ஈவிரக்கமற்ற குணக்கேடுகள் வீரப் பிரதாபமாக உருவகப்படுத்தப்பட்டு தள்ளாடுபவர்களை பாவக்குழியில் தடுமாறி விழச்செய்யும் இழிதொழிலை செய்துகொண்டிருந்தனர். கொலை செய்ய ஒரு திரைப்படம் தூண்டியதாக கொலையாளி நீதிமன்றத்தில் ஒப்புதல் வாக்குமூலம் அளித்தார். மலையாளம்

கற்க, ஆசான் வேண்டாம். கழுதையின் வாய்க்கு விருந்து படைக்கும் சுவரொட்டிகளே போதும் என்று தமிழ், சிறந்து விளங்கிக் கொண்டிருக்கிறது. இப்படிப்பட்ட ஒரு கூட்டத்தினருக்கு பொதுநோக்கில் பேச்சும், எழுத்தும் தேவையில்லையென்று ஒதுங்கியிருக்க தொடங்கினார். ஆயினும் மேன்மையான எந்தக் கலைச் செயலிலும் இன்றும் 'ஜெயகாந்தனிஸம்' என்று சொல்லக்கூடிய அளவுக்கு ஒரு ஆன்ம தத்துவம் இழையோடிக் கொண்டிருக்கிறது.

'காதலர்கள் சாகலாம் காதல் சாகாது' என்று, டைட்டானிக் படம் பார்த்து அப்பா சொன்னது எவ்வளவு உண்மையோ, அந்தளவுக்கு எழுதும் மை இல்லாவிட்டாலும் அவரது எழுத்து அதன் வளத்தில் வற்றாது; மைய்யிருளை அகற்றும் ஒளிபெற்று திகழ்கிறது.

அவரது எழுத்து வாசிக்கத் தக்கதைவிட உறைவாளாக எடுத்து வீசத்தக்கது. அதைக் கொண்டு களையை அகற்றவும் நற்பயிர் செழிக்கவும் இயலும் என்பதை நீங்கள் உணரத் தொடங்கி இருப்பீர்கள் என்று நம்புகிறேன். நன்றி.

மேலும், இந்நூல் வெளிவர எப்போதும்போல உடனிருந்து தொகுத்தும், பிற்சேர்க்கைகளை தந்துதவிய திரு.எழில்முத்து அவர்களுக்கும் பதிப்பாளர் திரு.மு.வேடியப்பன் அவர்களுக்கும் வாசக பெருமக்களுக்கும் மீண்டும் நன்றி.

அன்புடன்,

ஜெ.ஜெயசிம்மன்

பொருளடக்கம்

சினிமா - கண்டதும் கற்றதும்	12
ஓர் இலக்கியவாதியின் கலையுலக அனுபவங்கள்	55
காலித்தனமான பண்புகளுக்குக் கலைமுலாம் பூசுகிறார்கள் - பேட்டி	276
ஜெயகாந்தன் மீண்டும் படம் எடுக்கிறார்.	279
சினிமாவும் நானும்	282
ஜெ.கே. குறித்து கலைஞர்கள்	286

சினிமா
கண்டதும் கற்றதும்

சினிமா புத்துலக ஆசான்

சினிமா ஒரு விசேஷமான கலை. இயல், இசை, நாடகம் என்ற முத்தமிழ்ச் சுவை மட்டுமின்றி, சமூக வாழ்க்கையில் என்னென்ன தொழில்கள் உண்டோ அவை அனைத்தும் சங்கமிக்கிற ஒரு உலகம் அது.

1930களில் இருந்தே இதை ஒரு சினிமா யுகம் என்று சொல்லுமளவுக்கு அதன் ஆதிக்கம், சமூகத்தின் சகல பிரிவுகளையும் பாதித்து இருக்கிறது.

ஆரம்ப காலத்திலிருந்தே சினிமாவை எதிர்த்தவர்களும், அதனால் சமூகத்துக்கு நேரவிருக்கும் சீரழிவு குறித்து எச்சரித்தவர்களும் நிறையவே இருந்தனர்.

ஆனால், அவை பயன்படவில்லை. அது பழமைவாதிகளின் கூச்சலாகவும் இளைஞர்களுக்கு பெரியோர்கள் ஏற்படுத்தும் எண்ணற்ற கட்டுப்பாடுகளில் ஒன்றாகவும் கருதப்பட்டு, புதிய தலைமுறையினரால் சினிமா, ஒரு மறைமுகமான ரசனையாக பொழுதுபோக்குக் கலையாக ஏற்றுக்கொள்ளப்பட்டதால் எத்தகைய பாதிப்பும் நேராமல் அது, கால வளர்ச்சிக்கு சமூக சக்தியாய் பரிணமித்தது.

நமது சாதாரண சமூக மனிதனுக்கு சினிமா இன்றியமையாத தேவையாகிவிட்டது. அதன் இடத்தை நாடகமோ, நாட்டியமோ, இசைக்

கச்சேரியோ அல்லது வேறுவிதமான கலைப் படைப்புகளோ அக்காலத்தில் பிடிக்க முடியவில்லை.

மாறாக, சினிமாவின் வளர்ச்சி நாடகக் கலைஞர்களையும் நாட்டியக் கலைஞர்களையும், இசைக் கலைஞர்களையும் தம் பால் ஈர்த்துக்கொண்டதால் அந்தத் துறைகளின் வளர்ச்சி ஒருவகையில் பாதிக்கப்பட்டது. இன்னொருவகையில், அந்த பிற கலைஞர்களுக்கு சினிமா புதுவாழ்வு தந்தது என்று சொல்லலாம்.

அக்கால சினிமாக்கள் அப்படி ஒன்றும் தாம் உடையதாக கருதப்படவில்லை. அக்கால உலகின் தரத்துக்கே தமிழ் சினிமாக்களில் தரம் உயர்வடையாதிருந்தது. ஏன்? மோசமாகக்கூட இருந்தது.

ஆயினும் அவற்றுக்கு மக்கள் மத்தியில் அமோகமான வரவேற்பு இருந்தது. காரணம், திரையில் அந்த நிழல் ஆடுவதும், பாடுவதும் ஓடுவதும் அவர்களுக்கு அதிசயமாக இருந்தது.

தாங்கள் வணங்குகின்ற தெய்வங்கள், புராணக் கதைகள் கண்முன்னே காட்சி தருவது புதிய அனுபவமாய் இருந்தது.

இந்த அதிசயத்தைக் கண்டு வாய்பிளந்து கிடந்தவர்களிடம் விமர்சனபூர்வமான ரசனையை யாரும் எதிர்பார்த்துவிட முடியாது. மேலும், சினிமா என்பது ஒரு நிரந்தரமான பதிவுச் சாதனமாய் கலைப்படைப்புகளுக்கு அமைந்தது. அது, கண்காணாத தொலைவில் உள்ள நகர்ப்புற நாகரிகத்தையே அறியாத கோடிக்கணக்கான கிராமத்து பாமரர்களை சென்று அடைகின்ற சக்தியும் திறனும்மிக்க கலைச் சாதனமாய் அமைந்தது.

எனவே, அவை எவ்வளவுதான் மோசமானதாக தரமற்றதாக இருந்திருந்தபோதும்கூட, ஒட்டுமொத்தமாக யாரும் அதை உதறிவிட முடியாத அளவுக்கு சினிமா பரந்த அளவில் மாபெரும் சமுதாயச் சேவை செய்திருக்கிறது.

இந்த ஐம்பது ஆண்டுகால தமிழ்ச் சினிமா வரலாறு அத்தகு பெருமை தாங்கிக்கொண்டிருப்பதை யாரும் மறுக்க இயலாது.

அக்காலத்தில் நமது மக்களும் அவர்கள் வாழ்க்கையும் இருந்த சமூக நிலைமையை யோசித்துப் பார்க்கையில் சினிமாவின் வரவு மக்களுக்குக் கிடைத்த ஒரு வரப்பிரசாதம் என்றே சொல்ல வேண்டும்.

சுதந்திரத்துக்குமுன்பு நமது பெரும்பான்மையான மக்கள் கல்வி அறிவு இல்லாதவர்களாகவும் கல்வி கற்க வசதியற்றவர்களாகவும் இருந்தனர். நமது நாட்டுப்புறக் கலைகளும் கலைஞர்களும் நலிந்து கிடந்தனர். நாடகங்கள், தெருக்கூத்துகள், சங்கீதக் கச்சேரிகள் அங்கங்கே அவ்வப்போது நடந்தன என்றாலும், எல்லா மக்களும்

சென்று அன்றாடம் காணத்தக்க சூழ்நிலையும், பொருளாதார வசதிகளும் அப்போது கிடையாது.

அந்நிலையில் வெகுஜனங்களுக்கு மிகக்குறைந்த செலவில் அவர்கள் இருக்கும் இடம் தேடிச்சென்று அறிவையும் ரசனையும் புதிய செய்திகளையும் தந்து மக்களை வளர்க்க வந்த அரிய சாதனம் சினிமா.

புராணம், இலக்கியம், சரித்திரம், அரசியல் ஆகிய எல்லாவற்றைப் பற்றிய ஞானத்தை, சாதாரண பாமரர்க்கும் கொண்டு சென்று விநியோகிக்கும் சக்தி சினிமாவுக்கு உண்டு.

பள்ளிக்கூடத்துக்குப் போக மனமில்லாத என்னைப் போன்ற அக்கால சிறுவர்களுக்கு பொழுதுபோக்காகவே பல விஷயங்கள் சினிமாவின்மூலம் தெரியவந்தன.

அக்காலத்தில் சென்னை போன்ற பெருநகரம் அல்லாத சிற்றூர்களில் (சென்னையிலும் இருந்திருக்குமோ எனக்குத் தெரியவில்லை) சினிமா விளம்பர வண்டி ஒன்று பாண்டு வாத்திய முழக்கத்தோடு ஊர்கோலம் போகும். அதில் உட்கார்ந்துகொண்டிருக்கும் ஒரு மனிதன் நோட்டீஸ் விநியோகித்துக்கொண்டிருப்பான்.

என்னைப் போன்ற சிறுவர்கள் அந்த வண்டியை தொடர்ந்து தெருத் தெருவாய் சுற்றுவோம். "சார்... சார்..." என்ற சிறுவர்களின் கூச்சல் பாண்டு வாத்திய முழக்கத்தோடு பெரும் சத்தமாய் கிளம்பும்.

சிறுவர்களின் கூட்டம் பெருகப் பெருக நோட்டீஸ் கொடுக்க முடியாமல் அவன் வண்டியிலிருந்து வீசி காற்றில் பறக்கவிடுவான். பல வண்ணங்களில் பறக்கும் நோட்டீஸ் தெருவெல்லாம் சிதறிக்கிடக்கும்.

சிறுவர்கள் மனதில் இல்லாத குதூகலம் அப்போது இருக்கும். வண்ண நோட்டீஸ் சேகரிக்கும் பழக்கம் எனக்கு உண்டு. அப்போது பல வண்ண நோட்டீஸ்களை பைண்டு செய்து வைத்திருந்தேன். இப்போது அது இருந்திருந்தால் அது பொக்கிஷம்.

சினிமா காட்சிகளில் வரும் படங்கள், நடிக நடிகைகள் பெயர்கள், தமிழில் சிறந்த படம் என்ற அறிவிப்பு, கதாசிரியர், டெக்னீஷியன்களின் பெயர்கள் என பல அம்சங்களோடு இக்கால பத்திரிகைபோல் ஆர்வத்தைத் தூண்டும் அந்த நோட்டீசுகள்.

வீட்டைவிட்டு வெளியே வரமுடியாத இளம்பெண்கள் அந்த நோட்டீசுக்காக என்னைப் போன்ற சிறுவர்களிடம் கையேந்தி கெஞ்சுவார்கள். திண்ணையில் உட்கார்ந்திருக்கும் தாத்தா பாட்டிமார்கள் ஆர்வமுடன் வாங்கிப் படிப்பார்கள், இல்லை படிக்கச் சொல்லிக் கேட்பார்கள்.

இப்போது தோன்றுகிறது. அந்த நோட்டிஸ்கள்தான் இக்கால சினிமா பத்திரிகையின் முன்னோடியோ?

இன்று சினிமா ஒரு தொழிலோ, கலையோ மட்டுமல்ல; அது கோடானகோடி பாமர மக்களுக்கு ரசனையையும் அறிவையும் பொதுவுடமை ஆக்கித் தந்த புத்துலக ஆசான்.

ஆம்! நான் பள்ளியிலும் புத்தகங்களிலும் கற்றதைவிடவும், சினிமாக்களின்மூலம் நிறையக் கற்றிருக்கிறேன். இதனை நமது சினிமாவின் பொன்விழாக் காலத்தில் நான் நன்றியோடு நினைத்துப் பார்க்கிறேன்.

எப்படிக் கற்றேன், என்னென்னவெல்லாம் கற்றேன் என்று வாசகர்களோடு மாதந்தோறும் எனது அனுபவங்களைப் பகிர்ந்து கொள்வதே இந்தக் கட்டுரைத் தொடரின் நோக்கம்.

'தி கிரேட் ஹீரோ' மாத சினிமா இதழ்
ஆசிரியர் : ராஜய்யா

ரசிகர்களின் தரத்தை உயர்த்தியது சினிமா!

நான் முதலில் பார்த்த சினிமாவின் பெயர் எனக்கு நேரடியாக நினைவில் இல்லை. விசாரித்து அறிந்தபோது, அந்தப் படத்தின் பெயர் 'சவுக்கடி சந்திரகாந்தா' என்று தெரியவந்தது.

அதில், யாரையோ யாரோ சவுக்கால் அடிக்கிற காட்சியைக் கண்டு நான் பயந்து அலறியதும் என்னை தூக்கிக்கொண்டு தியேட்டருக்கு வெளியில் வந்து, படம் முடியும்வரை யாரோ ஒருவர் என்னோடு காத்திருந்ததும் நினைவில் இருக்கிறது.

அந்தக் காலத்தில் படம் ஓடுகிறபோது ஒவ்வொரு ரீலுக்கும் இடையிலும் தியேட்டரில் விளக்குகள் பொருத்தப்படும். பிறகு அணைக்கப்படும். சற்றுநேரம் விளம்பர ஸ்லைடுகள் காட்டப்படும். அதுவரை அவற்றை ரசித்துப் பார்த்துக்கொண்டிருந்த எனக்கு, படம் வந்தவுடன் பயம் வந்துவிடும். அலறுவேன், அடிக்கடி வெளியில் தூக்கிக்கொண்டு வருவார்கள்.

இப்படியாக, சிறு பருவத்தில் சினிமா பார்ப்பது என்பது, பயங்கர அனுபவமாகவே இருந்தது.

தாத்தாமார்களிடமும் பாட்டிமார்களிடமும் கதை கேட்டு மயங்குகிற ருசிக்கு இணையாக ஒரு கதையை திரையில் பார்த்து புரிந்துகொண்டு ரசிக்கிற ருசி, சினிமாவின்மூலம் ஏற்பட எனக்கு பத்துவருடம் ஆயிற்று. அப்போதும்கூட அது ஏதோ வீட்டுக்குள் அடங்காமல் வெளியில் திரிகிறபொழுது நடத்துகிற

ஜெயகாந்தன் ⬤ 17

எத்தனையோ திருவிளையாடல்களில் ஒன்றாகத்தான் இருந்ததே தவிர, பெரிதாக ரசனையின் பாற்பட்டது என்று சொல்வதற்கில்லை.

'மீனாட்சி கல்யாணம்', 'சதி சுகன்யா', 'சிவகவி', 'ஆரிய மாலா' போன்ற படங்கள் புராணக் கதைகளையும், பாட்டிமார் கதைகளையும் சுவைபடக் கூறின.

அந்தப் படங்கள் என்னைப் போன்ற சிறுவர்களை மட்டுமல்லாமல் பெரியவர்கள் தாத்தா பாட்டிமார்களைக்கூட ஏன் கவர்ந்தன என்பது எனக்கு அக்காலத்தில் வியப்பைத் தந்தது. அதுதான் கலைகளின் ரகசியம்போலும்.

படம் பார்க்கிற அந்த நேரத்தில், பார்க்கிற மனிதர் அனைவரையும் ஒரே தரத்தினராய் அது ஆக்கிவிடுகிறதுபோலும்.

அக்காலத் தமிழ்ப் படங்களில் அதிகமான வசனங்களும், அதிகமான பாடல்களும் இடம்பெற்று இருந்தன. எப்படி கதைச் சுவைக்காக சிறுவர்கள் அந்தப் படத்தில் லயிப்பார்களோ அதே விதமான பாடல்களின் நயத்துக்காகவும், சங்கீத ரசனைக்காகவும் பெரியவர்களும் சினிமாவின்பால் ஈர்க்கப்பட்டார்கள்.

அதற்கும்முன்னர் சில வருஷங்களுக்குமுன்பு வரை பேசாத படங்கள் வந்துகொண்டிருந்தனவாம். பேசும்படம் என்ற நிலை வந்த பிறகு பேச்சும், பாட்டும், வசனங்களும் காமெடியும் சினிமாவில் நிறையவே இடம் பெற்றிருந்தது ஓர் ஆரம்பகால இயல்புதான் என்று தோன்றுகிறது.

1939இல் உலக யுத்தம் ஆரம்பமாயிற்று. அப்போது யுத்த ஆதரவுக் கதைகளும், ஜப்பானிய எதிர்ப்பு பிரச்சாரமும் சினிமாக்களாக வெளிவந்தன.

யுத்த காலத்தில் பிரிட்டிஷ்காரர்களுக்கு ஆதரவான படங்கள் என்ற பெயரில் வந்தபோதிலும் அவை மறைமுகமாக நமது தேசிய அரசியலையும் பிரசாரம் செய்ததால் இளம்வயதிலேயே அரசியல் ஈடுபாடும், அந்தப் படங்களின்மூலம் எனக்கு ஏற்படலாயிற்று. எனவே, அந்தப் படங்களின் தரம் சற்றுப் புதிதாகவே இருந்தது.

யோசித்துப் பார்த்தால், அக்கால சினிமா ரசிகர்களின் தரம், இக்கால சினிமா ரசிகர்களின் தரத்தைவிட மேலானதாக இருந்ததென்னவோ உண்மை என்று தோன்றுகிறது.

'மான சம்ரக்ஷணம்' என்று இக்கால சினிமாப்படம் ஒன்றுக்கு பெயரிட்டால் எத்தனை பேருக்குப் புரியும்?

ஆனால் அக்காலத்தில் டைரக்டர் கே.சுப்ரமணியம் 'மான சம்ரக்ஷணம்' என்ற பெயரில் ஒரு யுத்தகால படம் எடுத்தார். அதில்

இந்திய தேசபக்த உணர்ச்சியே மிகுந்திருந்தது. மக்களால் பெரிதும் விரும்பிப் பாராட்டப்பட்டது.

அவரது 'தியாக பூமி' தேசிய பிரச்சார படமாக வெளிவந்து தமிழகத்தில் ஒரு புதிய எழுச்சியையே உண்டாக்கிற்று. பிரபல இந்தி எழுத்தாளர் பிரேம்சந்தின் 'சேவாசதன்' என்ற இலக்கியத்தை ஒரு இந்திய இலக்கியத்தை தமிழகம் திரைப்படமாக்கி பாரதத்துக்குப் பெருமை சேர்த்துத் தந்தது.

இந்தியா சுதந்திரம் அடைவதற்குமுன்னர், பாரதியரின் பாடல்கள் திரைப்படங்களின்மூலம் மகளுக்குப் புத்தெழுச்சி ஏற்படச் செய்ததும், தமிழ் சினிமாவின் ஆரம்பகாலப் பெருமைக்குரிய சாதனைகளில் ஒன்று எனலாம்.

'உத்தமபுத்திரன்' ஒரு ஆங்கிலப் படத்தின் தழுவல்.

பி.யு.சின்னப்பாவுக்கு அதில் இரட்டை வேடங்கள். ஒன்று வில்லன். மற்றொன்று கதாநாயகன். கதாநாயகன் சின்னப்பா, வாளைத் தீட்டிக்கொண்டு போருக்கு ஆயத்தமாவதற்கு முன்னால் "செந்தமிழ் நாடெனும் போதினிலே" என்ற பாடலைப் பாடியதைக் கேட்டு, சினிமா ரசிகர்கள் அல்லாத தேசபக்தர்களும் துள்ளிக்குதித்து ரசித்தனர்.

பள்ளிக்கூட வகுப்பில் போரடிக்கிற ரஜபுத்திர அரசுகளின் வீழ்ச்சி என்ற பாடம் 'பிருதிவிராஜன்' என்ற படத்தின்மூலம் இந்திய சரித்திரத்தின்மீது எனக்குப் புதிதாய் ஒரு ஆர்வத்தை ஏற்படுத்தியது.

வரலாறு பற்றிய அறிவை சினிமா அக்காலத்தில் பல படங்களின் மூலம் வளப்படுத்தியது.

அந்தப் படத்தில் கம்பீரமான ராஜபுத்திர அரசன் பிருதிவிராஜனாக வேடமேற்ற பி.யு.சின்னப்பா "பாரத சமுதாயம் வாழ்கவே" என்ற பாரதியின் முழுப்பாடலையும் பாரததேவியின் படத்தின் முன்னால் நின்று, கூப்பிய கரத்துடன் பாடக் கண்டு, கேட்டு அனுபவித்ததை இன்று எண்ணினாலும் மெய்சிலிர்க்கிறது.

இவற்றினூடே சமுதாயச் சீர்திருத்த கருத்துகளைத் தமது சொந்தத் திறமையால் எல்லாத் தமிழ் படங்களிலும் இடம்பெறச் செய்த கலைவாணர் என்.எஸ்.கிருஷ்ணனும், டி.ஏ.மதுரமும் இந்தியத் திரைவானில் ஈடு இணையற்ற தாரகைகளாய்த் தோன்றி ஜொலித்தனர்.

பாரதி பாடலைப் பரப்பிய பெருமை!

இரண்டாம் யுத்தகாலப் படங்களுக்கு முன்னாலேயே ஆரம்பித்த சுதந்திர பிரச்சாரப் படங்கள் யுத்தம் முடிந்தபிறகு ஒரு புதிய வீச்சில் வெளிவந்தன. அவற்றில் குறிப்பிடத்தக்கது. ஏ.வி.எம்.மின் 'நாம் இருவர்'.

ஒரு குடும்பம், அண்ணன் தம்பி இருவர், அவர்களிடையே எழும் தப்பெண்ணம், வயதான அவர்களின் தந்தை இளம் பெண்ணை மணம் முடிக்க விரும்புவது, பாகப்பிரிவினைக்கு தம்பி பிடிவாதம் காட்டுவது. அண்ணன் ஒன்றுபட்டு வாழவேண்டுமென்று பிரிவினை எதிர்ப்பது ஆகிய கதை அமைப்பில் அன்றைய அரசியல் பிரச்சினைகளான, பிரிவினை எதிர்ப்பு, தேச ஒற்றுமை ஆகியவை வலியுறுத்தப்பட்டன.

'நாம் இருவர்' படத்தின் கதாநாயகனாக டி.ஆர்.மகாலிங்கமும், பிரிவினைக்கு வாதாடும் தம்பியின் மனமாற்றத்துக்காகப் போராடும் அண்ணனாக பி.ஆர்.பந்துலுவும் நடித்திருந்தனர்.

எல்லாவற்றுக்கும் மேலாக மகாகவி பாரதியின் பாடல்களும், அவரைப் பற்றிய புகழுரைகளும் அந்தப் படத்தில் தேசிய மணம் கமழச் செய்தன. அப்படத்தில்தான் பாரதியாரின் 'ஆடுவோமே, பள்ளு பாடுவோமே' என்ற பாடல் டி.கே.பட்டம்மாளின் குரலில் பாடப்பட்டு தேசத்துக்கு சுதந்திரம் வரும் தறுவாயில் தமிழ் நாடெங்கிலும் தெருத்தெருவாய், வீடு வீடாய் ஒலித்து எதிரொலித்தது.

ஆம். அக்காலத்தில் அந்தப் பாடலை முணுமுணுக்காத தொண்டுக் கிழவரும் இல்லை; தொட்டில் குழந்தையும் இல்லை.

'வெற்றி எட்டுத் திக்கும் எட்டக் கொட்டு முரசே.'

'வெண்ணிலவு நீ எனக்கு' போன்ற பாரதியின் பாடல்கள், தமிழ்ப் பாமர மக்களுக்கும் அக்காலத்தில் சினிமாவின்மூலம் மனப்பாடம் ஆயின.

மகாத்மா காந்திஜி அப்போது உயிருடன் இருந்தார். அவர் உயிரோடு வாழ்ந்த காலத்திலேயே மக்களால் தெய்வமாய் பூஜிக்கப்பட்டவர், என்பதற்கு அடையாளம் 'நாம் இருவர்' படத்தில் பேபி கமலாவின் குரலில் ஒலித்தது. அப்படத்தில் இடம்பெற்ற 'மகான் காந்தி மகான்' பாடல் குழந்தைகளையும் ஈர்த்து காந்திஜியின் புகழ் பாடவைத்தன.

பாரதியாரின் பாடல்களின் உரிமைகளை ஏ.வி.மெய்யப்பச் செட்டியார் வாங்கி வைத்திருந்தார். விசுவநாத ஐயர் என்பவர் பாரதியாரின் ஒன்றுவிட்ட சகோதரர். அந்த உறவில் மகாகவி பாரதியின் மாபெரும் இலக்கியப் பொக்கிஷத்தை செட்டியாரிடம் ஏதோ சொற்ப விலைக்கு விற்றுவிட்டார்.

இது குறித்து அக்காலத்தில் நிறைய விமர்சனங்களும் கண்டனங்களும் எழுந்தன. பாரதியாரின் பாடல்களைப் பிரபலப்படுத்திய பெருமைக்குரிய ஏ.வி.மெய்யப்பச் செட்டியார் இந்த விமர்சனங்களைக் கேட்டு பெருந்தன்மையுடன் பாரதி பாடல்களின் உரிமைகளை அரசாங்கத்துக்கே தந்துவிட்டார்.

வியாபாரி என்றாலும், ஏ.வி.மெய்யப்ப செட்டியார் எத்தகைய தேசிய நோக்கும், பொதுநலனின் அக்கறையும் கொண்டவர் என்பது அவரது அந்தச் செயலில் தெளிவாயிற்று.

பாரதியார் பாடலைப் பரப்ப வேண்டும் என்ற ஆர்வமும் பணிகளும் அவருக்குப் பின் அனைவராலும் மேற்கொள்ளப்பட்டன.

நாம் இருவருக்கு முன்னால் வந்த ஏ.வி.எம். தயாரித்த படம் 'ஸ்ரீவள்ளி'. இப்படத்தின்மூலம் பெரும் புகழடைந்து முன்னணி நட்சத்திரமானவர் டி.ஆர்.மகாலிங்கம். அதுவரை சிறந்த பாடகராகவும், நடிகராகவும் திகழ்ந்த டி.ஆர்.மகாலிங்கம் 'நாம் இருவர்' படத்துக்குப் பிறகு ஒரு தேசிய நடிகராகவே கருதப்பட்டார். அதற்குக் காரணம், அவர் அந்தப் படத்தில் ஏற்றிருந்த வேஷமே ஆகும்.

அவரைத் தொடர்ந்து, அக்காலத்தில் மிகப் பிரபலமாய் விளங்கிய நடிகர் பி.யு.சின்னப்பாவும் அதேபோல் காங்கிரஸ்காரர் வேடத்தில் தோன்றி நடித்த படம் 'விகடயோகி'.

இக்காலத்தில் சிறையிலிருந்த என்.எஸ்.கே, விடுதலையாகி வந்தவுடன் முதலில் வெளியான படம், அதுவரை என்.எஸ்.கே குழுவினரால் நாடகமாக நடிக்கப்பட்டு வந்த 'பைத்தியக்காரன்'.

இப்படத்தில் தனது ஜெயில் அனுபவத்தை ஒரு வேலைக்காரன் தன் எஜமானிடம் எடுத்துச் சொல்லுவதுபோல் அமைந்த ஒரு பாடல், அக்காலத்தில் சிறை சென்று மீண்ட தேச பக்தர்களை உருவகப்படுத்தி பாடப்பெற்றதாக அமைந்தது.

'ஜெயிலுக்குப் போன சிரேஷ்டர்
மக்களைச் சீர்திருத்துவாங்க
சிலர் ஜெகத்தை ஆளுவாங்க
பலர் திண்டாடித் திரிவாங்க...'

என்ற பாடல், சுதந்திரத்துக்கு பிறகு தேசபக்தர்களின் நிலையைச் சரியாகவே சமூகத்துக்கு அறிமுகம் செய்து வைத்தது.

ஆனால், திரு.என்.எஸ்.கே. சிறையில் இருந்து வெளிவந்ததும் தமது பாடலுக்கு ஏற்ப மக்களை சீர்திருத்தும் நோக்கத்தோடு ஒரு படம் எடுத்தார். அதன் பெயர் 'நல்லதம்பி'. கதை வசனம் சி.என்.அண்ணாதுரை.

என்.எஸ்.கே.யின் எழுச்சியும் பாகவதரின் வீழ்ச்சியும்

பின்னாளில் அறிஞர் அண்ணாவாய், தமிழகத்தின் தனிப்பெரும் தலைவராய், தமிழக முதல்வராய் நமக்கு அறிமுகமான திரு. சி.என்.அண்ணாதுரை, அக்காலத்தில் கலைவாணர், என்.எஸ்.கிருஷ்ணனின் அரவணைப்புக்குட்பட்ட ஒரு எழுத்தாளரே ஆவார்.

கலைவாணரும், பாகவதரும் சிறையிலிருந்த அந்த ஓரிரு ஆண்டுகளில் அவர்கள் இல்லாத அந்த வெற்றிடத்தை நிரப்ப வேறு எவரும் இல்லை.

எனினும், பாகவதரை கதாநாயகனாகவும், என்.எஸ்.கே. மதுரம் ஜோடியை காமெடியன்களாகவும் ஒப்பந்தம் செய்திருந்த படங்களில் வேறுபல நடிகர்கள் நடிக்கவேண்டி இருந்தபோதிலும், பாகவதரின் இடத்தை நிரப்புவது தயாரிப்பாளர்களுக்கு சுலபமாகவே இருந்தது. அதேபோல், என்.எஸ்.கே. டி.எம். மதுரம் ஜோடிக்கு சமதையாக யாரையும் வைத்து நிரப்ப முடியவில்லை. பாகவதர் காலத்தில் அவரோடு சிறு வேஷங்களில் நடித்தவர்களும், பல புதிய முகங்களும், கதாநாயகர்களாக நடிக்கும் வாய்ப்பு ஏற்பட்டது. இதற்குப் பொருள், பாகவதர் ஜெயிலுக்குப் போயிராவிட்டால், அவர்கள் கதாநாயக அந்தஸ்துக்கு உயர்ந்திருக்க முடியாது என்பது அல்ல.

அவரவர்களும், தத்தமெக்கென திறமையும் சிறப்பும் உடையோராய் இருந்ததால், பாகவதர் ஜெயிலுக்குப்போன சந்தர்ப்பம் அவர்களுக்குக் கை

கொடுத்தது என்பதை குறிப்பிட வேண்டியதாகிறது. உதாரணமாக, மறைந்த திரு. எம்.ஜி.ஆர். அவர்கள் பாகவதர் காலத்தில் அவரோடும், பிற கதாநாயகர்களோடும் சேர்ந்து சிறிய வேஷங்கள் ஏற்று நடித்துக் கொண்டிருந்தவர்தான்.

பாகவதர் சிறை சென்ற சமயத்தில், 1946இல் எம்.ஜி.ஆர். முதன்முதலாக கதாநாயகனாய் நடித்த 'ராஜகுமாரி' படம் வெளியாயிற்று. பாகவதர் நடித்திருந்தால்கூட அந்தப் படம் அத்தகைய வெற்றி பெற்றிருக்குமா? என்ற ஐயத்தை ஏற்படுத்தும் அளவுக்கு அது சிறப்பாக அமைந்தது.

அக்காலத்தில் நடிக்கவந்த அனைவருக்கும் சங்கீத ஞானம் இருக்கும். சிலருக்கு ஓரளவு குரல் வளமும் இருக்கும். ஒரு சங்கீத கச்சேரியில் பாடுகிற அளவு குரல் வளம் இல்லாதிருப்பினும், சுதியோடும்; தாளத்தோடும் சேர்ந்து அவர்களால் பாடமுடியும். பாடும் திறமும், உடல்வாகும்தான் அக்கால நடிகனுக்கு முக்கியம்.

பாகவதர் நடிப்பதாக இருந்த 'வால்மீகி' எனும் தமிழ்ப் படத்தில் கன்னட நடிகரான பொன்னப்ப பாகவதர் நடித்தார்; அற்புதமாகத் தமிழ் வசனங்களைப் பேசினார்.

பாகவதர் நடித்திருந்தால் எத்தகைய வெற்றிப்படமாக அமைந்திருக்குமோ அவ்விதமே அமைந்தது. பொன்னப்ப பாகவதர் நடித்த 'வால்மீகி'.

இராமாயணக் கதை எல்லோருக்கும் தெரியும். இராமாயணக் காவியத்தின் ஆதிகர்த்தாவான வால்மீகியின் வரலாறு சாதாரண தமிழ் மக்களுக்கு அதிகம் தெரிந்திருக்காது. ஆதிகவி வால்மீகியின் வரலாறு சுவைமிகுந்த கதை. அந்தக் கதைநயத்தோடு அக்கால மக்களுக்கு எடுத்தியம்பிய அரிய பணியைச் செய்தது ஒரு சினிமாப் படம்தான்.

டி.ஆர்.மகாலிங்கம், பாகவதர் காலத்திலேயே பால நடிகராய் 'நந்தகுமார்' மூலம் தமிழ் சினிமாவுக்கு அறிமுகமானவர். 'மனோன்மணியம்' என்ற போரடிக்கும் நாடக நூலை, தமிழர்கள் எவ்வளவுபேர் படித்திருப்பர்? பேராசிரியர் சுந்தரம்பிள்ளையின் 'மனோன்மணியத்தை' சினிமாவாக்கி மக்கள் மத்தியில் பரப்பிய பணிக்காக அக்கால திரையுலகக் கலைஞர்களை தமிழ்ப் பற்றுமிக்கோர் நன்றியோடு நினைவுகூர்தல் வேண்டும்.

'மனோன்மணியம்' படத்தில் பி.யு.சின்னப்பா கதாநாயகனாகவும், டி.ஆர்.ராஜகுமாரி கதாநாயகியாகவும் நடித்தனர். அதில், இரண்டாம் கதாநாயகனாக, நடராஜன் என்ற பாத்திரத்தில் நடித்தவர்தான் பின்னாளில் முதன்மைக் கதாநாயகனாக விளங்கிய டி.ஆர்.மகாலிங்கம்.

இவ்வாறு என்.எஸ்.கே பாகவதர் சிறையிலிருந்த இரண்டாண்டு கால இடைவெளியில் தமிழ்த் திரை உலகுக்குப் பல புதிய கதாநாயகர்கள் கிடைத்தபோதிலும், கிருஷ்ணன் மதுரம் ஜோடி இடத்தை, என்.எஸ்.கே சிறையிலிருந்து திரும்பி வந்து, தாமேதாம் நிரப்பவேண்டியிருந்தது. அத்தகு சிறப்பிடத்தைப் பெற்றது அவரது 'நல்லதம்பி'. என்.எஸ்.கே. எந்த அளவு தேசியப்பற்று மிக்கவரோ அதே அளவு சுயமரியாதை பகுத்தறிவுப் பற்றும் உடையவர். எனினும், ஒரு கலைஞன் எனும் முறையில் அவர், ஒரு நடுநிலைப் பாதையையே பின்பற்றினார்.

நான் அறிந்தவரை என்.எஸ்.கே.யின் 'நல்லதம்பி' படத்துக்கு இணையான, கலையம்சம் நிறைந்த மதுவிலக்குப் பிரச்சாரப் படம் வேறொன்றும் இதுநாள் வரை வரவே இல்லை.

அதுபோலவே, அவரது 'கிந்தனார்' காலட்சேபத்துக்கு இணையான 'parady' கல்விப் பிரச்சாரக் கலை நிகழ்ச்சியும் இன்னொன்று இதுநாள் வரை இல்லை.

'நல்லதம்பி' படத்தில், சீசரும் கிளியோபாட்ராவும் கதை யிலிருந்து ஒரு காட்சியை நாடகமாகப் புகுத்தியிருந்தார்கள். அதில் பானுமதி கிளியோபாட்ராவாகவும், என்.எஸ்.கே. ஆண்டனியாகவும் நடித்திருந்தனர். பிள்ளைப் பிராயத்தில் அந்தக் காட்சியைப் பார்த்து, தூண்டப்பெற்ற நான் ஷேக்ஸ்பியரின் 'சீசரின் கிளியோபாட்ராவை' படிக்க ஆசைப்பட்டேன்.

நல்லதம்பியின் கிளியோபாட்ராவில் என்.எஸ்.கே. தன் சொந்தக் குரலில் பாடுவார், கிளியோபாட்ராவாக நடித்த பானுமதி,

'மலர்தனில் ஒரு அழகு மயில்
மருவி நடமது புரிவது யார்?'

என்று பாடிக்கொண்டு மேடையில் தோன்ற, காமெடியன் என்.எஸ்.கே. ஒரு கதாநாயகனுக்கு இணையாக ஆண்டனி வேஷத்தில்

'அரசி உன் அழகில் அடிமை நான்
அருள் புரி இன்பம் அடைய நான்'

என்று பாடிக்கொண்டே தோன்றுகையில் கொட்டகையில் அவருக்கு தனி 'அப்ளாஸ்' கிடைக்கும்.

இவ்வாறு கலைவாணர் சிறை வாழ்க்கையால் சிறிதும் சேதமுறாதது மட்டுமல்ல, மேலும் சிறப்பாகத் தமது திறமையாலும், படைப்பாலும் பொலிவடைந்தார்.

ஆனால், அவரைப்போலவே சிறை மீண்டுவந்த பாகவதர் அவ்வாறு சிறப்பும், புகழும் அடையவில்லை. சிறையிலிருந்து வந்த பிறகு, அவரும்

சொந்தமாகப் படமெடுக்கும் முயற்சி மேற்கொண்டார். அவரது புதிய படங்களான 'ராஜமுக்தி'யும் 'சிவகாமி'யும் படு தோல்வி அடைந்தன.

அக்காலத்தில் தமிழ் இலக்கியத்தின் புதிய நம்பிக்கையான சிறுகதை மன்னன் புதுமைப்பித்தன், பாகவதரின் 'ராஜமுக்தி' படத்துக்குக் கதை வசனம் எழுதியிருந்தார் என்பதையும் குறிப்பிட வேண்டும்.

அண்ணாதுரை வசனமெழுதிய என்.எஸ்.கே.யின் 'நல்ல தம்பி' வெற்றிப் படமாகவும் சிறுகதை மன்னன் புதுமைப்பித்தன் வசனமெழுதிய பாகவதரின் 'ராஜமுக்தி' தோல்விப் படமாகவும் ஆன விபரீதம் எனக்கு அதிர்ச்சியைத் தந்தது.

எழுத்தாளர்களும் சினிமாவும்!

தமிழ் சினிமாவில் ஒரிஜினாலிட்டியும் படைப்பிலக்கிய திறமையும் உடைய இலக்கியவாதிகள் எவரும் பிரபலமானதோ, பெரும் வெற்றிபெற்றதோ இல்லை. இலக்கிய உலகில் கணக்கில் எடுத்துக்கொள்ள முடியாதவர்களே, பாமர ரஞ்சகமாக கதை பண்ணுகிறவர்களே சினிமாத்துறை எழுத்தாளர்களாக பரிணமிக்க முடிந்தது. இவர்களில் பலர் எங்கிருந்தும், எதையும் எடுத்து கையாண்டு தம்முடையதாக்கிக் கொள்வதில் கைதேர்ந்தவர்கள். இத்தகைய சினிமா எழுத்தாளர்கள் புகழும் பணமும் பெற்று சினிமா பந்தாவோடு வாழ்வதைப் பார்த்து, பத்திரிகைத் துறையில் உள்ள சிறந்த எழுத்தாளர்கள் பலரும் இவர்களின்மீது மோகம் கொண்டு சினிமாவுக்கு எழுத விரும்பினர்.

அவர்களுக்கெல்லாம் முன்னோடியாகத் திகழ்ந்தவர் தணிகாசலம் எனும் இயற்பெயர் கொண்ட திரு.இளங்கோவன். அவர் ஆரம்பத்தில் தினமணி பத்திரிகையில் உதவி ஆசிரியராகப் பணிபுரிந்தார். சிலப்பதிகாரம் எனும் இலக்கியத்தைப் படித்து ரசிக்கும் அளவு தரமும், கல்வி அறிவும் அக்காலத்தில் எல்லாருக்கும் இருந்ததில்லை. பாமர மக்களுக்குத் தெரிந்ததெல்லாம் தெருக்கூத்து வடிவத்தில் கண்ட கோவலன் மாதவி கதைதான். 'கண்ணகி' என்றொரு தமிழ்ப்படம் வந்தது. சிலப்பதிகாரக் கதையின் இலக்கியத் தரத்தைத் தமது திரைக்கதை வசனத்தின் மூலம் தமிழ் மக்கள்

அனைவரும் கண்டு தேர்ந்து ரசனையை உயர்த்திக்கொள்ளும் அளவுக்கு அதில் சாதனை படைத்தார் இளங்கோவன்.

'கண்ணகி' படத்திற்குப் பிறகுதான், இளங்கோவனின் எழுத்துகள் திரைப்படத்தில் வசனமாக ஒலித்த பின்னர்தான் தமிழ் சினிமாவில் வசனமெழுதியவர் பெயர் பெரிதாக விளம்பரப்படுத்தபட்டது. படத்தில் வரும் பாடல்களை ரசிகர்கள் முனகுவதுமாதிரி இளங்கோவனின் வசனங்கள் ரசிக பெருமக்களால் மனனம் செய்யப்பட்டு அவர்கள் மனதில் ரீங்காரம் செய்தது. அதுவரை சினிமா பாட்டுப் புத்தகங்கள் மட்டுமே வெளிவந்துகொண்டிருந்தன. இளங்கோவனின் வசனம் திரையில் ஒலித்தபின்னர் சினிமா வசனங்களும் புத்தகங்களாக வெளிவரத் தொடங்கின.

'புதுமைப்பித்தனும் தினமணியில் இளங்கோவனோடு பணிபுரிந்தவர்தான். எழுத்தாளர்கள், பத்திரிகை ஆசிரியர்கள் எனப்படுவோர் அனைவரும் ஒரே தரத்தினர் அல்லர்.

புதுமைப்பித்தன் சிறுகதைத் துறையில் தன்னிகரில்லாத மிக உயர்ந்த படைப்பாளி, அவரைப்போல ஆங்கிலப் புலமையும் தமிழ்ப் புலமையும் உடைய இளங்கோவன் புதுமைப்பித்தனின் தரத்தை சேர்ந்த இலக்கியவாதி என்று சொல்ல முடியாது. எனினும் இளங்கோவன் சினிமாத்துறையில் வெற்றிக்கொடி நாட்டியவர்.

'அம்பிகாபதி' படத்தில் இளங்கோவன் எழுதியிருந்த வசனத்தில் ஷேக்ஸ்பியரின் ஆங்கிலக் கற்பனைகள் தமிழ் வடிவம் பெற்று சிறப்படைந்ததைப் படித்தோரும் பாமரரும் ஒருசேரப் பாராட்டிப் புகழ்ந்ததுண்டு. இளங்கோவனை முன்மாதிரியாகக் கொண்டு தானும் அதுபோல் சாதிக்கலாம் என்று எண்ணி சினிமா உலகில் புகுந்த இலக்கியத் தரமான எழுத்தாளர்கள் பலர் எழுந்திருக்க முடியாத அளவு வீழ்ச்சியே அடைந்தார்கள். ஆனால் இலக்கியத் துறையிலோ பத்திரிகை துறையிலோ பெயரெடுக்காமல் இளங்கோவனுக்கு பிறகு சினிமா உலகில் புகுந்து தமது இளம்பருவத்திலேயே, அரசியலில் புகழ்பெறுவதற்கு முன்னாலேயே பெயர்கூட விளம்பரமாகாமல் வசனமெழுதி, 'யார் இந்த வசனகர்த்தா' என்று மக்களைக் கேட்கத் தூண்டிய ஒருவர் உண்டு. அவர்தான் கலைஞர் மு.கருணாநிதி! பெயரில்லாமல் அவர் எழுதிய வசனத்தால் புகழ்பெற்ற படங்கள் ஜுபிடரின் 'வால்மீகி'யும் 'அபிமன்யு'வும்.

வால்மீகி என்ற ஆதிகவியின் பூர்வோத்திரத்தை அடிப்படையாகக் கொண்ட அந்தக் கதையின் ஆன்மிகச் செறிவுமிகுந்த வசனங்கள் இன்றும் எனது செவிகளில் ஒலிக்கின்றன.

தமிழ் சினிமாவில் ஆங்கில இலக்கியத்தாக்கம்

திருநளைப்போவார் சரித்திரம், பெரிய புராணத்தில் வருகிற அறுபத்திமூன்று நாயன்மார்கள் ஒருவரின் கதை. பிற நாயன்மார்களுக்கு இல்லாத விசேஷமான அம்சம் இவருக்கு என்னவெனில் இந்த நாயனார், பிறவியில் தீண்டத்தகாத சாதியைச் சேர்ந்தவர் என்பதே!

'பெரிய புராணம்' என்கிற பக்தி இலக்கியக் கதைகளில் இவரது கதை மிகவும் புரட்சிகரமானது ஆகும். இந்தக் கதையை 'நந்தன் சரித்திரம்' என்ற பெயரில் நாடகமாக்கியவர் கோபாலகிருஷ்ண பாரதியார்.

அந்தக் காலத்தில் நாடகம் என்றால் வேஷம் போட்டுக்கொண்டு பாட்டுப் பாடுவது என்று அர்த்தம். 'நந்தனார் கதை' தற்கால நாடகம் போல மேடையில் நடிக்கப்பட்டதாய் நான் கேள்விப்பட்டதில்லை.

'நந்தனார் கீர்த்தனங்கள்' என்றாலோ இசைக் கச்சேரிகளில் மிகப் பிரசித்தம்.

தமிழ் மக்களுக்கு நந்தனார் கதை கே.பி.சுந்தராம்பாள் நந்தனாராக நடித்தார். ஒரு ஐயர் இசைமேதை வேதியராகவும்; அதற்குப்பின்னர் தண்டபாணி தேசிகர் நந்தனாராகவும், சிறுகளத்தூர் சமாவேதியராகவும் மிகச் சிறப்பாக நடித்து வெளிவந்த திரைப்படங்கள் மூலம்தான் பெருமளவு தெரியவந்தது.

அந்தக் கதையும் அதன் கருத்தும் சமுதாயச் சீர்திருத்தத்திற்கு அந்தக் காலத்தில் அரசியலில் தீவிரமாக இடம்பெற்ற ஹரிசன ஆலயப் பிரவேச இயக்கத்திற்கு ஊக்கமாய் இருந்தது. தமிழ் சினிமா ஆரம்ப காலத்தில் இத்தகைய இலக்கியப் பணியை சிறப்பாகவும், நிறையவும் செய்திருக்கிறது.

இளங்கோவடிகளின் சிலப்பதிகாரம், வசனகர்த்தா இளங்கோவனின் கைவண்ணத்தால் சினிமாமூலம் தமிழ்ப்பணி ஆற்றுவதற்கு முன்னால் கே.பி.சுந்தராம்பாள் நடித்த 'மணிமேகலை' வெளியாயிற்று. அதில் கே.பி.சுந்தராம்பாள் பாடிய 'சிறைச்சாலை என்ன செய்யும்' என்ற பாடல் அக்கால சுதந்திரப் போராட்ட வீரர்களின் இயக்கப் பாடலாக எதிரொலித்தது.

அதற்கு முன்னால் 'ஜோதிராமலிங்க சுவாமிகள்' என்ற பெயரில் வள்ளலாரின் வாழ்க்கை திரைப்படமாக வெளிவந்து சுத்த சமரச சன்மார்க்க பிரச்சாரம் செய்தது.

இவையெல்லாம் கல்வி அறிவில்லாத பெரும்பாலான பாமரர்களுக்கு புராண, இலக்கிய தமிழறிவையும், பண்பாட்டையும் கற்றுத் தந்து உயர்வடைய பணிபுரிந்தன எனலாம்.

நான் பிற்காலத்தில் புத்தகங்களில் படித்த பல கதைகளை நன்கு புரிந்துகொள்ள, இந்த சினிமாக்களை பார்த்த அனுபவம் எனக்கு உதவியது. இன்னும் சரியாகச் சொல்வதென்றால் அந்த இலக்கியங்களில் நான் ஈடுபாடுகொள்வதற்கு இந்த சினிமாக்கள் தூண்டுகோல்களாய் இருந்தன என்று சொல்ல வேண்டும்.

இதேபோல, ஆங்கில மேனாட்டு இலக்கியப் பரிச்சயமுடைய டைரக்டர்களும், கதாசிரியர்களும் அந்த ஆங்கிலக் கதைகளைத் தழுவி அந்த வசனங்களை அழகு தமிழில் மொழிபெயர்த்து தமிழர்க்குத் தந்துள்ளனர்.

ஷேக்ஸ்பியரின் 'மெர்சண்ட்ஸ் ஆஃப் வெனீஸ்', 'ஷைலக்', என்ற பெயரில் சிறுகளத்தூர் ச.மா என்ற பட்டதாரி நடிகர் நடித்து வெளிவந்தது. அதேபோல், ஷேக்ஸ்பியரின் 'ட்வெல்ஃப்த் நைட்', 'கன்னியின் காதலி' என்ற பெயரில் ஜுபிடர் நிறுவனத்தின் படைப்பாக வெளிவந்தது. அதில் ஹீரோவாகவும், ஹீரோயினாகவும் அக்கால நடிகை மாதுரி தேவி ஆண் பெண் இரண்டு வேடங்களிலும் மிக அற்புதமாக நடித்திருந்தார்.

ஆங்கிலம் தெரிந்தவர்கள்கூட ஆங்கில இலக்கியங்கள்மீது அதிக ஈடுபாடு கொள்வதில்லை. ஆங்கில மொழியின்பால் ஓர் ஈடுபாட்டை உண்டாக்கி, ஆங்கிலம் கற்க வேண்டும் என்கிற ஆர்வத்தை என்னுள்

தூண்டிய எண்ணற்ற படங்கள் இலக்கியச் சுவையோடு தமிழில் அக்காலத்தில் ஏராளம் வெளிவந்தன.

நான் பள்ளிக்கூடம் போகாவிடினும் என் வயதினர் பலர் அக்காலத்தில் ஆங்கில மாணவர்களாக இருந்தனர். நான் வகுப்புகளுக்குச் செல்லாவிட்டாலும் அவர்களது பாடப் புத்தகங்களை வாங்கிப் படித்துவிடுவேன். அக்கால பள்ளி இறுதி வகுப்பிற்கு சார்லஸ் டிக்கன்ஸின் 'டேல் ஆஃப் டு சிட்டீஸ்' துணைப்பாடமாக இருந்தது. அந்த நாவலைப் படிப்பதற்கு முன்னால் அந்த ஆங்கிலப் படத்தை நான் பார்த்திருந்தேன். அந்த ஆங்கில நாவலைப் படிக்க அந்தப் படம் பார்த்த அனுபவம் மிக உதவியாக இருந்தது. இப்பொழுதும்கூட அந்த நாவலை சந்தர்ப்பம் கிடைக்கும்போதெல்லாம் திரும்பத் திரும்ப படிக்கவும் அந்தப் படத்தை திரும்பத் திரும்ப பார்க்கவும் நான் விரும்புகிறேன்.

ஷேக்ஸ்பியரின் பல படைப்புகளை சினிமாவில் பார்த்தபிறகு தான் நான் புத்தகமாக படித்திருக்கிறேன். 'ஹேம்லட்', 'ரோமியோ ஜூலியட்', 'ஒதெல்லோ' ஆகிய படங்களின் மூலம் ஆங்கில ஞானமும், ஆங்கில இலக்கியத்தின்மீது ஈடுபாடும் என்னைப் போன்ற எண்ணற்ற இளைஞர்களுக்கு ஏற்பட்டது.

உலக சரித்திரமும், உலக இலக்கிய ரசனையும், நமது புராண இதிகாச நாடோடி இலக்கியத் தேர்ச்சியும் ஏற்படுவதற்கு ஒரு வகுப்பறைபோல் எனக்கு அக்கால சினிமாக்கள் நிறையவே கற்று தந்துள்ளன. இப்போதும்கூட தனிமையான சிலவேளைகளில் அந்த மேன்மையான படங்களை மனத்திரையில் ஓடவிட்டுப் பார்த்துக் கொண்டிருப்பது எனக்கு ஒரு சுகமான அனுபவம்.

சரியான கருத்துக்கு மன்னிப்புக் கேட்பதா? முடியாது! - என்.எஸ்.கே

பிற்காலத்தில் தி.மு.கழக தலைவர்களாக உருவான பலருக்கு கலைவாணர் என்.எஸ்.கே. திரையுலகப் புரவலராக விளங்கினார். அதேசமயத்தில் அவர் காந்தியவாதியாகவும், கம்யூனிஸ்டுகளின் நண்பராகவும் சோவியத் யூனியனின் ஆதரவாளராகவும் திகழ்ந்தார். 1950இல் டைரக்டர் கே.சுப்ரமணியம் அவர்களின் தலைமையில் என்.எஸ்.கே.யும் மதுரம் அம்மையாரும் சோவியத் யூனியனுக்கு விஜயம் செய்தனர். அப்போது என்.எஸ்.கே. தமது சொந்தப்படமாக 'மணமகள்' படத்தை உருவாக்கியிருந்தார். 'நல்லதம்பி' கதை, வசனம் அண்ணாதுரை எழுதியிருந்தார். அடுத்த படங்களுக்கு கருணாநிதி எழுதினார். என்.எஸ்.கே அதேசமயத்தில் காந்தியைப் போற்றுகிற தேசியவாதியாகவும் அனைத்து முற்போக்குக் கருத்துகளையும் பரப்புகிற நடுநிலை கலைஞராகவும் விளங்கினார்.

நடுநிலையாய் இருப்பதாகச் சொல்லிக்கொண்டு இக்காலத்தில் தமக்கென்று ஒரு கொள்கையிலும் பிடிப்பு இல்லாமல் எல்லோரோடும் தலையாட்டிக்கொண்டு 'வழவழ கொழகொழ, ஆசாமிகளாக ரொம்ப பேர் இருக்கிறார்களே... அப்படி இருக்கவில்லை என்.எஸ்.கே! ஒரு கலைஞனின் கொள்கைப் பிடிப்புக்கும் மனஉறுதிக்கும் சான்றாக என்.எஸ்.கே. சோவியத் யூனியனுக்குச் சென்றிருந்தபோது நடந்த ஒரு நிகழ்ச்சி என் நினைவுக்கு வருகிறது. சோவியத் யூனியனில் என்.எஸ்.கே. சந்தித்த ஒவ்வொரு சோவியத்

பிரஜையும் ருஷ்யப் புரட்சியின் தந்தையான லெனினைப் பற்றி என்.எஸ்.கே.யிடம் புகழ்ந்து புகழ்ந்து கூறினர்.

அவற்றையெல்லாம் கேட்ட என்.எஸ்.கே. 'இந்தியாவிற்கு மகாத்மா காந்திபோல, ருஷ்யாவுக்கு லெனின் விளங்குகிறார்' என்று கூறினார். அந்தக் காலத்தில் ருஷ்யத் தோழர்கள் லெனினுக்கு சமதையாகவோ, இணையாகவோ யார் பெயரையும் கூறுவதை சகிக்கமாட்டார்கள். அப்படிக் கூறினால் லெனினை அவமதிப்பதாகவே கருதுவர். அந்த அளவு லெனினை ஈடு இணையற்றவராக அவர்கள் கருதியதால் என்.எஸ்.கே. தெரிவித்த கருத்தை அவரோடு இருந்த ருஷ்யமொழி பெயர்ப்பாளர் மொழிபெயர்க்க மறுத்துவிட்டார். அதற்குமேல் அந்தக் கருத்திற்காக என்.எஸ்.கே. மன்னிப்புக் கேட்க வேண்டும் என்று வற்புறுத்தினார். ஆனால் என்.எஸ்.கே. தமது கருத்தில் பிடிவாதமாக 'இந்தியாவுக்கு மகாத்மாபோல, சோவியத் யூனியனுக்கு லெனின்' என்ற தமது கருத்தை மொழிபெயர்த்தே ஆகவேண்டும் என்று உறுதியோடு கூறிவிட்டார்.

அந்த ருஷ்ய மொழிபெயர்ப்பாளரும் அந்தக் கருத்தை தாம் மொழிபெயர்க்க முடியாது என்று பிடிவாதம் பிடித்தார். என்.எஸ்.கே. தமது சரியான கருத்திற்காக மன்னிப்புக் கேட்க மறுத்து காந்திய வழியில் ஒரு போராட்டத்தையே தொடங்கினார். 'என் கருத்தை மொழிபெயர்க்க மறுத்தால், நான் உண்ணாவிரதம் மேற்கொள்வேன்' என்று அறிவித்து சாப்பிட மறுத்துவிட்டார்.

என்.எஸ்.கே. சாப்பிடாதபோது அவருடன் சென்ற மற்றவர்கள் எப்படி விருந்துகளில் கலந்துகொள்ள முடியும்? நட்புறவு விஜயம் மேற்கொண்டவர்களை விருந்தோம்ப முடியாத இக்கட்டான சூழ்நிலை சோவியத் அதிகாரவர்க்கத்திற்கு ஏற்பட்டது. விஷயம் ரொம்பவும் சீரியஸான பிறகு ருஷ்ய அதிகாரிகள் என்.எஸ்.கே.யிடம் உங்கள் கருத்தை நாங்கள் ஏற்க முடியாது. அதற்காக நீங்கள் மன்னிப்புக் கேட்கவேண்டிய அவசியமில்லை. அது உங்கள் சொந்தக் கருத்து என்கிற முறையில் அதை மொழிபெயர்க்க அனுமதி தருகிறோம்' என்று வேறொரு மொழிபெயர்ப்பாளர் மூலம் ஒப்புக்கொண்டு சமரசம் கண்டது. என்.எஸ்.கே. அதன்பிறகே உண்ணாவிரத முடிவைக் கைவிட்டார்.

இவ்வாறு அனைத்துத் தரப்பினருக்கும் இணக்கமான நண்பராக இருந்தாலும் தமது கொள்கையில் சுயமரியாதையில் உறுதி மிக்கவராகவும் காந்தியின் தீவிர பக்தராகவும் தைரியமிக்கவராகவும் வாழ்ந்தவர் கலைஞர் என்.எஸ்.கே. அவர் எல்லா அரசியல்வாதிகளும் மதிக்கத்தக்க நண்பராக விளங்கியபோதிலும் தமது அந்திமக் காலம்வரை தொழில்ரீ தியாகவும் நட்புரீதியாகவும் தி.மு.கழகத்துடன் அதிக நெருக்கமும், உறவும் கொண்டிருந்தார். அந்த நட்புணர்வும், நன்றியுணர்வும் இன்றும் திராவிட இயக்கத்தவர்களிடம் இருக்கத்தான் செய்கிறது.

மலையாள சினிமாவின் தரமும், தமிழ் சினிமாவின் கதியும்!

இன்று தனித்தனி மாநிலங்களாக இருக்கும் கேரளா, கர்நாடகம், ஆந்திரா ஆகியவை உள்ளிட்ட ஒரே மாகாணமாக இருந்தபோது அவற்றின் தலைநகராக தமிழ்ப்பிரதேசமான மதராஸ் விளங்கியதால் தென்னக திரையுலகம் முழுவதும் ஆரம்பத்தில் தமிழ் பேசும் படங்களே ஆக்கிரமித்து இருந்தன எனலாம். அதிலும் குறிப்பாக, கேரள மக்களுக்குத் தமிழ் சினிமாவும், தமிழ் நாடகங்களும்தான் ஆரம்ப காலத்தில் மலையாள மக்களின் வெகுஜன ரசனையின் தேவையைப் பூர்த்திசெய்தது என்றும் சொல்லலாம்.

தமிழே தெரியாத மலையாளிகள் தமிழ்நாட்டோடு எந்த தொடர்பும் இல்லாதவர்களிடம்கூட அக்காலத்தில் தியாகராஜ பாகவதரின் தமிழ்ப்பாடல்களை மெய்மறந்து பாடும் பழக்கமுடையவர்களாய் இருந்தனர். தமிழ்நாட்டு நாடகக் குழுவினர்களை மிகுந்த நேசத்தோடும், மரியாதையோடும் கேரள பிரதேசங்களுக்கு அழைத்து மாதக் கணக்கில் அவர்களை வைத்து உபசரித்து தமிழ் நாடகங்களை அங்கு ஏராளமாக அரங்கேற்றியதும் உண்டு. தமிழ் நாடகங்களையும், சினிமாக்களையும் கண்டு அதனால் கவரப்பட்டு நடிப்புத்துறைக்கு வரவிரும்பிய அக்கால மலையாள நடிகர்கள் தமிழ்ப்படத்தில் நடிக்கவும், தமிழைக் கற்கவும் விரும்பினரே அல்லாமல் மலையாள நாடகமோ, சினிமாவோ உருவாக்கும் எண்ணம்

கொண்டிருக்கவில்லை. ஏனெனில் மலையாள திரையுலகத்தை தமிழ்ப் படங்களே ஆக்கிரமித்து இருந்தன. மலையாள மார்க்கெட்டை மட்டும் கொண்டதாய் இருக்கவில்லை.

சுதந்திரத்திற்குப் பிறகுதான் அத்தகைய மலையாள மேடை நாடகங்களும் சினிமாக்களும் அதிகமாய் உருவாகி மலையாளத்திற்கு இந்திய சினிமாவிலும், இந்திய நாடக இலக்கியத்திலும் ஓர் உயர் தகுதிக்கு உரியதாயிற்று. அந்த முயற்சியின் வெற்றிக்கு அரசியலில் இடதுசாரிகளாக இருந்த கலைஞர்கள் எழுத்தாளர்கள் குறிப்பாக கேரள கம்யூனிச இயக்கத் தோழர்கள் ஆற்றிய பணி மிகச் சிறப்பானதாகும். ஆரம்பகாலத்தில் தமிழ்ப் படங்களின் தரத்தைப் பின்பற்றி சில மலையாளப் படங்கள் தயாரிக்கப்பட்டு அவை தமிழில் டப் செய்யப்பட்டு வெற்றிகரமாகவும் ஓடின.

எனினும் 'ஜீவிததவுகா' என்ற பெயரில் மலையாளத்திலும் 'பிச்சைக்காரி' என்ற பெயரில் தமிழில் டப் செய்யப்பட்டு வெளியான ஒரு படம் வசூலில் எந்த தமிழ்ப் படத்திற்கும் இணையாக வெற்றி பெற்றது. அந்தப் படத்தின் பாடல்களும் தமிழகத்தில் பாப்புலரா யின. ஆனாலும் அது சராசரி தமிழ்ப்பட தரத்தில்தான் இருந்ததே தவிர மலையாள சினிமாவிற்கோ அவர்களது கலாசாரத்திற்கோ ஒரு முத்திரை பதித்ததாக கருத முடியாது. தொடர்ந்து அதே பாணியை பின்பற்றிய பல படங்கள் தோல்விப் படங்களாகின. அந்தத் தருணத்தில் கேரளத்தில் முற்போக்கு எழுத்தாளர்கள், கலையையும், நாடகங்களையும் தயாரிக்கலாயினர்.

1950களின் ஆரம்பத்தில் மலையாளக் கவிஞர் பி.பாஸ்கரன், ராமுகாரியத் ஆகியோரின் கூட்டு முயற்சியான 'நீலக்குயில்' என்ற மலையாளப் படம் வெளிவந்தது. இது வியாபாரரீதியில் முந்தைய தமிழ்ப்பட பாணியில் தயாரிக்கப்பட்ட படங்களைப்போல் வசூல் குவிக்கவில்லை. ஆயினும் மலையாள சினிமாவிற்கு பெருமைக்குரிய எதிர்காலம் உண்டு என்ற நம்பிக்கையை உருவாக்கிற்று. இந்த 'நீலக்குயில்' படத்திற்கு ஜனாதிபதி பரிசும் கிடைத்தது.

அந்தப் படத்தின் சிறப்பு எதார்த்தமான கேரள மக்களின் வாழ்க்கையை பிரதிபலிப்பதுதான். கேரள மக்களின் இசையையும் கவிதையையும் கலந்து வழங்கிய படைப்பு அது. இந்திய சினிமா உலகில் கலாசாரரீதியில் மலையாள சினிமா பல சாதனைகளைப் புரியும் என்று கட்டியம் கூறிவந்த படம் 'நீலக்குயில்'. மலையாள நாடகத்திற்கும் சினிமாவிற்கும் தூண்டுகோலாக விளங்கிய தமிழ் நாடக மேடையும் தமிழ் சினிமாவும் அதே காலத்தில் என்ன கதியில் கிடந்தன என்பதும் என் நினைவுக்கு வருகிறது.

நமது நடிகைகளின் மத்தியில்

தமிழ்ப்பட உலகின் தரம் நமது ஒட்டுமொத்த கணிப்பில் எத்தகையதாக இருந்தபோதிலும், "உலகில் இந்தத் தரத்துக்கு இணையான கலைஞர்கள் உண்டா?" என்று கேட்குமளவுக்கு உயர்தரமான கலைஞர்கள் சிலரை நமது தமிழ்சினிமா, உலகத்துக்கு அக்காலத்தில் அறிமுகப்படுத்தியது உண்மை.

திருமதி கே.பி.சுந்தராம்பாள் மேடை நாடகத்தின் மூலம் இசை உலகத்துக்கும், தேசிய கலை வாழ்வுக்கும் அரிய பொக்கிஷமாகக் கிடைத்தவர். அவரது கலைவாழ்வு என்பது அடிப்படையில் துறவுத்தன்மை கொண்டது. அந்தக் கலைத்துறவியை அவருக்கே தகுதியான, பொருத்தமான பாத்திரங்களை ஏற்கச் செய்து ஒரு நடிகையின் தரத்தையே உன்னதமாக்கித் தந்தது தமிழ் சினிமா உலகம்தான்.

தமிழ் இலக்கியங்கள் பல அக்காலத்தில் திரைப்படமாகி சாதாரண மனிதர்களுக்கு அந்த இலக்கியத்தின் செய்தியை நயம்பட எடுத்துரைத்தன.

நமது மக்கள் எல்லாரும் சேக்கிழாரின் பெரிய புராணத்தைப் படித்தோ அல்லது பக்தியின் வசப்பட்டு புராண பிற வசனங்களை கேட்டோதான் காரைக்கால் அம்மையாரின் சரித்திரத்தை அறிந்துகொள்ள முடியும். எக்காலத்திலும் இளைஞர்களுக்கு இந்த புராணங்களின்மீது இயல்பான நாட்டம் இராது. அவர்கள் பொழுது போக்குக்காகவும்

உல்லாசத்துக்காகவும் போய்ப் பார்க்கிற சினிமா என்னும் இந்த நவீன கலைச்சாதனம் அந்தப் பணியை செய்கிற பொழுது, அதையே வாழ்க்கையின் லட்சியமாகக் கொண்டிருக்கும் கலைஞர்கள் சினிமாவை எப்படிப் புறக்கணிக்க முடியும். அத்தகையதொரு காலத்தின் வற்புறுத்தலின் காரணமாகவே சினிமா உலகுக்கு வந்த துறவிக் கலைஞர் திருமதி கே.பி.சுந்தராம்பாள்.

காரைக்கால் அம்மையார் படத்தில் புனிதவதியாக
மணிமேகலையில் மணிமேகலையாக
நந்தனாரில் நந்தனாராக
ஔவையாரில் ஔவையாராக
பூம்புகாரில் கௌந்தி அடிகளாக

பின்னர் வந்த எண்ணற்ற புராணப் படங்களில் முருகனின் புகழ்பாடும் பக்தையாக தோன்றி தமிழின், தமிழிசையின் தத்துவத்தையும் தனது தனித்துவத்தையும் காப்பாற்றிக்கொண்ட தவசீலம் மிக்க கலைஞர் கே.பி.சுந்தராம்பாள்.

இத்தகு தரமும், பெருமையும் பொருந்திய ஒரு நடிகையை உலகெங்கிலும் காண்பது அரிது. அதுவும் சினிமா உலகில் அரிதினும் அரிது. திருமதி. கே.பி.சுந்தராம்பாளை எனக்கு நேரிடைப் பரிச்சயம் உண்டு. அவர்கள்பால் எனக்கு தனி அபிமானம் உருவானதற்குக் காரணம், உருவ அமைப்பில் என் தாயாருக்கும், கே.பி.சுந்தராம்பாள் அவர்களுக்கும் ஒற்றுமை இருந்தது.

தோற்றப் பொலிவில் மட்டும்தான். குரல் வளத்தில் அல்ல.

நடைமுறையில் திருமதி கே.பி.எஸ்., உலகப்பற்று அற்றவராக இருந்தபோதிலும் உலகம் அவர்மீது வைத்திருந்த பற்றின் காரணமாக அவரிடம் பணம் ஏகமாய் குவிந்தது. தமிழ் சினிமா உலகில் முதலில் ஒரு படத்துக்கு ஒரு லட்ச ரூபாய் வாங்கியவர்களில் கே.பி.சுந்தராம்பாளும் ஒருவர்.

ஒருமுறை, நான் அவரைச் சந்தித்தபோது பரிகாசமாகச் சொன்னேன். "என் தாயாரும் நீங்களும் ஒரே மாதிரி இருக்கிறீர்கள். ஆனால் உங்களுக்குப் பிள்ளை இல்லை. என் தாயாருக்கு உங்களிடம் இருப்பதுபோல் பணம் இல்லை. என்னை ஏன் நீங்கள் சுவீகாரம் எடுத்துக்கொள்ளக் கூடாது?"

அதற்கு அவர் பளீரென்று சிரித்துக்கொண்டே சொன்னார். "சுவீகாரம் எடுத்துக்கொண்டால் உங்கள் ஒருவரைத்தானே எடுத்துகொள்ள முடியும்? எனக்கு எல்லாக் குழந்தையும் முருகன்தான். என் தந்தையும் முருகன்தான்" என்றார்.

ஜெயகாந்தன் 37

"உங்களிடம் நிறைய பணம் இருக்கிறதே?" என்று கேட்டேன்.

அதற்கும் அவர், "எனக்கு இருக்கும் செல்வமெல்லாம் முருகன் தான்" என்றார்.

பிறகு முருகன்மீது ஒரு பாட்டு பாடினார். உண்மையில் இவரது செல்வம், இவரது குரல்வளம்தான் என்று நினைத்தேன்.

இன்றைய நமது தமிழ் சினிமா நடிகைகளை நினைக்கிறபோது கே.பி.சுந்தராம்பாள் போன்ற கலைஞர்கள் தமிழ் சமூகமே பெருமை கொள்ளத்தக்க கடந்தகால செல்வம் என்ற ஆறுதல் பிறக்கிறது.

சினிமாவில் இலக்கியத்தரம்

கவியோகி சுத்தானந்த பாரதியார் தமிழ் இலக்கியத்திற்கு வாழ் நாளெல்லாம் தொண்டாற்றிய துவராடைத் துறவி. அவர் ஒரு மொழிக்கடல் இந்திய மொழிகள் பலவற்றிலும் பாண்டித்யம் உடையவர். தாம் கற்ற எல்லா மொழிகளிலும் கவிதை இயற்ற வல்லவர்.

தமிழில் அவர் எழுதிய சாகித்யங்கள் பல இன்றும் கச்சேரிகளிலும் பாடப்படும் இறவாத்தன்மை வாய்ந்தவை. நாம் அறியாமல் எப்போதேனும் நமது வாய் முணுமுணுக்கும் கர்நாடக ராகத்தில் அமைந்த பல பாடல்கள் அவர் எழுதியவையாகவே இருக்கும். அந்த அளவு படைத்தவரின் பெயர் தெரியாமல் அவரது படைப்புகள் மக்கள் மத்தியில் பிரபலமானவை.

ஆங்கிலமும், பிரெஞ்சு மொழியும் அவருக்கு தமிழ் மொழியைப்போல் தங்கு தடையின்றி எழுதவும் பேசவும் கை வந்தவை. அவரது எல்லாப் பெருமைகளிலும் சிறப்பானது தமிழுக்கு விக்தர் ஹ்யூகோ என்ற மாபெரும் பிரெஞ்சு நாவலாசிரியரை அறிமுகப்படுத்தியதாகும்.

'லே மிஸரபிள்' என்ற உலகப் புகழ்பெற்ற நாவலை 'ஏழைபடும் பாடு' என்ற தலைப்பில் சுவைகுன்றாமல் தமிழாக்கம் செய்து தந்தவர் கவியோகி. 1940களில் அந்தப் புத்தகத்தை தமிழகத்து இலக்கிய வாசகர்கள் அனைவரும் படித்திருந்தனர். அந்த நாவலைப்

படித்தால் ஒரு வாசகனின் தரமே உயர்ந்துவிடும். அத்தகு தரமிகுந்த வாசகர்கள் தமிழகத்தில் ஏராளமான பேர் இருந்தனர் என்பது இன்று எண்ணிப் பார்த்து மகிழவேண்டிய இறந்தகால நினைவுகள் ஆகிவிட்டன.

அந்த 'ஏழை படும்பாடு' தமிழில் படமாக வெளிவந்து பல்லாயிரக்கணக்கான தமிழர்க்கு இலக்கிய விருந்தும் கலை விருந்தும் ஒருசேர அளித்தது.

இன்றைய வாசகர்களுக்கும் திரைப்பட ரசிகர்களுக்கும் அந்த நாவலை மறுபடியும் படமாக்கித் தருவது இந்தத் தலைமுறை இளைஞர்களுக்கு நாம் செய்யும் நல்ல கலைப் பணியாக அமையும்.

'ஏழைபடும்பாட்டில்' ஜுன்வால்ஜீன் என்ற பாத்திரமாக குணச்சித்திர நடிகர் சித்தூர் வி.நாகையா அற்புதமாக நடித்திருந்தார். ஜாவர் என்ற போலீஸ் அதிகாரி பாத்திரத்தில் நடித்ததன் மூலம்தான் ஜாவர் சீத்தாராமன் என்ற பட்டப் பெயரோடு ஒரு அற்புத நடிகரும் தோன்றினார்.

இந்தப் படத்தை ஆங்கிலத்தில் நான் பார்த்திருக்கிறேன். அதில் நடித்த நடிகர்களுக்கு இணையாக நாகையாவும், ஜாவர் சீத்தாராமனும் அந்தப் படத்தில் சிறப்பாகவும் பொருத்தமாகவும் நடித்திருந்தனர்.

'ஏழை படும்பாடு' நாவலை படித்த பிறகுதான் ஆங்கிலத்திலும் தமிழில் அந்தப் படத்தைப் பார்க்கும் வாய்ப்புக் கிடைத்தது.

'லே மிஸரபிளுக்கு' இணையானதாக தரத்திலும் உயர்ந்து விளங்கியது பட்சிராஜா ஃபிலிம்ஸாரின் 'ஏழை படும்பாடு'.

அந்தப் படத்தின் பிரதி கிடைத்தால் இப்போதும் அதை திரையிட்டு, ரசித்து நமது புதிய தலைமுறையினர் பயிலலாம்; பயன்பெறலாம். அப்படிப்பட்ட படைப்புகளை ஒவ்வொரு தலைமுறையும் மீண்டும் மீண்டும் படமாக்க வேண்டும். அத்தகு நாவலின் பாத்திரங்களில் நடிப்பதன்மூலம் புதிய திறன்மிகுந்த நடிகர்கள் உருவாவார்கள். நடிப்புக்கலை புதிய பரிமாணங்களைத் தொடும். 'ஏழைபடும் பாடு' இறவாப் புகழ் படைத்த உலக இலக்கியமாகும்.

ஷேக்ஸ்பியர் நாடக நடிகர்கள் இளம்வயதில் ரோமியோ, ஜூலியட்டாகவும், நடுத்தர வயதில் சீசர், ஆண்டனி, ஒத்தல்லோ, கிளியோபாட்ராவாகவும், முதிய வயதில் கிங்லியர், ஷைலக், ரிச்சர்டு 2 ஆகவும் நடித்துக் கொண்டிருப்பார்களாம்.

அதுமாதிரி, காவியம் போன்ற கதைகளைத் தயாரிப்பதும் அதில் நடிப்பதும் அவற்றைப் புதிய தலைமுறையினர் பார்ப்பதும் எத்தகைய உயர்ந்த ரசானனுபவங்களாக அமையும்!

இதை எழுதுகிறபோது தமிழில் நாற்பத்தைந்து ஆண்டுகளுக்கு முன் வெளிவந்த அந்த 'ஏழைபடும் பாடு' படத்தை இப்போது ஒருமுறை பார்க்க வேண்டும்போல் என் ரசனை உள்ளம் ஏங்குகிறது. இப்படிப்பட்ட ஏக்கம் என்னைப் போல் எல்லார்க்கும் ஏற்படுமாயின் எதிர்காலத்தில் இந்த ஏக்கம் தணிவது மட்டுமல்லாமல் புதிய இளைஞர்களுக்கு ஏற்றம் தரும் பணியாகவும் அது அமையும்.

அத்தகைய இலக்கியங்களோடு ஒவ்வொரு தலைமுறையும் அது வளர்வதாயின் நிச்சயம் பரிச்சயம் கொண்டே ஆகவேண்டும்.

பாபநாசத்திலிருந்து பண்ணைப்புரம் வரை...

கர்நாடக இசையை பரவலாகப் பாமரரும் துய்த்து இன்புறத் தமிழ் சினிமா பெரும்பணியாற்றி இருக்கிறது. சாஸ்திர சங்கீதப் பயிற்சியும், பரிச்சயமும் ரசனையும் அக்காலத்தில் எல்லாப் பிரிவு மக்களுக்கும் ஏற்பட்டிருக்கவில்லை. நாடக மேடைகளும் மேடைக் கச்சேரிகளும் அந்தப் பணியை ஓரளவு நிறைவேற்றி வந்தன. ஆனால் சினிமா சங்கீதம் அந்த உயரிய ராகங்களை வெகுஜன ரசனைக்கு உரிய முறையில் தந்து சாதாரண பாமரனையும் கர்நாடக இசை ராகங்களில் அமைந்த அந்தப் பாடல்களைப் பாடவைத்து தெருவெல்லாம் தமிழிசை முழங்க செய்தது.

'சாமாராகமா?' பி.யு.சின்னப்பா கண்ணகியில் பாடிய "மானமெல்லாம் போனபின்னே" என்ற பாடல் நினைவுக்கு வருகிறது.

செஞ்சுருட்டியா பாகவதர் பாடிய "ராதே உனக்குக் கோபம்"

சாருகேசியா பாகவதரின் 'மன்மத லீலை'

கரகரப்பிரியாவா பி.யு.சின்னப்பாவின் 'நடையலங்காரம்' என்று அக்காலம் தொடங்கி கர்நாடக இசைக்கு வெகுஜன வடிவம் தந்து சாதாரண மனிதர்களின் ரசனையைப் பக்குவப்படுத்தித் தமிழனது தரத்தை நமது தமிழ் சினிமா பெருமைப்படும் அளவிற்கு உயர்த்தியிருக்கிறது.

இப்படிப்பட்ட பாடல்களை சினிமாமூலம் பாடக் கற்று அந்த ராகங்களையும் அதன் வித்தியாசங்களையும் கேள்வி ஞானமாகவே அறிந்து தேர்ந்து சங்கீதத் துறைக்கு வந்தவர்களும் உண்டு.

'சினிமா சங்கீதமும் கர்நாடக இசையும்' என்று எண்ணிப் பார்க்கையில் பல அற்புதமான பாடலாசிரியர்களும் இசை மேதைகளும் நம் நினைவில் வாராமல் இருக்க முடியாது.

அவர்களில் தலையாயவர் திரு.பாபநாசம் சிவன்.

பாபநாசம் சிவனின் தமிழ் சாகித்தியங்களில் பல சினிமா உலகில் பிரபலமானது மட்டும் அல்லாமல் இன்றுவரை மேடைக் கச்சேரிகளிலும் பாடப்படுகின்ற அளவுக்கு அமரத்துவம் பெற்றவை.

பக்திப் பாடல்கள் மட்டும் அல்லாமல் கருத்தாழம் மிக்க காதல் பாடல்கள் உட்பட திரு.சிவனின் படைப்புகள் தனித் தரமும் உயர்வும் உடையனவாய் மிளிர்ந்தன.

உதாரணத்திற்கு, அசோக்குமார் படத்தில் கல்யாணி ராகத்தில் பாகவதர் பாடிய ஒரு காதல் பாட்டு மறக்கமுடியாதது. தமிழர் நினைவில் ஆழப் பதிந்திருப்பது இன்று கேட்டாலும் தமிழ்ச்செவிக்கு அந்த ரஸானுபவம் மிக இனிமை பயக்கும்

பல்லவி:

"மாநில வாழ்வும் பெரும் ஆனந்தம்
வானுலகோர் அறியார் - என் கண்ணே"

(மாநில)

அநுபல்லவி:
கானமுடன் எழில் மான்விழி மாதே - அபி
மானமும் அன்பும் கலந்திருந்தால் - இந்த
மாநில வாழ்வு பெரும் ஆனந்தம்.

என்ற பாடலில் காதலும் வாழ்க்கைத் தத்துவமும் கலந்து இழையும்.

திரு. பாபநாசம் சிவன் காலத்திலும் அவருக்குப் பிறகும் தமிழ்த் திரைப்பட உலகில் ஒவ்வொரு காலத்திலும் இசைஞானிகள் பற்பலர் தோன்றி இந்தப் பணியை இன்றுவரை சிறப்பாகவே ஆற்றி வருகின்றனர்.

திரு.ஜி.ராமனாதன், திரு.சுப்புராமன், திரு.கே.வி.மகாதேவன், திருவாளர்கள் விஸ்வநாதன் ராமமூர்த்தி திரு.ராஜேஸ்வரராவ், திரு.ஆதிநாராயணராவ், திரு.டி.ஜி.லிங்கப்பா, திரு.தெட்சணாமூர்த்தி, திரு.சுப்பையா நாயுடு, திரு.சுதர்ஸன், திரு.எம்.பி.சீனிவாசன் போன்றவர்கள் சேர்த்துவைத்த வளத்தில்தான் அதன் தொடர்ச்சியாய்த்தான் இன்று

பிரபலமாய் உள்ள இளையராஜா வரை இந்தப் பணி தொடர்ந்து மேலும் சிறப்பாய் நடைபெற்று வருகிறது.

இந்தப் பணி இவர்களின்மூலம் தமிழ்த் திரையுலகில் ஆற்றப்படுகிறது எனில் என்ன பொருள்...? நமது படைப்பிலக்கிய முன்னோர்கள் தந்துள்ள இலக்கியங்கள் எப்படி சினிமாவுக்கும் அதன்மூலம் நமது இலக்கிய அறிவுக்கும் ஆதாரமாக விளங்கி அள்ளி அள்ளித் தந்திருக்கிறதோ அதுபோலவே நமது கர்நாடக சங்கீத முன்னோர்கள் இந்தச் சிறந்த கலைஞர்களுக்கு உதவி உருவாக்கி இருக்கின்றனர் என்பதை உணர்ந்து கொள்ளலாம். இசையும் பாடலும் ஓரளவுதான் அந்தந்த கலைஞர்களின் சுயமுயற்சி. அது பெரும்பாலும் வழிவழி தொடர்ந்து வருகிற கூட்டுப்பணியின் சாதனையே ஆகும்.

ஒட்டுமொத்தமாக நமது தமிழ்த் திரைப்படத்தின் தரம் எவ்வாறு இருந்தபோதிலும், தனித்தனியாக நமது தமிழ்ச் சினிமா பல துறையிலும் மேலான சிறப்புகளை வளர்த்து வருகிறது எனலாம். அத்தகு பெருமைதரும் துறைகளில் ஒன்று தமிழ்த் திரைஇசை ஆகும்.

தமிழ்சினிமா இசைக்கு வடநாட்டு சாஸ்த்ரீய இசையும், ஹிந்தி சினிமாப் பாடல் மெட்டுகளும் நமது நாட்டுப்புற இசைகளும் மட்டும் அல்லாமல் மெக்ஸிகன், ஸ்பானிஷ், நிக்ரோ ஸ்பிரிச்சுவல்ஸ், லத்தீன் அமெரிக்கா மக்களின் சங்கீதம், ஜிப்சி இசை, மேற்கத்திய சாஸ்திரிய சிம்ஃபனிகள்(சிம்பொனி அல்ல) பலவும் வளம் சேர்த்திருக்கின்றன.

நவீனகால பாப் இசையின் பாதிப்பும் பெரும் கூச்சல் இசையும் கூட சினிமா சங்கீதத்துக்கு உதவியிருக்கிறது.

இத்தனை கலப்பட கந்தரகோலங்களிடையே பழுது படாமல், மெல்லிய சுருதியுடன் நமது மரபார்ந்த தமிழிசையின் ராகங்கள் தனிப் பெருமையுடன் ஜீவகலையுடன் திகழ்ந்து நம்மைக் கவர்கிறது எனில், இதுவே கர்நாடக இசையின் இறவாத்தன்மைக்கு அடையாளம் ஆகிறது.

இசைக் கலைஞர்கள் ஒன்றைப் புரிந்துகொள்ள வேண்டும். சங்கீதத்தை அவர்கள் உருவாக்குவதில்லை. மாறாக, சங்கீதமே அவர்களை உருவாக்கிப் புகழோடும் பொருளோடும் வாழவைத்திருக்கிறது என்று. வாத்தியம் ஒரு கருவி. அதை வாசிப்பவன் இன்னொரு கருவி. வாத்தியக் கருவியில் ஒலியாகவும், அதை வாசிப்பவனின் உயிராகவும் நின்று இயக்குவது சங்கீதம் அதுவே நாதப்பிரும்மம்.

இசைக்கலைஞன் படைப்பது நாத உபாசனை. அத்தகு நாத உபாசகர் திரு.பாபநாசம் சிவன் அவர்கள்.

நட்சத்திர ஆதிக்கம்

1950களுக்கு முன்புவரை பல துறைகளில் வெகுஜனங்களுக்கு ரசனையும் ஈடுபாடும் கல்வியும் தந்துகொண்டிருந்த தமிழ்ச்சினிமா கொஞ்சம் கொஞ்சமாய் தரம் குறையவும் சீர்குலையவும் திசைமாறவும் தொடங்கியது எனலாம். இலட்சியமற்ற எந்தப் படைப்புக்கும் இந்த விபத்துகள் ஏற்பட்டுவிடும். சுதந்திரம் அடைகிறவரை நம் அனைவருக்கும் பொதுவான இலட்சியம் என்ற ஒன்று இருந்தது. சுதந்திரம் அடைந்தபிறகு அந்த இலட்சியத்திற்கு உரியவர்களாக நாம் இல்லாமற்போனதன் விளைவு முதலில் நமது சினிமாக்களில்தான் பிரதிபலித்தன.

தேசத்தின் பொருளாதார வளம் உயர்வதற்கான திட்டங்களும் முயற்சிகளும் எல்லாத் துறைகளிலும் ஏற்பட்ட ஒரு காலத்தில் கலைத் துறையின் ஒரு பிரதான தேசிய கேந்திரமான சினிமா உலகத்தையும் அப்போதே நாம் அக்கறையோடு கவனித்து இலட்சியவாதிகளின் வசப்படுத்தியிருக்க வேண்டும். ஆனால் அது முழுக்க முழுக்க இலட்சியமில்லாத பணம் பண்ணுகிற சில தனியாரின் முயற்சியாகவே கைவிடப்பட்டிருந்தது. அதற்கும்மேல் சுதந்திர அரசாங்கம் தணிக்கை, எக்சைஸ் வரி கேளிக்கை வரி, வருமான வரி என்று பணம் கறக்கிற ஒரு துறையாகவே அரசாங்கம் அதைக் கருதியது. சினிமாத் தொழிலுக்கு அது சம்பந்தப்பட்ட டெக்னீஷியன்களுக்கும் தொழிலாளர்களுக்கும் பல இக்கட்டுகளையும் இடர்ப்பாடுகளையும் அன்றைய அரசுகள் ஏற்படுத்தி வந்தன. சென்னை ராஜதானியின் காங்கிரஸ் அரசின் முதன்மந்திரியாக

இருந்த இராஜாஜி சினிமாவின் எதிரி, என்றே தன்னைப் பிரகடனப் படுத்திக்கொண்டார். இதன் காரணமாக சினிமா உலகத்தை வரி ஏய்ப்பவர்களும், கறுப்புப் பணக்காரர்களும் அரசாங்கத்தை ஏமாற்றுகிறவர்களும் சுயலாபமே குறியாய்க் கொண்டு ஆக்கிரமித்து சினிமா உலகத்தை வெறும் வர்த்தக சூதாட்ட களமாக்கினர்; அந்த ஆபத்து அக்காலத்தில்தான் தொடங்கியது.

அன்றிருந்த அரசாங்கத்தைக் கடுமையாக விமர்சிக்கிறவர்களும் சமூக நிலைமைகளை கெடுத்ததோடு மட்டுமில்லாமல் அந்த சமூகக் கேடுகளை திரைப்படங்கள் மூலமாகவே பரப்பி தங்கள் குறுகிய கருத்துகளுக்கு ஏற்ப வசனங்கள் புனைகிற எதிர்க் கட்சிக்காரர்களின் கூடாரமாக மாறியது சினிமா. இந்த நிலைமை எல்லா அரசியல் கட்சிக்காரர்கள் மத்தியிலும் தாமும் தமக்கென சினிமா உலகில் ஒரு இடத்தைப் பிடித்துக்கொள்ள வேண்டும் என்ற ஆவலாதியை ஏற்படுத்தியது. சமூகப் பணியாற்றி சுதந்திரத்திற்குப் பிறகு பல சாதனைகளைப் புரியவேண்டிய தமிழ்ச் சினிமா அரசியல் கட்சிக்காரர்களைச் சார்ந்து மக்களை அணுகவேண்டிய நிலை உருவாயிற்று. அதில் தவறில்லை. ஆனால் இந்த சினிமா சம்பந்தப்பட்ட கலைஞர்கள் தாங்கள் சார்ந்திருந்த கட்சியின் அரசியல் தொண்டுக்குப் பயன்பட்டதைவிடவும் அந்தக் கட்சிகளின்மீது மேலாதிக்கம் செலுத்த ஆரம்பித்ததில்தான் விபரீதம் விளைந்தது.

அரசியல் கருத்துகளையும் நிகழ்ச்சிகளையும் அடிப்படையாய்க் கொண்டு உருவான பல அற்புதமான கலைப் படைப்புகள் பிற மொழிகளில் வெளிவந்துள்ளன. ஆனால் தமிழரின் தலைவிதி எல்லாம் தலைகீழாக மாறி சினிமாவின் சீரழிவுக்கு வழிவகுத்தது. தயாரிப்பாளர்களும் டைரக்டர்களும் மேலாதிக்கத்தில் இருந்த நிலை 50களுக்குப் பிறகு மாறத் தொடங்கி அரசியல் சார்பான நடிகர்களின் ஆதிக்கத்துக்கு ஆட்படத் தொடங்கியது. ஆரம்பகாலத்தில் ஜூபிடர், பட்சிராஜா, ஜெமினி, மாடர்ன் தியேட்டர்ஸ் ஆகிய பட நிறுவனங்களில் நடித்த பிரபல நடிகர்கள் புகழும் செல்வாக்கும் மக்கள் மத்தியில் பெற்றிருந்தனர். எனினும் நட்சத்திர ஆதிக்கத்துக்கு அவர்கள் இடம் தந்ததில்லை.

இன்னும் தெளிவாகச் சொன்னால், அக்கால படத் தயாரிப்பாளர்களைவிட அந்தப் பெரிய நடிகர்கள் பெரும் பணக்காரர்களாக இருக்கவில்லை, ஒரு வெற்றிகரமான படம் என்பது ஒரு நல்ல கதை, அதற்கேற்ற பாத்திரங்களில் நடிப்பதற்குப் பொருத்தமான நடிகர்கள் கதாநாயகன், கதாநாயகி, காமெடி, ஜோடி, கதையமைப்பு, படமாக்கம் எல்லாவற்றையும் சமநிலையில் வைத்து அதனதன் தேவைக்கு ஏற்ப உருவாக்கப்பட்டது. ஆனால் இந்த நட்சத்திர ஆதிக்கத்தில் அத்தகைய சமநிலைப் பார்வை அடியோடு இல்லாது போயிற்று. இதற்குக் காரணம், அந்த நட்சத்திரங்களே படத்தின் சகலமும் என்ற நிலை உருவானதுதான்.

ஒரு படத்தின் கதையைத் தேர்ந்தெடுப்பது, மாற்றுவது, படப்பிடிப்பு முறைகளில் தலையிடுவது, படத்தில் விலையை நிர்ணயிப்பது, வினியோகிப்பது, விளம்பரம் செய்வது ஆகிய வியாபார விஷயங்களிலும் படைப்பாக்க முறையிலும் படம் சம்பந்தப்பட்ட பிற நடிகர்களின் பாகங்களைக் கட்டுப்படுத்துவதிலும் எல்லாவற்றிலும் தானே நீக்கமற நிறைந்திருக்க, இந்தப் பெருநடிகர்கள் பேராசை கொண்டனர். பிற நடிகர்கள், தொழில்நுணுக்க நிபுணர்கள், டைரக்டர்கள், தயாரிப்பாளர்கள் அனைவரும் நட்சத்திரக் கதாநாயக நாயகியரை முட்டுக்கொடுத்து நிற்கவே உபயோகப்படுத்தப்பட்டனர். ஏற்கெனவே மேலாதிக்கத்தில் இருந்த பழம் பெரும் தயாரிப்பாளர்கள் பலர் நொடித்துப் போயினர். எஞ்சியிருந்தவர்கள் தாமும் நட்சத்திர ஆதிக்கத்துக்கு இடம் கொடுத்துப் பணம் பண்ணலாயினர்.

ஜூபிடர் நிறுவனம் 'ஸ்டார்டம்' என்ற நிலைக்கு இடம் கொடுத்தது மாத்திரம் அல்ல, பல கதாநாயக நடிகர்களை அறிமுகம்செய்த ஸ்தாபனமும் ஆகும். திரு.எம்.ஜி.ஆர்கூட ஜூபிடர் நிறுவனத்தின் படைப்பான 'ராஜகுமாரி'யில்தான் முதன்முதலில் கதாநாயகனாக நடித்தார், ஜெமினியும் மாடர்ன் தியேட்டர்ஸும் ஜூபிடரும் பல பிரபலமான நடிகர்களை சம்பளத்திற்கு அமர்த்தியும் ஒப்பந்த நடிகர்களாகவுமே வைத்திருந்தன.

இதே நட்சத்திரங்கள் அப்போது பணிவும் பண்பும் தன்னடக்கமும் கொண்டு கலைப்பணி புரிந்ததை மறந்து நட்சத்திர ஆதிக்கத்தின்மூலம் பழிவாங்கும்போக்கில் செயல்படத் தொடங்கினர். ஜூபிடர், சோமு, மாடர்ன் தியேட்டர்ஸ் டி.ஆர்.சுந்தரம், பட்சி ராஜா ஸ்ரீராமலு நாயுடு, ஜெமினி வாசன் போன்ற தயாரிப்பாளர்கள் மறைந்துபோனதும் அவர்களுடைய வாரிசுகள் அந்த நிறுவனங்களின் உரிமையாளர்கள் ஆனது தவிர, தத்தமது முன்னோர்களின் தரத்தையும் மரியாதையும் காப்பாற்றவில்லை. தமது தந்தைமார்களின் முன்னால் கைகட்டி நின்ற இந்த நடிகர்களின் பின்னால் கைகட்டி சேவகம் செய்கிறவர்களானார்கள், என்றாலும் பணம் பண்ணினார்கள்.

நட்சத்திர ஆதிக்கத்துக்கு இடம் தரலாகாது என்ற கொள்கை ஏதும் இல்லாமல் தங்கள் வசதி வாய்ப்பு, சுதந்திரம் ஆகிய காரணங்களால் புதுமுகங்களையும் சாதாரண நாடக நடிகையர்களையும் அமெச்சூர்களையும் வைத்துப் படம் எடுக்கிற முயற்சிகள் 50களின் பிற்பகுதியில் தலையெடுத்தன. அத்தகைய முயற்சியில் உருவானோரே டைரக்டர் ஸ்ரீதர், கே.எஸ்.கோபாலகிருஷ்ணன் போன்றோர். ஆனால் இவர்களின் முயற்சிகள் புதிய நட்சத்திரங்களை உருவாக்கி அந்தப் புதிய நட்சத்திரங்களின் ஆதிக்கத்துக்கே வழிவகுத்தன. கொள்கை ரீதியாக உறுதியுடன் நட்சத்திர ஆதிக்கத்தை எதிர்த்து நிற்காததால் இந்தப் புதிய டைரக்டர்களும் தயாரிப்பாளர்களும் அதே பழைய புதிய நட்சத்திரங்களின் ஆதிக்கத்தால் பாதிக்கப்பட்டனர் அல்லது பலியே ஆயினர்.

அண்ணா, ஸ்ரீதர், கோபாலகிருஷ்ணன், பாலசந்தர்..!

இதுகாறும் நிலவி வந்த நட்சத்திர ஆதிக்கத்துக்கு இடம் தராமல் தத்தமது திறமைகளில் நம்பிக்கை வைத்து பல இளைஞர்கள் திரையுலகத்துள் புகுந்தனர். அவர்களில் ஸ்ரீதர், கோபாலகிருஷ்ணன், பாலசந்தர் ஆகியோர் குறிப்பிடத்தகுந்தவர்கள்.

"ஏன்? நீங்கள் இல்லையா?" என்று சிலர் வினவுவது நியாயமே.

நான் அந்த வரிசையில் வந்தவன் அல்ல. எனக்கும் அவர்களுக்கும் உள்ள வித்தியாசம் முதலிலும் கடைசியுமாகவும் நான் ஓர் எழுத்தாளன் என்பது. அவர்களில் யாரும் எனது அர்த்தத்தில் எழுத்தாளர்கள் அல்ல. அவர்கள் நாடக ஆசிரியர்களாகத் தோன்றி, சினிமா கதை வசனகர்த்தாக்களாக மாறி, டைரக்டர், தயாரிப்பாளர் என்று திரையுலகில் உயர்ந்து சாதனை புரிந்தவர்கள்.

நான், எனது கதைகளை படமாக்கம் செய்து டைரக்ஷன். தயாரிப்பு பொறுப்புகளை ஏற்றிருந்தபோதிலும் நான் சினிமாக்காரன் ஆக முடியவில்லை. ஓர் எழுத்தாளனுக்கு அது தோல்வி அல்ல; ஒருவகை வெற்றியே ஆகும்.

இந்தப் புதிய டைரக்டர்கள் சினிமாவுலகில் நிலவிவந்த நட்சத்திர ஆதிக்கத்துக்கு பலியாகாதது ஒரு தற்செயல் நிகழ்ச்சியே ஆகும். அதற்குப்

பின்னால் அப்படிப்பட்ட கொள்கையோ, உறுதியோ இல்லாதவர்கள் இன்னும் சொல்லப்போனால் அந்த நட்சத்திரங்கள் இந்த இளம் டைரக்டர்களை ஆரம்பகாலத்தில் அடையாளம் கண்டுகொண்டு, ஆட்படுத்திக்கொள்ள தவறிவிட்டார்கள். அதன் காரணமாகவே, இந்த இளைஞர்களும் அந்த நடிகர்களைப் புறக்கணித்துவிட்டதுபோல் ஒரு பாவனை காட்டினார்கள். அவர்களுக்குச் சமமாக இவர்களும் உயர்ந்தபிறகு, அதே ஜோதியில் இந்த இளைஞர்களும் கலந்துவிட்டார்கள்.

எனவே, இந்த இளைஞர்களால் உருவான 'ஸ்டார்டம்' மீண்டும் தமிழ்த் திரையுலகத்தை ஆக்கிரமிக்க நேர்ந்தது.

அதற்கும் கேவலமாக இந்த இளம் டைரக்டர்களில் சிலர், கிழடு தட்டிப்போனதால் இந்தப் புதிய ஸ்டார்களாலும், ஒதுக்கப்பட்டு அந்த பழைய நட்சத்திரங்களின் பாதங்களில் போய் விழுந்து கிடக்க வேண்டிய அவலமும் நேர்ந்தது.

சரி, இதெல்லாம் தயாரிப்பாளர்கள், நடிகர்கள், டைரக்டர்கள் சம்பந்தப்பட்டவை. இக்காலப் படைப்புகள் எதனால் முன்னர் திகழ்ந்த தரத்துடன் இந்திய சினிமா வளர்ச்சிக்கு தனது தேசியப் பணியை அர்ப்பணித்து தன்னை உயர்த்திக்கொள்ள முடியாமல் போயிற்று என்பதையும் நினைத்துப் பார்க்க வேண்டியிருக்கிறது.

இந்தப் பார்வை தமிழ்ச் சினிமாவின்மீது எனக்கு இருக்கும் மதிப்பினாலும் நன்றியுணர்ச்சியினாலும் நட்பின் பொருட்டாலும் விளைவதே அல்லாமல், வெறும் விமர்சனப்பூர்வமானது மட்டும் அல்ல.

சினிமா ஒரு வர்த்தகம்தான். அடிப்படையில் அதன் நோக்கம் பணமும் முடிந்தால் பெரும் பணமும் ஈட்டுவதுதான். எனினும் எல்லாவற்றுக்கும் தர்மவழி என்றும், அதர்மவழி என்றும் ஒன்று உண்டு. அதர்ம வழியில் சேர்ந்த பணம் திரையுலகில் முதலீடு செய்யப்படுவதால்கூட அந்தக் கலையின் தர்மம் கெட்டுவிடக்கூடாது என்ற காழ்ப்புணர்ச்சியும் இல்லாதுபோன காரணம் குறித்து யோசிப்பது ஒரு சமூக விஞ் ஞானியின் அக்கறைக்கு அடையாளம் ஆகும்.

அத்தகையதோர் அக்கறையோடு இது விஷயம் குறித்து பரிசீலித்தல் வேண்டும். இந்தப் பரிசீலனை எப்போதோ நடந்திருக்க வேண்டியது. எப்போதேனும் நடக்கவேண்டியதும்கூட.

இந்த தமிழ்ச் சினிமாவின் அடிப்படைக் கோளாறுதான் என்ன?

இவர்கள் காலத்தில் வெளியான தமிழ்ப் படங்களின் கதையும், கருவும் அடிப்படையில் நச்சுத்தன்மை கொண்டதாகவும் ஒரு கருத்தும் இல்லாததால் நசிவுக் கருத்துகளை என்னவென்று தெரியாமலேயே தின்று அறிவு அஜீரணத்தோடு தீய பண்புகளை பரப்பிய தன்மை

கொண்டதாகவே அக்கால சினிமா கதைகளும் வசனங்களும் இருந்ததை நான் ஒரு ரசிகன் என்ற முறையிலே உணர்கிறேன்.

1950களின் இடைக்காலத்தில் தமிழ் சினிமாக்களில் கதையும் கருவும் எத்தகையதாக அமைந்திருந்தன என்று ஆய்ந்து பார்ப்போம்:

புராணக்கதைகள், பழைய நாடோடிக் கதைகள், சரித்திரக் கதைகள், பிறமொழிப் பேரிலக்கியங்கள் ஆகியவை தமிழ்ப் படங்களாய் வெளிவந்து சமூக நலன்களைப் பிரதிபலித்தன. சமூகப் பணி புரிந்தன.

அதையடுத்து, நமது தமிழ் சினிமாவிற்கு திரைக்கதை வசனம் அமைப்பவர்கள் தமது சொந்தக் கருத்துகளையும் தத்துவங்களையும் அடிப்படையாக வைத்து கதைகள் அமைத்து அவற்றுக்கு 'புதுமை', 'புரட்சி' என்றெல்லாம் சாயம் பூசிய காலத்தில் தமிழ் சினிமாவின் தரவீழ்ச்சி தொடங்கியது எனலாம்.

அவை தரத்தில் வீழ்ந்திருந்தபோதிலும் வேறுவேறு காரணங்களுக்காக ஓர் அசட்டுத்தனமான ரசனையோடு தமிழர்களால் விரும்பிப் பார்க்கப்பட்டன. எனவே, வசூலிலும் விளம்பரத்திலும் அவை வெற்றிப்படங்களாயின.

இவற்றுக்குப் பின்னால் ஓர் அரசியல் இயக்கம்போல் பலரும் செயல்பட்டனர்.

தி.மு.கழகம் அந்தக் காலத்தில்தான் பிறந்தது. அதன் தலைவர்கள் பலர் சினிமாத் துறையில் காசு பணம் முயன்றனர். காசும், கருத்தும் அவர்கள் கலாசாரத்தில் இரண்டற கலந்துபோயிற்று.

திரு. அண்ணாதுரை அவர்களின் 'வேலைக்காரி' படமே இந்த தரங்கெட்ட தமிழ்ப்படங்களுக்கு முன்னோடி எனலாம். அந்தப்படம் நன்கு ஓடி வசூல் குவித்தது மட்டுமல்ல; அதன் வசனங்களை ஏதோ பொன்மொழிபோல் மக்கள் மத்தியில் பரப்பவும் செய்தனர். அத்தகைய பொன்மொழி வசனங்களில் ஒன்றுதான் "தம்பி, கத்தியைத் தீட்டாதே; புத்தியைத் தீட்டு" என்பது.

இவ்வாறெல்லாம் பிரபலமாகி அறிஞராகி, சமூகத் தலைவராகவும் உயர்ந்த 'அண்ணா' அவர்களின் அந்த 'வேலைக்காரி' படத்தின் கதை எத்தகையது?

மிகச் சாதாரண ஒரு தழுவல் கதை. தரம்தாழ்ந்த பாத்திரங்கள். உணர்த்துவதோ சமூகநீதி, சீர்திருத்தம், பெண்கள் முன்னேற்றம் ஆகியவை. காட்சியாகவும், வசனங்களாகவும் தீட்டபட்டவை அந்த நோக்கங்களுக்கு நேர்மாறானவை.

கதை: வேதாசல முதலியார் ஒரு பெரும் நிலப்பிரபு. நிலப்பிரபு என்றால் உலகத்திலேயே கொடியவன். வஞ்சகன். இரக்கமற்றவன்.

அவரிடம் கடன்பெற்ற ஓர் ஏழை கடன்சுமை, நிலப்பிரபுவின் ஜப்தி நடவடிக்கை இவற்றை தாங்கமாட்டாமல் தூக்கில் தொங்குகிறான்.

அந்த நிலப்பிரபுவை கொலைச் செய்ய அந்த ஏழையின் வாரிசு கத்தியைத் தீட்டுகிறான். அப்போதுதான் அவன் நண்பன் புத்தியைத் தீட்டுமாறு யோசனை சொல்கிறான். புத்தியைத் தீட்டி என்ன செய்கிறார்கள் அந்தக் கதாநாயகனும் அவனது நண்பனும் என்றால்...

வேதாசல முதலியாரை ஏமாற்றிப் பொய்சொல்லி, ஒரு பாவமும் அறியாத அவரது ஒரே மகளை கல்யாணம் செய்துகொண்டு அந்த மனைவியை சந்தேகித்து கொடுமைப்படுத்தி, வேதாசலத்தை கதறவைத்து பழிவாங்கி புத்தி புகட்டுகிறார்களாம்.

இப்படிப்பட்ட குறுக்குவழி தீர்வுகளும், குறுகியவாத கருத்துகளும், பழிவாங்கும் சிறுமைகளும் பெரும் பண்புகளாய் சித்திரிக்கப்பட்டு நிகழ்ச்சிகளின் கோர்வையால் ஒரு படமாகத் தயாரிக்கப்பட்டு வெற்றியடைந்தபோதிலும், வளர்ந்து வரும் சமூக அறிவை பாழ்படுத்துகிற சாதனமாகவே போயிற்று.

கதை அம்சத்தில் சீர்குலைவு என்பது அந்தக் காலத்தில் தொடங்கி இன்றுவரை தலை விரித்தாடுகிறது.

கற்பு, காதல், நட்பு, வீரச்செயல் போன்றவற்றுக்கெல்லாம் தமிழ் சினிமா தரும் பொருள் காலப்போக்கில் விபரீதமாகவும், விரசமாகவும் பெருகலாயிற்று. இவற்றுக்குப் பின்னால் வியாபார ரீதியாகவும் ரசனைபூர்வமாகவும் ஒரு தரம் தாழ்ந்த ஏஜென்டு கூட்டம் பெருக ஆரம்பித்த பிறகு சினிமாவுக்கே இத்தகைய கதைகளும் இத்தகு புத்தியுடையோரும்தான் பொருத்தம் என்றொரு எழுதாத இலக்கணம் உருவாகிவிட்டது.

தெருப் பொறுக்கி கதாநாயகர்கள்!

தரமும் பண்பும் இல்லாத கருத்துகளும் கதைகளும் தமிழில் அதற்கு முன்னால் வந்ததில்லையா? என்ற கேள்வியும் எழலாம்.

அதற்குரிய சரியான பதிலையும் நாம் யோசிக்க வேண்டும்

அக்காலத்திலும் பின்னாளிலும் தமிழர்கள் பலராலும் அறிஞர் என்றும், தலைவர் என்றும் தமிழர்களின் நம்பிக்கைகளைப் பெற்றிருந்த ஒரு விசேஷமான எழுத்தாளர் அல்லவா அண்ணாதுரை? அத்தகு தரம்தாழ்ந்த கருத்தையும் கதையையும், வசனம் எழுதி, வெற்றிப்படமாக 'அண்ணா'வின் பெயரால் தயாரித்ததால் அது தமிழ்ச் சினிமாவுக்கு 'அண்ணன் காட்டிய வழி' ஆகிவிட்டது போலும். தங்களின் மனம் போனபடி எத்தகைய 'லாஜிக்'குக்கும் இடம் தராத, ஆழ்ந்து ஆராய்ந்தால் ஆபாசமானதும், அபத்தமானதுமான தீர்வுகளை 'தீம்'களாகக் கொண்டு படம் தயாரிக்க அக்காலத்தில் பலரும் எத்தகு தகுதியும் இல்லாமல் தயக்கமும் இல்லாமல் முன்வந்தனர்.

ஒரு காலத்தில் 'வால்மீகி'க்கும் 'அபிமன்யு'வுக்கும் பெயர் தெரியாத கதை இலாகா வசனகர்த்தாவாக இருந்த காலத்தில் மிகச் சிறந்தமுறையில் திரைக்கதை வசனம் எழுதிவந்த கலைஞர் கருணாநிதியும்கூட பின்னாளில் தமது சொந்தக் கதைகளையும் சொந்தக் கருத்துகளையும் அடிப்படையாகக் கொண்டு

வசனமெழுதி படைத்த படங்கள் அவருக்கு வெற்றியைத் தந்தபோதிலும், தமிழ்ச் சினிமாவின் தரத்தில் பெரும் வீழ்ச்சியையே தந்தன.

ஒரு படம் தரத்தில் வீழ்ச்சியடைவது குறித்து லாபமே குறியாய் கொண்டவர்கள் ஒருபோதும் கவலைப்பட மாட்டார்கள். அது போலவே புரட்சி, லட்சியம், சீர்திருத்தம், முன்னேற்றம் என்று முழங்கிக் கொண்டே பாமர மக்களின் ரசனைக் கேட்டையும், ஆபாசத்தையும், பகைமையுணர்ச்சியையும், பழிவாங்கும் குரூரத்தையும், ஆண் பெண் வடிவில் பண்பாட்டு வீழ்ச்சியையும் ஏற்படுத்துகிற படங்களையே இவர்கள் தொடர்ந்து படைத்து வழங்கினர்.

அவை பாமரர்கள் மத்தியில் ஓடி வசூலில் வெற்றியும் பெற்றதால் அப்படிப்பட்ட தரத்தினர் அனைவரும் இவர்கள் சார்ந்த இயக்கத்தினரே ஆயினர்.

இந்த வீழ்ச்சி குறித்து இதனால் தமிழ்க் கலையுலகுக்கும், அரசியல் பண்பாடுகளுக்கும் மட்டுமல்லாமல், இந்தச் சமுதாயத்தைச் சேர்ந்த இளம் சந்ததியினர் அனைவருக்கும் நேருகிற பேராபத்தை அக்கால தி.மு.கழகம் உணரவில்லை.

பின்னாளில் அந்த சூழ்நிலை எம்.ஜி.ஆருக்கு சாதகமாகப் போனபோது, அது வேறு யாரையும்விட தி.மு.கழகமே அதிகமாய் உணர்ந்து, அதன் அவலங்களை இன்று வரை அனுபவித்து வருகிறது.

அன்றைய அரசியலில் ஓட்டு வேட்டையாடுவதற்கு தரம்தாழ்ந்த சினிமா மோகம் தி.மு.கழக வெற்றிக்கு சாதகமாக இருந்ததால் அதைத் தெரிந்தே வளர்த்தது தி.மு.கழகம்.

தி.மு.கழகத்தோடு சம்பந்தம் இல்லாதவர்களும் அரசியலில் எதிர்மறையாக நின்றவர்களும்கூட கலையுலகில் இவர்களால் ஏற்பட்ட சீரழிவுக்கு, தரம்தாழ்ந்த பண்புகளுக்கு இரையாகாமல் இருக்க இயலவில்லை. எனவே, இவ்வளவுக்கும் பிறகு இந்த வீழ்ச்சிக்கு தி.மு.க.வோ, திராவிடர் இயக்கமோ மட்டும் பொறுப்பேற்க முடியாது. இதைத் தொடங்கிவைத்த பொறுப்பு வேண்டுமானால் அவர்களுடையது எனலாம்.

அண்ணாவின் 'வேலைக்காரி'யைத் தொடர்ந்து வந்த தி.மு.கழக பண்பாட்டுப் படைப்பு கலைஞரின் 'பராசக்தி'. அது, 'வேலைக்காரி'யை விடவும் பிரபலமாகி வசூலில் சாதனை புரிந்தது.

இந்தப் படத்தின், இதன் கதை மாந்தர்களின், இதில் வலியுறுத்தப்படும் வசனங்களின், காட்சிகளின் தரமும் பண்பும் என்ன?

இதன் கதாநாயகன் ஒரு தெருப்பொறுக்கி. ஆனால் அவன் பாடும் பாடல்களோ சித்தர்களின் ஞானப்பாடல். ஒரு தெருப்பொறுக்கியை

கதாநாயகனாக ஆக்கக்கூடாது என்பதல்ல; அந்த தெருப்பொறுக்கியே சீர்திருத்தவாதியாகவும், புரட்சிக்காரனாகவும், சமூகத்தை கேள்வி கேட்பவனாகவும். பெண்களையெல்லாம் மயக்கும் காதலனாகவும் தியாக புருஷனாகவும் காட்டுகிற அபத்தத்தை என்னவென்று சொல்வது?

கழகத்தின் கலைக் கொள்கைகளும் படைப்புகளும் ஒருபுறம் இவ்வாறிருக்க, கழகத்தின்மூலம் குறிப்பாக 'பராசக்தி'யின் மூலம் கலைஞரின் கழகப் பண்பாட்டு வசனங்களின் வாயிலாகவே தமிழ் சினிமாவுலகுக்கு கிடைத்த சிறப்பான நடிகர் சிவாஜி கணேசன் ஆவார்.

சிவாஜி கணேசன் நடிகர் என்ற முறையில் பாராட்டுக்குரிய கலைஞர் எனினும், ஒரு நடிகர் எவ்வளவு சிறப்பானவராக இருந்தாலும் அவரே சினிமாவுலகின் தலைவிதியை தீர்மானித்துவிட முடியாது. தன்னையும் தனது தரத்தையும் காப்பாற்றிக் கொள்ளவே பெரும் போராட்டம் நடத்தவேண்டிய சூழ்நிலையில் வாழவேண்டிய நிர்ப்பந்தம் இந்த ஹீரோக்களுக்கு எல்லா காலத்திலும் உண்டு.

அரசியலில் வேறுபட்டிருந்தபோதிலும் தி.மு.க.வுக்கு போட்டியாக செயல்பட்ட காங்கிரஸ் ஆதரவு, தமிழரசுக்கு கழக ஆதரவு மனோபாவம் கொண்ட கலைஞர்களாலும் மொத்தத்தில் ஐம்பதுகளில் தமிழ் சினிமாவுக்கு ஏற்பட்ட தர வீழ்ச்சியைத் தடுத்து நிறுத்த முடியவில்லை.

ஓர் இலக்கியவாதியின்
கலையுலக அனுபவங்கள்

1

ஒருவனின் கலை வாழ்க்கை என்பது, அவன் எப்போது பொய் எது, மெய் எது என்று அறிந்து பேசக் கற்றுக்கொள்கிறானோ, அப்போது முதல் ஆரம்பமாகிறது. நான் முதலில் பொய் பேசக் கற்றேன். இந்தப் பொய் பேசும் பழக்கம் மனித இயல்பான பயத்தினாலேயே ஏற்பட்டது. நமது சமூகம் பிறந்த குழந்தையைப் பயமுறுத்துகிறது; மிரட்டுகிறது; அடக்குகிறது; அல்லவா? தனது சகல வலிமையினாலேயும் அது பாதுகாவல் என்பதன் பெயரால் ஒரு குழந்தையின் சுதந்திரத்தைப் பறிக்கிறது அல்லவா? இந்த வலிய அடக்குமுறையில் தனது சுதந்திரத்தைப் பாதுகாத்துக்கொள்ள விரும்பும் குழந்தை பொய் பேசி, மிக சமத்காரமாக, வலிமைமிக்க சமூகத்தை வெல்கிறது. அது அழகான பொய்யாகவும் ரசனைக்குரியதான பொய்யாகவும் இருந்தது. ஆனால் நமது ‘பொய்’க்கு அதாவது, கற்பனையாக நாம் கதைத்துத் திரிகிற பொய்களுக்கு ஒரு மேலான அர்த்தம் காண மனம் விழைந்தது.

இப்படியெல்லாம், எந்த விஷயத்திலும் முழுமையான தெளிவில்லாமல், வாழ்க்கையின் எல்லா விஷயங்களும் ஓரளவு தெரிந்த ஒரு குழந்தை, நிர்க்கதியாய் ஒரு காலத்தில் சமூக வீதியின் நாற்சந்தியில் நின்று குழம்பிற்று. ஒரு குழந்தையின் பொறுப்பு தன்னைத்தானே பரிபாலித்துக் கொள்ளுதல் என்பது நிர்க்கதியான நிலைதானே?

அந்தக் குழந்தை பிறந்த குடும்பத்தில் கலை என்கிற வார்த்தைக்கு மிகவும் கொச்சையான அர்த்தமே நிலவிவந்தது.

முகத்தில் சாயம்போட்டு மகாபாரதக் கதைகளை சொல்லித் திரிகிற அந்த ரசமான வேஷக்காரர்களைக் கீழ்மக்கள் என்றே எனது உயர்ந்த 'ஜாதி' எனக்கு அடையாளம் காட்டிற்று.

ஆனால் அந்தத் தெருக்கூத்துக் கலைஞர்களுடன் எனக்குப் பாசத்தோடுகூடிய ஒரு தோழமை உணர்வு ஏற்பட்டதற்குக் காரணம் கலா ரசனையா? அல்ல. அவர்களுக்குள் இருந்த ஒருவகை கட்டற்ற சுதந்திரமே என்னை அவர்கள்பால் ஈர்த்தது.

நாமும் அவர்களோடு ஒருவனாக ஆக, கிருஷ்ணன் வேஷம் போட்டுக்கொள்ள வேண்டும். பெண் வேஷம் போடும் ஆண்களைக் கண்டால் மட்டும் எப்போதும் ஓர் அருவருப்பு இருந்தது.

தெருக்கூத்துக் கிருஷ்ணனுக்கு மீசை இருந்தது. அதுவும் கிருஷ்ணார்ஜுன யுத்தத்தில் நிச்சயம் கிருஷ்ணனுக்கு மீசை இருந்தது. பார்த்தசாரதிப் பெருமாள் என்றால் பெரிய மீசையே உண்டுதானே?

அந்தத் தெருக்கூத்து 'வியாச முனிவர்தான்' குருஷேத்திர யுத்தத்தின்போது, கிருஷ்ண பகவான் இரவெல்லாம் குதிரை தேய்த்தான் என்ற கதையை எனக்குச் சொன்னார். இந்தப் பொய் பேசுகிற விஷயம்பற்றிச் சொன்னேனே, அதுவும் அந்தக் கிருஷ்ணன் பேசிய பொய்கள் மாதிரிதான்.

சின்ன வயதில் எனக்கு மயக்கம் தந்தவை மகாபாரதக் கதையும் திரௌபதியம்மன் கோவில் திடலில் நடந்த தெருக் கூத்துகளும்தான்!

நாளாவட்டத்தில் தெருக்கூத்து என் காலத்திலேயே அருகிப் போயிற்று. நாடகங்கள் ஓர் இரவின் நீண்ட ரசனைக்குப் போதுமானதாய் இல்லை. தெருக்கூத்து நடக்காத இரவுகளில்தான் சினிமா என்கிற நிழல் மோகினி என்னை மயக்க ஆரம்பித்தாள்.

காலத்தைச் சொல்லிட வேண்டும். 1945இல் தொடங்கி அக்காலத்தில் என் மனங்கவர்ந்த கதாநாயகன் பி.யூ.சின்னப்பா.

என்ன காரணம்?

பி.யூ.சின்னப்பா காலத்தில், சினிமாவில் தெருக்கூத்தின் வாடை நிறைய இருந்ததுதான் காரணமாக இருக்கும் என்று இப்போது தோன்றுகிறது.

பி.யூ.சின்னப்பா நடித்த ஜகதலப்பிரதாபன் படத்தை எனது பன்னிரண்டாவது வயதில் நான் இருபத்து நான்கு முறை பார்த்திருக்கிறேன். ஷாட் பை ஷாட் மனப்பாடம். அப்போதெல்லாம்

ஜெயகாந்தன் ⬤ 57

கூட பி.யூ.சின்னப்பாமாதிரி வேஷம் கட்டிக்கொண்டு தெருக்கூத்து ஆடவேண்டும் என்றுதான் எனக்குத் தோன்றுகிறது. சினிமாவில் நடிக்க வேண்டும், நடிக்க முடியும் என்கிற நம்பிக்கைகளோ, ஆசைகளோ அக்காலத்தில் கிடையாது.

நாடகம் என்று ஒன்று நடப்பதாகப் பையன்களோடு சேர்ந்துகொண்டு போய்ப் பார்த்தபோது அது, அரங்கத்தில் ஏரோப்ளேன் வருகிற அதிசயமாக எனது பரிகசிப்புக்கு ஆளாயிற்று. இதைவிட தெருக்கூத்தில் மரக்குந்தாணியின்மீது ஐவரும் பத்தினியோடு பவனி வருகிற காட்சி ரசனைக்குரியதாக இருந்தது. எதைவிட? மேடையில் ஏரோப்ளேன் வருகிற நவீன நாடகத்தை விட...

கடலூரில் முத்தப்பா என்றொரு நாடக நடிகர் இருந்தார். எங்கள் வீடு அக்ரகாரத்திலும் அவர் வீடு உப்பானாற்றின் கரையோரமாய் உள்ள குடிசைப் பகுதியிலும் இருந்தது. அவரை கொஞ்சநாட்களாகத் திடீரென்று காணோம். ஏறத்தாழ அதேகாலத்தில் நானும் எங்கள் ஊரைவிட்டு தஞ்சாவூர் பக்கம் திரிந்துகொண்டிருந்தேன். தஞ்சை ராமநாதன் செட்டியார் ஹாலில் நாடகம். ஐயப்ப நாடக சபா என்று அதன் பெயர்.

மலைநாட்டுக் கள்வன் என்பது நாடகத்தின் பெயர். கதை, வசனம், பாடல்கள், பயிற்சி முத்தப்பா என்றொரு போர்டைப் பார்த்தேன்.

நாடகக் கம்பெனியில் புகலிடம் தேடுவதற்காக அவரைத் தேடிப் போனேன். சத்தியமாக, கலையார்வம் துளியேனும் கிடையாது. தஞ் சாவூர் கீழ் ராஜவீதியில் பகலெல்லாம் கம்பிக் கதவு பூட்டப்பட்டுள்ள ஒரு கட்டடத்தின் உள்ளே அந்த நாடகக் குழுவினர் தங்கியிருந்தனர். பின்னாளில் பிரபல நகைச்சுவை நடிகரான கே.ஏ.தங்கவேலு, வில்லன் வேசம் போடும் முத்துக்கிருஷ்ணன், பெண் வேஷம் போடும் நடிகர் மாணிக்கம் இன்னும் பெயர் மறந்து முகம் மறவாத பல நடிகர்களை நேருக்குநேர் அங்கே சந்தித்தேன். ஆனாலும் நாடகக் குழுவின் வாத்தியார் ஸ்தானத்தில் இருந்த நமது பழைய நண்பர் முத்தப்பாவைப் பார்க்க முடியவில்லை.

நாடகத் துறையிலும் சினிமாத் துறையிலும் அனுபவம் பெற்ற காலஞ்சென்ற வித்வான் பா.ஆதிமூலம் என்பவர் எனது தாய்மாமன். இவர் டி.கே.எஸ். நாடகக் குழுவினர்க்கு ‘மனிதன்’ என்ற விவாதத்திற்குரிய நாடகத்தை, மலையாளத்திலிருந்து ஆக்கித் தந்தவர். பின்னாளில் இது படமாகவும் ஆயிற்று.

தஞ்சை ராமநாதன் செட்டியார் ஹாலில் நடந்த முத்தப்பா அவர்களின் நாடகத்திற்கு ஒருநாள் தலைமை தாங்க ஆதிமூலம் சென்றார். மாலை தூக்கிக்கொண்டு வர அவரோடு நானும் போனேன்.

அக்காலத்தில் எனது குடும்பமான கம்யூனிஸ்ட் கட்சி தடை செய்யப்பட்டிருந்தது. தலைமறைவாயிருந்த சில தோழர்களுடன் தொடர்புகொள்வதற்கு உரிய புகலிடம் ஒன்று எனக்குத் தேவைப்பட்டது. எனக்கு நாடகத்தில் நடிக்க ஆர்வமிருப்பதாகவும், அதுவும் அடக்கமுடியாத அளவில் பீறிடுவதாகவும் சில தினங்கள் என் மாமாவிடம் பொய் கூறி நடிக்கவேண்டியிருந்தது.

அதன் பின்னர் அவரது சிபாரிசுக் கடிதத்துடன் ஐயப்ப நாடக சபா இருந்த கட்டடத்துக்குப் போனேன். பகலெல்லாம் பூட்டிக் கிடக்கும் அந்தக் கதவு எனக்காக ஒருமுறை திறக்கப்பட்டது. அவர்களோடு நானும் மாட்டிக்கொண்டேன்.

2

நாடக உலக சஞ்சாரம் 1948-49களில் நிகழ்ந்தது. அந்த வாழ்க்கை என் மனதுக்கு குதூகலம் தருவதாகவோ, என்னை மேன்மைப்படுத்துவதாகவோ அமையவில்லை. அங்கே என்னோடு இனிமையாகவும் நட்புப்பூர்வமாகவும் பழகிய என்னைப் போன்ற சில ஓடுகாலி சிறுவர்களே எனது தோழர்களாயினர். நாடகக் கம்பெனியில் பெரியவர்களைவிட என் வயதொத்த பையன்களுக்கு வீட்டிலிருப்பதைவிடவும் விசேஷமான போஷாக்குகளும் கவனிப்புகளும் கிட்டியபோதிலும், சிறுவர்களின் சுதந்திரமே முற்றாகப் பறிக்கப்பட்டது. எந்தப் பருவத்திலும், எந்தச் சூழ்நிலையிலும் அதைச் சகிக்கிற இயல்பு என்னிடம் இருந்ததில்லை.

அங்கிருந்து சுமுகமான முறையில் வெளியேற முடியாது என்று தப்பிப்போன சில சிறுவர்களைப் பற்றிய அனுபவங்களிலிருந்து தெரிந்துகொண்டேன். எனக்கு அவ்விதமான காரியமும் சாத்தியமில்லை. நான் எதற்காக, யாருக்குப் பயந்துகொண்டு, ஒரு திருடனைப்போல் தப்பிச்செல்ல வேண்டும்? அப்படிப்பட்ட முயற்சியில் ஒருவேளை பிடிபட்டால் அடிபடவும் நேரும்; அவமானப்படவும் நேரும். அதன் விளைவுகள் என் தரப்பிலும் பிறர் தரப்பிலும் அதிகச் சேதங்களை விளைவித்துவிடும்.

எனவே, திருட்டுத்தனமாய்த் தப்பி ஓடுவதெல்லாம் நமக்கு அழகில்லை என்று சிலநாள் பொறுத்திருந்தேன்.

எனது நிலையை நினைக்கையில் என்பால் எனக்குச் சுய இரக்கம் மேலிடலாயிற்று. 'என்ன நம் நிலைமை இப்படி ஆயிற்றே' என்று

நினைக்கும்போது நெஞ்சில் துயரம் அடைத்தது. ஓர் இரவெல்லாம் பலர் படுத்திருக்கும் அந்தப் பெரிய ஹாலில் நான் மௌனமாய் அழுதேன்.

“பேசாமல், பெற்றோரின் சொல்லுக்குக் கட்டுப்பட்டு வீட்டோடு இருந்து பள்ளிக்கூடமாவது போய் வந்துகொண்டிருந்திருக்கலாமே; அந்தச் சிறைகளில் எல்லாம் கட்டுண்டு பொறுத்திருக்க முடியாது என்று அல்லவா அவற்றையெல்லாம் உதறி, கட்டற்ற சுதந்திரமும் கற்கத் தகுந்த கட்டுப்பாடுகளும் உடைய ஒரு மாபெரும் கலாசாலையாய் கம்யூனிஸ்ட் கட்சியை வரித்தேன். நான் வரித்த வேளை அதுவும் தடை செய்யப்பட்டு, அந்த இயக்கத்தைச் சேர்ந்த எனது பந்துக்களும் தோழர்களும் சிறைக் கைதிகளாகவும், தலைமறைவு வாழ்க்கைப் புரட்சிக்காரர்களாகவும் சிதறி மறைந்து வாழ, அவர்களோடு தொடர்புகொள்வதற்காக, ஒரு சினிமா கொட்டகைபோல் சந்திக்க குறித்த இடமான இந்த நாடகக் கம்பெனி நமக்கொரு சிறையாய்ப் போயிற்றே” என்ற மனப்புழுக்கம் தாளாமல் சித்தம் கலங்கினேன்.

அக்காலங்களில் இதுபோன்ற எனது இயல்புக்குப் புறம்பான சூழ்நிலைகளில் சிக்கி வாழநேர்ந்த சந்தர்ப்பங்களில் நான் நினைத்துக்கொள்கிற ஒரு ருஷ்யக் கதையை அப்போது எண்ணி ஆறுதலடைந்தேன்.

ருஷ்யப் புரட்சியின்போது ஒரு புரட்சிக்காரி, ஒரு விபசார விடுதியில் வாழ்ந்து புரட்சிப் பணியாற்றுகிறாள். அதற்காக அவள் அக்கால ருஷ்ய அதிகாரிகளிடம் ஒரு விபசாரிக்கு வேண்டிய சான்றிதழ்களைக்கூட பெறுகிறாள். அவளை விபசாரத்திற்கு அணுகிய மனிதர்களிடம், தனக்கு மிக மோசமான நோய்கள் இருப்பதாக எண்ணவைத்து ஏமாற்றுகிறாள். இப்படிப் போகும் அந்தக் கதை.

அந்தப் பாத்திரத்தின் பெயரை மறந்தாலும், பண்பு மறக்கமுடியாதது. நான் படித்த பிறநாட்டு இலக்கியப் பெண் பாத்திரங்களிலும் தலை சிறந்தவள் ஆவாள், அவள்.

ஒருநாள் காலை, யாரோ சில நாடக காண்ட்ராக்டர்கள் என்று மதிக்கத்தக்க சிலரோடு ஒரு வண்டியில் வந்து இறங்கினார் முத்தப்பா. எனக்கு தெய்வத்தைப் பார்த்தது போலாயிற்று. வந்ததும் அவர்கள் மாடியில் உள்ள கொட்டகைக்குப் போனார்கள். நாடகம் போடுவதற்கான பேரம் குறித்து விவரமாய்ப் பேசிக்கொண்டிருந்தார்கள் போலும். முத்தப்பா இறங்கி வருவாரென்று மாடிப் படியிலேயே காத்துக் கொண்டிருந்தேன். பேசிக்கொண்டிருக்கிற பெரியவர்களுக்கு காபி, டீ, வெற்றிலை பாக்கு சப்ளை செய்கிற சாக்கிலும் அங்கிருந்து நகராமலிருந்தேன். அவர்கள் கலைய மத்தியானம் ஆயிற்று.

வாரம் ஒருநாள் நாடகக் கம்பெனிச் சிறுவர்கள் பேதி மருந்து சாப்பிடுகிற தினம் அன்று. நான் காலையிலிருந்தே மருந்தும் சாப்பிடவில்லை. டிபனும் சாப்பிடவில்லை. முத்தப்பா மட்டும் வராதிருந்தால் என்னை வேறுவிதமாக தண்டித்துக்கூட இருப்பார்கள். அதெல்லாம் அங்கு நடப்பதுண்டு என்று எனக்குத் தெரியும். ஆனாலும் எவனொருவன் தானிருக்குமிடத்தில் இருந்து முன்னேற வேண்டுமென்று ஆசைப்பட்டு அடங்கி சுதந்திரத்தை அடகுவைக்கத் தயாராக இருக்கின்றானோ அவனே அதுபோன்ற தண்டனைகளுக்கு ஆளாவான் என்றும் அறிந்திருந்தேன்.

என்னைப் பொறுத்தவரையில், நடிக்க வேண்டும் என்று எனக்கு ஆர்வமிருப்பதாக நான் சொன்னது பொய். அப்படிப்பட்ட ஆசைகள் ஏதும் எனக்கு இல்லாத காரணத்தினாலேயே நாடகக் கம்பெனியின் சில நல்ல கட்டுப்பாடுகளுக்குக்கூட பணிந்து இருக்க நான் மறுத்தேன்.

நாடகக் கம்பெனியில் சிறுவர்கள் புகைபிடிப்பது அடி, உதைகளுக்குரிய குற்றமாய்க் கருதப்பட்டது. நானோ, நினைவு தெரிந்த நாளிலிருந்தே புகையோடு பழக்கமுடையவன். கம்யூனிஸ்ட் கட்சியில் எனக்கு மிகப் பிடித்தமான விஷயம் இந்தச் சுதந்திரம் எனக்குத் தரப்பட்டதே. எனினும் மீசை முளைக்காத சிறுவனாகிய நான் புகைபிடிக்கிற காரியம் பெரியவர்கள் அவமதிப்பாக இருக்குமோ என்று அஞ்சி, மறைவாகவே அக்காலங்களில் நான் புகைபிடித்து வந்தேன். அதுகுறித்து என்னைப் பற்றி மற்றவர்களிடம் உளவு பார்த்துப் புகார் சொல்லிக்கொண்டிருந்தான் ஒரு பையன். சிங்கமுத்துவோ, அங்கமுத்துவோ அவன் பெயர். சரியாய் நினைவில் இல்லை. அங்கமுத்து என்னைப் போலவே 'பஞ்சத்திற்கு ஆண்டியாகி' நாடக அடிமை அவன். அவனைப் பற்றிய நினைவுகள் வரும்போது இப்போது அவன்பால் என் மனதுள் ஏற்படுகிற பரிவு உணர்ச்சி அக்காலத்தில் எனக்கு இருந்ததில்லை. அவனுடைய அருவருக்கத்தக்க குறைபாடுகளுக்காக அவனை நான் வெறுத்தேன். நாடகத்தில் ஈட்டிகளையோ, வாட்களையோ உருவிக்கொண்டு தர்பார் சீனில் நிற்பதும், சிறைச்சாலை சீனில் குறுக்கும்நெடுக்குமாய் பாரா போவதும் ஆகிய சிப்பாய் பாத்திரம் அங்கமுத்துக்கு.

சிறைச்சாலைக் காட்சியில் துர்மந்திரியின் சூழ்ச்சியால் சிறை யிலடைக்கப்பட்டு இருக்கும் மங்களபுர அரசி மகாதேவியையும் இளவரசன் பாலசூரியன் என்கிற குழந்தையையும் காப்பாற்றிக் கானகத்தில் பதுங்கியிருக்கும் மங்களபுர அரசனிடம் கொண்டு போய் விடுகிற வசனங்கள் உள்ள முக்கிய சிப்பாய் பாத்திரம் அங்கமுத்துவுக்கு.

நான் முத்தப்பாவிடம் சென்று, 'நாடகக் கம்பெனியில் இருக்க எனக்குப் பிடிக்கவில்லை' என்று சொன்னபோது, ஏதோ நான் நல்ல வேஷங்கள் கிடைக்காத மனத்தாங்கலால் அவ்விதம் சொல்வதாய்

அவர் எண்ணிக்கொண்டார்போலும். அந்த எண்ணத்துடன் எனக்கு அவர் கொஞ்சம் அதிகமாகவே அன்று புத்திமதிகள் கூறினார். அவரது குழுவிலிருந்த புகழ்பெற்று ஜொலிக்கிற பல சினிமா நடிகர்களை எனக்கு உதாரணம் காட்டி, அவ்விதம் நானும் ஜொலிக்க முடியும் என்ற நம்பிக்கை தந்தார். அவரது நம்பிக்கையைச் சிதைக்க எனக்கும்கூட சிறிது தயக்கம் ஏற்பட்டது.

கடைசியில், என்னை அந்த நாடகக் குழுவுக்குச் சிபாரிசு செய்த தமது நண்பரான எனது தாய்மாமன் வித்வான் பா.ஆதிமூலம் பிள்ளையிடமிருந்து கடிதம் வந்தால் என்னை வெளியில் அனுப்புவதாகச் சொன்னார் முத்தப்பா. என்னைத் தஞ்சாவூரில் ஒருநாள் சந்தித்து, ஒரு சிபாரிசு கடிதம் தந்துவிட்டுபோன அந்த மாமா, எந்த ஊரில் இருக்கிறார் என்பதுகூட எனக்குத் தெரியாது. அவர் அந்தக் காலத்தில் ஆலப்புழையில் உள்ள உதயா ஸ்டுடியோவில் தயாரிக்கப்பட்ட பிச்சைக்காரி, பசியின் கொடுமை, தந்தை போன்ற படங்களுக்கு வசனம், பாடல்கள் எழுதிக்கொண்டிருந்தார்.

என்னை இந்த நாடகச் சிறைக்கூடத்திலிருந்து விடுதலை செய்யும்படி திரு.முத்தப்பா அவர்களுக்கு எழுதுமாறு என் மாமாவுக்கு ஒரு கடிதம் போட்டபின், இன்னும் சில நாட்கள் அங்கு வாழ்ந்திருக்க நான் இசைந்தேன். ஆனால் அதற்கெல்லாம் அவசியமில்லாமல் போயிற்று.

3

மேடையில் நடித்துக்கொண்டிருந்தபோது ஏற்பட்ட ஓர் அனுபவத்தால் அந்த நாடகச் சிறையினின்றும் எனக்கு விடுதலை ஒருநாள் கிட்டியது.

எனக்கு ஏதோ முன்னுக்கு வரத்தக்க வேஷங்கள் கிடைக்காத காரணத்தினால்தான் நான் அங்கிருந்து வெளியேறத் துடிக்கிறேன் என்று எண்ணியிருந்த திரு. முத்தப்பா, வழக்கமாக அங்கமுத்துவுக்குத் தருகிற இன்னொரு சிப்பாய் வேஷத்தை எனக்கு அன்றைக்குத் தந்திருந்தார்

நாடகத்தின் ஒரு காட்சி...

சிறையிலிருக்கிற ராணியையும் இளவரசனையும் காவல் காத்து இரண்டு காவலாளிகள் எதிரெதிரே ஈட்டியுடன் பாரா போவார்கள். நான் ஒரு காவலாளி இன்னொரு காவலாளி அங்கமுத்து. அவன் இடுப்பில்தான் சிறைக்கதவில் தொங்கும் பூட்டுக்கு உரிய சாவி இருக்கும். வழக்கமாக, சாவி என் இடுப்பில் இருக்கும். ஏதோ

ஒருசமயம் அங்கமுத்து என்னை முதுகில் ஈட்டியால் குத்துவான். நான் ஆ...வென அலறி விழுந்து சாகவேண்டும். அங்கமுத்து என் இடுப்பில் இருந்த சாவியை எடுத்து சிறைக்கதவின் பூட்டைத் திறந்து, 'தாயே... இந்தப்பக்கம் வாருங்கள்' என்று, ஒரு வசனம் பேசி அழைத்துக்கொண்டு போகவேண்டும். விளக்கு அணையும். இவ்வளவையும் வேடிக்கை பார்த்துக்கொண்டு படுத்துக்கிடந்த நான் உயிர்பெற்று எழுந்து இருட்டில் ஓடுவேன்.

ஆனால் இன்றைக்கு, 'தாயே... இந்தப் பக்கம் வாருங்கள்' வசனம் எனக்கு. அதை நன்றாகவே மனப்பாடம் செய்தாகிவிட்டது. நாடகத்தில் எந்தச் சிறிய வசனமும் மனப்பாடத்துக்கு உகந்ததே ஆகும். ஏனெனில் 'தாயே இந்தப் பக்கம் ஓடுங்கள்' என்றோ ஏதாவது உளறலாகவோகூட அந்த நேரத்தில் வந்துவிடலாம்.

அதெல்லாம் சரி, அங்கமுத்து எந்தச் சமயத்திலென் முதுகில் குத்துவான் என்று நான் பார்த்ததே இல்லை அல்லவா? எதிரெதிரே இருவரும் ஈட்டியோடு வருகிறோம். ஒவ்வொரு தடவையும் நான் திரும்பும்போது அவனும் எதிரே வருகிறான். முதுகில் எப்போது குத்துவது?

ஒரு தடவை... இரண்டு தடவை... மூன்று தடவை என்று, ஈட்டியோடு உலாத்துகிற எனக்கு ஏற்பட்ட குழப்பத்தில் அங்கமுத்துவையே வெறித்து வெறித்துப் பார்க்கிறேன்.

அவனோ, 'குத்துடா... பையா' என்று ஒவ்வொரு தடவையும் என்னைக் கடக்கும்போது முணுமுணுத்து திட்டுகிறான். குழப்பத்தோடு சேர்த்து எனக்குக் கோபமும் வந்தது. கடைசியில், எப்படியும் ராணியை விடுவித்தே தீருவது என்ற வைராக்கியத்தில் நேருக்குநேராக எதிரே வந்த அங்கமுத்துவை ஈட்டியால் ஒரே இறுக்காக இறுக்கி வீழ்த்தினேன்.

நல்லவேளை, ஈட்டியின் முன்னால் உள்ள வள்ளயம் மரத்தால் ஆனது. பளபளவென்று மின்னுவதற்காக அலுமினிய பெயிண்ட் பூசியிருக்கும். ஆனாலும் அவனுக்கு வலித்தது. என்னை அவன் பதிலுக்கு ஈட்டியால் குத்தப்போவதாக 'இன்டர்வல்'லில் பிதற்றிக் கொண்டிருந்தான். முத்தப்பா என்னைத் திட்டினார். பதிலுக்கு நானும் திட்டினேன். அவ்வளவுதான். அதற்குப்பிறகும் என்னை வைத்து நாடக கம்பெனியில் 'போஷாக்கு' பண்ணிக்கொண்டா இருப்பார்கள்? அதன்பிறகு அங்கிருந்து நான் விரட்டப்படாமல் விடைபெற்றுக்கொண்டேன்.

ஜெயகாந்தன்

மேடையில் நடித்த அனுபவம் எனக்கு அவ்வளவுதான்.

என்னவோ தெரியாது... அக்காலத்தில் என்னை எல்லோரும் எப்போதும் ஒரு நடிகன் என்பதாகவே தவறாக அடையாளம் கண்டனர். பள்ளிக்கூடத்துக்கும் போகாமல், யாருக்கும் அடங்கி எங்கேயும் வேலையும் செய்யாமல், சதா சினிமா பாட்டும் கற்பனை சஞ்சாரமுமாய்த் திரிந்துகொண்டிருந்த எனக்கு நண்பர்களும் உறவினர்களுக்கும் கூறிய புத்திமதி 'நடிக்கப் போ' என்பதுதான். 'சரி... பயல் அழகாக இருக்கிறேன் போலும்' என்று நினைத்துக் கொள்வேன்.

1950இல் கம்யூனிஸ்ட் கட்சியின்மீது விதிக்கப்பட்டிருந்த தடை நீங்கிற்று. குடும்பத்தோடு இருப்பதற்காகவும் இந்தச் சமூகத்தோடு சகஜ உறவு பாராட்டிக்கொண்டிருப்பதற்காகவும் நான் அணிந்திருந்த எல்லா பொய் வேஷங்களையும் கழற்றி எறிந்துவிட்டு, மறுபடியும் கம்யூனிஸ்ட் கட்சியின் மாகாணத் தலைமை அலுவலகத்துக்கு முழுநேர ஊழியனாய் வந்துசேர்ந்தேன். வந்தால், அங்கேயும் நாடகம் போடவேண்டும் என்ற ஆர்வமுள்ள ஒரு கூட்டத்திடம் சிக்க நேர்ந்தது.

கம்யூனிஸ்ட் கட்சியைச் சார்ந்த கலைஞர்கள் ஆங்காங்கே நாடகக் குழுக்களும் கலா மன்றங்களும் நடத்த முயன்று கொண்டிருந்தனர். அக்காலத்தில், அவர்களில் யாரோ சிலர், ஏதோ ஒரு துறையில் தேர்ந்த கலைஞர்களாக இருந்தது வாஸ்தவம்தான். மொத்தமாக அந்த சிவப்புக் கலைஞர்களின் முயற்சிகளெல்லாம் அனுதாபத்துக்குரிய 'அமெச்சூர்' முயற்சிகள்தாம் என்று எனக்குத் தெளிவாகத் தெரிந்தபடியினால், நான் அவற்றில் அதிக ஈடுபாடு கொள்ளவில்லை. எனினும் தோழர்களின் வேண்டுகோளின்படி, முதலில் நாடக முயற்சிகளில் பங்குபெற ஆர்வமாய் ஒப்புக்கொள்ளலானேன்.

சிறையிலும், தூக்குமேடையிலும், துப்பாகிச்சூட்டிலும் ஆயிரக்கணக்கான கம்யூனிஸ்டுகள் இந்தியா, பர்மா, மலேயா, சிங்கப்பூர் ஆகிய கீழ்த்திசை நாடுகளெங்கனும் எண்ணரும் தியாகங்கள் செய்த வீர சாகஸப் பருவம், அக்காலம்...

காலஞ்சென்ற கவிஞரும், எனது மிக நெருங்கிய தோழருமான தமிழ்ஒளி அவர்கள் எழுதிய ஓர் அரசியல் நாடகத்தில் இறுதிக் காட்சியில், தூக்கில் தொங்கப்போகும் ஒரு மலேயா புரட்சிக்காரனின் வேடம் எனக்குத் தரப்பட்டது.

அதில் தூக்குமேடையின்மீது நின்றுகொண்டு ஒரு முப்பதுபக்க வசனங்களை நான் ஒப்புவிக்கவேண்டும். மிகவும் வீரமான வசனங்கள்தாம். அரசியல் கருத்துகளும் ஆழ்ந்த பொருட்செறிவும் உடைய வசனங்கள்தாம். ஆனாலும் ஒரு நாடகத்துக்கு இது வேண்டாதது என நான் கருதி, அதை மாற்றுமாறு போராட நேர்ந்தது. கவிஞர்

தமிழ்ஒளி கோபித்துக்கொண்டு வசனத்தைக் கிழித்தெறிந்தார். எனக்கு அதுகுறித்து மெத்த மகிழ்ச்சியே.

பின்னாளில் நாடகம் பற்றிய எனது கருத்துகளைத் தோழர் தமிழ்ஒளி முழுக்க முழுக்க ஒப்புக்கொண்டார். தமிழில் நவீனநாடகம் என்பது அறிவற்ற பாமரர்களை ஏமாற்றுகிற கீழ்மக்களின் ஒரு முயற்சி என்ற கடுமையான தத்துவத்தையே நடைமுறையில் நாங்கள் கண்டோம். எனினும் எங்களோடு தொடர்புடைய நண்பர்கள் பலர், ஏதோ ஒருமுறையில் கலைத்துறை சம்பந்தப்பட்டவர்கள் ஆனபடியினால் எங்கள் தத்துவத்தைப் பிறரிடம் பிரசாரம் செய்கிற விஷயத்தில் மிகவும் கவனமாக இருந்தோம். கட்சி சார்ந்த நாடகக் கலைஞர்களுக்கு எங்களால் ஆன உதவிகளையும் செய்து வந்தோம், நடிப்பது ஒன்றைத்தவிர.

ஆம். நாடகத்தில் வேஷம்போட்டு நடிப்பதை என் அளவில் மனதார வெறுத்தேன். இதைவிட சர்க்கஸ் கம்பெனியில் போய்ச் சேர்ந்துவிடலாம் என்றுகூடத் தோன்றியது. அதற்குரிய உடம்பும் சுறுசுறுப்பும் குத்துச்சண்டை, மல்யுத்தம் பழகிய அனுபவமும் எனக்கிருந்தது. அவையும் கலைகள்தாமே!

4

அப்போது தோழர் முகவை ராஜமாணிக்கமும், நானும் ஜனசக்தி ஆசிரியர் குழுவில் பணியாற்றிக்கொண்டு ஒரே யூனிட்டில் இருந்தோம். தோழர் முகவை நல்ல கலைஞர்; ஒரு காலத்தில் சினிமாவில் நடித்தவரும்கூட.

தமிழ்நாடு என்பது ஆந்திரா, கேரளா, கர்நாடகம் ஆகியவை உள்ளிட்ட சென்னை மாகாணமாயிருந்த காலம். ஆதலால் ஆந்திரக் கலைஞர்கள் பலர் சென்னையிலேயே இருந்தனர். அவர்களோடு தமிழகக் கலைஞர்களும் சேர்ந்து கூட்டுக்கலைத் தயாரிப்புகளை உருவாக்குவது என்றொரு பெருமுயற்சி முற்போக்குக் கலைஞர்களால் மேற்கொள்ளப்பட்டது.

பகலெல்லாம் 'ஜனசக்தி' பத்திரிகையில் வேலை செய்துவிட்டு, மாலை ஏழுமணிக்கே 'கம்யூனில்' இராச் சாப்பாட்டை முடித்துக் கொண்டு, ராயப்பேட்டையிலிருந்து எழும்பூருக்கு பஸ்ஸில் போய் எழும்பூரிலிருந்து 'எலக்ட்ரிக்' டிரெயின் பிடித்து கோடம்பாக்கத்துக்குப் போய், அங்கொரு தோழரின் வீட்டில் விடிய விடிய ஒத்திகைகள் நடத்துவோம். டீ குடிப்போம், சிகரெட் புகைப்போம், அரசியல்

விவாதங்களையும் அடிக்கடி நடத்துவோம். எனக்கு அந்த நாட்டிய நாடகத்தில் தரப்பட்ட வேடம் பூமியையே விழுங்கிவிடப்போவதாக வந்து, பேய் நர்த்தனம் புரியும் இரண்டு பைசாசங்களில் ஒன்று. அந்த நடனம் மிகவும் கம்பீரமாகவும், ஆண்மைமிகுந்ததாகவும், தாளக்கட்டு உடையதாகவும் இருந்ததால் நான் மிகவும் விரும்பி அதைக் கற்றேன். எனக்கு நடனம் கற்றுத் தந்த ஆசிரியர், தோழர் வேம்பட்டி சத்தியம்.

ஆனால், அந்த நாட்டிய நாடகம் அரங்கேறாமலேயே போயிற்று.

மேடையேறி நடிக்கவும், சினிமாவில் முகங்காட்டவும் பல சந்தர்ப்பங்களில் வாய்ப்புகள் நேர்ந்ததும், எனது நல்வினையின் காரணமாய் அவை நிகழாதொழிந்தன.

பதினைந்து, பதினாறு வயதில் எனது எதிர்காலம் குறித்து எனது குடும்பத்தில் அனைவருமே பெரிதும் கவலைகொண்டனர். மோவாயில் வைத்த கையுடன் என்னையே வெறித்துப் பார்த்துக் கொண்டிருக்கும் தாய் ஒரு பெருமூச்சுடன், "வாட்டசாட்டமாய் வளர்ந்திருக்கிறாய். இப்படியே தண்டச் சாப்பாடு சாப்பிட்டுவிட்டு ஊர் சுற்றிக்கொண்டிருந்தால் நீ என்ன ஆகப் போகிறாயோ?" என்ற கேள்வியை, அடிக்கடி நானே என்னுள் கேட்டுக்கொள்ளுமாறு கிளப்புவார்கள்.

நானும், 'ஆமாம், நான் என்னதான் ஆகப்போகிறேன்?' என்று பற்பலவிதமாய் எதிர்காலத்தைப் பற்றி கற்பனை செய்ததும் அதற்கான முயற்சிகளில் இறங்கியதும் உண்டு.

அவை மளிகைக் கடை வியாபாரி, மருந்து கலக்கும் கம்பவுண்டர், அச்சுக் கோர்க்கும் கம்பாசிடர், செருப்புக்கடையில் சேல்ஸ்மேன் என்றெல்லாம்தான் இருந்ததே தவிர, எழுத்தாளன், பாடகன், நடிகன் என்றெல்லாம் ஆகமுடியும் என்ற ஆசையோ, நம்பிக்கையோ எனக்கு லவேசமும் இருந்ததில்லை.

நமது இன்றைய சமூகத்தில் வேடங்களிட்டுத் தம்மையும் பிறரையும் ஏமாற்றிக்கொள்கிற இந்த நடிகர்கள் என்போர் பொதுவாகவே பொய்யர்கள் 'சுயநலமிகள்.' பணத்தையே பெரிதாக வைத்துப் பிறரை அழிப்பதில் இன்பம் காண்பவர்கள். தொழில் துறையில் தன்னை மிஞ்சி வருபவர்களை அழிக்க நினைக்கும் கொடுமைக்காரார்கள், ஆண்களாய்ப் பிறந்த வேசைகள், தளுக்கும் மினுக்கும் எத்தும் ஏய்ப்பும் இவர்களுக்கு இயல்பாய்ப்போன இலக்கணம். தத்தமது முயற்சிகளைத் தவிர பிறர் முயற்சிகளை ரசிக்கத் தெரியாதவர்கள். இவர்கள் வீழ்ந்துபட்டால் பரிதாபத்திற்குரிய சமூகப் பூச்சிகளாகிவிடுகிறார்கள். கொஞ்சம் நிமிர்ந்துவிட்டாலோ பஸ்மாசுரன் வரம் வாங்கி வந்துவிட்டதுமாதிரி ஒரு குறிப்பிட்ட காலத்துக்குப் பேயாட்டம் ஆடிவிடுகிறார்கள் என்பதைப் பல பிரபல நடிகர்களின் சொந்த வாழ்க்கையைக் கண்டிருந்தால்,

நடிப்பை ஒரு தொழிலாகக் கொள்வது நமது சமூகத்தில் எனது 'ஜாதி'யில் பிறந்த ஒருவனுக்கு விமோசனம் இல்லாத சாபமாய்க் கவிந்து அழித்துவிடும் என்று நான் உணர்ந்திருக்கிறேன்.

நடிகர்களைப் பற்றியும் நடிப்புக் கலையைப் பற்றியும் சரியாகவோ, தவறாகவோ இத்தகைய கடுமையான முடிவுகளுக்கு நான் வர சில கசப்பான அனுபவங்களும் காரணமாய் இருந்தன. ஒரு சினிமா ரசிகன் என்ற முறையில், என்னைப் பெரிதும் கவர்ந்திருந்த நடிகர்கள் பி.யூ.சின்னப்பா, டி.எஸ்.பாலையா, என்.எஸ்.கிருஷ்ணன், தியாகராஜ பாகவதர் போன்றோர். அதிலும் கலைவாணர் ஒரு பெரும் வேதாந்தியைப்போல் எனக்குத் தோற்றமளித்தார். சமூக சீர்திருத்தக்காரர் என்பதற்கு ஒருபடி மேலே சென்று சமூகப் புரட்சிக்காரராய் எனக்கு அவர் தோற்றம் காட்டினார். கலைவாணரின் படங்களில் எனது கருத்தையும் மனத்தையும் வெகுவாய்க் கவர்ந்தது 'நல்லதம்பி'. அதில் வரும் காட்சிகளில் கலைவாணரின் வேடம் காந்தியம், சுயமரியாதை ஆகிய இரண்டு வர்ணங்களால் உருவான ஓர் அற்புதமான கலவைச் சித்திரம். நல்லதம்பியை, நாஸ்திகன் என்றும் கடவுள் நம்பிக்கை இல்லாதவன் என்றும் பலர் பழிக்கிறார்கள். அவர்களைத் தன் வீட்டுக்கு அழைத்துக்கொண்டு வந்து நல்லதம்பி, தான் வணங்கும் தெய்வங்களைக் காட்டுகிறான். புத்தர், ஏசு, காந்தி ஆகிய படங்களைக் காட்டி சொந்தக்குரலில் பாடுகிறான். சாகா சரித்திரப் புகழ் தாங்கும் தெய்வங்கள், சமரசமாகிய நிலையடைந்தவர், தன்னலமற்றவர்கள் என்பது அந்தப் பாடலின் பல்லவி. அதையெல்லாம், பார்த்தும் கேட்டும் பரவசமுற்று, திரு.என்.எஸ்.கே. அவர்களுக்கு (அப்போது கலைவாணர் பட்டம் வரவில்லை) நான் ஒரு பாராட்டுக் கடிதம் எழுதி, ஒரு குறிப்பிட்ட தினத்தில் பார்க்க வருவதாய்த் தெரிவித்திருந்தேன்.

திரு.என்.எஸ்.கிருஷ்ணனையும், டி.ஏ.மதுரம் அவர்களையும் ஏற்கனவே தோழர் ஜீவானந்தத்துடன் இரண்டொருமுறை அவரது வீட்டில் சந்தித்திருக்கிறேன். அந்தப் பரிச்சயத்தையும் நினைவிற்கொண்டு, ஒரு ஞாயிற்றுக்கிழமை மாலை தி.நகரில் நெம்பர் 6, வெங்கட்ராமய்யர் தெருவில் இருந்த என்.எஸ்.கே. அவர்கள் இல்லத்துக்குச் சென்றிருந்தேன். நடிகர்கள், கலைஞர்கள் ஆகிய இந்தப் பிரபலங்கள் பிறருக்குச் சொல்லுகிற நெறிகளுக்கும் உபதேசங்களுக்கும், தாங்கள் அமைத்துக்கொண்டிருக்கிற சொந்த வாழ்க்கைக்கும் இடையே எவ்வளவு பெரிய இழிந்த, இருண்ட பாதாளம் போன்ற இடைவெளியையும் வைத்திருக்கிறார்கள் என்று அன்று கண்டேன்.

5

அங்கே நான் கண்ட காட்சியை என்னவென்று இங்கு விவரிக்கப் போவதில்லை. மறைந்துபோனவர்களின் மரியாதையைக் கெடுப்பது என் நோக்கமல்ல! அவர்களுக்குரிய மரியாதையை மறுப்பதும் எனக்குச் சம்மதம் அல்ல.

அக்காலத்தில், பிரபல கலைஞர்களின்பால் எனக்குரிய சகல மரியாதைகளோடும் சில உண்மைகளை நேருக்குநேர் பார்த்ததால் ஏற்பட்ட உணர்வுகளை, அனுபவங்களை வெளியிடுகிற நோக்கமல்லாது, வேறு தவறான நோக்கங்கள் ஏதுமில்லேன்...

'நல்லதம்பி' படத்தில் வந்ததுபோல், இணக்கமான மதுவிலக்குப் பிரச்சாரம் இதுவரை எந்த சினிமாவிலும் வரவில்லை. வராது என்றும் துணியலாம். ஏனெனில், மதுவிலக்குக் கொள்கையின் நோக்கங்களும், நடைமுறையும், இன்று மிகவும் இழிந்து போய்விட்டன. அது அரசாங்கத்தின் உதவியோடு சில சமூகப் பெரியோர்களின் திருப்திக்காக நடத்தப்படும் கபட நாடகம் இன்று; அதற்கும்மேல் சட்டரீதியாக அரசுக்கு வரும் வருமானத்தை, கள்ளச்சாராய வியாபாரிகளிடம் முடக்கி, ஆளும் கட்சிகளின் ஊழல் நடவடிக்கைகளுக்குக் கறுப்புப்பணம் சேர்க்க, காந்திஜியின்பேரால் நடத்தப்படும் பொருளாதாரச் சதியே இன்றைய மதுவிலக்குக் கொள்கை. அக்காலத்தில் அவ்விதம் அன்று. மதுவிலக்கு என்பதை மக்கள் புனிதமாகக் கருதி ஏற்றனர் அப்போது. எனினும் இக்காலம் நேர்ந்து நிலவுகிற இழிநிலைக்கு பொய்யாக ஊரை ஏமாற்றுகிற 'ஹிப்பரகிரஸி'க்கு நல்லதம்பியே நல்ல சாட்சி; முதல் உதாரணம்.

முதலில் 'கள்ளை ஒழித்தது எம் தமிழ்நாடு' என்று, அதில் பிரகடனம் செய்தது என்ன?

'என்ன! தமிழ்நாட்டில் மதுவை ஒழித்துவிட்டீர்களா? ஆச்சரியம்! ஆச்சரியம்!' என்று கேள்வி எழுப்பி, 'முன்னொரு காலத்தில் அமெரிக்காவில் இந்தக் கொள்கை தோல்வியுற்றது' என்று, தேவேந்திரன் (கே.பி.காமாட்சி) நினைவூட்டியது என்ன?

'இது தர்மம் தழைத்தோங்கும் தமிழ்நாடு; இங்கு அவ்விதமாய் ஆகாது' என்று, நல்லதம்பி சவடால் அடித்தது என்ன?

கள்ளுக்குடியை நம்ப நாட்டைவிட்டு ஒழிச்சு, அந்த நல்ல மனுஷன் காலுக்கு மதுரம் அம்மையார் கோடிக் கும்பிடு போட்டது என்ன?

எல்லாம் வெறும் பொய்க்கூத்து; வேஷம்; உள்ளொன்று வைத்துப் புறமொன்று செய்த உபதேசம். நல்லதம்பி மதுவிலக்கு நாடகத்தில், மிகத் தீவிரமாக புனித வேஷமிட்ட கலைஞர்களும், நடிக நடிகையர் அனைவருமே குடிப் பழக்கத்தினாலேயே குறைந்தபட்சம் தங்கள் ஆயுளையே குறைத்து முடித்துக்கொண்டார்கள் என்பது தமிழர் அனைவரும் அறிந்த சங்கதி.

இந்தப் பொய்யர்களின் வாழ்க்கையை கண்கூடாகக் கண்டு இவர்களை நான் மனம் கசந்து வெறுத்தேன்.

கலைஞர்களின் சொந்த விசயம் என்றெல்லாம் எனக்குச் சிலர் சமாதானம் சொன்னார்கள். பொய் பேசுவது யாருடைய சொந்த விஷயமும் அல்ல என்பதே அவர்களுக்கு, அப்போது எனது பதிலாக இருந்தது.

இத்தகைய சாதாரண மனித பலவீனங்களுக்காக அந்தக் கலைஞர்களையே நான் அவ்வளவு கடுமையாக வெறுத்திருக்கலாகாது என்று சிறிது காலத்துக்குப் பின்னர்தான் உணர்ந்தேன். அதாவது எனது வெறுப்பு, அந்தக் கலைஞர்களையோ, மனிதர்களையோ சார்ந்ததல்ல. அவர்களது பொய்யொழுக்கத்தை எண்ணுங்கால், அவர்கள் மீதும், அவர்களையொத்த போலி உபதேசிகள் மீதும் எனக்கு இப்போதும் அதே வெறுப்பு ஏற்படத்தான் செய்கிறது. என்ன காரணத்துக்காகவும் யாரையும் வெறுக்கலாகாது என்கிற வேதாந்தம் அனுபவங்களினாலேயே ஏற்படும் போலும்!

இந்த இடத்தில் எனது பிராயம், எனது சூழ்நிலை, என்னை உருவாக்கிய நண்பர்கள், சித்தாந்திகள், வழிகாட்டிகள் ஆகியோரைப்பற்றி குறிப்பிட வேண்டுவது மிகவும் அவசியம்.

அப்போது எனக்கு வயது பதினேழு. சாதாரணமாய், கம்யூனிஸ்ட் கட்சியின் உறுப்பினராவதற்கு பதினெட்டு வயதாயிருக்க வேண்டும். பெருமைக்குரிய ஒரு சலுகையாக ஓராண்டுக்கு முன்னாலேயே அது எனக்குத் தரப்பட்டது. மேலும் கட்சியின் முழுநேர ஊழியனாகவும், அதிலும் மாகாணக் கமிட்டியின் நேர்முகப் பார்வையில் இயங்குகிற ஜீவானந்தம், பாலதண்டாயுதம் போன்றோர் உள்ளிட்ட கிளர்ச்சிப் பிரச்சாரக் குழுவிலும் ஜனசக்தி ஆசிரியர் குழாமிலும் நான் அங்கம் வகித்ததால் எனது பார்வை எதிலும் தீட்சண்யமாய் இருந்தது.

தனிப்பட்ட முறையில் எனது தோழராயும் என்னோடு விவாதித்து, கருத்துகளை உருவாக்குகிற ஆசானாகவும் திகழ்ந்தவர் கவிஞர் தமிழ்ஒளி. எனது கலையுலக அனுபவங்களில் இவரது வரலாற்றை நான் சற்று விரிவாக எழுத வேண்டும்.

கவிஞர் தமிழ்ஒளியின் இயற்பெயர் விஜயரங்கம். புதுவையில் உள்ள கரடிக்குப்பத்தை அடுத்த சாமிப்பிள்ளைத் தோட்டம் என்னும் சேரியில் பிறந்தவர். இவர் பிறப்பால் தாழ்ந்த வகுப்பினர்; பாரதிதாசனிடம் ஒரு மாணாக்கனாய் நேர்முகப்பயிற்சி பெற்றவர். பாரதிதாசனின் மகன் மன்னர்மன்னனுக்கு விளையாட்டுத் தோழர். கரந்தை தமிழ்ச் சங்கத்தில் பயின்றவர். பெரும்புலவர், தமிழ் மொழியில் அவர் அறியாத துறை இல்லை. 1946இல் திராவிடர் கழகத்தின் தீவிர கருஞ்சட்டை வீரராய்த் திகழ்ந்த உறுப்பினர்.

1947ஆம் ஆண்டு சுதந்திர தினத்தன்று கம்யூனிஸ்ட் கட்சி ஆபீஸுக்கு கவிஞர் குயிலனும், கவிஞர் தமிழ்ஒளியும் வந்தபொழுது முதலில் நான் அவர்களைச் சந்தித்தேன்.

கவிஞர் தமிழ்ஒளி, பெரியார் அவர்கள் 'சுதந்திர நாளை துக்க நாளாகக் கொண்டாடுமாறு' கூறிய கூற்றை ஏற்கமுடியாதவராய் தி.க.வுடன் பிணக்கம்கொண்டு ஜீவாவிடம் வந்தார். அதன்பின்னர், அவர் கம்யூனிஸ்ட் கட்சி உறுப்பினராகவும் மாறினார். இக்காலத்தில் நான் கட்சி அலுவலகத்தில் வாழ்ந்துகொண்டிருந்தபடியினால் அடிக்கடி கவிஞரைச் சந்தித்துப் பழக நேர்ந்தது.

நான் தமிழ் இலக்கணப் பாடம் யாரிடமாவது முறையாக நெடுநாட்கள் கற்றிருப்பேன் என்றால் அது, கவிஞர் தமிழ்ஒளி அவர்களிடமிருந்துதான். அவரிடம் குடிகொண்டிருந்த மீசிரமான (Plus Point) தன்மைகள் பற்றி இதுவரை சொன்னேன். அவரிடம் பல குறைபாட்டு அம்சங்களும் (Minus Point) உண்டு. அதில் தலையாயது, தான் தாழ்ந்த சாதியில் பிறந்தவன் என்ற அவரது மன உறுத்தல். அவராக என்னிடம் இதை எப்போதும் சொன்னதில்லை.

ஒருவர் சாதி நம்பிக்கையுடையவராக இருக்கிறாரா, இல்லையா என்பது வேறுவிஷயம். ஒருவரின் பெயர், ஊர் போன்ற சொந்த விஷயங்கள் குறித்து நட்பின் பெயரால் நாம் கேட்டறிகிறோம் இல்லையா? அதுபோல், நான் என்னிடம் நெருக்கம்கொள்ள முயலும் நண்பர்களிடம் சாதி குறித்தும் விசாரிப்பது வழக்கம். இந்த விஷயத்தில் எனது நண்பனாகவும், சித்தாந்தவாதியாகவும், வழிகாட்டியாகவும் நான் வரித்திருந்த தோழர் தமிழ்ஒளி பொய் சொல்லுகிறார் என்று அறிந்து வருந்தினேன்.

6

எனது கலையுலகப் பிரவேசத்துக்கு அதிலும் விசேஷமாய் இலக்கிய உலகப் பிரவேசத்துக்குத் துணையாகவும் வழிகாட்டியாகவும் இருந்து உதவியவர் கவிஞர் தமிழ்ஒளியே ஆவார். நான் அறிந்த, இன்று எனக்கு நெருக்கமாய் இருக்கிற பல நண்பர்களை, அவர்கள் கலை, இலக்கிய உலகம் சம்பந்தப்பட்டோராக இருப்பின் அவர்களை ஒன்று கம்யூனிஸ்ட் கட்சிமூலமாக அறிந்தேன் அல்லது கவிஞர் தமிழ்ஒளி மூலமாய் அறிந்தேன்.

இலக்கியம், இசை, ஓவியம், சித்திரம், சிற்பம் எல்லாமே ஒரு கலை மாளிகையின் உட்பிரிவுகள்தாம். அந்த மண்டபத்தின் மையத்தில் கொலுவீற்றிருக்கும் பேரரசி இலக்கியம் ஆவாள். கலைகளின் தலைமைப்பீடம் இலக்கியப்பீடமே. அங்கு அமர்ந்திருக்கும் கலாரூபம் வீணையும் ஏடும் தாங்கியிருந்தாலும், அவள் வடிவம் எழுத்தே ஆகும் என்று மிகச்சிறு பிராயத்திலேயே நான் தேர்ந்து, தெளிந்து இருந்ததால், அந்தப் பிராயம்தொட்டு எனது உணர்ச்சிகளை வெளிப்படுத்த நான் எழுதவே விரும்பினேன். வருவாய்க்கோ, கூலிக்கோ எழுதிப் பிழைப்பதற்காக அல்ல. அது ஒரு பிழைப்பாகி, பொய்யை எழுதிப் பிழைக்கும் விதி நேருமாயின், நான் எழுதுவதையே விட்டொழித்து உடல் உழைப்பை மேற்கொள்ளுவேன். இந்த உறுதியை நான் கவிஞர் தமிழ்ஒளியிடம் ஒரு சந்தர்ப்பத்தில் கையடித்துச் சத்தியம் செய்து தந்திருக்கிறேன். அந்தச் சம்பவம் என் நினைவிலிருந்து அழியாது.

இடம். ஓட்டேரி சுடுகாடு. நேரம் மேற்றிசை செக்கர் நேரம், அநேகமாய் எங்கள் நடமாட்டங்கள், மாலை நேரங்களில் சுடுகாட்டிலும், காலை நேரங்களில் கடற்கரையிலுமாயிருந்தன. இரவில் சேத்துப்பட்டு ரெயில்வே ஸ்டேஷனுக்குப் போகிற பாதையிலுள்ள நேரு பார்க்கில் தங்குவோம். எங்களுக்கு நண்பர்கள் அந்தப் பார்க்கில் உள்ள தமிழ் தெரியாத, தெலுங்கு பேசுகிற தோட்டக்காரன் நரசய்யா, கேரளாவைச் சேர்ந்த சவரத் தொழிலாளி நாராயணன்; டீக்கடை மாஸ்டர் ஸ்ரீதரன் நாயர்; ஒரு டெய்லர் தாமோதரன் நாயர்; ஒரு மரம் அறுக்கும் தொழிலாளி பெயர் ஞாபகமில்லை, அவரும் ஒரு மலையாளியே. இவர்களின் கூட்டுறவில்தான் நாங்கள் அக்காலத்தில் தமிழ்க் கலை உலகத்திலும், இலக்கியத்திலும் சீழ்கட்டிப் புரையோட ஆரம்பித்த போக்குகளைக் கண்டு இரவெல்லாம் பொருமித் தீர்ப்போம். அந்த பிறமொழிக் காரர்களும் எங்கள் கருத்துகளை, உணர்ச்சிகளைப் புரிந்து கொண்டதற்குக் காரணம், அந்த நரசய்யாவைத் தவிர அவர்கள் எல்லோரும் கம்யூனிஸ்ட் என்பதால்தான்.

1952இல் சென்னை நகரில் ஓர் அனாதையாய் நான் தனித்து நின்றேன். கம்யூனிஸ்ட் கட்சியின் அக்கால மாகாணத் தலைமையோடு நான் கொண்ட அரசியல் அபிப்பிராய வித்தியாசத்தால் ஜனசக்தியிலிருந்தும் வெளியேறி ஒரு சம்பளம் இல்லாத முழுநேர ஊழியனாய்க் கட்சிப்பணி புரிந்துகொண்டிருந்தேன்.

என்னைப்போலவே கவிஞர் தமிழ்ஒளியும் கம்யூனிஸ்ட் கட்சியின் ஜில்லா தலைமையோடு அபிப்பிராய வித்தியாசம் கொண்டு தெருவில் நின்றார். நாங்கள் இருவரும் கட்சியின் வேறுவேறு யூனிட்டுகளில் இருந்தோம். நான் மாகாணக் கமிட்டியின் நேரடிப் பார்வையிலிருந்து கிளர்ச்சிப் பிரச்சாரக் குழுவிலிருந்து விலகிக்கொண்டேன். பின்னர் தென்சென்னை யூனிட்டின் காரியதரிசியாகப் பணியாற்றினேன். அங்கேதான் இந்தத் தொழிலாளத் தோழர்களோடு கூடி வானமே கூரையாய்ச் சிலகாலம் வாழ்ந்தேன்.

எங்கள் ‘செல்’ கூட்டம் இரவு பத்து மணிக்குமேல் பூந்தமல்லி, நெடுஞ்சாலையிலுள்ள நேரு பார்க்கிலோ அல்லது நான் முன்னால் குறிப்பிட்ட நண்பர்களின் கடைகளிலோ கூடும். எங்கள் கூட்டங்களை ஒரு மணி நேரத்துக்குள் முடித்துக்கொள்வோம்.

பின்னர் சங்கம்புழா, வள்ளத்தோள் ஆகியோரது புகழ்பெற்ற மலையாளக் கதைகளை அந்தத் தோழர்கள் எங்கள் இருவருக்கும் இலக்கிய வகுப்பெடுப்பதுபோலவும், இனியதோர் கலை நிகழ்ச்சி போலவும் பாடியும் பொருள் எடுத்துக்கூறியும் பரவசப்படுத்துவார்கள்.

தமிழ்ஒளிக்குப் பாட்டும் கவியும் எழுதவருமேயொழிய வாய்விட்டுப் பாடவும் வராது; எடுத்து இனிமையாய் ஓதவும் வராது. நான் அக்கலையில் மிக இளம்வயதிலேயே வல்லவன். தமிழ்ஒளியின் கவிதைகளையும் பாரதியின் கவிதைகளையும் அந்த மலையாளத் தோழர்களுக்குப் பாடிக் காட்டுவேன்.

நாங்கள் எல்லாருமே தமிழ் சினிமாவுக்கு எதிரிகளாய் இருந்தோம். அப்போது 'நீலக்குயில்' என்னும் மலையாளப் படம் ஒன்று வெளிவந்தது. அதை இயக்கியவரும் உருவாக்கியவருமான பி.பாஸ்கரனும், ராமு காரியத்தும் ஒரு கம்யூனிஸ்ட் என்று அறிந்த உற்சாகத்தால் ஒருநாள் எங்கள் யூனிட் தோழர்கள் அனைவரும் சேர்ந்து அந்தப் படத்தைப் போய்ப் பார்த்தோம். அன்று முதல் கவிஞர் தமிழ்ஒளிக்கு ‘சினிமா கிறுக்கு’ ஏற்பட்டது.

கம்யூனிஸ்ட்களாகிய நாமும் அதுபோல தமிழ் சினிமா உலகில் ஏதாவது சாதித்து ஆக வேண்டும். ஒன்றும் செய்யாமல் தமிழ் சினிமாவை விமர்சனம் செய்துகொண்டிருந்தால் அது நமது கையாலாகாத்தனத்தையே காட்டும். “நாடக, சினிமாத்துறையில் மிகவும் பின்தங்கியுள்ள, தமிழர்களாகிய, நம்முடைய படங்களால்

கெடுக்கப்படுகிற பாதிப்பிலிருந்து விடுபட்டு தோழர். பி.பாஸ்கரனால் ஒரு 'நீலக்குயில்' போன்ற படத்தைத் தயாரிக்கமுடியும் என்றால் நாம் ஏன் இங்கேயும் அவர்கள் வழியைப் பின்பற்றலாகாது?" என்று சதா புலம்பவும் பொருமவும் ஆரம்பித்தார் தமிழ்ஒளி.

எனது சினிமா வெறுப்பின்மீது அவர் கடுங்கோபம் கொண்டார். பிறகு 'சினிமாவை விட்டுவிடலாகாது' என்கிற பிடிவாதத்தோடு சினிமாத் துறையைச் சேர்ந்த அவருக்கு நாடக, சினிமா உலகத்தோடு ஏற்கனவே பரிச்சயம் இருந்திருக்கிறது. சக்தி நாடக சபாவில் சிவாஜி கணேசன் நடித்த 'சிற்பியின் காதல்' என்னும் நாடகத்தை ஏற்கனவே அவர் எழுதியிருக்கிறார். அதுமட்டும் அல்லாமல் சினிமா படங்களுக்குப் பாட்டெழுதவும் அவர் போயிருக்கிறார் என்கிற விசயங்கள் எனக்குத் தெரியலாயிற்று. ஏற்கனவே தமிழில் நாடகம் குறித்த எனது அபிப்பிராயங்களை ஏற்றுக்கொண்டபோது, இந்த விவரங்களையெல்லாம் அவர் என்னிடம் தெரிவிக்காமல் இருந்தது என்ன? என்று, மறுபடியும் நண்பர், கவிஞர் தமிழ்ஒளி விசயத்தில் நான் வருந்தினேன்.

அப்போதுதான் ஒரு நாள் மாலை, ஓட்டேரி சுடுகாட்டில் நாங்கள் உலாவப்போனபோது கவிஞர் தமிழ்ஒளி அவர்கள், தனது சொந்த வாழ்க்கையைப் பற்றி ஏதேதோ மனந்திறந்து பேசுகையில் இவ்விதம் கூறினார். "என்ன செய்வது? இந்த ஈனப்பயல்கள் மட்டுமே நிறைந்த வாழ்க்கையில் நாமும் அவர்களைப்போல் குறைந்தபட்சம் உண்டும், உடுத்திக்கொண்டும் வாழவேண்டியிருக்கிறது. அதற்காக நான் பல பெயர்களில் புஸ்தகங்கள் எழுதியிருக்கிறேன். சினிமா மூடர்களிடம் பாட்டெழுதக்கூட போயிருக்கிறேன். ஒன்று சொல்கிறேன். நாம் கம்யூனிஸ்டாக இருப்பதெல்லாம் ஒருபக்கம் இருக்கட்டும். இந்தச் சமூகத்தோடு, கலைஞர்கள் என்றமுறையில் போராட வேண்டுமென்றால் கொஞ்சம் பணம் வேண்டும்; அப்போதுதான் கட்சிக்காரர்கள்கூட நம்மை மதிப்பார்கள். பணம் சம்பாதிக்க வேண்டுமென்றால் சினிமாவில் புக வேண்டும். அது பல்துறைக் கலைஞர்களும் சங்கமிக்கும் ஒரு கலைக்கூடம். நாம் உண்மையான கலைஞர்களாக இருப்பின், உண்மையான எழுத்தாளர்களாக இருப்பின், நமது கொடி அங்கே ஏற்றப்பட வேண்டும்; மோசமான எழுத்துகள்தான் அவர்களுக்குப் பிடிக்கும். பாமர ரசனைக்காகவும் படம் எடுக்கவேண்டும். அதனால் என்ன? நமக்கு ஏற்காத எழுத்துகளை நாமே எழுதியிருந்தாலும் பின்னால் நாமே அவற்றை அழித்துவிடமுடியாதா? மோசமான எழுத்துகள் நிலைத்து நிற்காது. நாம் நிற்கவேண்டாமா? இந்தத் தந்திரோபாயங்களை நாம் கையாண்டால் என்ன தவறு/உன்னை யார் சினிமாவுக்கு ரசிகன் ஆகச் சொல்கிறார்கள்? அது நம்மால் முடியாது. ஆனால் இந்தக் கொழுப்பெடுத்த சினிமாக் குதிரையை

ஏறிச் சவாரி செய்து அடக்கியாக வேண்டும். அதுதான் இலக்கிய ஆண்மை" என்றார். இப்படித்தான் தமிழ்ஒளி பேசுவார்.

7

என்னால் ஏற்க இயலாத ஒரு கருத்தை ஒருவர் எவ்வளவு நயமாகச் சொன்னபோதிலும், எவ்வளவு கலைநயத்தோடு விளக்கினாலும், எத்தகைய வீராவேசத்தோடு முழக்கினாலுமந்த சாமர்த்தியங்களை எல்லாம் நான் ரசிப்பேன். ஆயினும் எனது இயல்புக்கு விரோதமான காரியங்களை என்னால் ஏற்கவும் முடியாது; சம்மதம் தரவும் முடியாது. இப்படி ஒரு மேலான இயல்பு என்னிடம் குடிகொண்டிருப்பதற்காகவே, நான் சிலசமயங்களில் 'கர்வம்' கொண்டு விடுகிறேன்.

எனது ஆசானும் தோழனுமாய் எனது புகழ்ச்சிக்குரிய ஒரு கவிஞனுமாய் விளங்கியபோதிலும் நண்பர் தமிழ்ஒளி யோசனைகளை நான் முற்றாக ஒதுக்கினேன். அப்போதுதான் அவரைப்போலவே நானும் வீரவேசத்தோடு பதில் சொன்னேன். "நீ சொல்வதுபோல் இந்த உலகம் ஈனப்பயல்கள் மட்டுமே நிறைந்த ஓர் உலகத்துக்கு நீ போவதும் அல்லாமல் என்னையும் ஏன் இழுக்கிறாய்?"

என் மனசாட்சிக்கு, எனது சித்தாந்தத்துக்கு, எனது அந்தராத்மாவுக்கு ஒவ்வாத விசயங்களைப் பல புனைப் பெயர்களிலும் அல்லது மானங்கெட்ட எவனோ ஒருவன் பெயரிலும் எழுதிக் கொடுத்ததுதான். பிறரைப் போல உண்டு, உடுத்தி இந்தச் சமூகத்தில் வாழவேண்டுமெனில் நான் பட்டினி கிடந்து நிர்வாணமாகவே செத்துப்போகத் தயார். எனது எழுத்துகளுக்காக நான் பெறுவது சன்மானம்; அது கூலியோ, அடிமைக்குக் கிடைக்கும் விலையோ அல்ல. அப்படியெல்லாம் 'பிழை'க்கிற வாழ்க்கை எனக்கு வேண்டாம். ஓர் எழுத்தாளனாக நான் ஜீவித்து இருக்கிறேனா, சாகிறேனா என்பதே முக்கிய விஷயம். ஒருபோதும் இந்தச் சமூகத்தில், பிறரைப்போல் பிழைத்துக்கிடக்க வேண்டும் என்பதற்காக ஓர் எழுத்தைக்கூட நான் எழுத சம்மதிக்கமாட்டேன். இது சத்தியம்" என்று, தமிழ்ஒளியின் தலையில் அடித்துப் பிரமாணம் செய்தேன். நண்பர் சிரித்து, 'நண்பர்கள் கையடித்துத்தான் சத்தியம் செய்ய வேண்டும்.' என்றார். அவ்வண்ணமே மறுபடியும் அந்த வாசகங்களைச் சொல்லி அவர் கையில் அடித்துச் சத்தியம் செய்து கொடுத்தேன்.

லட்சியங்களும் சபதங்களும் வரிக்கப்படுகிறபோதும் வாய்விட்டுப் பேசப்படுகிறபோதும் மிகவும் உற்சாகம் தருகின்றன. ஆனால் வாழ்க்கையின் கொடிய முட்களால் நாள்தோறும் குத்திக் கிழிக்கப்பட்ட எங்கள் வாலிப இதயங்கள், வேதனையால் மாத்திரம் அல்லாமல் ஒருவேளை சோற்றுக்குகூட வழியில்லாத அவமானத்தாலும் துடித்துக்கொண்டிருந்த காலம் அது. எங்களது எண்ண ஓட்டங்களும், நெருப்புப்போல் சுட்டெரிக்கும் எங்கள் கருத்துகளும் பிறருக்குத் தெரியவந்தால் நாங்கள் வாழ முடியாதவர்களாக ஆகிவிடுவோம் என்று அஞ்சி, அவற்றை மறைவாகச் சுமந்துகொண்டு நாங்கள் இந்த மனிதர்களிடையே உலவினோம்.

ஏதேதோ பிரசுரகர்த்தர்கள், எழுத்தாளர்கள், சினிமா வசனகர்த்தாக்கள், படத் தயாரிப்பாளர்கள், எல்லோரிடமும் என்னை அழைத்துக்கொண்டு போவார் கவிஞர் தமிழ்ஒளி. எண்ணி பெருமைப்படத்தக்க சில மனிதர்களின் நட்புகளும் அப்போது எனக்குக் கிடைத்தன. அவர்களில் ஒருவர் அண்மையில் காலம் சென்ற எழுத்தாளர் விந்தன்.

அக்காலத்தில் கல்கி பத்திரிகைமூலமாகத் தமிழ் வாசகர்களிடையே மிகப் பிரபலமாக விளங்கியவர் எழுத்தாளர் விந்தன் அவர்கள். பொதுவாக, நான் தமிழ்க் கதைகள் படிப்பவன் அல்லன். தமிழில் படிக்கத்தகுந்தவை என்று நான் எண்ணியிருந்தவை பாரதியாருக்கு முந்தைய பழந்தமிழ் இலக்கியங்கள் அப்புறம் பாரதியார், புதுமைப்பித்தன் ஆகியோரது எழுத்துகளை மட்டும்தான்! ஆம். அவ்வளவுதான்! தற்காலப் படைப்புகளாயிருப்பின் கவிதைகளாயிருத்தல் வேண்டும் அல்லது பத்திரிகைக் குப்பையில் இலக்கிய மணம் தேடி நான் அலைந்ததே இல்லை. எனவே விந்தன் அவர்களது எழுத்துகளை நான் அவரைச் சந்திப்பதற்கு முன்னர் படித்திருக்கவில்லை.

படிக்கிற விசயத்தில் இந்த எனது சனாதனத்தை கவிஞர் தமிழ்ஒளி அவர்கள் மிகக் கடுமையாக கண்டனம் செய்வார். வெறும் கண்டனங்கள் மட்டுமாய் இருந்திருந்தால் அவரது முயற்சி பலனற்றுப்போயிருக்கும். எத்தனையோ விசயங்களில் எனது கண்களைத் திறந்துவிடுவது என்று கங்கணம் கட்டிக்கொண்டிருந்த மனிதர் அவர். பாரதியார் படைப்புகளையே தாண்டி வரக்கூடாது என்றிருந்த என்னை, புதுமைப்பித்தன் வரை இழுத்துக்கொண்டு வந்தவரே அவர்தான்.

"அந்த மேலான வரிசையில் வைத்துத்தான் எல்லாவற்றையும் படிப்பேன் என்று சொல்வது வறட்டுத்தனம். தமிழ் மொழியின் நடை கருத்தோட்டம் வடிவங்கள், வளம் ஆகியவை இன்று நாம் உள்ள கட்டம் வரை எப்படியெல்லாம் ஏற்ற, இறக்க வளர்ச்சிகளை அடைந்து வந்திருக்கிறது என்று அறிவதற்கேனும் நீ பிறரது படைப்புகளைப் படிப்பது அவசியம்" என்பார் தமிழ்ஒளி.

எனக்கு ஒவ்வாத, ஆனால் அதேசமயத்தில் சரியான சில கருத்துகளைப் பிறர் கூறும்பொழுது நான் மறுப்பது இல்லை. மறுப்பற்ற எனது மௌனத்தை எல்லாரும் சம்மதம் என்று ஏற்றுக்கொள்கிறார்கள். அவ்விதமாய் ஒரு நம்பிக்கையின்பேரில் தி.ஜா., கு.ப.ரா., லா.ச.ரா., க.நா.சு., விந்தன் ஆகிய சில விசேஷமான எழுத்தாளர்களின் படைப்புகளைக் கொண்டுவந்து என்மீது திணித்து அவற்றைப் படிக்குமாறு ஒரு பள்ளி ஆசிரியரைப் போன்ற கண்டிப்புடன் வற்புறுத்தினார் தமிழ்ஒளி. சிறிது காலத்துக்குப்பின் அந்த உதவிக்காக அவருக்கு நான் நன்றி செலுத்தினேன்.

கவிஞர் தமிழ்ஒளியிடம் மற்றொரு விசேஷமான இயல்பும் உண்டு. அது, எந்த ஒரு புத்தகத்தை அல்லது ஒரு கலைப்படைப்பை அவர் எனக்குச் சிபாரிசு செய்தபோதிலும் அதுகுறித்த மாயையான உணர்ச்சிகளில் நான் மயங்கிவிடாதவாறு என்னை நானே பாதுகாத்துக்கொள்ளத்தக்க கவசங்களையும் அவர் எனக்கு அளிப்பார். உதாரணமாக, லா.ச.ரா.வின் 'ஜனனி' என்ற புத்தகத்தைத் தந்து, 'இவரை அறிந்துகொள்ள நீ இந்த ஒரு தொகுதியைப் படித்தாலே போதும்' என்பார். அதுதான் எவ்வளவு உண்மையாயிற்று!

அதுபோலவே, பாரதிதாசன் பாதிப்பால் ஒரு காலத்தில் கவிதை என்றாலே எண்சீர் விருத்தம் என்று நான் எழுதிக்கொண்டிருந்தேன். எண்சீர் விருத்தம் எழுதுவதை மட்டும் அல்லாமல், என்னை கவிதை எழுதுவதிலிருந்தே தடுத்து நிறுத்திக் காப்பாற்றியவர் தமிழ்ஒளி.

ஒரு நடுநிசியில், ஆளரவமற்ற பூந்தமல்லி நெடுஞ்சாலையில் நிலா வெளிச்சத்தில் முழங்காலுக்குமேல் மடித்துக்கட்டிய வேட்டியும் மூண்டாசுமாய் சுருட்டுப் புகைத்துக்கொண்டு வந்த தொழிலாளி மாதிரியான ஒரு மனிதரை எதிரில் மறித்து நிறுத்திக்காட்டி 'இவர்தான் விந்தன்' என்று எனக்கு அறிமுகம் செய்து வைத்தார் தமிழ்ஒளி. அப்போது விந்தன் அவர்கள் சினிமா மோகத்தால் கல்கி பத்திரிகையை விட்டு வெளியேறிச் சில படங்களுக்கு வசனம் எழுதிக்கொண்டிருந்தார். அந்த முதல் சந்திப்பிலேயே வயது, புகழ், அனுபவம் எல்லாவற்றிலும் எங்கள் இருவரையும்விட மூத்தவரான விந்தன் எங்களில் ஒருவராய்ச் சங்கமமானார்.

8

தமிழ்நாட்டில் நானறிந்த எழுத்தாளர்கள் மத்தியில் திரு.விந்தன் அவர்களுக்குச் சிறப்பான தகுதியுண்டு.

கல்வியறிவே இல்லாத ஒரு பரம்பரையில் புளியந்தோப்புப் பகுதியில் ஒரு தொழிலாளியின் குழந்தையாய், குழந்தைத் தொழிலாளியாய் வாழ்க்கையைத் தொடங்கியவர் வி.கோவிந்தன் அவர்கள். ஒரு தொழிலாளியாக வாழ்ந்துகொண்டே இலக்கியப்பணிச் செய்த பல்வேறு பிறமொழி எழுத்தாளர்களைப் பற்றி நான் அறிவேன். தமிழில் அவ்விதம் யாருமில்லை அல்லது தமிழில் எழுத முன்வந்தவர்கள் வேறு சமூகப் பொறுப்புகளிலும் இருந்தார்கள்; அல்லது முறையான கல்விப் பயிற்சியில் தேர்ந்தவர்களாக இருந்தார்கள்; அல்லது உயர்குடியில் பிறந்தவர்களாக இருந்தார்கள்.

மேல்ஜாதிக்காரர்களே எழுத்தாளர்களாயிருந்த யுகம் அது.

மேற்சொன்ன சூத்திரத்தை மனத்தில் வைத்துக்கொண்டு இன்றைக்குள்ள தமிழ் எழுத்தாளர்களை எடை போடுதல்கூடத் தகும். ஏன், விந்தன் காலத்திலும் அப்படியொரு கேள்விக்கு விடையாக விந்தன் மட்டுமே இருந்தார். அப்போது என்னை ஒரு பெரிய எழுத்தாளன் என்று யாருக்கும் தெரியாது; எனக்கேகூட.

விந்தனின் தந்தை ஒரு கருமான். சிறுவயதில் கருமான் பட்டறையில் உதவியாளனாக வாழ்வைத் தொடங்கியவர் அவர். பத்து வயதுக்குள்ளாக ஒரு குழந்தைக்கு எவ்வளவு படிப்பறிவு ஏற்படமுடியுமோ அவ்வளவுதான் அவருக்கு ஏற்பட்டிருந்தது. பத்து வயதுக்குப் பிறகு ஓர் அச்சகக் கூலியாகச் சேர்ந்தது முதல் தமிழ் எழுத்துகளோடு சம்பந்தமுடையவரானார் அவர். பதினைந்து வயதில் திரு.வி.க.வின் பத்திரிகையில் ஒரு கம்பாசிடராக உயர்ந்த காலத்தில் அந்தக் கருமான் மகன் தமிழில் எழுதத் தொடங்கினார். அது தொழிலாளி வர்க்க சரித்திரத்தில் மிக முக்கியத்துவம் வாய்ந்த நிகழ்ச்சி என்று நான் அப்போது கருதினேன்.

ஒரு கதையைப் படிப்பதற்கு முன்னால் அந்தக் கதையை எழுதியவனைப் பற்றிய கதை உங்களுக்குத் தெரிந்திருக்குமாயின், நீங்கள் அக்கதையை படிக்காமலேயே அதை இலக்கியம் என்று கூறிவிடலாம். உதாரணமாக, ஷேக்ஸ்பியரின் படைப்புகளைவிடவும் ஷேக்ஸ்பியர் என்ற ஓர் ஆங்கில மகாகவியை அறிந்தவர்கள்தான் அதிகம்.

நானும் கவிஞர் தமிழ்ஒளியும் விந்தனை எங்கள் தோழர்களில் ஒருவராய் ஆக்கிக்கொண்டோம். அக்காலத்தில் தொழிலாளி வர்க்க எழுத்தாளர் அவரே என்றும் துணிந்தோம். அவரது எழுத்துகளிலும் கருத்துகளிலும் எங்களுக்கிருந்த வேறுபாடுகளை எல்லாம் மறந்தோம். எங்கிருந்து இந்த மனிதன் வருகிறான் என்பதைக் கருதி அவருக்கு ஒரு தனி வரவேற்புத் தந்தோம். ஆனால் அதில் நேர்ந்த விபரீதம் என்னவென்றால் நாங்கள் சந்தித்த காலத்தில்; அவர் அந்த வர்க்கப்

பண்புகளை அநேகமாக இழந்திருந்ததுதான். எனினும் அதை அவரது ஒரு குறையாகவோ குற்றமாகவோ நான் கருதவில்லை. நண்பர் தமிழ்ஒளி தற்காலிகமாகக் கொஞ்சநாள் விந்தனைப் பற்றி விமர்சனங்கள் செய்துகொண்டிருந்தார்.

ஒரு நிலாக்கால இரவில், பூந்தமல்லி நெடுஞ்சாலை மரத்தடி நிழலில் நாங்கள் சந்தித்துக் கொண்டோமே, அப்போது அவர் கல்கி பத்திரிகையின் உதவி ஆசிரியர் பொறுப்பிலிருந்து விலகி சினிமா மோகினியிடம் சிக்கிக் கொண்டிருந்தார். 'கூண்டுக்கிளி' படம் ரிலீசாகி யிருந்தது; 'அன்பு' என்ற இன்னொரு படம் தயாரிப்பில் இருந்தது. 'வாழப் பிறந்தவள்' கூட ரிலீசாகி இருந்தது. 'பார்த்திபன் கனவு' ஒப்பந்தமாகியிருந்தது. நமது பாட்டாளி வர்க்க எழுத்தாளருக்கு ஒன்றும் தலைகால் புரியவில்லை. கையில் பணம் வேறு புரண்டதே. சினிமா உலகின் பணமும் புகழும் மூர்மார்கெட் மோடி மஸ்தான் வித்தைபோல் சப்தமில்லாது என்று உணர்த்துகிற அறிவுமிகுந்த எங்களின் நட்புமிருந்தது விந்தனுக்கு.

எனவே, விந்தன் கல்கி பத்திரிகையைவிட்டு வெளியேறிய காரியம் மெத்த சரி என்பது நம் வாதம். சினிமா உலகில் வெற்றிகரமாக நுழைந்துவிட்ட விந்தன் எவ்வளவு முடியுமோ அவ்வளவு படங்களுக்கு ஒத்துக்கொண்டு பணம் சம்பாதிப்பது சரிதான் என்பது தமிழ்ஒளி ஆமோதிப்பு.

எங்கள் சந்திப்புக்கு முன்பாகவே நண்பர்கள் எம்.எஸ்.கண்ணன், பூவை எஸ். ஆறுமுகம், ரமணன் ஆகிய எழுத்தாளர்கள் விந்தனுக்கு சினிமா துறையின் உதவியாளர்களாகப் பணியாற்றினார்கள். திரு. விந்தன் அவர்களோடு இருந்த எல்லா நண்பர்களுமே அவர் கல்கி பத்திரிகையை விட்டது குறித்தும் சினிமாவை விட்டது குறித்தும் ஓரளவு கவலை கொண்டிருந்தனர். அவ்விதம் ஒரு சமூகக் கவலையின் விளைவாகவே பிறந்தான் மனிதன்.

'மனிதன்' ஒரு மாதப் பத்திரிகை. ஆசிரியர் விந்தன். பூவை எஸ்.ஆறுமுகம், ரமணன் இருவரும் உதவியாசிரியர்கள். தமிழ்ஒளியும், நானும் அவர் அரைச் சம்பளத்துக்கும், நான் சம்பளம் இல்லாமலும் பத்திரிகைக்கு எழுதுகிறவர்கள் என்ற முடிவில் பெரிய எதிர்பார்ப்புகளுடன் மனிதன் பத்திரிகை தொடங்கப்பட்டது.

திரு.விந்தன் என்னை "உங்கள் டெம்ப்ரமென்டுக்கு சினிமா உலகம் ஒத்துவராது. அந்தத் துறைக்கு நீங்கள் வரலாகாது" என்று எச்சரித்திருந்தார். ஆயினும், நான் பொழுதுபோக்காகக் கவிபுனையும் நேர்த்தியைக் கண்டு ரசித்து, என்னை சினிமாவுக்குப் பாட்டு எழுதுமாறு ஊக்கம் தந்தார் விந்தன். திரு.விந்தனுக்கும் எனக்கும் தஞ்சை ராமையாதாஸ் பாடல்கள் என்றால் அலர்ஜி. உடுமலை

நாராயணகவிக்கோ ஏக கிராக்கி. பட்டுக்கோட்டை கல்யாணசுந்தரம், கண்ணதாசன் ஆகியோர் பிரபலமாகாத காலம். எனவே, தஞ்சை ராமையாதாஸ் சினிமா உலகில் கொடிகட்டிப்பறந்து கொண்டிருந்தார். கொடி என்னவோ நைந்த பழங்கந்தலே. மருதகாசி, கவி.காமு.ஷெரீப் இருவரும் குறிப்பிட்ட சில தயாரிப்பாளர்களின் படங்களுக்கே பாடல்கள் எழுதுவார்கள். கம்பதாசனுக்கோ பம்பாயிலிருந்து இந்தியில் படம் வந்தால்தான் தமிழில் 'டப்பிங்' சான்ஸ் உண்டு.

இப்படியொரு சூழ்நிலையில் 'பாடலாசிரியராக திரு.விந்தன் அவர்கள் பெரும் பணியாற்ற முடியும்' என்று நானும் அவரைப்பற்றி நம்பியிருந்தேன். பல தமிழ்ப் படங்களில் அவரது பாடல்கள் வெளிவந்து பிரபலம் அடைந்துள்ளன.

ஓர் உத்வேகத்தில் அவருக்குப் பாடல் வரிகள் வந்து விழுந்துவிடும். தொடர்ந்து அந்தப் பாடலை உருவம் கொடுத்து முடிக்கமுடியாமல் அவர் தவிப்பார். இப்படியொரு நிலை, பாடல் எழுதும் அனுபவம் உள்ள பலருக்குப் பொதுவானதுதான். ஒரு சிறு கதையைச் செப்பனிட்டு உருவம் தருவதுபோல் ஓர் உத்வேகத்தில் தொடங்கிய பாடல் வரிகளை விடாமல் அதன் மூர்ச்சனையைத் தொடர்ந்து பிடித்து வெற்றிகரமாய் இழுத்து ஓர் உருவம் சமைத்தால் அது நல்ல பாடலாக அமைந்துவிடும். இந்த உதவியை நான் அவருக்குச் செய்து தருவதுண்டு. அப்போதுகூட என் பெயரால் ஒரு சினிமாவுக்குப் பாடல் எழுத வேண்டும் என்று நான் விரும்பியதே இல்லை.

9

*1953*ஆம் ஆண்டு ஒரு மழைக்காலத்தில் கோடம்பாக்கம் யுனைடெட் இந்தியா காலனியில் ஓர் அவுட் ஹவுஸில் குடியிருந்த சினிமா கதை வசனகர்த்தா ஏ.எல்.நாராயணன் அவர்களை நண்பர் தமிழ்ஒளி எனக்கு அறிமுகம் செய்துவைத்தார். அத்துடன் மட்டுமல்லாது, தமிழிலக்கிய ரசனையும் நண்பர்களிடம் நான் மதிப்பும் பிறர் திறமையைப் பாராட்டுகிற பண்புமுடைய ஏ.எல்.நாராயணனிடம் நான் உதவியாளராய் பணியாற்றலாம் என்ற ஒரு யோசனையும் தெரிவித்தார் தமிழ்ஒளி. நானும் மகிழ்ச்சியோடு சம்மதித்தேன்.

சில ஆண்டுகளுக்கு முன்னர்தான் சினிமா உலகில் நுழைந்து அக்காலத்தில் பிரபலமாகியிருந்த நடிகர் டி.ஆர்.மகாலிங்கம் தயாரித்த ஓரிரு படங்களில் கருணாநிதி ஸ்டைலில், ஆனால் தி.மு.க இயக்கத்துக்கு

முற்றிலும் எதிரான கருத்துகளுடன் (a parody on DMK style of writing) அவர் வசனங்கள் எழுதியிருந்ததை நான் ரசித்து இருந்தேன்.

ஒரே சமயத்தில் வயிற்றுப் பாட்டுக்காகவும், லட்சியங்களை நிறைவேற்றிக்கொள்ளவும் போராடுகின்ற ஒரு புதிய களத்துக்குப் புகுமுகமாக, நான் ஏ.எல்.நாராயணனுக்கு அசிஸ்டென்டாக இருக்க சம்மதம் தெரிவித்தேன். ஆனால் அந்தச் சந்தர்ப்பத்தில் ஏ.எல். நாராயணன் முற்றிலும் பொருளாதார நெருக்கடியில் சிக்கியிருந்தார்.

சன்ரைஸ் புரொடக்ஷன்ஸ் என்ற பெயரில் ஒரு சினிமா கம்பெனி. அவர்கள் ஆரம்பித்த படத்தின் பெயர் 'கண்ணின் மணிகள்' புதுமுகம் 'சுந்தர்' என்பவர் கதாநாயகன். 'பத்மினி' கதாநாயகி. கண்ணிழந்த மனிதர்களைப் பற்றிய, கண்தானம் செய்வது குறித்த ஒரு மனிதாபிமானக் கதை அது. அந்தக் கதைக்கு வசனம் எழுத உதவியாளனாக இருப்பதில் எனக்கு விசேஷமான ஒரு சந்தோஷம் கூட ஏற்பட்டது.

கதையில் வரும் ஒரு முக்கியமான சம்பவத்தைக் கொடுத்து வசனங்களோடு ஒரு காட்சியை அமைக்கும் பணியை முதல் நாள் ஏ.எல்.நாராயணன் எனக்குத் தந்தார். அது ஒரு நல்ல காட்சி.

கதாநாயகனுக்கு முகத்தில் ஒருபக்கம் கோரமான கரிய தழும்பு உண்டு. அதுகுறித்து அவனுக்குத் தாழ்வுணர்ச்சியும் உண்டு. கல்யாணமான இரவில் கதாநாயகனும் கதாநாயகியும் அந்தக்குறை குறித்து சம்பாஷணையில் ஈடுபடுகிறார்கள். அவள் அவனுக்கு சமாதானம் கூறி கறையுள்ள முழு நிலாவைக் காட்டுகிறாள் என்கிற விதமாய் அந்தக் காட்சியை ஷாட் விவரங்களோடு எழுதித் தந்தேன். நாராயணன் என்னை வானளாவ புகழ்ந்து பாராட்டினார்.

மறுநாள், முதன்முறையாக என்னையும் உடன் அழைத்துக் கொண்டு அந்த சினிமா கம்பெனிக்குப் போனார் ஏ.எல்.நாராயணன்.

வாழ்க்கையில் முதன்முறையாக அப்படியொரு சூழ்நிலையை நான் ஒரு விசித்திரமான உணர்ச்சியோடு அனுபவித்தேன். தயாரிப்பாளரோ, பணம் முதலீடு செய்கிறவரோ இருந்த ஒரு தனி அறைக்கு நாங்கள் அழைத்துச் செல்லப்பட்டோம். பொதுவாக சினிமாக் கம்பெனிகளில் ஜால்ராக்களும், கூஜாக்களும் அதிகம்தான். அவர்களின் ஆர்ப்பாட்டங்களில் எப்போதும் அபசுருதி நிறைந்திருக்கும். அவர்களது ரசனையோ 'மெலோ டிராமடிக்காக' இருக்கும். பொருளொன்றும் இல்லாத உதவாக்கரை உளறல்களில் கூட அவர்கள் பொன்மொழிகள் கண்டு புகழ்ந்து குதிப்பார்கள். அவற்றை உதிர்ப்பவன் அங்கொரு முக்கியமான புள்ளியாய் இருப்பது மட்டுமே அவசியம். 'எல்லாமே ஒரு நம்பிக்கையினாலும் பெரிய எதிர்ப் பார்ப்புகளினாலும் ஏற்படுவது அல்லாமல் இச்சகம் அன்று' என்றுதான் முதலில் நான் எண்ணினேன்.

ஒரு முக்கியப் புள்ளியின் அறைக்குப் போனோம் அல்லவா? அங்கொரு மேஜையின் முன்னால் விசிட்டர்கள் வந்து அமர்வதற்காக மூன்று நாற்காலிகளும், மேஜைக்குப் பின்னால் அந்த முக்கியப் புள்ளி அமர்வதற்கான ஆசனமும் இடப்பட்டிருந்தன. அந்த முக்கியப் புள்ளிக்கு எதிரான மூன்று நாற்காலிகளில் நடுவில் ஏ.எல்.நாராயணனும் வலப்புறத்தில் நானும் இடப்புறத்தில் எங்களோடு வந்த ஒரு ‘கூஜா’வும் அமர்ந்தோம்.

ஆபீஸ் பையன் எங்களுக்கெல்லாம் காபி கொண்டு வந்து தந்தான். எங்களை உபசரித்ததிலிருந்து அந்த முக்கியப் புள்ளிக்கு தமிழ் தெரியாது என்பதை அறிந்துகொண்டேன். ஆனால், அறிவாளிகளையும், திறமையுடையவர்களையும் அறிந்துகொள்கிற அனுபவமும் மரியாதைப் பண்புகளும் அவரிடம் நிறைந்திருந்தன. அவரது பெயரை நான் அப்போதும் அறிந்துகொள்ளவில்லை. இப்போதும் எனக்கு ஞாபகமில்லை.

அந்த முக்கியப்புள்ளி ஏ.எல்.நாராயணனுக்கு சிகரெட் எடுத்துக் கொள்ளுமாறு offer பண்ணினார். எங்களுடன் வந்திருந்த ஜால்ராவிடம் நீட்டியபோது அவன் குழைந்து நெளிந்து வேண்டாம் என்று மறுத்தான். அவர் என்னிடம் நீட்டியபோது நான் அவருக்கு ‘தாங்க்ஸ்’ சொல்லிவிட்டு வழக்கமாக நான் குடிக்கும் சிகரெட்டை எனது பாக்கெட்டிலிருந்து எடுத்து நான் புகைத்தேன்.

எப்போதும் எங்களுக்கு ஜால்ரா தட்டுகிற அந்த கூஜாவின் முகத்தில் ஏனோ எள்ளும்கொள்ளும் வெடித்தது. விஷயத்தை ஒருமாதிரியாக நான் யூகித்துக்கொண்டு அதனை அங்கே பொருட்படுத்தாது விட்டுவிட்டேன். கூஜாவுக்கு என்மீது கோபம் வந்ததற்கான காரணம் இதுதான்.

பொதுவாக எப்போதுமே, சிறு வயது முதற்கொண்டே நான் பேண்ட் அணிந்து பழகியவன். வீட்டிலிருக்கும்போதுகூட அணிந்து கொள்வது லுங்கிதான். வேஷ்டி கட்டுவது எவ்வளவோ முயன்றும் எனக்கு ஒத்துவரவில்லை. பேண்ட் அணிபவர்கள் நாற்காலியில் உட்காரும்போது முழங்கால்களைச் சேர்த்து வைத்துக்கொண்டோ பரப்பிக்கொண்டோ உட்கார்ந்தால் அசிங்கமாக இருக்கும். கால்மீது கால்போட்டு உட்கார்ந்தால்தான் கம்பீரமாகவும் அழகாயும் இருக்கும். இது எனது அபிப்பிராயம். அப்படி உட்காருவதுதான் என் வழக்கம். மேலும் நான் இந்த தேசத்தின், மேலான மரியாதைக்குரிய பல உன்னதமான மனிதர்களோடு கம்யூனிஸ்ட் கட்சியில் சமத்துவமாகப் பழகி வளர்ந்தவன்.

எங்கள் அகராதியில் மரியாதை என்பதற்கு எழுந்து நிற்பது, சிகரெட்டை மறைத்துக்கொள்வது என்ற அர்த்தங்களே கிடையாது.

ஓர் அடிமையின் மரியாதைப் பண்புகளை நான் எப்போதுமே அறியாதவன்.

முன்னுக்கு வரவேண்டிய இளைஞனான எனக்கு இந்தச் சினிமா உலகத்தில் பழகத் தெரியவில்லை என்பது என்னைப்பற்றி கூஜா நண்பரின் விமர்சனம். அந்த சினிமாக் கம்பெனியிலிருந்து காரில் வருகிறபோது அந்த நண்பர் இந்த விமர்சனத்தை என்னிடமே தெரிவித்தபோது நான் அவரது செவுளில் எட்டி அறைய நேர்ந்தது.

நண்பர் விந்தன் சொன்னாரல்லவா? உங்களுக்கு இந்த சினிமா உலகம் ஒத்து வராது என்று. அதை நினைத்துக் கொண்டேன். அந்த நிகழ்ச்சிக்குப்பின் சினிமாத் துறையில் ஆகட்டும், வேறு எந்தத் துறையில் ஆகட்டும். ஓர் அசிஸ்ட்டெண்டாகப் பணியாற்றுகிற எண்ணத்தைக் கைகழுவினேன். ஆயினும் நானும் ஏ.எல்.நாராயணனும் ஒருவருக்கொருவர் மிகுந்த மரியாதையோடும் அன்போடும் நண்பர்களாகவே எப்போதும் பழகி வந்தோம்.

தமிழ்ஒளியின் மூலம் அறிமுகமான பல அரிய நண்பர்களில் திரு.ஏ.எல்.நாராயணனும் ஒருவர்.

10

வயது கிட்டத்தட்ட 20 ஆகிறது. வாழ்க்கையில் ஒரு பிடிப்பும் ஏற்படவில்லை. ஏற்படுத்திக்கொள்ள வேண்டும் என்ற எண்ணமும் இல்லை. எவருக்கும் பணிந்துபோகிற இயல்பும் இல்லை. ஏன், சாதாரண மனிதர்களோடும் சரி, உறவினர்களோடும் சரி, பெற்றோர்களோடும் சரி, முற்றும் இணக்கம் இல்லை. எனவே கட்சிக்கு, நண்பர்களுக்கு, குடும்பத்துக்கும், உறவினர்க்கு, பெற்றோர்க்குப் பிரச்சனை தருகிற பிறவியாய் நான் இருந்தேன்.

இயற்கையில் ஒரு மிருகத்துக்குச் சமமான முரடன் நான். எனது குணங்களும், எண்ணங்களும் ஒரு தேவனுக்கே உரிய அளவு என்னுள் உயர்ந்து நின்றன. எந்த அளவுக்குப் பிறர் பார்வையில் நான் முரடனாகத் தோற்றமளித்தேனோ அந்த அளவுக்கு என்னுள் மிக உத்தமமான பிறவியாய்ப் பெருமிதத்தோடு நான் வாழத் தொடங்கிய காலமும் அதுவே.

அதெல்லாம் சரிதான் தம்பி! உனக்கு மீசை முளைக்கத் தொடங்கி விட்டதே. உன்னை நம்பி, கணவனையே விரோதித்துக்கொண்டு 8வது குழந்தையுடன் பிறந்த வீட்டுக்கு வந்து உடன்பிறந்தாரின்

தயவிலே வாழும் உன் தாயையும், சகோதரி, சகோதரர்களையும் அவர்களுக்குப் பாரமாக ஒப்படைத்துவிட்டு, லோகத்தையே புரட்டுகிற லட்சியங்களை எல்லாம் புலம்புவதால் என்ன பயன்? என்று என்னை எவரும் கேளாது உறுத்திய கேள்விகள் என்னுள் எதிரொலித்துக் கொண்டும் இருந்தன.

எனது அன்பிற்குரிய மாமா ஒருவர் அவருக்கு ஆண் குழந்தைகள் கிடையாது. அதற்குமேல் இவன் முரடனானாலும் உண்மை பேசுகிறவன். இளம்வயதிலேயே மிகுந்த புத்திக்கூர்மை உடையவன்... என்றெல்லாம் அறிந்த உணர்வினால் ஏற்பட்ட அன்பு அவருக்கு என்மீது நிறைய உண்டு. ஆரம்பத்தில் அவரிடம் அடைக்கலமாய்ச் சென்றபோது என்னை தனது மகனைப்போல் அன்பு காட்டி "உன்னை பெரிய பள்ளிக்கூடத்தில் சேர்த்துப் படிக்க வைக்கிறேன். உனக்கு நன்றாக படிப்பு வரும். சில வருஷங்கள் பள்ளிக்கூடக் கட்டுப்பாடுகளுக்கு அடங்கியிருந்து படிப்பேன் என்று உறுதிமொழி மட்டும் உன்னிடமிருந்து வரவேண்டும்." என்று என்னிடம் கேட்டார். 'முடியாது' என்று நான் ஒரே வார்த்தையில் பதில் கூறிவிட்டேன். அந்த நேர்மையான வார்த்தைக்காக அவர் என்னைப் பாராட்டினார்.

'சரி, உன் எதிர்காலத்தைப் பற்றி நீ என்னதான் யோசிக்கிறாய்?' என்று அவர் என்னிடம் பிறிதொரு சமயம் கேட்டபோது, ஏற்கனவே எனது நண்பரும் ஆசான்களில் ஒருவருமான தோழர் எஸ்.ராமகிருஷ்ணன் (இப்போது டாக்டர் எஸ்.ராமகிருஷ்ணன், மதுரை) எனக்குச் சொல்லிக் கொடுத்திருந்த வாசகத்தை கிளிப்பிள்ளை மாதிரி திருப்பிச் சொன்னேன். 'நான் ஒரு எழுத்தாளன்'.

"கொஞ்ச நாட்களுக்கு எனக்காக நீங்கள் சில சிரமங்களை ஏற்றுக்கொள்ளத்தான் வேண்டும். பிறகு பாருங்கள்" என்றெல்லாம் எனக்குச் சொல்லத் தெரியவில்லை. சொல்லுகிற சூழ்நிலையும் இல்லை.

எனவே, ஏதோ கலை இலக்கியத்தில் நம்பிக்கைகொண்ட இவனை ஏன், அந்த வழியிலேயே திருப்பிவிடலாகாது என்று அந்த மாமா நினைத்திருப்பார் போலும்.

ஒருநாள், என்னை வெகுநேரம் உற்றுப் பார்த்துவிட்டு அவர் சொன்னார்; "என்னிடம் மட்டும் நிறைய பணமிருக்குமானால் உன்னையே ஹீரோவாகப் போட்டு ஒரு சினிமா படம் எடுக்கலாம். இப்போது மட்டும் என்ன? நீ விரும்பினால் 'கண்டேன் கண்டேன்' என்று உன்னை அழைத்துக்கொண்டு போக எவ்வளவோ சினிமாக்காரர்கள் இருப்பார்கள்."

"தமிழ்ப்படத் தயாரிப்பாளர்கள் எல்லாம் எனது மாமாக்களாக இருக்க வேண்டும்" என்று சிரித்தேன்.

அவர் ஒன்றும் விளையாட்டாக அந்த யோசனையைச் சொல்லவில்லை என்று பின்னால் தெரிந்தது.

அப்போது நரசு ஸ்டுடியோவில் ஒரு படத்துக்குப் புதுமுகங்களைத் தேடுவதாக ஒரு சேதி, எப்படியோ என் மாமாவின் காதில் விழுந்திருக்கிறது. நரசு ஸ்டுடியோவில் காமிரா மேனாகப் பணியாற்றிக்கொண்டிருந்த திரு.மஸ்தான் அவர்களிடம், எனக்குத் தமிழ் ஆசிரியராக இருந்த வித்துவான் ப.சொக்கலிங்கம் அவர் ஒருநாள் என்னைப் பார்த்து ஒரு நடிகனுக்குரிய லட்சணங்கள் இருப்பதாகத் திருப்தி தெரிவித்து "நடிப்புத் துறையில் முன் அனுபவம் உண்டா?" என்று கேட்டார். "இனிமேல்தான் பழகிக்கொள்ள வேண்டும்" என்றேன்.

"முதலில் உனக்கு விருப்பம் உண்டா என்று சொல்" என்று அவரை எதிரில் வைத்துக்கொண்டே என்னைக் கேட்டார். சிபாரிசு செய்ய வந்த எனது ஆசிரியர் 'யோசித்து நாளைக்குச் சொல்கிறேன்' என்றேன்.

"நாளைக்குச் சொல்வதென்ன? விருப்பம் என்றால் நாளை காலை 10.00 மணிக்கு நரசு ஸ்டுடியோவுக்கு வந்து என்னைச் சந்தித்தால் மேக்கப் டெஸ்ட் பார்க்கலாம் என்றார் திரு.மஸ்தான்.

அப்போது எனது நண்பர் எம்.எஸ்.கண்ணன் நரசு ஸ்டுடியோவில் வசனகர்த்தாவாக பணியாற்றிக்கொண்டிருந்தார். மறுநாள் இருவரும் முதல் நாள் நடந்த இந்த நாடகத்தைப் பற்றி பேசிச் சிரித்தோம்.

நானோ, பிறரோ அல்லது இந்தப் பிரபஞ்சத்தில் வேறு எந்த சக்தியுமோ, மீண்டும் மாற்றமுடியாத சில தீர்மானங்களை நானே மேற்கொண்டு விடுவது உண்டு. அத்தகைய தீர்மானங்களுள் ஒன்று, முகத்தில் அரிதாரம் பூசி அரங்கேறி நடிப்பதில்லை என்பது.

இருக்க இடமும், உண்ண உணவும், எல்லாவற்றுக்கும் மேலாய் அன்பும் ஈந்து என்னை ஆதரிக்கிறவர்களின் யோசனைகளைக் கேட்டு நடவாமல், அவர்கள் தருகின்ற அந்த வாழ்க்கை உதவிகளை மட்டும் பெற்றுக்கொண்டிருந்த நிலைமை ஓர் ஆத்ம சீரழிவுபோல் நாள்தோறும் வதைத்தது. அதன் விளைவாக ஒருநாள் நான் மாமா வீட்டைவிட்டு வெளியேறலானேன்.

11

எந்த நேரத்தில் நான் என்னை ஓர் எழுத்தாளன் என்று வீட்டில் பிரகடனப்படுத்திக்கொண்டு வெளியேறினேனோ, அந்த நாள் தொடங்கி எனது உற்ற நண்பர்களாகவும் உறவினர்களைவிட நெருக்கம் நிறைந்த பந்துக்களாகவும் பல எழுத்தாள நண்பர்களே என்னைச் சூழ்ந்து இருந்தனர். அவர்களுள் இங்கு குறிப்பிடத்தக்கவர் திரு.வல்லிக்கண்ணன் ஆவார்.

கிருஷ்ணாம்பேட்டையில் மெயின் ரோட்டிலிருந்து ஒரு சந்தில் நுழைந்து, ஏழை எளிய முஸ்லிம்கள் வாழும் ஒரு பிரதேசத்தைக் கடந்து, கிராமத்து வயல்வெளிபோல் தோன்றும் ஒரு காய்கறித் தோட்டத்தை அடுத்து ஆசிரமம்போல் அமைந்த ஓர் அழகான குடிசையில் அக்காலத்தில் வாழ்ந்து வந்தார்கள் வல்லிக்கண்ணன் சகோதரர்கள். அவரும், அவரது அண்ணன் கோமதிநாயகமும் பிரம்மச்சரிய வாழ்க்கையை நடத்தி வந்தனர். அங்கே அப்போதே அவர்களுக்கு வயது 40. நான் சந்தித்த எழுத்தாளர்களிலேயே மிகவும் சுயமரியாதையுடைய எழுத்தாளர் திரு.வல்லிக்கண்ணன், இலக்கியத்துக்கு வாழ்க்கைப்பட்டதால் பிரம்மச்சாரியாகவே வாழ்ந்து வருகிறார். இன்னமும் நம்மிடையே ஜீவியவந்தராக இருக்கும் இவரைத் தமிழகக் கலை, இலக்கியத்துறை கண்டுகொள்ளாதிருப்பது ஒரு கபோதித்தனமே வல்லிக்கண்ணன் போன்ற அறிஞர்கள் புதிதாக ஒன்றும் எழுதக்கூட வேண்டாம். எழுதவந்த நாள்தொட்டு, தமிழ்க்கலை இலக்கிய உலகம் சம்பந்தப்பட்ட தமது அனுபவங்களை எழுதினால் புதிய தமிழிலக்கிய சரித்திரத்தை அல்லது அதன் தலை எழுத்தைத் தமிழர்கள் நன்கு புரிந்துகொள்ள உதவமுடியும்.

அந்தச் சின்னஞ்சிறு குடிசையில் ஒரு தகரப்பெட்டியும், ஒரு தலையணை சுருட்டிய ஜமுக்காளப் படுக்கையுமாய் நான் குடியேறப் புகும்போது நண்பர் வல்லிக்கண்ணன் பெருத்த குரலில் சிரித்து ஆர்ப்பாட்டமாய் எனக்குத் தந்த வரவேற்பு இருக்கிறதே, அவ்விதமான மனம் திறந்து ஓர் இனிய வரவேற்பை நான் வாழ்க்கையில் அரிய சந்தர்ப்பங்களில்தான் பெற்றிருக்கிறேன்.

அந்தக் குடிசையில்தான் ஷேக்ஸ்பியரின் எல்லாப் படைப்புகளையும், இப்ஸன் முதல் டென்னஸி வில்லியம்ஸ் வரை வளர்ந்துள்ள உலக நாடக இலக்கிய வடிவங்களையும் நான் பரிச்சயம் செய்துகொண்டேன்.

எனது ஆங்கில அறிவு இன்றும் குறையுடையதே. எனது நாட்டம் ஆங்கில மொழியறிவை வளப்படுத்திக்கொள்வதன்று. ஆங்கில இலக்கியப் போக்குகளை அறிந்துகொள்வதே ஆகும் என்பதால்

திரு.வல்லிக்கண்ணன் சகோதரர்கள் பிறமொழி இலக்கியங்களை எனக்குப் பயில்வித்த ஆசிரியர்கள்போல் திகழ்ந்தனர்.

இந்த ஆசிரமத்துக்குத் தமிழகத்தின் எல்லா தலைசிறந்த எழுத்தாளர்களும் வருவார்கள். வருபவர்களை எல்லாம் இன்முகத்தோடு வரவேற்கும் பண்புடைய வல்லிக்கண்ணன் சகோதரர்கள், இந்த எழுத்தாளர்கள் இந்த இந்த வகையைச் சேர்ந்தவர்கள் என்று கணிப்பதில் தவறு செய்ததில்லை. எழுத்தாளர்கள் பலரை நான் அறிமுகம் செய்துகொண்டது அங்குதான்.

சினிமாக் கம்பெனியில் வேலை செய்யத்தான் போகக்கூடாது. நாம் எழுதுகிற கதை எதையேனும் அவர்கள் வாங்கினால் அதில் நமக்கு ஆட்சேபணை உண்டா? என்பது குறித்து நண்பர்களின் அபிப்பிராயத்தை நான் ஒருமுறை கேட்டேன். சினிமாவுக்குக் கதை தருகிற வசனம் எழுதுகிற அழைப்புகளுக்கு இணங்கிச் சென்று திரும்பி வந்த அனுபவங்கள் நண்பர்களுக்கு உண்டா? என்று அறிவதே எனது நோக்கம். அம்மாதிரியான மாயைகள் குறித்து வல்லிக்கண்ணன் சகோதரர்கள் மிகத் தெளிவுடன் இருந்தனர். 'நமது கதையெல்லாம் அவர்களுக்குத் தேவைப்படாது. அவர்களின் புத்தியே விசித்திரமானது. அவர்களின் கதையே அவலமானது', என்றெல்லாம் வல்லிக்கண்ணன் பல சமயங்களில் எனக்கு விளக்கி இருக்கிறார். சினிமா உலகில் சாதனைகள் புரிந்த இளங்கோவன் ஒரு விதிவிலக்கு, அவரே இக்காலத்தில் சிரமப்படத் தொடங்கிவிட்டார். சினிமாக்காரர்களால் அவர் வஞ்சிக்கப்பட்டு வாழ்க்கைச் சிரமத்தில் அவதியுறுகிறார் என்றெல்லாம் அவர்கள் மூலம் அறிந்தேன்.

ஒரு காலத்தில், மிகப் பிரபலமாயிருந்த நடிகர்களுக்கு இணையாக என்னைக் கவர்ந்திருந்த திரையுலக எழுத்தாளர் இளங்கோவன் ஆவார்.

யாரையேனும் நானே சென்று சந்திக்க விரும்பி, அதற்கான சந்தர்ப்பத்தை எதிர்நோக்கிக் காத்திருந்தது உண்டு என்றால் அது இளங்கோவன் என்னும் ஒரு சினிமா எழுத்தாளரைத்தான்.

இளங்கோவனுடைய சினிமா வசனங்களைத் தவிர 'சாவே வா' என்னும் ஒரு தொடர் கட்டுரையின் பகுதியை நான் ஏற்கனவே படித்திருந்தேன்.

இவர் எழுதிய அம்பிகாபதி, கண்ணகி, மகாமாயா, அசோக்குமார் போன்ற படங்களின் வசனங்கள் இலக்கியத்தன்மை கொண்டிருந்ததே அத்தகைய எனது ஆர்வத்துக்குக் காரணம்.

காலஞ்சென்ற புதுமைப்பித்தன் எழுத்துகளில் ஓர் அதீத மயக்கமிருந்த காலத்தில் அவரோடு சக ஆசிரியராய் தினமணியில் பணியாற்றிய இளங்கோவனையாவது பரிச்சயம் செய்துகொள்ள வேண்டும் என்றும் ஓர் எண்ணம்.

இளங்கோவன் பத்திரிகைத் துறையிலிருந்து சினிமா உலகுக்குப் போய், படைப்பு என்றால் முதல்மரியாதை பேனா பிடித்தவனுக்குத்தான் என்று, புகழ் கிரீடம் தரித்து சினிமாத் துறையில் வாழ்ந்தவர். இளங்கோவனின் அந்தப் புகழைப் பார்த்து அவரைவிடவும் படைப்புத் திறனும் இலக்கிய மேதைமையும் உடைய புதுமைப்பித்தன், தாம் அவரைப்போலவும், அவரைவிடவும் அதிகம் சாதிக்கலாமென்ற நம்பிக்கையில் சினிமா உலகில் பிரவேசித்து சீர்கெட்டு அழிந்தார் என்பது எனக்குக் கிடைத்த முதல் எச்சரிக்கை.

1953ஆம் ஆண்டில் என்னோடு மிக நெருக்கமாக நட்புக்கொண்ட இன்னொருவர் எம்.எஸ்.கண்ணன் போர்ட்டர் கந்தன் போன்ற படங்களுக்குத் திரைக்கதை வசனம் எழுதியவர். ஜூபிடரில் பக்ஷிராஜாவில், மாடர்ன் தியேட்டரில், நரசு ஸ்டுடியோவில், பிரசாத் புரடக்ஷன்ஸில் தொடர்ந்து பணியாற்றிக்கொண்டு வந்த வருகிற பழைய எழுத்தாளர்களில் எம்.எஸ்.கே. ஒருவர்.

எனினும் சில வயது மூத்தவரான எம்.எஸ்.கண்ணனுக்கு சினிமா உலகம் மாமியார் வீடுமாதிரி. அவர்பால் சினிமா உலகத்துக்கு மரியாதையும் உண்டு, பயமும் உண்டு. ஆங்கிலப் புலமையும், தமிழ் வலிமையும் அவரிடம் உண்டு. எனினும் அங்கதம் (satire) நகைச்சுவை இரண்டுமே அவரது தனிச்சிறப்பு.

அவரது பேனாவைவிட நான்கு மிகவும் கூர்மையானது. எம்.எஸ்.கண்ணன் என்னும் சினிமா வசனகர்த்தாவின் பலமும் பலவீனமும் அவரது நாவன்மையே ஆகும். நகைச்சுவை ஒன்றைக் கருதி எவ்வளவு பெரிய மனிதனையும் இடறவைத்து அதனால் அவரும் நஷ்டங்களையும் ஆனந்தமாய் அனுபவிப்பவர் அவர். பிரபல நடிகர்களும் பெரிய மனுஷ வேஷம் போடுகிற எழுத்தாளர்களும் எம்.எஸ்.கண்ணன் வருகிறார் என்றால் எழுந்துபோக வழி பார்ப்பார்கள்.

அந்த எம்.எஸ்.கண்ணனின் மிக மரியாதைக்குரிய ஆசானாய், நண்பராய், தோழராய், திகழ்ந்தவர் இளங்கோவன். அந்த விஷயம் எனக்குத் தெரிந்த அன்றே எம்.எஸ்.கே.யுடன் இளங்கோவனைப் போய் சந்திப்பது என முடிவு செய்தேன்.

நுங்கம்பாக்கத்தில் ரூபவாணி பிலிம்ஸ் என்றொரு சினிமாக் கம்பெனி, கதை, வசனகர்த்தாவான இளங்கோவன் அதில் ஒரு பாகஸ்தர். படம், நடிகர்கள் எல்லாம் யார் யாரோ. அந்தக் கம்பெனியின் படத் தயாரிப்புச் சமயம் ஒருநாள் காலை இளங்கோவனைப் போய்ச் சந்தித்தோம். அதில் எனக்கேற்பட்ட அதிசயம் என்னவென்றால், நான் மிகவும் ஆவலாய் சந்திக்கவிருந்த அந்தப் பெரிய மனிதர் இளங்கோவன், என்னை ஏற்கனவே அறிந்து அவரும் என்னைச் சந்திக்க வேண்டும் என்று எண்ணியிருந்ததுதான்.

ஆனால், அவர் என்னை அதற்குமுன்பே எவ்விதம் அறிந்திருந்தார் என்பதற்குக் கூறிய நிகழ்ச்சி எனக்கு அதிகம் மகிழ்ச்சியைத் தருவதாயில்லை.

அந்த நிகழ்ச்சி...

12

அக்காலத்தில் சில எழுத்தாளர்கள்மீது எனக்கு இருந்த அளவுக்கு மீறிய கோபத்தையும், கொதிப்பையும் எண்ணினால் (இப்போதும் கூட சில சமயங்களில் அந்தக் கோபத்தை நியாயப்படுத்தும் விதமாக நான் நடந்துகொண்டபோதிலும்) பிறிதொரு சமயத்தில் எனக்கு வருத்தம் கலந்த சிரிப்பு வருவது உண்டு.

உதாரணமாக, அக்காலத்திலும் இக்காலம் போலவே புற்றீசல்கள் மாதிரி நிறைய எழுத்தாளர்கள் தமிழகத்தில் பெருகத் தொடங்கியிருந்தனர். இது ஒரு வரவேற்கத்தக்க அம்சம் என்று கணித்தவர்கள் அநேகமாய் எழுத்தாளர்களாக இல்லாமல், பத்திரிகைக்காரர்களாய், காகிதத்தை அச்சாக்கிக் காசாக்குகிற பேர்வழிகளாகவே இருந்தனர்.

'நூறு மலர்கள் பூக்கட்டும்' என்றே மாசேதுங் தத்துவத்தைக் குருட்டாம்போக்கில் ஏற்றுக்கொண்ட சில அரசியல் தீவிரங்களும், இலக்கியத்துக்கும் அழகிய உணர்ச்சிக்கும் மானுடப் பண்புக்கும் சற்றேனும் பொருந்தி வராத விகாரங்களை, மனித வக்கரிப்புகளை ஓர் அரைகுறை ஆங்கில அறிவோடு மாரீசம் பண்ணிய சீர்திருத்த, புரட்சிகர, புதுமை, முற்போக்கு வேடங்களிட்ட பிழைப்பு, இலக்கியங்களும் பெருக ஆரம்பித்த காலமும் அதுவே. பத்திரிகைக் கடைகளில், பஸ் ஸ்டாண்டு ஸ்டால்களில் பார்ப்போர் கைகளில் அந்தக் குப்பை இலக்கியங்கள் கொலுவிருப்பதை சகிக்க முடியாமல் நானும் சில நண்பர்களும் வயிறு எரிந்து நின்றோம். எங்கள் குமுறல்களை அப்போது எப்படி நாங்கள் வெளிப்படுத்திக் கொள்வோம் என்பதை எண்ணிப் பார்க்கிறேன்.

நண்பர்கள் தமிழ்ஒளி, எம்.எஸ்.கண்ணன், நான் மூவரும் ஓர் அழுக்குப் பிடித்த, சூளைப் பகுதி ஒண்டுக் குடித்தனத்தில் புகைபடிந்த இருட்டுப் போர்ஷனில் உட்கார்ந்துகொண்டு பக்கத்து வீடும் சேர்ந்து அதிர்கிற மாதிரி இலக்கிய விவாதம் செய்வோம். நண்பர் தமிழ்ஒளி சரளமாக கெட்ட வார்த்தைகள் பேசுவார். அதுவும் கோபத்தில் தென்னாற்காடு ஜில்லா பாமரக் கிழவனுக்கு இணையாக அவர்

பேசுகிற அந்தக் கெட்ட வார்த்தைகள்கூட கவிநயம் பொருந்திச் சீறிவரும்.

"வழியில் எவனோ ஒரு சொறிபிடித்த எழுத்தாளன். அவன் எழுதிய இந்தப் புத்தகத்தை என் தலையில் கட்டினான்" என்ற அறிமுகத்தோடு ஒரு புத்தகத்தைக் கொண்டுவந்து வீசி எறிவார். அதை எல்லாருக்கும் ஒரு சுற்று நோட்டம் பார்ப்பதற்குத் தருவார். நாம் அதைப்படிக்க ஆரம்பிப்பதற்கு முன்னாலேயே சரமாரியான வசவுகள் அந்தப் புத்தகத்துக்கு உரியவன் மீது சொரியும். இடையே பல பக்கங்களில் அந்த எழுத்தாளனின் மடத்தனத்தை பேடித்தனத்தை, இன்னும், எழுதமுடியாத பல 'தனங்களை' எடுத்துக் காட்டுவதற்காக ஏற்கனவே அடிக்கோடிட்ட வரிகளைப் பற்களைக் கடித்துக்கொண்டு குரோதம் கொப்பளிக்கும் குரலில் மறுபடியும் இழித்தும் பழித்தும் படித்துக் காட்டுவார். 'அய்யோ, அய்யோ' என்று அலறித் தானே தன் தலையில் குட்டிக் கொள்வார்; புஸ்தகத்தின்மீது காறித் துப்புவார்; தரையில் போட்டுக் காலில் மிதித்துத் தேய்ப்பார். புதிதாக யாராவது பார்த்தால் இவருக்குப் பைத்தியம் என்று நினைக்கும் அளவுக்கு அவரது செயல்கள் அப்போது விபரீதமாகவும், விநோதமாகவும் இருக்கும். நான் அவ்விதம் நினைக்காததற்குக் காரணம் எனக்கும் அத்தகைய கோபங்கள் குரோதங்கள் இருந்ததே ஆகும்.

இது மாதிரிக் கோபத்தை உண்டாக்கும் எழுத்தாளர்கள் குறித்து நண்பர் தமிழ்ஒளி ஒரு வெண்பா எழுதியிருந்தது இன்னும் என் நினைவில் இருக்கிறது.

சிக்குப்பிடித்து சிரங்கு சொறிகோல் பிடித்து நக்குப் பொறுக்கிகளாய் நாறுகிறார் கொக்கரக்'கோ' வென்று கூவி நிதம் கோழிப் பருக்கைக்கும் 'தா' வென்று தாவுகிறார்.

'இதுமாதிரியான வசை வெண்பாக்களை பொழுதுபோக்காக இரட்டைப் புலவர்கள்போல் நானும் தமிழ்ஒளியும் சேர்ந்து நாள் முழுதும் பாடிப் பொழுது கழிப்பதும் உண்டு. அது ஒரு தமிழ் உல்லாசம். தமிழ்ஒளியோடு இருந்த நட்பினால் அவரிடம் இருந்த சில குணங்களோடு அக்காலத்தில் நான் இரவலாகப் பெற்றிருந்தேன் போலும். அதன் விளைவாய் அவரைவிடவும் நான் ஒருபடி மேலேபோய் அப்படிபட்ட அசிங்கம் பிடித்த எழுத்தாளர்களை எங்கேயேனும் சந்திக்க நேர்ந்தால் ஏதாவது வம்பு செய்துவிடுவேன். அப்படிபட்ட வம்புகளை உருவாக்குவதில் எம்.எஸ்.கண்ணன் ஒரு நிபுணன். வம்பு வந்த பிறகு வஸ்தாதுத்தனம் காட்டுவது எனது வேலை. அநேகமாய் இப்படிப்பட்ட எழுத்தாளர்களைத் தேடிப்போய் உதைப்பதும் உண்டு. இப்போது இங்கு இதை எழுதும் பொழுது மிகுந்த தாழ்வுணர்ச்சியோடு மனம் வெட்கியே எழுதுகிறேன். அக்காலத்திய எனது நடத்தை, அந்தச் செயல், தர்மமன்று; எவர் செய்திருந்தபோதிலும் இன்னொருவர்

பின்பற்ற தகாதது என்றெல்லாம் உணர்த்துவதுதான் இங்கே அவற்றைக் குறிப்பிடுவதன் நோக்கம் ஆகும்.

பாண்டி பஜாரில் ஒருநாள் மத்தியானம் இப்படிப்பட்ட எழுத்தாளர் ஒருவர் என்னிடமும் எம்.எஸ்.கண்ணனிடமும் சிக்கிக் கொண்டார். அதற்குச் சில தினங்களுக்குமுன்பு அவர் எழுதிய சினிமா பாடல் ஒன்றை நண்பர்கள் மத்தியில், முன்னர் குறிப்பிட்ட விதமாக பிய்த்து உதறியிருந்தோம்.

அந்தப் பாடலின் வரிகளைச் சொல்லி அதை எழுதிய ஆள், அதோ நிற்கிறான் பார் என்று அடையாளம் காட்டினார் எம்.எஸ்.கண்ணன். அந்தப் பாடல் ஆசிரியரை ஏற்கனவே அவருக்குத் தெரியுமாம். நாங்கள் இருவரும் சேர்ந்து அந்தப் பாடலாசிரியரை அழைத்துக் கொண்டுபோய் காபி வாங்கிக் கொடுத்தோம். பில் அவர்தான் கொடுத்தார். பின்னர் வெளியே வந்ததும் ஜன நடமாட்டம் இல்லாத ராஜகுமாரி தியேட்டருக்குப் பின்னால் இருக்கிற சந்துக்கு அந்த ஆளைக் கொணர்ந்தோம். அங்கு வந்தபிறகு எம்.எஸ்.கண்ணன் அந்தப் பாடல் ஆசிரியர் எழுதிய பாடல் வரிகளைச் சொல்லி அதை எழுதிய... (ஒரு கெட்ட வார்த்தை அடை மொழியுடன்) இவன்தான் என்றதும் நான் (அவரது பாடலின் வரிகளைச் சொல்லி!) "அப்படியானால்(இன்னொரு கெட்ட வார்த்தையைச் சொல்லி) அதுவாடா?" என்று கேட்டேன். அவ்வளவுதான் அந்த ஆள் ரொம்பவும் மிரண்டு போனார்.

"குட்டுதற்கோர் பிள்ளைப் பாண்டியன் இங்கில்லை. குரும்பி அளவாக் காதைக் குடைந்து தோண்டி, எட்டின மட்டும் அறுப்பதற்கோர் வில்லி இல்லை. என்று நினைப்பாடா?" என்று கேட்டு எட்டிப் பிடித்த ஒரு பிடியில் பிடித்தார் மனிதர் ஓட்டம். 'விடாதே பிடி' என்று நானும் எம்.எஸ்.கே.யும் அவரை விரட்ட, அவர் ஓடிப்போய் தஞ்சம் புகுந்த இடம் கிருஷ்ணா பிக்சர்ஸ் அலுவலகம். அவரை விரட்டிக்கொண்டு ஓடிய நான் வாசற்படி வந்தவுடன் 'பிரேக்' அடித்ததுபோல் நின்றேன். மேற்கொண்டு உள்ளே நுழைய மனமில்லை. அந்த இடம் எல்லாவிதமான விவகாரங்களும் நடக்கும் ஒரு விடுதி என்று நான் ஏற்கனவே நண்பர் விந்தன் மூலம் அறிந்திருந்தேன். எனவே, மேற்கொண்டு உள்ளே செல்லாமல் திரும்பினேன்.

கிருஷ்ணா பிக்சர்ஸ் அதிபர் திரு.லேனா செட்டியார் ரொம்பப் பெரிய மனிதர். உதாரகுணம் படைத்தவர். உண்மையிலேயே சுயமரியாதை, தன்மானம் போன்ற விஷயங்களைப் பெரிதாகக் கருதாது, பல நடிக நடிகையர்களையும், கலைஞர்களையும் கலாவல்லிகளையும் போஷித்து உருவாக்கிய வள்ளல் அவர். அவரது செல்வாக்குப் புகமுடியாத கோட்டையோ, குடிசையோ கிடையாது எனலாம். நீதிபதிகள் என்ன, உயர்தர போலீஸ் அதிகாரிகள் என்ன, தலைசிறந்த சட்ட நிபுணர்கள் என்ன, பல பாங்குகளின் உயர் அதிகாரிகள் என்ன...

அநேகமாய் நகரத்தில் உள்ள ரிடையர்டு கனவான்களுக்கு இரவு விருந்து தருவதில் திரு.லேனாவுக்கு இணையான புள்ளி அக்காலத்தில் இன்னொருவர் இல்லை. அவரோடு பழகி இவற்றையெல்லாம் அறிய வாய்ப்பு நேர்ந்த சந்தர்ப்பத்தில் அவர் மிகவும் மாறிப் போயிருந்தார்.

சினிமா உலகில் எல்லாத் தரப்பினாலும் அன்போடு 'லேனா' என்று அழைக்கப்பட்ட அவரோடு எனக்கு அறிமுகம் இல்லாதிருந்ததும் நான் கிருஷ்ணா பிக்சர்ஸின் உள்ளே நுழையாததற்கு ஒரு காரணம் ஆகும்.

திரு.இளங்கோவன் மீது பெருமதிப்புக் கொண்டிருந்தவர் லேனா. அக்காலத்தில் மிகவும் நொடிந்த நிலையிலிருந்த இளங்கோவனுக்குப் பலவகையிலும் உதவிகள் செய்திருக்கிறார் அவர். எழுத்தாளர்களின் மீதும் கலைஞர்களின்மீதும் அவருக்கிருந்த ஈடுபாட்டின் விளைவாகவே சுயமரியாதைக்குக் குறைவான காரியங்களையெல்லாம் அவர் செய்ய நேர்ந்திருக்கிறது என்று பின்னால் தெரியவந்தது.

இளங்கோவன் எல்லார் மாதிரியும் நினைத்தால் எழுந்து வெளியில் போகமுடியாத உருவமுள்ளவர், குறைந்தபட்சம் சைக்கிள் ரிக்‌ஷாவாவது வேண்டும். மேற்கு மாம்பலத்தில் பாதி கட்டி முடிக்கப்பட்ட கதவுகளில்லாத ஒரு வீட்டில் வாசம். இரண்டு மனைவியர்; சுமார் ஒரு டஜன் குழந்தைகள், போதாக்குறைக்கு அவரை நம்பி அண்டி வாழ்கிற அரை டஜன் நபர்கள். அவர்களில் சிலர் கல்யாணமாகிக் குழந்தை பெற்றுக்கொண்டு இருப்பவர்கள்.

இந்தச் சூழ்நிலையில் ஒரு குடும்பத் தலைவன், நாள் முழுவதும் வீட்டில் இருப்பது என்பது நரகத்தில் இருப்பதற்குச் சமம். இளங்கோவன் அவர்களுக்கு என்ன கிடைத்தாலும் கிடைக்காவிட்டாலும் காலையில் வீட்டில் வந்து அவரை ஏற்றிக்கொண்டு போய் எங்கேனும் பகல் முழுதும் கழித்தபிறகு மாலையில் வீட்டில் கொண்டுவந்து விட யாரேனும் உதவினால் அதைவிடப் பேருதவி வேறொன்றும் இராது என்னும் நிலைமை.

திரு.லேனா அவர்கள் தினசரி இளங்கோவனுக்கு கார் அனுப்பி அவரை ஏற்றிக்கொண்டு வந்து, அவருக்கு வேண்டிய உபசாரங்கள் புரிந்து மாலையில் கையில் சிறிதே பணமும் தந்து அனுப்பி வைக்கிற கைங்கரியத்தை மகிழ்ச்சியோடு செய்துகொண்டிருந்தார்.

கிருஷ்ணா பிக்சர்ஸாரின் இதுவரை வெளிவராத ஏதோ ஒரு படத்துக்கு இளங்கோவன் அப்போது திரைக்கதை வசனம் எழுதிக் கொண்டிருந்தார். இதெல்லாம் எனக்குப் பின்னால் தெரிய வந்தது. தாங்கள் துரத்திச் சென்ற அந்தப் பாடலாசிரியர் கிருஷ்ணா பிக்சர்ஸூக்குள் நுழைந்து, இளங்கோவனிடம் தான் அடைக்கலம் பெற்று என்னைப் பற்றி எடுத்துரைத்திருக்கிறார். அவர் எழுதிய பாடல் எப்படி இருந்தால் என்ன? அவரது உயர்ந்த உள்ளம் அப்போதும்கூட

என்னைப்பற்றி புகழ்ந்துதான் இளங்கோவனிடம் முறையிட்டதாம்! "எவ்வளவு அற்புதமாகக் கதை எழுதுகிறார். இதுபோன்ற செயல்களும், வசை மொழிகளும் அவருக்கு அடுக்குமா?" என்று, அவர் என்பொருட்டு இளங்கோவனிடம் சொல்லி வருந்தியதாக முதல் சந்திப்பிலேயே இளங்கோவன் என்னிடம் சொன்னார். நான் அதற்காக மிகவும் வருந்தி மன்னிப்புக் கேட்டுக்கொண்டேன். எனது இயல்பு கண்டு இளங்கோவன் வெடித்துச் சிரித்தார். ஆ! இளங்கோவன் என்ன கம்பீரமாகச் சிரிப்பார்...

13

இளங்கோவனுக்கு இறுதி நாட்களில் ஏற்பட்ட அனுபவம் தமிழகத்தில் இன்னொரு எழுத்தாளனுக்கு ஏற்படக்கூடாது. ஆனால், அவரது ரசனை உள்ளமும் வாழ்க்கையைக் குறித்த அவரது விசாலப் பார்வையும் எழுத வருபவர்கள் பயிலத்தக்கன. அதனை நான் அவரிடம் பயின்றேன். ஒருவரது அனுபவம், அந்த அனுபவிக்கிற மனிதனுக்கு உயிர் வாதையாகவும், அதிலிருந்து படிப்பினையைப் பெறுகிறவனுக்கு உயிர்காக்கும் அமுதமாகவும் மாறுகிற விதியின் விசித்திரத்தை, உணர்ந்து சிரிப்பவரைப்போல் அவர் சிரிப்பார்.

என்னை அவர் மிகவும் கனிவோடு 'சார்' என்று கூப்பிடுவார். நானும் பிற நண்பர்களும் அவ்விதமே அவரைப் பதிலுக்கு அழைத்தபோதிலும் எம்.எஸ்.கண்ணனும் நானும் 'பெரிசு' என்றுதான் அவரைப்பற்றிக் குறிப்பிடுவோம். பெரிசு என்றால் சினிமா உலகில் நாங்கள் மதிக்கிற பெரியார் என்று பொருள்.

கலையுலகில் எனக்கு முந்தைய தலைமுறையைச் சேர்ந்த பல அரிய பெரிய எழுத்தாளர்களோடு ஏற்பட்ட நட்புக்கு இளங்கோவன் அவர்கள் பாலமாக இருந்தார்.

கவி லெட்சுமணதாஸ் என்று ஒரு பெரியவர். அவர் சினிமா பாடலாசிரியர்தான். எனினும் சிறந்த தமிழறிஞர். இளங்கோவன் பாகஸ்தராயிருந்து தயாரித்த அவரது இறுதியைத் துரிதப்படுத்திய அந்தப் படத்துக்கு லட்சுமணதாஸ் பாடல் எழுதுவதாய் இருந்தார். படம் வருவதற்குமுன்பே அவர் போய்ச் சேர்ந்துவிட்டார்.

சம்பத் என்றொரு பழையகால டைரக்டர் பம்பாய் மெயிலோ, டுபான் க்வீனோ அந்த வகையறா படத்தின் டைரக்டர். பொல்லாத மனிதன். கோகுலத்தில் கிருஷ்ணன் செய்கிற லீலைகளைவிட சினிமா உலகில் அதிகம் செய்தவர். மகா புத்திமான்; ஆங்கில இலக்கியங்கள்

பயின்றவர். இவரையும் இளங்கோவன் பணியாற்றிய பாகஸ்தராயிருந்த ரூபவாணி படக் கம்பெனியில்தான் சந்தித்தேன். அவரைச் சந்தித்த சில மாதங்களில் பம்பாய் போய்விட்டுத் திரும்புவதாய்ச் சொல்லி சென்ற சம்பத் திரும்பவே இல்லை. ஒருவருடம் கழித்து அப்போதே போய்ச் சேர்ந்துவிட்டதாகச் செய்தி வந்தது.

இவர்களையெல்லாம் இங்கு நினைவுகூர்வதன் காரணம். இவர்கள் அனைவருமே ஏகமனதான குரலோடு 'சினிமா உலகுக்கு வராதே' என்று என்னை எச்சரித்த நண்பர்கள் என்பதால்தான்.

யார் நம்மை அழைக்கிறார்கள்? என்று எண்ணிக் கொள்வேன்.

என்னை எச்சரித்து சொன்னவையெல்லாம் எவ்வளவு அனுபவபூர்வமாய் அவர்கள் அறிந்து உணர்ந்த ஞான வாசகங்கள் என்பதைத் தாங்கள் நொடித்து நிற்கிற சாட்சியத்தோடு அவர்களே நிரூபித்துக் காட்டினார்கள்.

இவர்களுடைய வாழ்க்கை சீர்குலைந்ததற்குக் காரணம் என்ன? அவர்களைச் சீர்குலைத்த சக்தி எது? அறிவற்ற மூடர்கள்தான் அதனை அதிர்ஷ்டம் என்றும் துரதிர்ஷ்டம் என்றும் கருதுவார்கள்.

அறிவின் துணைகொண்டு ஞான வேள்வி புரிந்து தங்களையே ஆகுதியாக்கிக் கொள்ளும் தவசீலரான கலைஞர்கள், சமூகத்தில் அதை வெற்றிகரமாக நிரூபித்து வரலாற்றில் பெயர் பதித்தபின்னும் அதிர்ஷ்டம் என்ன? வீழ்ச்சி என்ன?

அவர்கள் என்றும் பெருமைக்குரிய பேறு படைத்தவர்கள் என்பதற்கான நிரூபணமே, இந்த ஷணத்தில் என் பேனா அவர்களது பெயர்களை எழுதுவதாகும்.

மக்களை வஞ்சிப்பவர்களும், தங்கள் மாயாஜால சர்க்கஸ்களின் மூலம் மனித ரசனையையே முடமாக்குகின்ற பிழைப்பு கலைஞர்களும் பெருகி, சமயமுள்ள படிக்கெல்லாம் அரசியல் எனும் சதிரும் ஆடி, உண்மையான கலைஞர்களை, பெருமைக்குரிய எழுத்தாளர்களை எப்படியெல்லாம் அவமதித்தார்கள் என்பதை நான் இந்த ஜென்மத்தில் மறவேன். அந்தப் பாவியர்களைக் கடவுள் மன்னிக்கலாம்; மன்னிக்கட்டும்; நான் ஒரு பொழுதும் மன்னிக்க மாட்டேன். இந்தச் சூளுரையே ஓர் இலக்கியவாதி என்கிற முறையில் நான் தமிழ்ச் சமூகத்தோடு செய்து கொள்கிற ஒப்பந்தம்.

மன்னிப்பு வழங்குவது ஒருபுறம், கோழைகளின் கவசமாகவும் இன்னொருபுறம் மகான்களுக்குரிய அணிகலனாகவும் ஆகிவிட்டது. "தவறுகளை அறிகிற அறிவும், அதற்குத் தண்டனை விதிக்கிற சக்தியும் எனக்கு இருக்கையில், நான் மன்னிப்பு வழங்குவது எனது மமதையின் அடையாளமாகும்" என்பார் சுவாமி விவேகானந்தர்.

திரு. இளங்கோவன் கையில் எப்போதும் ஏடு தரித்திருப்பார். அதுபோலவே, அவரது விரல்களுக்கிடையில் புகையும் சிகரெட் அணி செய்துகொண்டிருக்கும். அவர் மேஜையின்மீது ஒவ்வொரு நாளும் படிக்கவேண்டிய புத்தகங்கள் ஓர் அடுக்கும், படித்து முடிந்த புத்தகங்கள் ஓர் அடுக்குமாக இருக்கும். அங்குதான் நான் ஒருநாள் முதன்முதலாக சுவாமி விவேகானந்தரின் புத்தகம் ஒன்றைக் கண்டு படித்தேன். அந்தப் புத்தகத்தின் பெயர்: Awake விழி; Arise எழு.

இளங்கோவன் சினிமா உலகில் கடந்தகால வரலாறுகளைத் தனது அனுபவச் சுரங்கத்திலிருந்து நிறையவே எடுத்து வழங்கி அதன்மூலம் எனக்கு இந்தத் துறையின் மேடுபள்ளங்களைப் பற்றி ஒரு விழிப்பை ஏற்படுத்தினார் என்றும் சொல்லலாம்.

நிகழ்காலத்தில் உறுத்துகிற களைகளையும், காளான்களையும் புதர்களையும் பொய்களையும் சுட்டு எரிக்கப் போதிய சக்தி இல்லாமல், போராட்டம் போன்ற அவஸ்தையில் அவர்களின் உயிர்த் தீபம் அணையும்வரை அவர்களில் பலர் பட்ட துடிப்புகளை நான் கண்கொட்டாமல் பார்த்துக்கொண்டிருந்தேன். ஆயினும் எவரையும் பழிவாங்க வேண்டும் என்னும் அளவுக்கு நான் பாதிக்கப்படாத நிலைமைக்கு என்னைக் காப்பாற்றியும் கொண்டேன்.

இந்த சினிமா உலகத்தோடு எனக்குத் தொடர்பும் வேண்டாம், பகையும் வேண்டாம் என்று உறுதியாகத் தீர்மானித்தேன். எனினும் அந்தத் துறையில் உள்ள எனது தோழர்களின் பட்டியல் பெருகவே செய்தது.

1955இல் கலை, சினிமா போன்ற கீழான முயற்சிகளில் என்னை ஈடுபடுத்திக் கொள்ளலாகாது என்று, எனது மேலான நண்பர்கள் எல்லாம் என்னைத் தடுத்தாட்கொண்டு இலக்கியப்பணி செய்யுமாறு அழைத்தனர்.

அந்த இலக்கியப்பணி என்னவெனில், ஏற்கனவே எனது அறிவைச் செழுமைப்படுத்திய பல அறிஞர்களின் நூல்களுக்கு அச்சுப்பிழை திருத்தும் பணியேயாகும்.

நான் ஸ்டார் பிரசுரத்தில், ஒரு ப்ரூப் ரீடராக மாதச் சம்பளத்துக்கு வேலைக்குப் போனேன். அக்காலத்தில் ஸ்டார் பிரசுரத்தை தற்போது தமிழ்ப் புத்தகாலய அதிபராக இருக்கும் திரு.கண.முத்தையா தமது சகோதரர் கண.ராமநாதன் அவர்களோடு சேர்ந்து நிர்வாகம் செய்துகொண்டிருந்தார்.

திரு.கண.முத்தையா நம்மிடையே உள்ள பழுத்த இலக்கிய அனுபவம் மிக்கவர்களுள் ஒருவர். அறிஞர் வெ.சாமிநாத சர்மா அவர்களோடு தமிழும் உலக அறிவும் நட்பின்மூலம் பயின்றவர்.

இரண்டாம் உலகப் போரில் அவர் பர்மாவில் வாழ்ந்த காலத்தில் நேதாஜி சுபாஷ் சந்திரபோஸின் அந்தரங்க உதவியாளர்களில் ஒருவராக இந்திய தேசிய ராணுவத்தில் இருந்தவர். ராகுல் சாங்கிருத்யாயனின் 'வால்காவிலிருந்து கங்கை வரை' என்ற இவரது மொழிபெயர்ப்பு நூலின் மூலம் இவர்மீது அபிமானம் கொண்டு இவரைச் சந்திக்க நான் காத்திருந்தேன்.

முற்போக்கு எழுத்தாளர் சங்கம் ஒன்றை அமைக்கும் முயற்சியைத் தமிழ்நாட்டிலுள்ள முற்போக்குச் சிந்தனையாளர்கள் அடிக்கடி மேற்கொள்வதுண்டு. அவ்வித ஒரு முயற்சி திரு.கண.முத்தையா பங்குபெற்று இருந்தபோது ஒருநாள் எனக்கு நேரிடப் பரிச்சயம் ஆனார்.

நண்பர் எஸ்.ஆர்.கே. மூலமாக, தங்கள் பதிப்பகத்துக்கு ஒரு புரூப் ரீடராக நான் பணியாற்றலாமே என்ற யோசனையை எனக்குச் சொல்லி அனுப்பினார், திரு.கண.முத்தையா அவர்கள். அவரது பதிப்பகத்தில் நான் மாதச் சம்பளத்துக்கு வேலை செய்தபோதிலும் அவரது மகன் வயதுக்குரிய என்னை ஓர் எழுத்தாளனுக்குரிய பெரிய மரியாதைகளுடனே நடத்தினார் அவர். நான்தான் அந்த மரியாதையை காப்பாற்றிக்கொள்ளத் தவறிப் போனேன்.

ஒருநாள்...

14

நான் பொறுப்பேற்றுக் கொண்டுள்ள வேலைகளைத்தான் என்னால் செய்துமுடிக்க முடியுமே தவிர, ஓர் உத்தியோகம் என்ற பெயரால் பத்து மணிக்குப் போவது, கையெழுத்துப் போடுவது, சலாம் அடிப்பது, மாதக்காசு தருகிற நபர் இல்லாவிட்டால் காலை மேஜைமீது தூக்கிப் போட்டுக்கொண்டு தூங்குவது போன்ற ஜர்னலிஸ பண்புகள் நான் பழகாதது. அது காரணம் பற்றியே என்னோடு தோழமையையும் நட்பும் கொண்ட நண்பர் விந்தன் ஆரம்பித்த பத்திரிகையில் சம்பளம் இல்லாத ஊழியனாகப் பணியாற்ற ஒப்புக்கொண்டேன்.

இந்தச் சம்பளம் இல்லாத ஊழியனுக்குக் கிடைக்கிற சுதந்திரமும் மரியாதையும் ஒரு நிறுவனத்தின் முதலாளிமார்களுக்குக் கூட அநேகமாய்க் கிட்டுவதில்லை.

சம்பளம் இல்லாத ஊழியம் (Free - lance) என்றால் நடைமுறையில் அத்துக்கூலி என்று பொருள். அதாவது, எவ்வளவு வேலை செய்கிறோமோ அதற்கு ஒரு கணக்கு வைத்து அளந்து பெறுகிறது கூலி.

'புரூப்' பார்ப்பதற்கு ஃபாரத்துக்கு இவ்வளவு என்று ஏதோ நிர்ணயம் செய்து தருவார்கள். நான் சில சமயங்களில் அந்தந்தப் புத்தகங்கள் அச்சேறுகிற அச்சகங்களுக்கே சென்று 'புரூப்' பார்த்துக் கொடுப்பேன். அச்சகத்திலிருந்து 'புரூப்'களை வீட்டிற்குக் கொண்டு வருமாறு கேட்டு அவசரத்தை முன்னிட்டு அவ்வப்போது திருத்தித் தருவதும் உண்டு.

பொதுவாக, பிரசுராலய அலுவலகத்துக்குச் சென்று அங்கு வரும் புரூப்களைத் திருத்துவது என் பணியாக இருந்தது. வேறு வேலைகள் இல்லாததாலும் நண்பர்கள் முத்தையாவோடு பல விஷயங்கள் குறித்துப் பேசிக்கொண்டிருப்பதில் எனக்கு அதிக சுவாரசியம் இருந்ததாலும் காலை முதல் இரவு வரை ஸ்டார் பிரசுரத்திலேயே பொழுது கழிப்பது உண்டு.

தமிழ் எழுத்தாளர் சங்கத்தின் தலைவராக, கல்கிக்குப் பிறகு தேவனும், தேவனுக்குப் பிறகு ம.பொ.சி.யும் இருந்தார்கள். திரு.கண.முத்தையா பொருளாளராக இருந்தார்.

அக்காலத்தில், நகரில் இருந்த எழுத்தாளர்கள் மாலைநேரங்களில் ஸ்டார் பிரசுரத்தில் சந்தித்து, ஜமா சேர்ந்து மெரீனா பீச்சுக்குப்போய் இரவு நெடுநேரம் பொழுதுகழித்த நிகழ்ச்சிகள் ஒவ்வொன்றும் இலக்கிய உல்லாசம் தருவனவாகும்.

அந்தக் கோஷ்டியில் கலந்துகொள்கிற எழுத்தாளர்கள் அனைவரும் என்னைவிட அனுபவமும் வயதும் உடையோர் அதிகம். நான் ஒருவன்தான் முற்றும் சம்பந்தமில்லாத அளவுக்கு ஒற்றை இளைஞன்.

காலஞ்சென்ற திரு.சாமி.சிதம்பரனார், மயிலை சீனி. வேங்கடசாமி, கு.அழகிரிசாமி, கொடுமுடி ராஜகோபாலன், அழ.வள்ளியப்பா, சி.சு.செல்லப்பா, க.நா.சுப்பிரமணியம், நா.சிதம்பர சுப்பிரமணியம், ந.பிச்சமூர்த்தி, தி.ஜானகிராமன், சிட்டி, திருலோக சீதாராம், பி.எஸ். ராமையா, சாலிவாஹனன் போன்ற அரிய எழுத்தாளர்களின் பரிச்சயம் அங்கேதான் ஏற்பட்டது.

தமிழ் எழுத்தாளர் சங்கத்தில் ம.பொ.சி.க்குப் பிறகு திரு.மீ.ப. சோமு தலைவராய் இருந்த சமயம், தமிழ் எழுத்தாளர் சங்கத்தின் செயற்குழு கூட்டம் ஒருநாள் மாலை ஸ்டார் பிரசுராலயத்தில் நடந்துகொண்டிருந்தது. நான் மேலே குறிப்பிட்ட எழுத்தாளர்களில் பலர் சங்கத்தின் செயற்குழு உறுப்பினர்களாதலால் அங்கே இருந்தார்கள். அன்று நான் ஏதேதோ வேறு வேலை இருந்ததால் ஸ்டார் பிரசுராலயத்துக்குப் போகவில்லை. என்னிடம் அக்காலத்தில் ஜெரால்ட் என்னும் பெயருடைய ஒரு ஃப்ராங்கோ இந்தியன் பாண்டிச்சேரியிலிருந்து

ஓடிவந்து உதவியாளராய் இருந்து வந்தார். எனக்கு எக்காலத்திலும் நண்பர்களே உதவியாளர்களாக இருப்பார்கள். ஆனால், அவர்களில் பலர் காலப்போக்கில் வேலைக்காரப் புத்தியே உடையவர்களாகி விடுகிறார்கள். எனக்கு யாரையும் வேலைக்காரனாக வைத்துக்கொள்கிற தகுதியோ, புத்தியோ கிடையாது. என்னுடைய வேலைக்கு உதவியாய் இருக்கிற அனைவரும் சமத்துவமான நண்பர்களாகவே எப்போதும் நடத்தப்படுவர் அதுபோலவே கண.முத்தையாவும் என்னைச் சமத்துவமான நண்பராகத்தான் நடத்தி வந்தார். அதில் ஒன்றும் பழுதில்லை.

நான் பிரசுராலயத்துக்குச் செல்லாத அந்த நாளன்று ஜெரால்டை அனுப்பி புரூப்களை எடுத்து வருமாறு சொன்னேன். ஆனால் புரூப்களை எடுத்துக்கொண்டு வந்த அவன், நான் ஆபீஸுக்கு வராதது குறித்து முத்தையா அவர்கள் கடுமையாகக் கோபித்துக் கொண்டதாக என்னிடம் வத்தி வைத்தான்.

இப்போதும்கூட நானே என்னிடம் அஞ்சத்தகுந்த குணம் எனது முன்கோபம் ஒன்றே. நம்மிடம் உள்ள எல்லா நல்லுணர்வுகளையும் சுட்டு எரித்த பின்னர்தான் அந்தக் கோபக்கனல் பிறரையும் பற்றித் தகிக்கிறது என்று எத்தனை முறைதான் நான் எரிந்து எரிந்து அனுபவிப்பேன்? ஆனாலும் சிலநேரங்களில் எனக்கு வந்த கோபத்தை வாழ்க்கை முழுவதும் எண்ணி எண்ணி நான் வருந்துவதும் உண்டு.

அப்படி வருந்தத்தக்க நிகழ்ச்சிகளில் ஒன்றுதான் கண.முத்தையா அவர்கள் விஷயத்தில் நடந்தது. எனது கோபத்தால் ஸ்டார் பிரசுரத்துடன் எனக்கிருந்த தொடர்பைத் திடீரென நான் வெட்டி அறுத்துக்கொண்டேன்.

தொடர்புகள் அறுந்துபோவதுகூட வருத்தம் தருகிற காரியம் இல்லை. அது அறுகிற முறை நாகரிகமாகவும் பிரிகிற நிகழ்ச்சி மேன்மையானதாகவும் அமைதல் வேண்டும். திரு.முத்தையா விஷயத்தில் நான் மிகவும் நாகரிகமாக நடந்துகொண்டேன். அவர் அதற்குப் பிரதியாக மிக மேன்மையாக என்னிடம் நடந்து கொண்டார். அதற்காக நான் பின்னர் வருந்தியதும் அதற்கு திரு. முத்தையாவே எனக்குச் சமாதானம் கூறியதும், எங்கள் இருவருக்கும் ஒருவர்மீது ஒருவருக்கு உன்னதமான மதிப்பும் மரியாதையும் நிரந்தரமாக உயரிய முறையில் அமைய வழிகோலியதென்னவோ உண்மைதான்.

ஆனால், அதன் பின்னர்தான் எந்த நிறுவனத்திலும் அல்லது எந்தத் தனிமனிதரிடமும் அத்துக்கூலியாகவோ மாதச் சம்பளக்காரனாகவோ பணியாற்றும் பொறுப்பை இந்த ஜென்மத்தில் நான் ஏற்பதில்லை என்று தீர்மானித்தேன்.

15

அப்போது எனக்கு வயது 23. இந்த வயதில் இருக்கிற எந்த மனிதனிடமும் சமூகம் மிகவும் தாராள மனத்தோடு நடந்துகொள்ள வேண்டும்.

இந்தப் பருவத்தில் வாழுகிற மனிதர்கள்தான் கனத்த தோள்களும் முதிர்ந்த அறிவும் கொண்டு எதிர்கால சமூகத்தைத் தாங்க விதிக்கப்பட்டவர்கள். இவர்களது தோள்கள் வலுவிழந்து போகுமென்றால், இவர்களது அறிவு முதிராது வெம்பிப் போகுமெனில், ஒரு சமூகம் அதன் இறுதிக் காலத்தை, ஒரு சாபம்போல் ஏற்று மடியப் போகிறதென்று பொருள்.

இதனை நான் அக்காலத்திலேயே உணர்ந்திருக்கிறேன்.

இந்தியாவில் சுதந்திரத்திற்குப் பிறகு, சுதந்திரமாய் வாழ்வது முடியாத காரியமாய் போயிற்று. சுதந்திரம் ஏதோ நாட்டுடமை என்ற கருத்தில் சமூகத்தில் சமூகமும் தனிமனிதரும் சுதந்திர உணர்ச்சி இழந்து ஒதுங்கி நிற்கிற கொடுமை அக்காலத்தில்தான் நிகழ ஆரம்பித்தது.

என்னைச் சுற்றி வாழ்கிற சமூகத்தின் மனிதர்கள் வெறும் அடிமைப் பிறவிகளாக இருப்பதைக் கண்டேன்.

ஆயினும் அந்த அடிமைகள் ஏழைகளாக இருப்பின், கல்வி அறி வில்லாத மூடர்களாக இருப்பின், சமூகத்தின் சாபத்திற்குட்பட்டவர்களாக இருப்பின், அவர்கள்மீது எனக்கு நியாயம் கடந்த அன்பும் ஏற்பட்டது.

எனது சுதந்திரம் என்பது பலசமயங்களில் நமது அடிமைச் சமுதாய நியாயங்களோடு போராடுவதாகவே இருக்கிறது. இதைப் புரிந்துகொள்கிற, நிதானம் இல்லாத பருவத்தில் எனது சுதந்திர நிலை என்னை ஒரு சாதாரண ரவுடியைப்போல எதிரிகளோடு தெருவில் கட்டிப் புரளுகிற சமூகப் பொறுக்கிகளைப்போல நடந்துகொள்ள வைத்தது.

இந்த வயதில் நான் தமிழகத்தில் நல்ல கதைகளைப் படிக்கிற வாசகர்களுக்கும், எழுத்தாளர்களுக்கும் குறிக்கத் தகுந்த ஒரு சமூகப் பெயராகவும் ஆனேன். இதற்கு யாருமே பொறுப்பல்ல. யாருமே உரிமை கொண்டாட முடியாது. அதில் ஏதேனும் இந்தப் பெயருக்குப் புகழ் இருக்கும் எனின், எனது பெயர் எந்த மொழியில் உள்ளதோ அதற்கு இணையான, என் தாய்மொழிக்கு அந்தப் பெருமை போய்ச் சேரும்.

எனது பெயரைத் தமிழில் மாற்றிக்கொள்ள வேண்டும் என்று சொன்னதற்காக ஒரு தமிழ்ப் பேராசிரியரை நடுத்தெருவில் வைத்து அடித்திருக்கிறேன்.

இந்த அளவுக்குத் தமிழின் பெயரால் தமிழறிஞர்கள் பிறர் சுதந்திரத்தில் தலையிட்ட காலம் அது.

இதன் பிதாமகர் டாக்டர் மு.வ.அவர்கள். மு.வ.வுக்குத் தமிழ் இலக்கியத்தில் ரொம்பப் பெரிய இடம் கொடுக்கப்பட்டிருப்பதாக நண்பர் விந்தன் கொதிப்படைந்திருந்தார்.

கொதிப்படைந்தோரெல்லாம் என்னோடு கூட்டுச்சேர வருவார்கள்.

தமிழின் பெயரால் அந்தக் காலத்தில் பிரபல்யமடையத் தொடங்கியவர் அகிலன். அப்போது ஆர்.எம்.எஸ்.சில் வேலை பார்த்துக்கொண்டிருந்தார்.

அவருடைய கதைகள், தொடர்கதைகள், தமிழகத்தின் பிரபல பத்திரிகைகளில் வெளிவந்து ரொம்பவும் பிரபல்யமடைந்து கொண்டிருந்தார்.

நான் அவர் கதைகளை இன்றும்கூடப் படித்ததில்லை 'காசு மரம்' ஒன்றைத்தவிர. ஒரு மனிதனைப் பற்றி தெரியாமலும் அதுகுறித்து கவலைப்படாமலும் முகநட்புக்கொள்வதை 40 வயதுக்குப் பிறகு நானும் கொஞ்சம் பயின்றுதானிருக்கிறேன்.

அக்காலத்தில் எனக்கு அந்தப் பாடத்தில் சிறிதும் பயிற்சி கிடையாது. திரு.அகிலனையும் அப்போது எனக்குத் தெரியாது.

தமிழில் இதுவரை வந்த சிறுகதைகளைத் தெரிந்துகொள்ள வேண்டும் என்ற வைராக்கியத்தில் நான் கன்னிமாரா நூலகத்தில் ஓர் இரண்டு வருடகாலம், அது திறந்துகிடந்த நேரத்தில் அடைபட்டுக் கிடந்தேன்.

அப்போது 'காசு மரம்' என்ற நல்ல சிறுகதையையும் படித்தேன். அதை எழுதியவர் இந்த அகிலன் என்பது அப்போது தெரியாது. தமிழில் நல்ல சிறுகதைகளின் ஆரம் தொடுத்தால் 'காசுமரம்' அதில் நிச்சயம் இடம்பெறும்

ஓர் ஏழைக் குடும்பத்தில் பிறந்த குழந்தை காசை விழுங்கினால் வயிற்றில் இருந்து காசுமரம் முளைக்கும் என்று மற்ற குழந்தைகள் சொல்லும் கதையைக் கேட்டு தன் குடும்பத்திற்குக் காசு வேண்டும் என்பதற்காகக் காசுகளை விழுங்கிச் செத்துப்போகிறது. இதுதான் கதை. இதுதான் உலக இலக்கிய உயர்தகுதி குறித்துச் சொல்லப்படுகிற செகாவியன் டச்.

நண்பர் விந்தன் ஒருநாள், திரு.அகிலன் அவர்கள் எழுதிய சிநேகிதி என்ற நாவலைக் கொண்டுவந்து முன்பெல்லாம் தமிழ்ஒளி செய்வாரே அதுமாதிரி பிய்த்து உதறிக்கொண்டிருந்தார்.

"பிடிக்காத நாவலை நீங்கள் ஏன் படிக்கிறீர்கள்?" என்று கேட்டேன்.

"எழுதுபவன் தன் காலத்தில் எழுதப்படுகிற எழுத்துகளைப் படிக்க வேண்டுவது ஒரு சமுதாயக்கடமை" என்றார் விந்தன்.

அதை ஏற்றுக்கொண்டால் அந்தச் சூத்திரத்தின் அடிப்படையில் படிப்பதோடு நிற்பதா? ஆனால், அப்போது அகிலன் திருச்சியில் இருந்தார். போய் அந்தத் 'தமிழின் புதல்வர்'களைத் தரிசனம் செய்து தகுந்த வெகுமதிகள் தர வேண்டாமோ?

சங்க இலக்கியத்தில் அடிக்கடி சொல்லப்படுகிறதே, தமிழ் இளைஞர்களுக்குத் 'தோள் தினவு' தோன்றியது என்று, அது நிஜம்தானோ என்று அப்போது எனக்குப் பட்டது. முரட்டுத் தனத்தை சீவிக் கூர்மைப்படுத்தியவர் தமிழ்ஒளி ஆவார்.

ஒரு Prophet மாதிரி நின்றுகொண்டு சொல்லுவார் அவர் கவிதை நடையில்...

"இதோ பார், நீ என்னைப்போல் நோஞ்சான் இல்லை. நானும்கூட என் சக்தியைப் பிரயோகித்து யானைமாதிரி இருக்கும் பலவானை அடித்துவிடுவேன்! கவனி. நானே?

"இதைப் பயன்படுத்தாமல் செயல்பட முடியாமல் உனக்கேன் இவ்வளவு பெரிய தோள்கள்? முகமது நபி சொல்லியதுபோல, ஒரு தீமையை முடிந்தால் உனது கரத்தால் விலக்கக் கடவாய். அது முடியாதபோது சொல்லால், அதுவும் முடியாதபோது மனத்தால் அதை வெறுத்து விலகு விலக்கு" எனப் பல அரிய உபதேச மொழிகளுடன் எனது முரட்டுத்தனத்திற்கு நெய்யூற்றி வளர்த்தவர் தமிழ்ஒளியே.

மேலும் அவர், தனது நோஞ்சான் உடம்பை என்னோடு ஒப்பிட்டு உன்மாதிரி நானிருந்தால் என்று அடிக்கடி சொல்லிக்கொள்வார். தசை வலிமையின்மீது மட்டும் நம்பிக்கை வைத்து வாழும் வாழ்க்கை எனது இயல்புக்குத் தகுதியானது அல்ல என்று பின்னொரு காலத்தில்தான் நான் பயின்றேன். பலாத்காரத்தை ஒரு கருவியாகப் பயன்படுத்துவது உடனடியாகப் பலன்களைத் தரத்தான் செய்கிறது. ஆனாலும் இப்போது நினைத்துப் பார்க்கிறேன். இன்னும் பல ஆண்டுகள் போனால் எனது தசைகளின் வலிமை குன்றிப்போகும் எனது கொதிப்புள்ள ரத்தம் கொஞ்சம் கொஞ்சமாகக் குளிர்ந்துபோகும்.

வலியது மெலியதை அழிப்பது இயற்கைத் தர்மங்களில் ஒன்றுதான்.

இயற்கையான தர்மங்கள் எல்லாம் மேலான தர்மங்கள் அல்ல. மெலியதை வலியது பரிந்து காப்பதே மனிதரின் தர்மம் ஆகும்.

இறையறமும் அதுவே ஆகும் என்று, நான் தேர்ந்து செயல்பட முற்பட்டதெல்லாம் பின்னர்தான். அகிலன் எழுதிய நாவலுக்குப் பிரதியாக ஓர் அங்கதக் கதை புனைய எனக்கு ஆசை வந்தது. திரு.விந்தன் அக்காலத்திலேயே பெரும் வாழ்க்கைப் பிரச்சனைக்கும் பொருளாதார நெருக்கடிகளுக்கும் ஆளாகி, அதுதவிர எழுத்து, இலக்கியம் போன்ற துறைகளில் வெறுப்பும் விரக்தியும் கொண்டு இருந்தார்.

அதன் விளைவாய் அவர், தமது சகோதர எழுத்தாளர் பலர்மீது பொறாமை கொண்டிருந்தார். ஒரு நல்ல எழுத்தாளரின் பொறாமை கூடச் சிறந்த படைப்புகளுக்குக் காரணமாகி விடும். எந்த உணர்ச்சி நெருப்பாவது பற்றி விந்தன் ஏதாவது எழுதுதல் வேண்டும் என்று விரும்பிய நெருங்கிய நண்பர்களில் நானும் ஒருவன், பத்திரிகைகள் ஒரு சிருஷ்டிகர்த்தாவை முற்றாகப் புறக்கணித்துவிட்டன. பெரிய பத்திரிகைகளில் அகிலன் போன்ற எழுத்தாளர்களின் கதைகள், பொய் ஒழுக்கத்தைப் பரப்புகின்ற போலிப் பண்பாட்டுக் கதைகள், புரட்சிகர வேஷம் போடுகிற பொட்டைக் கதைகள் புற்றீசல்போல பிரசுரமாகிப் பொலபொலவென்று விற்பனை ஆவது கண்டு விந்தனைப் போன்ற ஒரு தொழிலாளி வர்க்கத்தில் இருந்து வந்த எழுத்தாளர் கோபமடைந்தது நியாயமே என்று நான் கருதினேன்.

அமுதசுரபியில் ஒரு தொடர்கதை எழுதுவதாக அதன் ஆசிரியர் சு.வேம்புவிடம் வாக்கு கொடுத்துவிட்டு வந்திருக்கிறார் விந்தன். தேதி நெருங்கிக் கொண்டிருந்தது என்றாலும் அவருக்குக் கற்பனைத்தேன் சுரக்கவில்லை. பச்சையப்பன் கல்லூரித் திடலில், அதன் பின்னால் போகிற ரெயில்வே தண்டவாளத்தில், கூவம் நதிக்கரையில் அதற்குப் பின்னால் உள்ள சுடுகாட்டில் நானும் விந்தனும் உலாவப் போவோம்.

அப்போது இந்த ‘சிநேகிதி’ கதைக்கு ஓர் எதிர்க்கதை எழுதினால் எப்படி இருக்கும் என்று நண்பர் விந்தனிடம் பேசினேன்.

“நீங்களே எழுதுங்களேன் சார். எனக்கு ஜூபிலி பிலிம்ஸ் சினிமாவுக்குக் கதை வசனம் எழுத வேண்டியிருக்கிறது. அமுத சுரபியில் இருந்து கிடைக்கும் சன்மானத்தை நீங்களே எடுத்துக்கொள்ளலாம். முதல் வாரத்திற்கு வேண்டுமானால் எனது styleä நான் காட்டி விடுகிறேன். பிடித்துக்கொள்ளுங்க” என்றார்.

அதாவது, என்னை அவருக்கு ghost ஆகச் சொல்கிறார்.

இதற்கு ghost writing என்று பெயர். அந்தக் காலத்தில் பல உயர்ந்த எழுத்தாளர்கள் சமூகத்தில் பெரியமனித வேஷம் போடுபவர்களுக்கு ghost ஆவதுண்டு. (இந்தக் காலத்தில் அது மிகக் கேவலமாய்ப் பெருகித்தான் இருக்கிறது.) ஆனால் நான் மதிக்கின்ற எழுத்தாளர் தமது பெயரில் என்னை எழுதச் சொல்லியது, என்மீது அவர்கொண்ட நம்பிக்கையைக் காட்டியது. எழுதுவதாக ஒப்புக்கொண்டேன். அமுதசுரபி பத்திரிகையில் 'அன்பு அலறுகிறது' என்ற கதை முதல் இரண்டு வாரங்கள் திரு.விந்தன் எழுத, தொடர்ந்து அந்த நாவலை நான் எழுதினேன்...

16

அமுதசுரபி மாதப் பத்திரிகை. ஆகவே இரண்டு இதழ்களுக்கு விந்தன் அவர்கள் எழுதியது போக மீதியை நான் எழுதிப் பின்னால் எனக்கு நண்பரான அகிலனின் வயிற்றெரிச்சலை நன்றாகத்தான் கொட்டிக்கொண்டேன்.

முதிராத அறிவினாலும் முரட்டுத்தனமான பண்புகளினாலும் முன்கோபத்தாலும் நான் செய்துள்ள பல காரியங்கள், எழுதுபவன் என்கிற மகத்துவத்தினால்தான் என்னை நிரந்தரமாய் முடக்காமலிருந்தன என்று நினைக்கிறேன்.

கொலைதவிர, ஏற்கனவே நான் எல்லா குற்றங்களையும் ஒருமுறை செய்தாகிவிட்டது. ஒருமுறை செய்து மனம் வருந்தி மாறுகிற செய்கைகளுக்குத் தவறுகள் என்று பெயர். ஒருமுறைகூட வாழ்க்கையில் செய்யத்தகாத காரியத்துக்குப் பெயர் பாவம்.

குற்றங்கள்தான் திருத்தவும் மன்னிக்கவும் படும். பாவத்திற்குப் பிராயச்சித்தமே கிடையாது என்பது இந்து சாஸ்திரம். பாவத்தின் பலனை அனுபவித்தே தீரவேண்டுமென்பது கீதையின் சாரம்.

நான் பாவங்களுக்கு அஞ்சாத மனிதனாக வாழ்ந்து சக மனிதர்களை அவமதிக்கிற, வன்முறையைக் காட்டி வருத்துகிற, முறை கெட்ட செயல்களை ஒரு பருவத்தில் நிறையவே புரிந்திருக்கிறேன்

அது சம்பந்தப்பட்ட அந்தச் சகமனிதர்கள் என்னிடம் பிரதியாக நடந்துகொண்ட முறைகளில் இருந்து பெருந்தன்மை என்றால்

என்னவென்று நான் தெரிந்துகொண்டேன். ஆயினும் பெருந்தன்மையை நான் பழகவில்லை. பெரும் தன்மையாக இருப்பவர்களைக் கோழைகள் என்று அவமதிக்கிற பேதமை என்னிடம் இருந்தது.

ஆம்; அந்தச் செயல்களுக்கு அந்தக் காலத்திலும் சரி, இப்போதும் சரி, உடந்தையாக இருந்த நண்பர்களை நான் ஒருபோதும் பொறுப்பாக்கியதில்லை. நெருப்பிருந்தால் குளிரில் நடுங்குபவர்கள் குளிர்காய்ந்துகொண்டுதான் போவார்கள்.

'அன்பு அலறுகிறது' நாவலை எழுதியதில் விந்தனோடு கூட்டுச் சேர்ந்திருப்பதாக கேள்விப்பட்ட அகிலன் என்னுடைய உறவுக்காரரும் அக்காலத்தில் ஆர்.எம்.எஸ்.சில் சக ஊழியராகவும் இருந்த ஒருவரிடம் மிகவும் வருந்தியதாகப் பின்னர் நானும் கேள்வியுற்று வருந்தினேன்.

நானும் அகிலனும் நேரிடையாகச் சந்தித்தபொழுது இதையெல்லாம் பாராட்டாத பெரிய மனுஷ தோரணையுடன் அகிலன் நடந்துகொண்டது எனக்கு மகிழ்ச்சியே தந்தது.

இன்னொரு எழுத்தாளனுடைய படைப்பை விமர்சித்தோ, குறை கூறியோ, புகழ்ந்தோ இனி எழுதுவதில்லை என்று நான் இதன் பிறகே பிரதிக்ஞை போன்ற தீர்மானம் கொண்டுவிட்டேன்.

நண்பர் விந்தன், தன்னை ஓர் அங்கதச் சுவை எழுத்தாளராகப் பிரகடனம் செய்துகொண்டு தொடர்ந்து அதுபோன்ற பலவற்றை எழுதினார். நான்தான் அவ்விதமான எழுத்துகளை இனி எழுதுவதில்லை என்று தீர்மானித்தேனே தவிர, பிறர் எழுத உதவி செய்யக்கூடாதா என்ன? நம்பிக்கைக்குரிய நண்பர்களை வைத்து அப்படிப்பட்ட காரியங்களை என் பெயருக்குப் பழுது வராமல் நான் நிறைவேற்றிக் கொள்வதில் அதி சமர்த்தன்.

அக்காலத்தில் சக்கரவர்த்தி ராஜகோபாலச்சாரியார் மீது நான் தீராத பகை கொண்டிருந்தேன்.

ராஜாஜியுடைய அரசியல், விவேகம், சமூக சம்பந்தப்பட்ட ஆண்மைமிக்கத் துணிச்சல், தியாக வாழ்க்கை முதலியனவற்றில் எல்லாம் குறைகாணும் குருடனல்ல நான்.

ராஜாஜி, தம்மை ஒரு தமிழ் எழுத்தாளர் என்று காட்டிக் கொண்டதையும், சொல்லிக்கொண்டதையும், அதற்குச் சிலர் தாளம் தட்டிக்கொண்டிருந்ததையும் சகிக்கமுடியாத கூட்டத்தைச் சேர்ந்தவர்களில் நானும் ஒருவன்.

எனினும் அந்த மூதறிஞர் விஷயத்தில் அவ்வளவு கடுமையாக நான் நடந்துகொண்டது எனது முதிர்ச்சியற்ற தன்மைக்கு இன்னுமொரு அடையாளம்.

ஆச்சாரியர் என்று அவரது விரோதிகளால் ஏளனமாக அழைக்கப்பட்ட அவர், சில சமயங்களில் தம்மையே ஓர் ஆச்சரிய சுவாமிகள் போலவும், அவதார புருஷர்போலவும் காட்டிக்கொண்டதும் அல்லது காட்டப்பட்டதும் அக்காலத்திய இளைஞர்களுக்கு ஜாதி வித்தியாசம் இல்லாமல் எரிச்சலையே தந்தது.

ஆதிசங்கரரின் 'பஜகோவிந்தம்' என்னும் அரியதோர் சமஸ்கிருத ஆரத்தைக் குரங்கு கையில் கொடுத்த பூமாலையாகக் குதறி பாஷ்யம் எழுதியிருந்தார் ராஜாஜி. பஜகோவிந்தத்தில் வரும் சுலோகங்களை, ராஜாஜி கவிதையாகவே மொழிபெயர்த்திருந்த முயற்சி மிகவும் அருவருப்பைத் தந்தது எனக்கு. நிஜமாகவே ராஜாஜியின் அந்தத் தமிழ்க் கவிக் கொலையை இப்போதுகூட என்னால் சகிக்க முடியவில்லை.

விந்தனுக்கு சமஸ்கிருதத்திற்கும் ஸ்நானப்பிராப்திகூடக் கிடையாது. எனக்கு ஸ்நானப்பிராப்தி மட்டுமாவது இருந்தது. அக்கிரகாரத்துப் பையன்களோடு ஒரு துறையில் நீராடிய அனுபவத்தால்...

'பசி கோவிந்தம்' என்ற தலைப்பில் ஒரு நையாண்டி இலக்கியம் எழுதுவதற்கு யோசனைகளையும் தந்து, விந்தனுக்கு உதவியாகவும் இருந்து, அதனைப் பிரதியெடுத்த பெருமை என்னையே சாரும்.

என்னுடையதைக் காட்டிலும் விந்தனுடைய கையெழுத்து நன்றாகயிருக்கும் என்பதால் பின்னால் பிரதி எடுக்கும் வேலையை அவரிடம் விட்டுவிட்டேன்.

இந்தப் புத்தகம் எழுதுவதற்காக நானும் விந்தனும் வெளியூர் பயணம் போனோம். விருத்தாசலத்திற்குப் பக்கத்தில் பெண்ணாடத்தில் புதுமைப் பிரசுர அதிபர் ராமசாமி என்பவருடைய விருந்தினர்களாக இருவரும் ஒரு மாதம் கழித்தோம்.

அந்தச் சமயத்தில்தான், என்னுடைய முதல் நாவலான 'வாழ்க்கை அழைக்கிறது' என்ற புத்தகத்திற்கு அங்கே பதியன் போட்டுக்கொண்டு வந்தேன்.

தமிழ்ஒளி, விந்தன், நான் ஆகிய மூவரும் மிக நெருக்கமாகி, சக்திவாய்ந்த மும்மூர்த்திகளாகச் சென்னை நகரில் வலம் வந்து கொண்டிருந்தோம்.

தமிழ்ஒளிக்கு திரு. விந்தனை ஏனோ திடீரென்று பிடிக்கவில்லை. விந்தனுக்கு எதிராக எனக்கு கொம்பு சீவி விடுகிற வேலையைப் பெண்ணாடத்திலிருந்து வந்ததும் ஆரம்பித்துவிட்டார் தமிழ்ஒளி.

எது எப்படி இருந்தபோதிலும், தமிழ்ஒளியின் செயல்கள் அக்காலத்தில் எல்லாருக்கும் அசூயை ஏற்படுத்தியபோதிலும் அப்போது அனுபவிக்கிற

காலத்திலும் இப்போது எண்ணிப் பார்க்கிற போதும் மிகவும் ரசமான பகுதியாகத்தான் இருக்கிறது.

17

"விந்தனை எங்கே பார்த்தாலும் உதைப்பேன் என்று சொல்லுங்கள்" என்று, அவர் வீட்டில் போய்ச் சொல்லிவிட்டு வந்தேன்.

தமிழ்ஒளி தமிழுக்கும் எனக்கும் மிக வேண்டியவர். ஆனால் ரொம்பப் பேருக்கு அவர் வேண்டாதவர்.

அவரது புலமையினாலும் தமிழை அவர் ஆளுகின்ற எழுத்தாண்மை யினாலும் அவர்மீது கொண்ட மயக்கத்தினால் பலர் அவரை இனிய நண்பராக மதிக்க நேர்ந்தது. இயன்றவரை தனது சொந்த முயற்சி யினாலேயே அப்படிப்பட்ட நண்பர்களின் நல்லுறவை அறுத்துக் கொள்வதை அவர் வாழ்க்கை முழுவதும் என்ன காரணத்தினாலேயோ கைகொண்டிருந்தார்.

ஆனாலும் மந்திரம் போன்ற, கேட்டாரைப் பிணிக்கும் சொல் வலிமையைப் பெற்றிருந்தார் அவர். அவரைப் பிடிக்காத பலர் எனக்கு நண்பர்களாக இருந்தனர். அவர்களையெல்லாம் சோதித்துப் பார்க்க வேண்டும் என்ற எண்ணம் தோன்றாதவகையில் அவர்மீது எனக்கு நம்பிக்கை இருந்தது.

'விந்தனைப் பற்றி நீ என்ன நினைக்கிறாய்?' என்று தமிழ்ஒளி என்னிடம் கேட்டார்.

'ரொம்பவும் இனிய நண்பர்' என்று நான் சொன்னதும், இதுவரை கேட்டறியாத ஹாஸ்யத்தைக் கேட்பதுபோலப் பெருங்குரலில் சிரித்தார் தமிழ்ஒளி.

"நீ ரொம்பவும் நல்லவன். அதனால் எல்லாரைப் பற்றியும் அப்படியே நினைக்கிறாய். சரி, நீ என்னைப்பற்றி என்ன நினைக்கிறாய்?" என்றார்.

விந்தனைப் பற்றி என்ன சொன்னேனோ அவ்விதமாகவே நினைப்பதாகச் சொன்னேன்.

"அப்படியானால் எங்கள் இருவரையும் ஒரேமாதிரிதான் நினைக்கிறாய், நல்லவனாக இருந்தால் மட்டும் போதாது. செயல்படும்போது புத்தியும் வேண்டும். நீ என்னைப் பற்றி என்ன வேண்டுமானாலும் நினைத்துக்கொள். உன்னைக் கேவலமாகப் பேசித் திரிகிற யாரையும் என்னால் மன்னிக்க முடியாது. விந்தன் உன்னைப் பற்றி என்னிடமும் வேறு சில எழுத்தாளர்களிடமும் என்னவெல்லாம் சொல்லித் திரிகிறார் தெரியுமா?" என்று கேட்டார்.

"நீ அவரோடு அந்தப் புத்தகம் எழுத வெளியூர் போனதுதான் தப்பு. அங்கு யாரோ ஒரு பிரசுரகர்த்தார் வீட்டில் நீ விருந்தாளியாகத் தங்கியிருக்கக் கூடாது. அதனாலதான் இந்த விந்தன் உன்னைக் கேவலமாகப் பேசுகிறார்" என்று கோபாவேசமாகச் சொன்னார்.

எனக்குக் கொஞ்சம் புத்திபேதலித்தது. அவர் என்னைக் குறித்து என்ன சொன்னார், என்று கேட்டேன்.

"நீ பெண்ணாடத்தில் அந்த வீட்டு மாடியில் நின்றுகொண்டு வேலைக்குப் போகிற பெண்களைப் பார்த்து ரசித்தது உண்டா?" என்றார்.

"எங்கே, யாரைப் பார்த்தாலும் ரசிப்பது உண்டு. நான் ரசிக்கிற பெண்களை நிர்வாணப் படமாகப் போடவோ, அவர்களை மனதில் போட்டோ பிடித்துவைத்து ரசிக்கவோ அல்ல. அப்படிப்பட்ட பழக்கம் எனக்குக் கிடையாது. சரி. அதனால் என்ன?" என்றேன்.

"நன்றாக கவனி. நீ பெண்ணாடம் போனது எனக்கு எப்படித் தெரிந்தது?" மொட்டைமாடியில் நின்று தெருவில் போவோர் வருவோரைப் பார்த்தது எனக்கு எப்படித் தெரிந்தது? விந்தனே சொல்லாமல் எனக்குத் தெரியமுடியுமா?" என்றார்.

"என்ன சொன்னார்?" என்று கேட்டேன். "அதையெல்லாம் சொன்னால் நீ என்னைக் கொன்றுவிடுவாய். என்னிடம் மட்டுமல்ல, கூடி இருந்த (எனக்குத் தெரிந்த சிலரின் பெயர்களைச் சொல்லி) எழுத்தாளர்களிடமும் சொன்னார்" என்றார்.

விடாப்பிடியாகப் பல நாட்கள் எனக்குத் தூபம்போடுகிற மந்திரவாதிபோல் விந்தனைப் பற்றி சொல்லிக்கொண்டே இருந்தார். நான் விந்தனை தவறாகப் புரிந்துகொள்ளும்முறையில், கோபம் கொள்ளுமளவு பல கட்டங்களில் மிகக் கோபாவேசமாக சத்தியப் பூச்சோடு தமிழ்ஒளி சொல்லியதை நானும் நம்ப நேர்ந்தது.

"இப்போ விந்தன் எங்கே இருக்கிறார்?" என்று அமிஞ்சிக்கரையில் நின்றுகொண்டு மந்திரவாதியால் ஏவி விடப்பட்ட பூதம்போல, கோபக்குரலில் கேட்டேன்.

"அவர் வீடு பக்கத்தில்தான் இருக்கிறது. இப்போது வீட்டில்தான் இருப்பார். நீ போ, நான் வரக்கூடாது" என்று தமிழ்ஒளி ஒதுங்கிக்கொண்டார். என்னை மட்டும் அனுப்பினார்.

எனக்குத் துணை வேறு வேண்டுமா?

விந்தன் வீட்டில் உள்ள அனைவருக்கும் என்னை ரொம்பப் பிடிக்கும். நான் போன நேரத்தில் தெய்வாதீனமாக விந்தன் வீட்டில் இல்லை.

அவரது மனைவி, கைக்குழந்தையோடு வாசற்படியில் இருந்தார். "விந்தன் எங்கே போய் இருக்கிறார்?" என்று அழுத்தம் கொடுத்துக் கேட்டேன்.

அவரது மனைவி, நான் குடித்துவிட்டு வந்திருப்பதாக நினைத்திருக்கலாம். நானும் நண்பர் விந்தனும் பலசமயங்களில் அவர்கள் வீட்டில் மொட்டைமாடியில் குடித்து உல்லாசமாகக் கழித்த விஷயங்கள் அந்த அம்மையாருக்குத் தெரியாமலா இருந்திருக்கும் எனக்குதான் கோபத்தில், பழகிய இனிய நினைவுகள் யாவும் அந்த க்ஷணம் அவிந்துபோயிருந்தன.

'எங்கே பார்த்தாலும் உதைப்பேன்' என்று சொல்லுங்கள் என்று அவரது மனைவியாரிடம் சொல்லிவிட்டு, விந்தன் எங்கே இருப்பார் என்று தேடிக்கொண்டு பாண்டி பஜார் வந்தேன்.

18

அன்று பூராவும் நான் போகிற இடமெல்லாம் திரு.விந்தன் அவர்களைத் தாக்கப்போவதாய் எல்லோரும் நம்பும்விதமாய்ச் சொல்லிக்கொண்டே இருந்தேன். அந்தச் செய்தி அன்று பகலுக்குள்ளேயே திரு.விந்தனுக்கு எட்டிவிட்டது போலும்.

இந்த நிகழ்ச்சிகளின்போது நான் வீட்டைவிட்டு வெளியேறி நண்பர்கள் அறைகளில் தங்கி, எழும்பூர் ஹைரோடு பங்கஜா லாட்ஜில் சாப்பிட்டுக்கொண்டு வாழ்ந்து வந்தேன்.

எங்கள் வீடும் எழும்பூர் ஹைரோடில்தான் இருந்தது.

சாயங்காலம் சாப்பிட்டுப் பங்கஜா லாட்ஜ் ஓட்டலுக்குப் போவதற்கு முன்னால் நான் வீடு சென்று உறவினர்களோடு அளவளாவும் வழக்கத்தையும் கொண்டிருந்தேன்.

நண்பர் விந்தனின் குடும்பத்தினர் அனைவருக்கும் என்னை எவ்வளவு பிடிக்குமோ, தெரியுமோ அதேபோல எங்கள் வீட்டில் உள்ளவர்களுக்கும் விந்தனைப் பிடிக்கும்; பரிச்சயமும் உண்டு.

என் தாயார் விந்தனின் வாசகர்களில் ஒருவர் என்றே சொல்லலாம்.

நான் இல்லாத நேரங்களில்கூட, எங்கள் வீட்டுக்கே வந்து என் தாயாரோடும், மாமாவோடும் விந்தன் பேசிக்கொண்டிருப்பார்.

நான் வீட்டைவிட்டு வெளியேறி வாழ்க்கை நடத்தும் விஷயம் அவருக்குத் தெரியாது.

அதனால்தான் அவர், என்னைத் தேடிக்கொண்டு வீட்டுக்கே வந்திருந்தார்.

ஆனால் ரொம்பவும் பாதுகாப்போடு ஒருபக்கம் மாமாவும் இன்னொருபக்கம் என் தாயாரும் நிற்க நடுவில் விந்தன் இருந்தார்.

என்னைப் பார்த்ததும் குதிரை கனைப்பதுபோலச் சிரித்தார் விந்தன். எப்போதுமே அவரது சிரிப்பு நல்ல ஜாதிக்குதிரையொன்று சந்தோஷத்தால் கனைப்பதுபோல இருக்கும்.

நான் எப்போதும் ரசிக்கின்ற அவரது அந்தச் சிரிப்பு, எனக்கு அப்போது நாராசமாய் ஒலித்தது.

"கொஞ்சம் என்னோடு வெளியில் வாரும்" என்று கூப்பிட்டு, அவர் நிச்சயம் என்னைப் பின்தொடர்ந்து வரவேண்டும் என்ற நம்பிக்கையோடு வீட்டில் இருந்து தெருவில் வந்து நின்றேன் நான்.

அந்த நீளமான சந்தில் அவர் வருகிறவரை நான் மெயின்ரோடில் அவருக்காகக் காத்திருந்தேன்.

விந்தனோடு நடத்தப்போகிற வம்பை, இங்கேயே வைத்துக்கொள்வதா, தள்ளிப்போய் வைத்துக்கொள்வதா என்று யோசித்தவாறு நடந்துகொண்டிருந்தேன். நான் கோபத்தில் எங்கெங்கு, என்னென்ன கூறினேனோ அவை எல்லாவற்றையும் கேட்டுக்கொண்டு ஒருமாதிரியான தைரியத்தோடு என்னைத் தேடி விந்தன் வந்திருக்கிறார்.

எனது இயல்புகளில் ஒன்றான நிதானமற்ற முன்கோபத்தைப் பல சந்தர்ப்ப சாட்சியங்களோடு அறிந்திருந்தார். ஒன்றும் ரசாபாசமாக நடந்துகொள்ள வேண்டாம் என்று அவரது பார்வை என்னிடம் உரிமையோடு கெஞ்சிற்று.

"உங்களோடு நான் எங்கே வரவேண்டும்?" என்று பரிதாபமாகக் கேட்டார் விந்தன்.

"சத்தியமூர்த்தி பார்க் வரை" என்றேன்.

"ஒரு சோடா குடித்துவிட்டு வரலாமா?" என்று அனுமதி கேட்பதுபோல என்னிடம் வேண்டினார்.

நானும் ஒரு போலீஸ்காரன் போல "சரி" என்றேன்.

கடையிலிருந்து சோடாவை வாங்கிக்கொண்டு "உங்களுக்கு?" என்று நீட்டினார்.

என் கோபத்தைத் தணித்துக்கொள்ள அப்போது எனக்கு விருப்பம் இல்லாததால், வேண்டாம் என்றேன்.

சோடா குடித்த பிறகு, தான் சிகரெட் புகைப்பதற்கு முன்னால் என்னிடம் சிகரெட்டை நீட்டினார். நானும் புகைக்க விரும்பியதால் அதை மறுக்கவில்லை.

வருகிற வழியில் நடந்துகொண்டே இருந்தார். 'சார் இங்கேயே பேசுவோமே' என்று, ஸ்பர்டாங் ரோடு முனைக்கு வந்ததும் நின்று சொன்னார்.

அவர் கூறிய முதல் வார்த்தை, "ஸார்... என் பிள்ளைபோல உங்கள்மீது நான் அன்பு வைத்திருக்கிறேன். தமிழ்ஒளி நல்ல கவிஞர், அவர்மீது எனக்கும் மரியாதை உண்டு. ஆனாலும் அவர் ஒரு நல்ல நண்பர் அல்ல. தமிழ்ஒளி குணங்கெட்ட ஒரு மனிதர். நீங்கள் கோபித்தாலும் சரி. தமிழ்ஒளி உங்களைக் கெடுத்து வைத்திருப்பதுதான் எனக்கு வருத்தமாய் இருக்கிறது. நீங்கள் இப்போது என்னை அடித்தால்கூட நான் பொருட்படுத்தமாட்டேன்" என்று, அவர் நிதானமாகவும் என்மீது கொண்ட உள்ளார்ந்த அன்போடும் சொன்ன வார்த்தைகள் என் மனதுள் கொஞ்சம் கொஞ்சமாய் இறங்கின.

இருந்தாலும் எனது கோபத்திற்குக் காரணமான குற்றச்சாட்டுகளை ஒன்று, இரண்டு, மூன்று என்று பத்து வரை வரிசைப்படுத்திக் கூறி, "சொன்னது உண்டா? இல்லையா?" என்று கேட்டேன்.

அப்போதுதானெனக்கு ஒரு புதிய உண்மை புரியவந்தது.

ஒரேவித வார்த்தையை ஒருவர் ஒரு மனநிலையில் சொல்கின்ற போது மற்றவர்கள் வேறொருவிதமாகப் புரிந்துகொண்டு இன்னொருவரிடம் பிறிதொரு அர்த்தம் தருகிறமாதிரி பொய்யும், புனை சுருட்டுமாய் நமது வார்த்தைகள் மாற்றம் கொண்டுவிடுகிற விபரீதத்தை நான் உணர்ந்தேன்.

நான் கூறிய குற்றச்சாட்டுகள் ஒன்றைக்கூட விந்தன் மறுக்கவில்லை.

ஆனால் ஒவ்வொன்றிற்கும் பிறிதொரு அர்த்தத்தில் விளக்கம் தந்தார் விந்தன்.

நான் என்னதான் தவறு செய்தபோதிலும் எவர் முன்னாலும் இதுவரை கண்ணீர் சிந்தி வருந்தியவன் அல்லன்.

ஆனால், அன்று நானும் விந்தனும் கண்களில் இருந்து கண்ணீர் வருகிறவரை, தமிழ்ஒளியின் குணாதிசியங்களைப் பற்றி பேசிப்பேசி ஸ்பர்டாங் ரோடு முழுவதும் சிரித்தோம்.

விந்தனோடு எனக்கு இருந்த நட்பு வலுப்பட்டது.

அதே காரணத்தால் கவிஞர் தமிழ்ஒளியுடன் நான் கொண்ட நட்பைப் பிசிறு இல்லாமல் அறுத்துக்கொள்வது என்று முடிவு செய்தேன். ஓ! அது எவ்வளவு மனோ வேதனையான நிகழ்ச்சி!

கவிஞர் தமிழ்ஒளியை, அவரால் நான் கற்ற பல அரிய பாடங்களை, அவர் எனக்குக் கற்பித்த தமிழ்க் கல்வியை எல்லாம் நன்றியோடு நான் நினைவுகூர்ந்தேன்.

அறியாமையும் முறையான கல்வியின்மையும் முரட்டுத்தனமும் சேர்ந்து வார்த்துச் சென்னை நகரின் தெருக்களில் திரியவிட்டிருந்த ஓர் ஓடுகாலியை தமிழ் என்னும் அமுதத்தைப் புகட்டி என்னுள் கனன்ற இலக்கிய நெருப்பைத் தூண்டிவிட்ட அவரை, என்பால் அன்பு கொண்டிருந்தாலும் நட்பில் விஷம்கலந்த குற்றத்துக்காக, அவரை ஒரு நொடியில் புறக்கணிப்பது எனத் தீர்மானித்தேன்.

என்மீது அன்புகொண்டோரை, எனக்கும் தமக்கும் சமூகத்துக்கும் இன்பம் தருகின்ற எனது இனிய உறவுகளை என்னிடமிருந்து பிரிக்கும் நோக்கத்தோடு செயல்படுகிறவர் எனது தந்தையே ஆயினும் ஈன்ற தாயே ஆயினும் எனக்குப் பின்னால் வருகிற எனது சந்ததியே ஆயினும் அவர்களது உறவைப் பகிரங்கமாகவோ, மனத்தளவிலோ ஈவு இரக்கம் இல்லாமல் வெட்டித் தறித்துவிடுகிற துணிவைப் பெற்றிருந்தேன் நான்.

எனது கருத்துக்கு ஒத்துப்போக முடியாத ஓர் ஊர்வசியைக் கூட என்னால் ரசிக்க முடியாது.

எனது சிந்தனைகள் அதற்குரிய மரியாதையோடு புரிந்துகொள்ளாத, மதிக்காத எவரையும் அவர் குபேரராக இருந்தாலும் கோடீஸ்வரனாக இருந்தாலும் அவர் எத்தகைய தலைவராயிருந்தாலும் அவரால் எனக்குக் கோடி லாபம் வந்து குவிவதாயினும் நான் அவரை ஒரு குஷ்டரோகியை விலக்குவது போல் ஒதுக்கி நடப்பேன்.

எனது சித்தாந்தத்திற்கு எதிரிடையாக உள்ள, எந்தச் சித்தாந்தமுமற்றவர்கள் என்னை பிழைப்புக்காகப் பயன்படுத்திக்கொள்ள நினைக்கும்போது எனது தேசத்தையேகூட நான் புறக்கணித்துவிடுவேன்.

தமிழ்ஒளியின் நட்பை நிரந்தரமாக அறுத்துக்கொள்ளப் போகிறேன் என்னும் எனது தீர்மானமே என்னைப் பெருந்துயருக்கு ஆளாக்கியது.

நானும் தமிழ்ஒளியும் எத்தகைய லட்சிய நண்பர்களாய் அந்த நட்பின் ஆனந்தத்தைச் சுவாசிக்கத் தெரிந்தவர்களாய் வாழ்ந்திருந்தோம்.

அந்த நினைவுகள் எல்லாம் நிகழ்கால நடப்புகளாக இருக்கலாகாதா என்று இப்போதுகூட நான் ஏங்குகிறேன்.

விந்தனைப்போல, வல்லிக்கண்ணன் சகோதரர்களைப்போல், எம்.எஸ்.கண்ணனை, இளங்கோவனைப்போல எனக்கு எவ்வளவோ நண்பர்கள் இருந்தபோதிலும் இவர்களையெல்லாம் ஒரு தட்டிலும், தமிழ்ஒளி நட்பை மட்டும் ஒரு தட்டிலுமாக வைத்தால்கூட தமிழ்ஒளியின் நட்பே கனமும் அர்த்தமும் உள்ளதாகத் திகழும். எனக்கு அத்தகைய ஆத்மபலமாய்த் திகழ்ந்தார் அவர்; அவர் மட்டுமே அக்காலத்தில்!

அவரது நட்பை முறித்துக்கொள்வதால் எனது வாழ்க்கையே முடமாகிப்போனாலும் சரியே; நான் நண்பர்களே இல்லாத ஓர் அனாதையாக இந்த நகரத்தின் தெருக்களில் அலைந்தாலும் சரியே. இனி ஒருபோதும் இவரோடு தோழமை கொள்வதில்லை என்று எடுத்த முடிவை, என்னுள் திடமாய்க் கொள்வதற்காக நான் சென்னை நகரின் தெருக்களில் அலைந்து கொண்டிருந்தேன். எங்கு போவேன்? எனக்குப் புகலிடம் தருவதற்காகவே அவ்வளவு சிரமத்திலும் அமைந்தகரையில் ஒரு வாடகைப் போர்ஷன் வைத்திருந்தார் தமிழ்ஒளி. அவரை ஒதுக்கிவிட்டு நான் இனி எங்கு ஒதுங்குவது? ஒண்டுவது? என்ற யோசனையிலேயே திரிந்தேன்.

இன்று ஓர் இரவு தங்குமிடம் எனக்குத் தமிழ்ஒளியோடுதான் என்று பல்லைக் கடித்துக்கொண்டு சகித்தேன்.

இரண்டாவது ஆட்டம் சினிமா பார்த்துவிட்டுப் போகிற நேரத்தில் நான் ரூமுக்குத் திரும்பினேன்.

எனது வருகைக்காகத் தூங்காமல் ரூமில் விளக்குப் போட்டுக்கொண்டு காத்திருந்தார் நண்பர் தமிழ்ஒளி.

நான் விந்தனைச் சந்தித்ததையோ, அவரிடம் பேசியதையோ இவரிடம் தெரிவிப்பதில்லை என்று தீர்மானம் செய்திருந்தேன்.

அதன்படி ரூமுக்குச் சென்றவுடன் தமிழ்ஒளியின் முகத்தைக்கூடப் பார்க்காமல் எனது படுக்கையில் விழுந்தேன்.

"என்ன இன்றைக்காவது விந்தன் கிடைத்தானா?" என்று குரோதத்துடன் தமிழ்ஒளி கேட்டார்.

நான் பதில் ஒன்றும் சொல்லவில்லை. விந்தன் என் கைக்குக் கிட்டாததனால் நான் கோபத்துடன் இருக்கிறேன் என்ற நினைப்பில் எனக்கு மேலும் சூடேற்றினார் தமிழ்ஒளி.

“உனக்குத் தெரியுமா? நீ அவனைத் தேடிக்கொண்டு வீட்டுக்குப் போனாயே. அப்போது அவன் வீட்டிலேயேதான் இருந்தான். இரவு 11.00 மணி வரை நான் அவனிடம் பேசிக்கொண்டிருந்தேன்” இது முழுப் பொய். அந்த நேரத்தில் விந்தன் என்னோடு இருந்தார்.

“அவன் ஒன்றும் பயப்படுவதாக இல்லை. எங்கு பார்த்தாலும் உன்னை உதைக்கப் போவதாக அவன் சொன்னான்” என்று மலை மலையாகப் பொய் சொல்லிக்கொண்டிருந்தார் தமிழ்ஒளி.

தமிழ்ஒளியின் உயரம் 4 அடி, எடையோ 100ன் பவுண்டுக்கும் குறைவு. இந்த உடம்பில் இவ்வளவு விஷமா? என்று எனக்கு ஏற்பட்ட ஆவேசத்தில் அவரது சட்டையை ஒரு கையால் பிடித்துத் தூக்கினேன்.

“இனிமேல் நீ பேசினால் நான் உன்னைக் கொன்றுவிடுவேன்” என்று சொல்லி, அந்த உயரத்தில் இருந்து கீழே போட்டேன்.

அவர் இதை எதிர்பார்க்கவில்லை. கீழே நிலைகுலைந்து விழுந்தவர், எழுந்து அறைக் கதவைத் திறந்துகொண்டு வெளியேறினார்.

என்னை ஒரு மூடனாக நினைத்து முழுமையாக என்னை நம்பினார் அவர். எனினும், என்மீது அன்பு கொண்டவரை அடித்து விரட்டிவிட்டு அவர் வாடகை கொடுத்து இருந்த அறையில் புகுந்து கொண்ட நான் எப்படி நிம்மதியாகத் தூங்க முடியும்?

பிடிவாதத்துடன் நான் வெட்டி முறித்த நட்புக் கிளை முறிந்து விழுந்தது. வெட்டப்பட்ட இடத்திலிருந்து பெருகி ஒழுகிய துன்பத்துடன் அறைக்குள் இரவின் தனிமையில் நான் கண்ணீர்விட்டு அழுதேன். ஐயோ! மனிதர்கள் ஏன் இப்படி விபரீத முடிச்சுகளாகிக் கழுத்தை இறுக்குகிறார்கள்!.

19

ஒருவிதமாக நான் உறங்கிக் கண்விழித்தபோது தலைமாட்டில் ‘குட்மார்னிங்’ என்று சொல்லிக்கொண்டு, கவிஞர் தமிழ்ஒளி உட்கார்ந்து கொண்டிருந்தார்.

வழக்கம்போல் எனக்குக் காபி தருவித்தார். நேற்றிரவு ஒன்றுமே நடக்காததுபோலவும், அது நான் கண்ட ஒரு துர்க்கனவுபோலவும், எதுவுமே தன்னைப் பாதிக்காததுபோலவும், அவர் நடந்து கொண்டது அப்போது எனக்கு அதிக எரிச்சலையே தந்தது. நான் தீர்மானம்

செய்திருந்தபடி, அவர் எனக்கு 'குட்மார்னிங்' சொன்ன நேரத்திலேயே நான் அவருக்கு 'குட்பை' சொல்லிவிட்டேன்.

ஆயினும் எப்போதும்போல அன்புடன் அவர் எனக்கு நல்கிய உபசரிப்புகளைப் பெற்றுக்கொண்டேன்.

மூட்டை முடிச்சுகளை கட்டத் தொடங்கினேன். நான் எக்காலத்திலும் எனக்கென்று பெரும் சுமைகளை வைத்துக் கொண்டதில்லை.

ஒரு காலத்தில், கம்யூனிஸ்ட் கட்சியில் முழுநேர ஊழியனாக இருந்த அனுபவத்தால் கைக்கொண்ட ஆசாரம் அது.

கம்யூனிஸ்ட் வாழ்க்கையின்போது கட்சிப் பணத்தில் எனக்கு வாங்கித்தந்த ஒரு ட்ரங்க் பெட்டிதான் சுமை. அதையும் ஒருமுறை போலீஸ்காரர்கள் சோதனை செய்தபோது வேண்டுமென்றே நான் சாவியை மறைத்துக்கொண்டு தர மறுத்தபோது பாட்லாக் உடைக்கப்பட்ட பெட்டி அது.

எனது தகப்பனார் தீயணைப்புப் படையில் ஓர் ஊழியராக இருந்த காலத்தில் அணிந்திருந்த சட்டையின் காலர்ப்பட்டி ஒன்று எப்படியோ என்னிடமிருந்தது. அந்த யூனிபாரத்தின் கழுத்துப் பட்டை அந்தப் பெட்டியின் கைப்பிடியாகி இருந்தது.

அதனுள் அதிகம் கனமுள்ள விஷயங்கள் நான் எழுதிக் கிறுக்கியிருந்த சில காகிதங்கள்தான். மற்றபடி மாற்று வேட்டி, மாற்றுச் சட்டை முதலியன. பிரித்தால் படுக்கை. உதறினால் துண்டு ஆகியவையே நமது ஆஸ்தி.

நான் புறப்பட்டுவிட்டேன்.

தமிழ்ஒளியிடம் போய் வருகிறேன் என்றோ, போகிறேன் என்றோ சொல்லக்கூட முடியாத ஓர் உணர்ச்சி. அன்று நான் அதனை, என் கோபம் என்று நினைத்துக்கொண்டேன்.

என்ன செய்திருந்தால் என்னைத் தமிழ்ஒளி தடுத்திருக்க முடியும்? ஒரே ஒரு வார்த்தை; 'நான் செய்த தவறுகளுக்கு வருந்துகிறேன்' என்று சொல்லியிருந்தால்போதும்; அவர் மன்னிப்புக்கூட கேட்டிருக்க வேண்டாம்.

ஆனால், அவருக்கு அப்படியொரு எண்ணம் ஏற்படவே இல்லை போலும்.

மனமறிந்து செய்த களவைக் கையும் களவுமாகக் கண்டுபிடித்த பிறகும்கூட, நான் திருடவில்லை என்று சாதிக்கிற ஒருவரின் செயலை என்னால் சகிக்க முடிந்ததில்லை.

அவரும் நான் அங்கிருந்து செல்வதைத் தடுக்கவில்லை.

ஒரு திசையிலிருந்து இன்னொரு திசைக்குப் போய் மறுபடியும் திரும்புகிற பந்துபோல் நான் வல்லிக்கண்ணன் சகோதரர்களின் இருப்பிடத்தைச் சென்றடைந்தேன்.

அங்கு இந்தத் தடவை அதிகமான நாட்கள் தங்கி இருக்கவில்லை.

1956இல் எனக்கென்று ஓர் எளிய குடும்பத்தை நான் உருவாக்கிக் கொண்டேன்.

குடும்பத்தின் அங்கத்தினர்கள் நான் எனது தாயார். ஒரு தம்பி.

இந்தக் காலகட்டத்தில் எனது பிற நண்பர்களைப் போல அல்லாமல் ரகசியமான ஓர் இன்பானுபவமாக நான் சினிமா படங்களைத் தேடிப்பார்த்து அனுபவித்து வந்தேன்.

ஒரு ரசனைக்காக மட்டுமல்லாது, உலக சினிமா வரலாற்றைப் பயில்கிற ஒரு மாணவனைப்போல நான் எல்லா சினிமாப் படங்களையும் தேடிப்பார்த்து வந்தேன். தமிழ்ப்படங்கள் உட்பட.

மொழி தெரியாத படங்களை நான் ஒருமுறை சென்று பார்த்துவிட்டுப் பின்னர், அந்த மொழி தெரிந்த நண்பரோடு சென்று இன்னொரு தடவை பார்ப்பேன்.

தமிழ் சினிமா உலகில் பி.யூ.சின்னப்பாவுக்குப் பிறகு நடிப்புலகில் அவருக்கு இணையான அடுத்த தலைமுறை வார்ப்பாக ஒரே நடிகராக சிவாஜிகணேசன் வருகிறார் என்று நான் அப்போதே அடையாளம் கண்டுகொண்டேன்.

ஒரு குறிப்பிட்ட காலம்வரை அவரது படங்களை 'பராசக்தி' தொடங்கி வரிசைக்கிரமமாக நான் பார்த்துப் பயின்றது உண்டு.

எனது ரசனையை ஈர்த்த இந்தப் படைப்பின்தன்மை என்னென்னவென்று ஆராய்வதோடல்லாமல் எனக்கு இருந்த அரசியல் நோக்கமும் என்னை அவர்பால் இழுத்தது.

அது காரணம் பற்றியே என்னை ஒரு சிவாஜி ரசிகன் என்று அழைத்துக்கொள்ள என்னால் முடியவில்லை.

ஒரு நடிகனின் சுபாவமான குறைகளையும் இயல்புகளையும் விலக்கி, அவனிடம் இயற்கையாக ஒரு தெய்வானுக்கிரகம்போல் அமைந்திருக்கின்ற கலை மேதைமையைக் கண்டுகொள்வதே ஒருவரைச் சிறந்த கலைஞராக, ரசிகராக மாற்றுகிறது.

அவ்வளவு மதிப்பும் அபிமானமும் இருந்துகூடப் பல நடிகர்களிடமிருந்து நான் விலகி நின்று ஒதுங்கியும் வேறுபட்டும், மாறுபட்டும் சிலசமயங்களில் விரோதம் கொண்டது போலவும் இருக்க நேர்ந்ததற்குக் காரணம் இவர்கள் அரசியலில் பிரவேசம் செய்ய முயன்றதுதான்

தமிழ்நாட்டில் உள்ள நடிகர்களின் ஆதிக்கம் அரசியலுக்கும் சமூகத்துக்கும் சரியான உறவு ஏற்பட எக்காலத்திலும் உதவவவில்லை.

ஆனால் இவர்கள் சமூகத்தில் பலம் வாய்ந்த செல்வந்தர் பிரிவைச் சேர்ந்தவர்களாக மாறியதன் விளைவாய்க் கலைஞர்கள் என்ற ஹோதாவில் மட்டும் அல்லாமல் இவர்களுடைய சமூக அந்தஸ்தைச் சுரண்டும் நோக்கத்தோடு அரசியல்வாதிகள் கலைஞர்களுக்கு வலைவீசும் ஒரு துர்பாக்கியமான சூழ்நிலை அக்காலத்தில்தான் தொடங்கியது. திரை உலகம் சம்பந்தப்பட்டவர்கள் தேச சம்பந்தபட்ட அரசியல்வாதிகளாக மாற்றப்படுகிற அபாயத்தை நான் உணர்ந்தேன்.

அரசியல் காரணங்கள் ஆயிரம் இருந்தபோதிலும் நான் ஒரு நல்ல ரசிகனாக இருந்ததனால் சிவாஜிகணேசனை அவரது ஆற்றலுக்காகவும் மேலும் அவரது அரசியல் ஒரு காலத்தில் எதிர்த்திசை மாற்றம் கொண்டதன் காரணமாகவும் அவர் ஏற்ற புதிய அரசியல் நான் ஆதரிக்கத்தக்க தகுந்த அரசியலாக இருந்ததனாலும் அவரோடு அதிக முரண்பாடுகள் எனக்குத் தோன்றவில்லை.

எந்தப் பத்திரிகைகளிலும் எந்தவொரு சினிமாவையும் உயர்த்தியோ, தாழ்த்தியோ நான் எழுதியதில்லை.

கவிஞர் கா.மு.ஷெரீப் அவர்கள் கவிஞர் தமிழ்ஒளி மூலம் எனக்கு ஏற்கனவே அறிமுகமானவர். ஏ.பி.நாகராஜனை ஆசிரியராகக் கொண்டு ‘சாட்டை’ என்றொரு அரசியல் சமுதாய இலக்கியப் பத்திரிகை கவிஞர் கா.மு.ஷெரீப் பொறுப்பில் ஆரம்பிக்கப்பட்டது.

வாஸ்தவத்தில் ஏ.பி.நாகராஜனுக்கும் அந்தப் பத்திரிகைக்கும் என்ன சம்பந்தம் என்றுகூட எனக்குத் தெரியாது. ஆசிரியருக்கான கடமைகள் எல்லாவற்றையும் ஷெரீப் அவர்களே கவனித்து வந்தார்.

ஏற்கனவே ‘தமிழ் முழக்கம்’ என்ற பத்திரிகைப் பொறுப்பும் சினிமா உலகத் தொடர்புகளும் அவருக்கு நிறைய இருந்தன.

கவிஞர் தமிழ்ஒளி உதவி ஆசிரியர் பொறுப்பில் இருந்து வேலைகள் செய்வதாய் வாக்குறுதி கொடுத்ததன்பேரில் அவரை வேலைக்கு அமர்த்திக்கொண்டார் திரு.ஷெரீப். ஆனால், தமிழ்ஒளி அப்போது எங்கேயிருக்கிறார் என்றுதான் தெரியவில்லை.

இனி, இவரோடு முகலோபனம்கூட வைத்துக்கொள்வதில்லை என்ற மூர்த்தண்யத்தோடு என்றைக்கு வெளியேறினேனோ அன்றிலிருந்து ஒரு பத்து நாட்கள் கழிந்தபின்னர் ஒருநாள் காலை... 9ஆம் நம்பர் பஸ்ஸில் ஏறி ஹால்ஸ் ரோடில் இருந்து கமாண்டர் இன் சீப் சாலைக்குத் திரும்பும்போது ஒரு காட்சியைக் கண்டேன். மனித ஹிருதயம் படைத்த எவனுக்கும் அது சோதனைதான்.

20

எனது குழந்தைப் பருவ ரசனை மாறிய காலத்திலேயே நமது தமிழ் சினிமாக்களைப் பார்த்து நான் சிரிக்க கற்றுக்கொண்டேன்.

அதேவிதமாக, இந்தியாவில் பெரும்பான்மையான படங்களும் எனது வாலிபப் பிராய ரசனைக்கு உகந்ததாகவோ, உன்னதமாகவோ இல்லை.

எனது வாலிபப் பிராயம் இன்ப அனுபவம் மிகுந்ததாக இருந்ததில்லை. எனது மனம் கவர்ந்த காதலுக்குரிய நண்பர்களாக இருந்தாலும் சமூகம் சம்பந்தப்பட்ட எனது கருத்துகளோடும், என்னோடும் மாறுபடும்போது எனது எதிரிகளாகவே அவர்கள் மாறினர்.

மேலும் துடிப்பான ரத்தத்தோடும் உள்ளத்தோடும் சமூக மனிதனாகச் செயல்படுகின்ற உறுதி என் மனத்தின் அடித்தளத்தின் ஆழத்தில் ஏற்கனவே உறுதிபெற்று பலப்பட்டிருந்தது.

எனது முந்தைய தலைமுறையினர் ஓர் உன்னதப் பாரம்பரியத்தின் முன்னோடிகளாக என்னோடு வாழ்ந்துகொண்டுமிருந்தனர்.

இத்தகு நண்பர்கள் செயல் ஒருமைகொண்டோராய் இல்லாததால் எனக்கு நெருக்கமான நண்பர்களாகவும் இருந்ததில்லை.

ஆயினும், ஓர் உயர்ந்த கொள்கையை ஏற்றுக்கொண்டதால், அவர்கள் அனைவரும் உண்மையைத் தரிசனம் செய்கிறவர்கள் என்பதால் என்னைக் கண்டுகொள்வார்கள் என்று நான் காத்திருந்தேன். நேரில் உணர்வுபூர்வமாக என்னையும் எனது வாழ்வியல் சித்தாந்தத்தையும் ஒப்புக்கொண்ட அவர்களும்கூட சமூக வாழ்க்கையின் நிர்ப்பந்தங்களை ஏற்கக்கூடியவர்களாகவும் வளைந்துகொடுக்கிற வழக்கத்தைக் கைக்கொண்டவர்களாகவும் மாறி வந்தார்கள்.

வாழ்க்கையைக் கண்டு மருண்டு ஓடிய சித்தார்த்தனைப் போல நான் இந்த மந்தமும் மசமசப்பும் உடைய நண்பர்களிடமிருந்து விலகி விலகி ஓடினேன்.

யாரையும் நம்பமுடியாத மனத்துடன், நான் நம்புவதை மட்டும் எல்லோரும் நம்பவேண்டும், ஏற்கவும் வேண்டும் என்ற மூர்த்தண்யத்தோடு நான் நடந்துகொண்டேன்.

முகமறியாதவர்களுடன் பழகும்போது, நான் முறுவலிப்பதுகூட இல்லை. சிரிக்கத் தெரியாதவன் என்றுகூட நான் பேரெடுத்தேன்.

நான் முரடன் என்றும், நட்புக்கேற்ற நல்ல நண்பனாக நடந்துகொள்ள முடியாதவன் என்றும், எனக்குத் தெரிந்தவர்கள் நினைத்ததை நானே நம்பவும் விரும்பவும் ஆரம்பித்துவிட்டேன். இது எனது முரட்டுத்தனத்திற்கு இன்னமும் முறுக்கேற்றியது.

இரக்கமே எனக்குக் கிடையாது என்று நம்பும்படி என் மன இயல்புகள் அக்காலத்தில் இருந்தன. கண்ணீர் சிந்துவதும் அழுவதும் ஆண்மையற்ற செயல் என்று நான் கருதினேன். இதுவரை இனிய நண்பர்கள் இறந்தபோதுகூட நான் பிறர் காண அழுததில்லை.

மரணத்தை எப்படி அழுது தடுத்துவிட முடியாதோ, அதுபோலவே ஒருவரைப் பிரியவேண்டிய நிர்ப்பந்தத்தின்போது நாம் ஏங்கியோ, வருந்தியோ அந்தப் பிரிவைச் சமன் செய்துவிட முடியாது.

நான் தமிழ்ஒளியை விட்டுப் பிரியவேண்டும் என்றுதான் விரும்பினேனேயொழிய, அதன்பிறகு அவர் நடுத்தெருவில் நிற்க வேண்டும் என்று நான் விரும்பியதில்லை.

ஒன்றாக இருந்த காலத்தில் அவர் பசித்திருக்க நான் பொறுத்ததில்லை.

ஹால்ஸ் ரோடு முனையில் மேலே சட்டை இல்லாமல் வேட்டியின் பின்புறம் கிழிந்துதொங்க, பரட்டைத் தலையுடனும் மோவாயை நெருடிக்கொண்டு, ஆனாலும் ஒரு கவிஞனுக்கே உரிய கம்பீர்யமும் குறையாமல், கண்களில் வீசும் ஒளியோடும் என்னைக் கண்டதும் அந்த நிலையிலும் அவர் நட்போடும் புன்முறுவல் பூத்தார்.

யார் முதலில், யாரை அடையாளம் கண்டுகொண்டோம் என்பதே தெரியாத நிலையில் அந்தச் சந்திப்பு நிகழ்ந்தது.

'இவனை எனக்குத் தெரியாது' என்று மனத்தை இரும்பாக்கி முனகிக் கண்களை இறுக மூடிக்கொண்டேன்.

அவரது அந்தக் கோலம் ஒரு வேஷம் என்று நான் நினைத்தேன். பைத்தியம் பிடித்தவன் என்றால், நம் தெருவில் நான் புறப்படும் பஸ்ஸ்டாண்டில் வந்து நிற்பானேன்? இது நம்மை நம் அனுதாபத்தைப் பெற நடத்தும் நாடகமே என்று சந்தேகித்தேன்.

அதற்குமேல் அவருக்கு யார் யார் உதவி செய்வார்களோ அவர்களிடமெல்லாம் சென்று அவருக்கு உதவி செய்யக்கூடாது என்றும் சொல்லலானேன்.

இதில் மிகவும் ரசமான, புரிந்துகொள்ளவேண்டிய நமது மனிதர்களின் பண்பு என்னவென்றால், தமிழ்ஒளியைப் பற்றி இதுவரை நான் கேள்விப்படாத எண்ணற்ற குற்றங்களை அவர்கள் ஒவ்வொருவரும் என்னிடம் மலைமலையாக கூற ஆரம்பித்ததுதான்.

கவிஞர் கா.மு.ஷெரீப், தமிழ்ஒளியைப் பற்றி ஒன்றும் குறையாகவே என்னிடம் சொல்லவில்லை. "அவருக்கு நீங்கள் ஒருவர்தான் நல்ல நண்பராக இருக்கிறீர்கள் என்று நினைத்தேன். அதையும் விட்டு விட்டாரா?" என்றார்.

அதைத் தொடர்ந்து, அவரை நம்பி 'சாட்டை' பத்திரிகை பொறுப்பைத் தந்ததையும் சொன்னார்.

தமிழ்ஒளியும்கூட, அவர் இல்லாத நிலையில், நான் அந்த இடத்தை நிரப்பினால் கோபப்படமாட்டார் என்றும் என்னைச் 'சாட்டை' பத்திரிகைக்கு உதவியாக இருக்கும்படியும் கேட்டுக்கொண்டார்.

நானும் ஒப்புக்கொண்டேன்.

21

தமிழ்ப் புத்தகாலயத்தில் மாதச் சம்பளத்திற்கு வேலை செய்து கொண்டிருந்த காலத்தில், அதன் அதிபரோடு முரட்டுத்தனமாக நடந்துகொண்ட நேரத்தில், அங்கு கிட்டிய படிப்பினை என்னிடம் ஏற்படுத்திய மாற்றங்களையும் அதுபோன்ற முரட்டுத்தனங்களையும் வரிசைக் கிரமப்படுத்தி இதுவரை விளக்கினேன்.

கவிஞர் கா.மு.ஷெரீப் அவர்களின் நட்பு சிறிதுகாலம் தொடர்ச்சியாக இருந்தது. பிறகு எப்போதோ, எங்கேயோ சந்தித்து அந்தச் சொற்பகால நட்பைப் பெரிதாய் மதிக்கும்படி நிலைத்தது. ஷெரீப் அவர்கள், பல நற்பண்புகளின் உறைவிடமாக இருந்தார். சினிமா உலகத்தில் தொடர்பு இருந்தும் அந்த சினிமா உலக சீரழிவுகளில், சிக்கிக்கொள்ளாத உயர்பண்பு கவிஞர் கா.மு.ஷெரீப்பிடமே இருந்தது.

ஒரு கவிஞன், வறுமையிலும் செம்மையாக எப்படி வாழ்வதென்பதை அவரிடம் பயின்றுகொண்டேன். கவிஞர் கா.மு.ஷெரீப் முஸ்லிமாக இருந்தபோதிலும், ஒரு தீவிரமான சைவர். அதுகுறித்து அவரை நாங்கள் பரிகாசம் செய்வதுண்டு.

கள் வியாபாரம் செய்பவன் கள் அருந்தமாட்டான். அதுபோல கறி வியாபாரம் செய்பவன் கறி சாப்பிடமாட்டானோ? கவிஞர் கா.மு.ஷெரீப் கறி வியாபாரம் செய்யத் தயாராக இருந்தாலும் இருப்பாரே ஒழிய புலால் சாப்பிட ஒப்பமாட்டார்.

அவரைப் பார்த்து நானும் கொஞ்சநாள் சைவமாக இருந்தேன். ஷெரீப் புகை பிடிப்பதில்லை. மேலும் புகை பிடிப்பவர்களையும் அவருக்குப் பிடிக்காது என்றறிந்திருந்தேன்.

நான் அவர் எதிரில் ஒரு மரியாதைப் பண்பு கருதிப் புகை பிடிக்காமல் இருக்கும் பழக்கத்தை மேற்கொண்டேன். அதனை அவர் விஷயத்தில் இன்று வரை கைக்கொண்டிருக்கிறேன்.

இந்த எனது மனோநிலை விசித்திரமானது.

ஒரு காலத்தில், புகை பிடிப்பதை விமர்சனம் செய்ததற்காக ஒரு சினிமா கம்பெனி வேலையை உதறிவிட்டு வந்த நான், இப்போது இவரிடம் இப்படி நடந்துகொள்வது எதனால்? சங்கிலித் தொடர்பு போலப் புகைபிடிப்பவனாக இருந்த என்னை மாற்றிய இந்தப் பண்பும் நட்பும் எதைச் சேர்ந்தது? அந்தக் காலத்தில் வெளிவந்த ஒரு சினிமா வசனமும் என் நினைவுக்கு அடிக்கடி வரும். அதை எழுதியவர் எனக்குப் 'பிடிக்காத' எழுத்தாளர்தான்.

அதனாலென்ன? நமக்குப் பிடிக்காதவர்களிடமிருந்தே நமக்கு மிகவும் பிடித்தமான கருத்துகள் நிறைய வெளிவருகின்றன. இந்த வசனம் 'வால்மீகி' என்னும் படத்தில் வருகிறது.

எந்தத் திரைப்பட வசனமும் ஒருமுறை பார்த்தாலே எனக்கு மனப்பாடம் ஆகிவிடும்.

ரக்ஷன் என்ற கொள்ளைக்காரனை அரசவையில் கொண்டு வந்து நிறுத்துகின்றார்கள். அவன் சற்றும் தலைவணங்காத ஒரு மாவீரனாகத் துணிந்து நிற்கிறான். பக்கத்தில் இருக்கும் சேனாதிபதி அவனிடம், "மன்னன்! தலை வணங்கி மரியாதை செய்" என்று கட்டளையிடுகிறான்.

"சொல்லிச் செய்வதல்லவே மரியாதை? என்னிலும் மேலானவர்களைக் கண்டால் என் தலை தானே வணங்கும்" என்று கூறுவான் அந்தக் கைதி.

கவிஞர் கா.மு.ஷெரீப்பிடம் இப்படிப்பட்டதொரு பணிவு ஏற்பட்டதற்கு, அந்தச் சினிமா வசனம் சொல்லியதுபோல், அவர் என்னிலும் மேலானவராக இருந்ததே காரணம்.

ஷெரீப் அவர்கள் பெரிய குடும்பஸ்தர். ஓர் அச்சகம் வைத்திருந்தார். அவரை நம்பி ஐந்தாறு தொழிலாளர்கள் இருந்தனர். 'தமிழ் முழக்கம்' என்னும் வாரப் பத்திரிகையும் 'சாட்டை' பத்திரிகையும் அங்குதான் கம்போஸ் ஆயின.

நாள் முழுவதும் நான் கவி. கா.மு.ஷெரீப்புடன் பொழுது கழித்த நாட்களில், மதியம் சிற்றுண்டியாக வேகவைத்த புளியங்கொட்டைச் சுண்டல் சாப்பிடுவோம். அது மிகவும் புரோட்டீன் சத்து உடையது என்பார் ஷெரீப். அந்தக் காலத்தில் சாப்பிட்டது தவிர, அதன் பின்னர் அவ்வளவு ருசியான அந்த சிற்றுண்டியைச் சாப்பிடும் சந்தர்ப்பம் இன்னும் எனக்கு வாய்க்கவில்லை.

கதையோ, கட்டுரையோ எழுதித் தந்தால் ரூபாய் பத்து மட்டும் என்று தமிழில் எழுதிய செக் ஒன்று தருவார் ஷெரீப். பத்திரிகைக்கு எழுதிச் சன்மானம் வாங்கியது ஒருகாலத்தில் கவி.கா.மு.ஷெரீப் அவர்கள் ஒருவரிடமிருந்துதான் என்பதை நன்றியோடு நான் எப்போதும் நினைவுகூர்கிறேன்.

'பாட்டும் நானே பாவமும் நானே' என்ற பாடலை எழுதியவர் கவிஞர் கா.மு.ஷெரீப். ஏ.பி.நாகராஜன் அவரது நண்பர் என்ற காரணத்தினால் பெருந்தன்மையோடு பிறிதொரு பிரபல கவிஞர் பெயரால் இந்தப் பாடல் வெளிவந்தபோதும் 'கேட்பதற்கு நன்றாகத்தானே இருக்கிறது" என்று மனமுவந்து பாராட்டும் உயர் பண்பை நான் இவரிடம்தான் பார்த்தேன்.

எனது கருத்துகளும் எனது கதைகளும் பிறரால் கையாடப்படும்போது இவரைப் போன்ற மனோநிலை பெறும் பக்குவம் எனக்கு வரவில்லையே என்று இப்போதும் நான் ஏங்குகிறேன்.

22

'பாட்டும் நானே, பாவமும் நானே' என்ற பாடலை தான் எழுதியதாகக் கண்ணதாசன் சொன்னார். நான் அதற்குச் சொன்ன பதில்:

இந்த நூலில், எனது இனிய நண்பர் கண்ணதாசன் பற்றி இன்னம் நிறையவே பின்வரும் பகுதிகளில் எழுதவேண்டி வரும்.

கவி கா.மு.ஷெரீப் அவர்களின் படைப்பைவிடவும் அவரது பாடல்களைவிடவும் அவரையும் அவரது குணாதிசயங்களையும் நான் அதிகம் மதிக்கிறேன் என்பதற்கு எடுத்துக்காட்டாகச் சான்று ஒன்றைக் குறிப்பிட்டது சர்ச்சைக்குரியதாகலாம் என்று தெரிந்தே அதை நான் எழுதினேன்.

நான் இப்போதும் எப்போதும் செயல்பட முடியாத நேரத்தில் செயல்பட்டும், பேச முடியாத இடங்களில் பேசியும் வாழ்ந்து வந்து இருக்கிறேன்.

அதுபோன்ற சூழ்நிலையில் மவுனமாகிவிடுகிற மகான்களின் மனோநிலை அல்லது மனோபாவம் எனக்கு இருந்ததில்லை. சீறி உறுமிச் சினந்து குமுறி அடங்காவிட்டால் நான் செத்துப்போவேனோ என்ற பயம்கூட எனக்கு வந்திருக்கிறது.

ஒருவேளை, எனது தகவல் தவறானது என்று மறுக்கப்படுமானால் எனது வாழ்க்கையிலேயே ஏற்பட்ட எத்தனையோ கசந்த அனுபவங்களில் ஒன்றாக இதையும் ஏற்பேன்.

சரி, இந்த விஷயம் இத்துடன் இங்கேயே நிற்கட்டும்.

நான் கவி கா.மு.ஷெரீப்பிடம் பணியாற்றிய காலத்தில் சினிமாவைப் பற்றி எதுவும் எழுதியதில்லை. ஏதோ தீண்டத்தகாத பார்க்கக்கூடாத விஷயமாக சினிமாச் செய்திகளையும் விமர்சனங்களையும் ஒதுக்கினேன்.

சினிமாவை ஒழிக்க வேண்டும் என்று வாதாடிய அக்காலத்தில் தலை நரைத்த கிழவர்கள் தரப்பில் நின்று பேசியும் வாதாடியும் வந்திருக்கிறேன்.

பத்திரிகையில் பழைய இலக்கியங்களை சித்திரமாகத் தீட்டுகிற டி.கே.சி., பி.ஸ்ரீ. போன்றோரின் எழுத்துகளிலே பிரேமை கொண்டு நானும் 'தமிழ் மணம்' என்ற தலைப்பில் பழந்தமிழ் இலக்கியங்கள் குறித்து வியாசங்கள் எழுதினேன்.

"ஒரு படைப்பாளிக்கு இது சரியானதா? அது மேன்மை தராதே!" என்று விந்தன் என்னிடம் சொன்னார்.

"ஏன் சார், நீங்களும் இதுமாதிரி எழுத வேண்டும்? இப்படிப்பட்ட வேலையைச் செய்வதற்குப் பதிலாக நாம் பழைய தொழிலான கம்போஸிங் வேலை செய்யவே போய்விடலாம்" என்பார் விந்தன்.

அதற்கேற்பவே நான் எழுதிய அந்த எழுத்துகளும் எனது நினைவோட்டத்தில் தேடிப் பார்த்தாலும் கிட்டாத, சுவடு காணாக் கனவைப்போல் எனக்கு ஏமாற்றமே தருகிறது.

அதன் பின்னர் ஓரிரு ஆண்டுகள் நான் நாடோடியாகத் தமிழகமெங்கிலும் சுற்றினேன். 1953லிருந்து 1955வரை.

இந்தச் சமூகத்தில் நான் உயிர் வாழ்வதற்காக தசை வருந்தும் வேலையைச் செய்வதில்லை என்று உறுதிபூண்டேன். காதலெனும் வார்த்தையையே நான் வெறுத்தேன். தீவிர பிரம்மச்சாரியாக இருக்கத்

தீர்மானித்தேன். காதல் கவிதைகள் எழுதக்கூடாது என்றும், அவற்றை எழுதுகிறவர்களும், படிப்பவர்களும் அசடுகள் என்றும் கையாலாகாத சோம்பேறிகள் என்றும் நினைத்தேன்.

அரசியல் அரங்கிலும், சட்ட சபைக்குள்ளும் போக முடியாதவர்கள், கலையின் பெயரால் சினிமா உலகத்தில் புகுந்து நமது சமூகப் பெருமைகளையும், மொழியின் வளர்ச்சியையும் மோதி அழிக்கக் கண்டு பதைத்தேன்.

புரட்சி செய்ய முயன்று தோல்வியுற்று விழுந்து, அந்தத் தோல்வியை ஏற்கமுடியாத நெஞ்சோடு வெளியிலும் சொல்லிக்கொள்ளாமல், அந்தப் புரட்சிக்காரர்களெல்லாம் மனம் வெதும்பிக் கிடக்கையில் சினிமா உலகில் புரட்சிக்கார வேஷம் போடுகிறவர்கள் புற்றீசலாகப் புறப்படவும் கண்டேன்.

இந்தச் சமுதாயத்தில் புரட்சி வேஷம் போடுகிறவர்களின் முகப் பூச்சை அழித்து இவர்களின் திரைச்சீலையை விலக்கி ஒரு தெளிவு ஏற்படுத்த முயன்றால் என்ன என்று, ஒரு குடும்பத்தின் கடைசிக் குழந்தைக்குரிய வேதனையோடு தமிழகத்தின் நிலைகண்டு நான் துயரப்பட்டேன்.

இத்தகையவர்கள் விமர்சனம் செய்து தமிழில் எழுதினால் சரியான விமர்சனமாவது வளருமே என்று, எனது குமுறலைக் கண்டு பல நண்பர்கள் யோசனை கூறினர்.

விமர்சனம் செய்வதற்கு என்ன தகுதி வேண்டும்? அதற்கு ஒரு நேர்மை வேண்டும், உயர்ந்த ரசனை வேண்டும். அதற்கு நேர்மையும், உயர் ரசனையும் எனக்கு உண்டு. அதற்குமேல் அஞ்சாமை எனும் பண்பு வேண்டும். அது இயல்பாகவே என்னிடம் 100 சதவிகிதம் இருந்தது.

முன்னொரு காலத்தில், நடிப்பதற்காக நாடக மேடையில் ஏறி வேஷம் போட்டுக்கொண்டு நடிக்கத் தெரியாமல், ஈட்டியால் ஒரு நடிகரைக் குத்தி வீழ்த்தியதும் அதன்பிறகு நாடக மேடையை விடுத்து ஓடி வந்ததும் நினைவுக்கு வந்தது.

எனினும், என்னை நாடகத் துறையைச் சார்ந்த ஒருவனாய் நான் அடையாளம் காட்டிக்கொண்டதில்லை. ஏற்கனவே செயலுடன் விளங்கிய பல நாடகக் கம்பெனிகள் சிதறி சீர்குலைந்தபின் நாடக நடிகர்கள் பலர் சென்னைக்கு வந்து சினிமாவில் பணியாற்ற அலைந்து திரிந்தனர்.

அப்படிப்பட்ட நேரத்தில் சினிமாவில் இருந்துகொண்டே, நாடகத்துறைக்கு ஏதேனும் செய்யவேண்டும் என்ற பெருநோக்கில் தொடங்கப்பட்டது நடிகர் சகஸ்ரநாமத்தின் சேவா ஸ்டேஜ்!

23

எனது விமர்சனங்கள் ஒரு குறிப்பிட்ட படைப்பைப் பற்றியோ அல்லது அதை எழுதியவர் பற்றியோ அல்லது அதற்கு இருக்கும் அமோக வரவேற்பு, வசூல் ஆகிய வியாபார விவரங்கள் பற்றியோ இருந்ததில்லை.

சினிமா என்னும், அதுவும் தமிழ் சினிமா என்னும் நவீன கலை, இலக்கிய, சமூக, அரசியல், விஞ்ஞான, சம்பந்தமுடைய ஒரு சாதனத்தை நமது தமிழகத்தில் வியாபார வெறியர்கள் எவ்வாறு பயன்படுத்தி சீரழித்துக் கொண்டிருக்கிறார்கள் என்கின்ற எதார்த்தமான ஒரு நிலைமை மாறவேண்டும் என்னும் நோக்கில் விமர்சனம் செய்யலானேன். சொந்த வாழ்க்கையில் அதில் சம்பந்தப்பட்ட கலைஞர்கள், தொழில்நுணுக்கத் துறையினர் ஆகியோரின் அனுபவங்களைக் கண்டு எழுந்த மன உந்துதல் காரணமாக நான் அந்தத் துறையைப் பற்றி பொறுப்புணர்வுடன் நோக்க நேர்ந்தது. ஏனெனில், ஏதோ ஒருவகையில் அதில் நானும் சம்பந்தப்பட்டவனாகவே இருந்தேன்.

என்னைப் பார்க்கிறவர்கள்கூட எடுத்த எடுப்பில் என்னை ஒரு சினிமாக்காரன் என்றே நினைத்தார்கள்.

அதிலும் ஒரு நடிகன் என்றே மிகத் தவறாக நினைக்கப்பட்டேன்.

ஆனால் நான்? மானசீகமாய் இலக்கிய மகுடம் தரித்துக் கொண்டு எனது பழைய நாற்காலியையே அரியாசனமாய் அவதானித்துக்கொண்டு இறந்த காலங்களிலேயும் எதிர்காலங்களிலேயும் எதிர்கால நூற்றாண்டுகளிலும் இலக்கியத்தில் ஏகச்சக்ராதிபத்தியம் செய்யவேண்டும் என்னும் இளைஞனைப் பார்த்து, "நீ ஒரு சினிமா நடிகனாக இருக்க வேண்டும்" என்று சொல்லுகிற மனிதர்களோடு எப்படிச் சண்டை பிடிக்காமல் இருக்க முடியும்?

மேலும் எனது நண்பர்கள் அனைவரும் இதுபோன்ற இயல், இசை, நாடகம், சம்பந்தப்பட்டவர்களாக இருப்பது அதற்கு ஒரு காரணம்.

இந்த நிலையில் தமிழ் மொழி என்பால் மிகவும் தோழமை பூண்டு, நாள்தோறும் நவநவமான இலக்கிய அனுபவங்களில் என்னைப் புதுமையுறச் செய்துகொண்டிருந்தது.

நாடகத் துறையிலும், சினிமாத் துறையிலும் இருந்த பல பிரபல மனிதர்களையெல்லாம் நான் ஒரே சமயத்தில் வியப்பினால் விழிகள் விரிந்து என்னைப் பார்க்கும்படியாகச் செய்தேன். எனது எழுதுகோல் மூலம் கதைகள் என்கிற சக்திவாய்ந்த மந்திரச் சொல் சித்திரத்தினை

வார்த்து மகிழ்வித்தது. என்னை சினிமா சம்பந்தப்பட்டவனாக பிறர் நினைக்க இன்னும் ஒரு காரணமாய் அமைந்தது.

அந்த நண்பர்களில் பெரும்பாலோர் பிரபலமடைய திருந்தனர். மிகப் பலர் அந்தத் துறைகளில் ஒவ்வொருவிதமாகப் புகுந்து கொண்டிருந்தனர். சினிமாவில் வாழ்க்கையின் உயர்வைப் பெற்றுவிட வேண்டும் என்று தவித்து தடுமாறி முண்டி முயன்றுகொண்டிருந்தனர் பலர்.

தமிழ் என்னும் மொழியைப் பற்றி நம் முன்னோர் தந்திருக்கும் லட்சணங்கள்:

இயல், இசை, நாடகம் என்கிற மூன்று திருமுகங்களை உடைய மொழி தமிழ் என்பது ஆகும். இயலும் இசையும் சந்தேகத்திற்கு இடமில்லாமல் தமிழின் கூறுகளே! நமக்குப் புரிகிற மாதிரியான இந்த இரு முகவிலாசம் அமைந்துள்ளது. பொருள் புரியாமல் நம்மைக் குழப்பியிருக்கிற ஒரு கூறு நாடகம் என்று நான் தெளிந்தேன்.

இயல், இசை என்ற தொடரில் வருகின்ற நாடகம் என்பது Drama என்பதோ Play என்பதோ அல்ல என்று புரிந்துகொண்டேன்.

தமிழில் இலக்கியபூர்வமாக எதையும் நாடகம் என்று குறிப்பிட்டு பேசமுடியாது என்றும் துணிந்தேன்.

தமிழில் நாடகம் என்றால் கூத்து; அந்தக் கூத்து என்பது அபிநயம். அபிநயத்தோடு இசை தழுவிக் கதை நடத்தும் பல வடிவங்களை இக்கூத்து வகை என்று துணியலாம். நாடகம் என்கிற வார்த்தையை நமது வசதிக்காகத் தற்காலத்தில் Drama என்று பயன்படுத்துகிறோம் என்று அறிந்தேன். தற்கால மேடையில் நடத்தப்படுபவைகள் தமிழ் மொழிக்குப் பெருமை சேர்க்காது என்னும் எனது கருத்தை நான் நண்பர்கள் எல்லோருடனும் பேசிப் பார்த்தேன்.

எனது இந்தக் கருத்தை அவர்களில் சிலர் ஏற்றுக்கொண்ட போதிலும் இந்த நாடகத்துறை சம்பந்தப்பட்டவர்கள் இதை ஏற்றுக்கொள்ளாதது மட்டுமல்ல, என்மீது இதற்காக அசாதாரணமான ஒரு மனஸ்தாபமே கொண்டனர்.

இதற்குக் காரணம், எதை நம்பி இவர்கள் தமது வாழ்க்கையையே அர்ப்பணித்து இருக்கிறார்களோ அதையே நான் மறுப்பது! மேலும் நாடகம் என்ற ஒரு வடிவத்திற்கும் நமது மொழிக்கும் சம்பந்தமே கிடையாது என்று மறுத்து வாதாடியும் வாழ்க்கையில் நிரூபித்தும் வருகிற ஒருவனை அவர்கள் எப்படித் தம்மில் ஒருவனாக ஏற்க முடியும்? என்னைத் தமிழ் மொழிக்குப் பகைவன், தமிழ் மொழியின் பெருமைகளைக் குறைத்து, ஆங்கில மொழிக்குப் புகழ் பாடுகிறவன், சமஸ்கிருதப் பிரியன் என்றெல்லாம் அக்கால விமரிசக நண்பர்கள் இந்த விஷயத்தில் சரியாகவே கணித்தனர்.

தமிழில் எழுத்து வடிவில் நாடகம் என்று எதுவுமே இல்லை என்று நான் நிர்ணயித்த ஒரு நேரிய முடிவை மறுத்துரைக்க வேண்டும் என்ற உந்துதல் உடைய சிலர், கொஞ்ச காலமாக என்னைவிட்டுப் பிரிந்திருந்த தமிழ்ஒளியின் மூலம் மறுப்புக் கருத்துகளை எழுதினர்.

சிலப்பதிகாரம் ஒரு நாடக நூல் என்றும் அதற்குமேல் அது ஒரு Opera என்றும் நாடக பிரசாரம் செய்தனர். நண்பர் தமிழ்ஒளியும் என்னைப் பற்றி எனது நிர்ணயிப்புகள் பற்றியெல்லாம் குறைகள் பல சொல்லிக்கொண்டிருந்தார்.

24

தமிழில் நாடக இலக்கியம் இல்லாததால் தமிழர்க்கு ஒரு குறையோ, நஷ்டமோ இல்லை என்னும் உணர்வோடு இந்தப் பிரச்சினையை அணுகுதல் வேண்டும்.

அதாவது, காளிதாசனுக்கு இணையாகவோ ஷேக்ஸ்பியருக்கு இணையாகவோ இப்சனுக்கு இணையாகவோ பெர்னாட்ஷாவுக்கு, செகாவுக்கு, ஆர்தர் மில்லருக்கு, டென்னசி வில்லியம்சுக்கு ரவீந்திரநாத் தாகூருக்கு ஏன், தற்காலத்தில் கன்னட மொழியில் உள்ள கிரீஷ்கர்நாடுக்கு இணையாகக்கூட தமிழில் இதுவரை நாடக ஆசிரியன் இல்லை.

பிற மொழிகளில் உள்ளதுபோல் நாடக இலக்கியம் தமிழில் எக்காலத்திலும் இருந்ததில்லை என்று நான் கூறும்போது, சுந்தரம்பிள்ளை எழுதிய மனோன்மணீயத்தையும் நவாப் ராஜமாணிக்கம் நடத்திய மேடைக் கூத்துகளையும் நாடகம் என்று கூறி சான்றுகாட்டி வாதிடும் போக்கிற்கு நகைப்பைத் தவிர நம்மால் பதில் ஏதும் தர முடியவில்லை. எனது இலக்கிய சம்பந்தமான இந்தக் கவலைக்குப் பதில் தரவேண்டியது தமது பொறுப்பு என்று சிலர் முன்வந்து பதில் அளித்த பாமரத்தனம் பரிதாபத்திற்குரியதே.

நாடகம் தமிழ்மொழிக்கு ஒரு தேவையற்ற விஷயமாய்ப் போனது நமது மரபு சம்பந்தம் உடையதாகும்.

தமிழரின் வாழ்க்கை நெறியும் வாழ்க்கைச் சித்தாந்தமும் உணர்ந்தோர் இந்த நாடகம் என்கிற கூறு, இலக்கியத் தகுதி பெறாமல் போனதற்கான நியாயங்களை அறியமுடியும்.

உலகத் தொடர்பினாலும் ஆங்கிலம் கற்ற தமிழர்கள் அரங்கேறி வேடம் கட்டி ஆட ஆசைப்பட்டதாலும் தமிழில் மேடைக்கு ஒரு மவுசு வந்தது; ஆனால் மரியாதை வரவில்லை.

அதற்கு முன்னால் பொம்மலாட்டம், கரகம், பொய்க்கால் குதிரை, மாறுவேடம் புனைந்து கதைப் பாடல்களைச் சொல்லிக்கொண்டு கதை தெருக்களில், சந்தைகளில் திரிகிற பகல் வேஷம் போன்ற பாமரக் கலை ரசனையாகத்தான் நாடகச்சுவை இருந்தது. அந்தக் கலையைத்தான் நாம் தெருக்கூத்து என்று அழைக்கின்றோம்.

அரங்கக்கலை என்பது தற்காலிகமானதாகவும் அவ்வப்போது உருவாக்கிக் கலைப்பதுமாகத்தான் இருந்தது. நிரந்தர அரங்கங்களோ, நிகழ்ச்சிகளோ தமிழர் வாழ்க்கையின் இன்றுபோல் அக்காலத்தில் ஏற்பட்டதில்லை.

ஆனால், அதே காலத்தில் நமது எஜமானர்களாயிருந்த ஆங்கிலேயர்களைப் பார்த்து நமக்கும் நாடக லட்சியங்கள் உருவாயின. தமது லட்சியங்கள் நிறைவேற ஐரோப்பியர்கள் அரங்கக் கலையில் மட்டுமல்லாது, நாடக இலக்கியம் என்ற துறையில் வளர்ந்திருந்தது ஒரு காரணம் என்பதை இவர்கள் உணர்ந்திருக்க வேண்டாமோ? ஆங்கில நாடகங்கள் உலக முழுவதும் புகழ்மிக்க ஏற்றம் கொண்டிருந்தனவென்றால் அவை இலக்கியமாகவும் பரிணமித்திருந்ததல்லவா காரணம்.

நமது காவிய காலம் உச்சத்தில் இருந்த காலத்தில் மேலை நாட்டில் நாடகமே காவிய உருவேற்று நடந்தது.

பிற மொழிகளில் தற்காலத்திய நாடக இலக்கியங்கள் ஏற்றம் பெற்று காணுகிறபோது, அந்தக் காலம் தொடங்கி அவற்றுக்கு ஒரு மரபு இருந்து வந்தது தெரியவரும். நமது மொழியில் அப்படிப்பட்ட நாடகங்கள் நடந்ததில்லை, இந்த மரபுசார்ந்த உண்மை நமக்கு முக்கியம்.

அரங்கக் கலைகளும் (Theatrical arts) அரசவைக் கலைகளும் தமிழர் வாழ்க்கையில் இடம் பெறாதவையாகும். கலை நிகழ்ச்சிகள் அரங்கங்களில் அல்லாது கோயில்களில் நடத்தப்பட்டன. அரசர்களும் ஆண்டிகளும் ஆலயங்களில்தான் கலையை தரிசனம் செய்ய வேண்டும்.

சித்தாந்தம், தத்துவம், வேதாந்தம் என்னும் நெறிகளில் வாழ்ந்த தமிழர், கலைகளை மிக உன்னதநிலையில் வைக்க கருதி அவை சிற்பமாயினும் சித்திரமாயினும் இசையாயினும் இலக்கியமாயினும் பரதமாயினும் மக்கள் மத்தியில் திறந்த வெளிகளில் அரங்கேற்றினர்.

வானளாவிய கோயில்கள் கட்டி தமிழர்கள் நாடக அரங்கங்களை நிர்மாணிக்கும் வல்லமை அற்று இருந்திருக்கமாட்டார்கள். அதனை ஒதுக்கி வைத்திருந்தனர் என்பதே பொருத்தம்.

நாள் முழுவதையும் கலைத் திருவிழாவாக ஆக்கி, நகரெங்கும் பாணர்களும் விறலியர்களும் இசை மழை பொழிய, பக்தி இயக்கம் சார்ந்த மகான்கள் ஊர்தோறும் உலவித் தமிழ்மணம் பரப்பும் கலை வாழ்க்கை வாழ்ந்துகொண்டிருக்கும் ஒரு சமூகத்தில் கலைகள் என்பன சாயங்கால நேர சமாச்சாரமாக மட்டும் இருந்திருக்க முடியாது.

வேடம் தரித்துக்கொண்டு மேடைகளில் ஆடுகின்ற கலைஞர்கள் அறிவும், மேதமையும் சார்ந்த கவிஞர்களை, புலவர்களை நாடகம் படைத்துத் தர நம்பியதோ, எதிர்பார்த்ததோ இல்லை.

தொன்றுதொட்டு நிலவி வருகின்ற பழங்காலக் கதைகளைத் தங்கள் பாமரத் திறனுக்கேற்ப எல்லாரும் பார்த்துக் களித்திடும் வகையில் அவர்கள் திருவிழாக் காலங்களில் வெட்டவெளியில் தோன்றி நடித்துக் காட்டினார்கள். எனவேதான், தெருக்கூத்து ஆசிரியர்கள் சொந்தமாக ஒரு நாடகம்கூட புனைய முன் வரவில்லை.

நாடகங்களில் புதிய கதைகளைப் புகுத்துவது தமிழர்களுக்குப் பொருத்தமானதாக இல்லைபோலும்.

தமிழரின் பழங்கால நாடக வடிவமாகவும், அதனுடைய இக்கால எச்சமாக நமது நாடகங்களில் எஞ்சி இருப்பதும் நமது தெருக்கூத்தே ஆகும்.

ஆனால் தமிழுக்குப் புதிதாக நவீன நாடகத்துறை வராததைக் குறித்து நாம் யோசிக்கவேண்டும். நலிந்து கிடக்கிற இந்தத் தெருக்கூத்துக் கலையை முற்றாக ஒதுக்கி நாடகத் துறையை வளர்ப்பது என்பது எங்ஙனம் சாத்தியமாகும்! இவர்களது நோக்கம் என்பது நாடகம், இலக்கியத்தின் ஒரு கூறு என்பதை மறுப்பதாகிறது. இத்தகையவர்கள் ஏதேனும் ஒரு கலையை எடுத்துத் தமக்குள்ளேயே பொழுதுபோக்கிக் கொள்ளும் ஒரு சாதனமாக்கினர். நகர மாந்தரிடையே ஒரு குழுவின் கோலாகல முயற்சியாக, வசதி படைத்தவர்களால் தமிழில் நவீன நாடக முயற்சி தொடங்கப்பட்டது. இந்த வரிசைக்கிரமப்படி, நம் காலத்தில் இத்தகைய தமிழர் முயற்சியை ராவ் பகதூர் பம்மல் சம்பந்த முதலியார் ஆரம்பித்தார் எனலாம்.

இவரது வழிவந்தவர்களே இந்த நாடகத்துறையில் இன்றுவரை இருப்பதால்தான் இந்தத் துறை இன்னும் உயிரற்றுக் கிடக்கிறது.

எனவே, தமிழில் நெடுங்காலத்திற்கு நாடக இலக்கியம் என்பது வராது என்று நான் நம்பினேன். எனது இந்த அவநம்பிக்கையைப் பகிர்ந்துகொள்ளக்கூட நண்பர்கள் இல்லை. அதுகுறித்து நான் கவலைப்படவும் இல்லை.

ஆனால் எனக்கிருந்த நண்பர்களில் சிலர், எனது இந்த அவநம்பிக்கையை மாற்ற முயன்றனர். நாடகம் எழுதித் தர ஆசிரியர்கள் இல்லாததால்

இப்படிப்பட்ட நாடகங்களை நடத்த வேண்டியிருப்பதாகவும், நாடகம் ஒன்றை நானே எழுதித் தருமாறு, அவர்கள் என்னை வற்புறுத்தி வந்தனர். எனது முயற்சியின்மூலம் அந்தத் துறையில் இலக்கியம் ஏற்றம் எய்த முடியும் என்று அவர்கள் நம்பினர்.

என்னை நாடகம் எழுதுமாறும் வேண்டினர்.

இறுதியில், நானும் எழுதித்தர ஒப்பினேன். அவநம்பிக்கையோடு தொடங்குகின்ற எந்தக் காரியமும் சரியாக அமையாது என்பதற்கு எனது அந்த முயற்சி ஒரு சாட்சியாயிற்று.

25

நாடகம் எழுதுவதற்கும் சினிமாக்களுக்குக் கதை தருவதற்கும் எனது எழுதுகோலுக்குச் சிறிதும் சம்மதம் இல்லாத காலத்தில், எனது கதைகள் எடுத்த எடுப்பிலேயே தமிழ் மக்களின் அதுவும் பிரபல நடிகர்கள், டைரக்டர்கள் படத் தயாரிப்பாளர்களின் ஒருமித்த கவனத்தை ஈர்த்தனபோலும்.

அவற்றில் ஒன்று 'எனக்காக அழு' என்னும் ஒரு குறு நாவல். அது 1959ஆம் வருடம் ஆனந்த விகடனில் பிரசுரமாயிற்று.

பிரபல சினிமாக்காரர்களை எல்லாம் எனது எளிய ஒண்டுக் குடித்தன வீட்டின்முன் கார்களில் வந்து காத்திருக்க வைத்தது அந்தக் குறிப்பிட்ட கதை. அப்படி வந்து நின்ற கார்களில் ஒன்று டைரக்டர் ப.நீலகண்டனால் அனுப்பப்பட்டது.

நுங்கம்பாக்கத்தில் ஒரு பெரிய பங்களாவில் அவரது சினிமா கம்பெனி இருந்தது.

திரு.நீலகண்டன் அப்போதே வயது முதிர்ந்த தோற்றத்தில் இருந்தார். அந்த ஒரு சந்திப்பிற்குப் பிறகு அவரைச் சந்திக்கவேண்டிய சந்தர்ப்பம் எனக்கு ஏற்படாவிடினும் அவரது பண்புகள் என்னால் இப்போதும் மறக்க முடியாதவையே.

அவர் என்னை நன்கு உபசரித்தார். இன்முகம் காட்டி உரையாடினார்.

நான் எழுதிய கதையைப் படித்திருப்பதற்குச் சாட்சியாய் அந்த 'எனக்காக அழு' வை முதல் வரியிலிருந்து கடைசி வரிவரை எடுத்துச் சொன்னார். 'ரொம்ப முக்கியம் பாருங்கள். கதை எழுதிய எனக்கே!' என்று நினைத்துக்கொண்டேன்.

அதனைச் சினிமா ஆக்க வேண்டும் என்னும் தனது ஆவலையும் தெரிவித்தார்.

நடிகர்கள் எம்.ஆர்.ராதாவையும் சந்திரபாபுவையும் அதில் வருகிற முக்கிய இரண்டு கதாநாயகர்களாகப் போடலாம் என்றார். அவரது அந்த யோசனை எனக்கும் உடன்பாடாகவே இருந்தது.

திரைக்கதை வசனத்தை நான் எழுதி அவர் டைரக்ட் செய்வதாகத் தனக்கு இருக்கும் யோசனையையும் சொன்னார். எனது சம்மதத்தையும் கேட்டார்.

'நல்லது யோசிக்கலாம்' என்றேன். ஆனால் அதன்பிறகு அவர் நிறையவே யோசிக்க ஆரம்பித்துவிட்டார் அதுவும் கதையைச் சினிமாவுக்காக எப்படியெல்லாம் நீட்டலாம்; சேர்க்கலாம் என்ற ரீதியில் அவர் யோசித்தார். அந்தக் கதை 4ஆயிரம் அடிக்குத்தான் வருமாம் இன்னும் ஒரு 8ஆயிரம் அடிக்கு ஒரு track கதை இதில் பண்ண வேண்டும் என்றார்.

"எனக்குக் கதை பண்ணத் தெரியாது" என்றேன்.

"இல்லை இல்லை... சினிமாவுக்கு என்றால் கதையில் பல அம்சங்கள் சேர்த்துதான் ஆகவேண்டும்" என்றார்.

"மன்னிக்க வேண்டும் மறுபடியும் சந்திக்கலாம்" என்று சொல்லிவிட்டு வந்துவிட்டேன்.

நாவல் பிலிம்ஸ் சுந்தரம் என்பவர் சந்திரபாபுவின் நெருங்கிய நண்பர். கல்கியில் 'உறங்குவது போலும்' என்றொரு சிறுகதை நான் எழுதியிருந்தேன். அதைப் படித்தோ, படித்தவர்கள் மூலம் கேள்விப்பட்டோ சந்திரபாபு என்னைப் பார்க்க விரும்பினார். சந்திரபாபு விரும்புதல் என்றால் அதற்குத் தனி அர்த்தம். அதற்காக இரவு பகல் உறக்கமின்றித் தத்தளிப்பார். உற்சாகம் மேலிட்டுத் தாண்டிக் குதிப்பார். இதெல்லாம் சந்திப்புக்குப் பிறகு அறிந்தவை.

சந்திரபாபு, அக்காலத்தில் நடிகர்கள் எல்லாம் ரசித்துப் பார்க்கத் தகுந்த மதிப்பிற்குரிய பல சிறப்புகள் வாய்ந்த நடிகராய் இருந்தார்.

அவருடைய அங்க அசைவுகளுக்கு அவரது ரசிகர்கள் அவர் எண்ணாத புதிய அர்த்தங்களைக் கண்டு ஆர்ப்பரித்த காலம் அது.

சந்திரபாபு நடிப்பில் எனக்கும் ஈடுபாடு உண்டு.

நான் மதிக்கிற நடிகர்களில் ஒருவரான அவர், என்னைப் பார்க்க விரும்பியதை நான் மகிழ்ச்சியோடு ஏற்றேன். ஆயினும் 'இன்று போய் நாளை வாருங்கள்' என்று நண்பர் சுந்தரத்திடம் சொன்னேன்.

எந்த ஒரு காரியத்தையும் செய்வதற்கு முன்னால், எந்த ஒரு புதிய அறிமுகத்தையும் ஏற்படுத்திக்கொள்வதற்கு முன்னால், நான் ஒரு நாளைக்கேனும் அதைத் தள்ளிப்போட்டு அதுகுறித்து தீர யோசித்த பிறகே ஆற்றுவது வழக்கம். அவ்வாறு செய்வது நன்று என்று துணிந்த பின்னர்தான் 'இன்றே செய்தல்' பொருந்தும். ஒரு காரியம் நன்மையானதாக இல்லாவிடினும் தீமையானதாகி விடலாகாது. அதற்காகவே அதுகுறித்து எண்ணித் துணியவே இத்தகைய அவகாசத்தை நான் எடுத்துக்கொள்வேன்.

அப்படியொருவர் வந்துபோய் மறுநாள் அழைத்துப்போன அனுபவங்களில் ஒன்றே திரு. நீலகண்டனைச் சந்தித்தது.

ஜாக்கிரதை உணர்ச்சி என்பது ஒரு காரியத்தைச் செய்வதற்கு முன்னாலேயும் அதைச் செய்துகொண்டு இருக்கும்போதும் இடையறாது காக்கவேண்டிய உணர்ச்சியாகும்.

இந்த ஜாக்கிரதை உணர்ச்சி, அந்தக் காலத்தில் என்னிடம் சற்று உக்கிரமாகவே இருந்தது. சந்திரபாபுவிடமிருந்து என்னை அழைக்க வந்த நாவல் பிலிம்ஸ் சுந்தரம், அவரைச் சந்திக்கத் தன்னுடன் அப்போதே வரவேண்டும் என்று மிக அன்புடன் வற்புறுத்தினார். எனினும், எனது கொள்கைபடி மறுநாள் வருவதாகவே சொன்னேன்.

மறுநாள் அதே நேரத்திற்கு ஒரு பெரிய காரை எடுத்துக்கொண்டு நாவல் பிலிம்ஸ் சுந்தரம் எனது சிறிய வீட்டுக்கு வந்தார்.

ஒரு வினாடிகூட காத்திருக்க அவசியமில்லாதபடி அவர் வரவை எதிர்பார்த்து வாசலில் காத்திருந்தேன்.

மாலை 5 மணிக்குப் பீமண்ண முதலித் தெருவில் இருந்த ஒரு வீட்டின் மாடிப் போர்ஷனுக்கு நான் அழைத்துச் செல்லப்பட்டேன்.

கவர்ச்சிகரமான வரவேற்பு அறையில் வரவேற்பதற்கு ஆளில்லாமல் நான் உட்கார்ந்திருந்தேன். இவ்வளவு அலங்காரத்திலும் அந்த வீடு வெறிச்சோடிக் கிடந்தது.

ஒரு செம்மறி ஆட்டுக் கிடாவை ஒரு பருந்து தனது கூரிய நகங்களால் கொத்திக்கொண்டு பறந்து செல்லும் பாவனையில் ஒரு மரச்சிற்பம் அந்த வரவேற்பு அறையின் நடுவில் இருந்தது என்னை வசீகரித்தது.

நான் உட்கார்ந்திருந்த இடத்தில் இருந்து வலது கை மூலையில் ஒரு ரேடியோகிராம். அது ஒன்று எனக்கும் வேண்டும் என்று நினைத்துக்கொண்டேன்.

சந்திரபாபுவிடமிருந்து நான் ஆசைப்பட்டது அவரது ரசனை மிகுந்த உள்ளத்தை மட்டுமே! ஆயினும் என்னை வரவழைத்து வீட்டு வரவேற்பு அறையில் உட்காரச் சொல்லக்கூட ஆளில்லாமல் அவர் பாத்ரூமில் குளித்துக்கொண்டிருந்தது உசிதமான நாகரிகமாய் எனக்குப் படவில்லை.

அவர் குளித்து முழுகி அலங்காரம் செய்துகொண்டு அதன் பின்னர் எனக்குக் கார் அனுப்பி இருக்கலாமே.

மனத்திற்குள் 100 எண்ணிவிட்டுப் புறப்பட்டுவிடலாம் என்று காத்திருந்தேன்.

"I am Very Sorry Mr. Jayakanthan! உங்களைக் காக்க வைத்து விட்டேன்" என்று என்னிடம் சொல்லிக்கொண்டு அவர் வந்தார்.

அதற்கு முந்திய விநாடி நான் போக நினைத்துக் கொண்டதை எண்ணி நானும் வருத்தப்பட்டேன்.

சந்திரபாபுவின் தோற்றம் என்னை மிகவும் வசீகரித்தது.

'இவரை வசீகரிக்க வேண்டும்' என்று தீர்மானத்தோடே அவர் பலவகைத் தோற்றங்கள் தருவார் என்பதை நான் தெரிந்துகொண்டேன்.

ஆனாலும் அவை விரும்பும்படியான இயல்புகளாகவே அவரிடம் அமைந்திருந்தன. அவர் அடிக்கடி ஒரு பெருமூச்செறிந்து "ஓ ஜீஸஸ்" என்று ஓர் அமெரிக்க உச்சரிப்பில் சொல்லிக்கொள்வார்.

வெகுநேரம் மௌனமாக எங்கோ பார்த்துக்கொண்டு இருந்துவிட்டுச் சட்டென்று நம்மைப் பார்த்து ஒரு குழந்தை மாதிரிச் சிரிப்பார். வெள்ளைக்கட்டம் போட்ட லுங்கியை வீட்டிலிருந்தபோது கட்டிக் கொண்டிருப்பார்.

பனியன் இல்லாமல் வெள்ளை ஷர்ட் அணிந்துகொண்டு கைகளைச் சுருட்டி விட்டுக்கொள்வார். சட்டைப் பொத்தான்கள் போடப்படாமல் இருக்கும்.

சோபாவில் ஏறிச் சம்மணம் போட்டு உட்கார்ந்துகொண்டு கோல்டு பிளேக் சிகரெட்டை ரசித்துக்குடிப்பார்.

ரேடியோகிராமில் சில ஸ்பானிய இசைத்தட்டுகளைப் போட்டுப் பக்கத்தில் இருப்பவரை கட்டிப் பிடித்துக்கொண்டு டான்ஸ் ஆடுவார்.

அவர்களுக்கு ஆடத்தெரியவில்லை என்றால் கெட்டவார்த்தை சொல்லித் திட்டுவார். இதெல்லாமே ஒரு விளையாட்டுத்தான் என்பார்.

What to you like to have? என்று கேட்டார்.

What do you Mean? என்று நான் திருப்பிக் கேட்டேன்.

I Mean Anything You Want என்றொரு ராஜ தோரணையில் மறுபடியும் கேட்டார்.

அப்போது டெலிபோன் அடித்தது. ஒரு பிரபல கவர்ச்சி நடிகை டெலிபோனில் பேசினார்.

அவர் பெயரைச் சொல்லி Do You Want Her? என்று அவர் ஹாஸ்யம் பண்ணினார். பிறகு ரிசீவரை என்னிடம் கொடுத்து அவரிடம் பேசச் சொன்னார்.

ஒரு பெண்ணுக்குத் தரவேண்டிய மரியாதை தவறாமல் அந்த நடிகையிடம் நான் பேசினேன்.

Whisky or Brandy என்று மறுபடியும் என்னிடம் கேட்டார்.

நான் 14 வயது முதற்கொண்டே மதுவின் இன்பத்தை அனுபவித்தவன்தான், ஆனாலும்...

26

மதுவை அளவோடு அருந்துவது எனக்குப் பிடிக்கும். மது அருந்த பிடிக்காதவர்களையும் எனக்குப் பிடிக்கும். குடிப்பது ஒரு பாவமோ, குற்றமோ, ஒழுக்கக்கேடோ அல்ல என்று திடமாகத் தேர்ந்து தெளிந்தவன் நான்.

இதுகுறித்து திருவள்ளுவரிடத்தும் காந்தி அடிகளிடமும் வாய்ப்பிருப்பின் நான் வாதாடி எனது கட்சியை நிரூபிப்பேன். மது அருந்தாதவர்களின் நெறிகளைப் பழுதுபடாதவிதத்தில் பாதுகாத்து, இந்த மதுவின் மீதுள்ள மாசு படிந்த அபவாதங்களைப் போக்குவேன். ஆனால் என் காலத்தில் வாழ்கிற மதுவின் எதிரிகள் மிகவும் வறட்டுத்தனமான சட்டங்களையும், தண்டனைகளையும் காட்டிப் பயமுறுத்துகிறார்கள்...

இந்தச் சமூகத்தின் சட்டத்திற்குப் பயந்து, அதனால் விளையும் அவமானங்களை எண்ணி அருவருத்து அக்காலத்தில் எனக்குப் பிடித்தமான மதுவைத் தொடாமல் இருந்தேன்.

மேலும் என் அன்பிற்குரிய உறவினர்கள் ஒரு காலத்தில் நான் இனிமேல் குடிப்பதில்லை என்று என்னிடம் சத்தியம் வாங்கும்

அளவுக்கு நான் பெருங்குடிகாரனாகவும் இருந்தேன்.

அன்பின் பொருட்டு என்னை நிர்ப்பந்தம் செய்து வாக்குறுதி வாங்கியோரிடம் நான் எப்படிக் கட்டுப்படமால் இருக்க முடியும்? அப்படிக் கட்டுப்படுகிறவன் சந்தர்ப்பம் வாய்க்கும்கால் எப்படி அந்தச் சத்தியத்தை மீறாமல் இருக்க முடியும்?.

எனவே, அவர்கள் அறியாமல் சிலசமயங்களில் நான் குடித்தும் இருக்கிறேன்.

ஆனால் எந்தச் சூழ்நிலையிலும் மதுவிலக்குச் சட்டம் அமலில் உள்ள இடங்களில் குடித்ததில்லை.

பாண்டிச்சேரி வரை நண்பர்களோடு அடிக்கடி உல்லாசப் பயணம்போய் மது அருந்தி வந்தது தவிர, சென்னை நகரத்தில் குடிப்பதற்கு வாய்ப்புகள் இருப்பினும், நான் குடிப்பதைத் தவிர்த்து வந்திருக்கிறேன்.

இந்தச் சூழ்நிலையில் நண்பர் சந்திரபாபு, ஓர் ஐரோப்பிய நாகரிக மரபுடன் என்னை மதுவருந்த சொன்னபோது ‘பழக்கமில்லை’ என்று பொய் கூறவும் நான் கூசினேன்.

ஆனால் சந்திரபாபு முந்திக்கொண்டு, “பழக்கமில்லை என்றால் இப்போது பழக்கமாக்கிக் கொள்ளுங்கள்” என்று பலத்த சிரிப்பொலியுடன் சொன்னார். சற்றுநேரத்தில் அவரது வேலையாள் ஒரு ட்ரேயில் முக்கோண வடிவமான இரு மதுக்கிண்ணங்களில் ஸ்காட்ச் விஸ்கியை ஊற்றி எதுவும் கலக்காமல் ‘ரா’வாகக் கொண்டு வந்து என்னிடம் நீட்டினார்.

Soda or water? Prefer ‘on the rocks’ ஆன் தி ராக்ஸ் என்றால், வெறும் ஐஸ் கட்டிகள் மிதக்க விஸ்கியை அருந்துவது என்று நான் அன்றைக்குத்தான் தெரிந்துகொண்டேன். ஸ்காட்ச் விஸ்கியின் பெருமைகளைப் பற்றி பேச ஆரம்பித்துவிட்டார் பாபு. நான் குடித்திருக்கிறேன். ஆனால் அதுவரை நான் ஸ்காட்ச் குடித்ததில்லை.

எனக்கு எப்போதும் பிடித்த மது ‘ரம்’. எனது குடிகார நண்பர்கள் எல்லாரும் போலீசிலும் ராணுவத்திலும் இருந்ததனாலேயே அப்படியொரு பிடித்தம் எனக்கு ஏற்பட்டது போலும்.

நான் சந்திரபாபுவுடன் மது அருந்திக்கொண்டே, குடிப்பது பற்றிய எனது அனுபவங்களையும் நான் குடிக்காதிருப்பதற்கான காரணங்களையும் விளக்கினேன்.

ஒரு சந்தோஷத்திற்காகக் குடித்து போலீஸ்காரர்கள் கையில் சிக்கி அவமானப்படுவதற்கு நான் அஞ்சியதை வெளிப்படையாக அவரிடம் சொன்னேன்.

சோபாவில் இருந்து ஒரு துள்ளு துள்ளி இடி இடித்தது மாதிரிச் சிரித்தார் பாபு.

டெலிபோன் ரிஸீவரைக் கையில் எடுத்துக்கொண்டு, நகரத்தில் இருந்த ஓர் உயர்தரப் போலீஸ் அதிகாரியின் நம்பரை டயல் செய்தார்.

அந்த அதிகாரியிடம் மிகவும் நட்புரிமையோடு 'டேய்' என்று பேசினார். அவரிடம் என்னைப் பற்றி ரொம்ப அதிகமாகவே புகழ்ந்து, அப்படிப்பட்ட ஓர் எழுத்தாளரை நான் எனது வீட்டில் மது விருந்து அளித்து உபசரிக்கப் போகிறேன் என்று சொல்லி, டெலிபோனை என்னிடம் கொடுத்து அந்த அதிகாரியோடு பேச சொன்னார். நான் குடித்துக்கொண்டு இருக்கிறேன். அதனால், போலீஸ்காரருடன் போனில் பேசமாட்டேன் என்று மறுத்துவிட்டேன்.

அக்காலத்தில் போலீஸ்காரர்கள் என்றாலே அச்சமும் அருவருப்பும் எனக்கு மிகுதியாய் இருந்தது உண்மையே.

இப்படியாகத் தொடங்கிய சந்திரபாபுவின் நட்பு, நாள் தவறாமல் மாலை நேரத்தில் மது இன்பத்தைத் தொடர்ந்து அனுபவிப்பவனாக என்னை ஆக்கிற்று.

ஆயினும் நண்பர் சந்திரபாபுவைப்போல் மதுவின் அடிமை அல்ல நான். இந்த உலகத்தில் எதுவின் அடிமையாகவும் நான் ஆக முடியாது.

எந்த சுவர்க்க இன்பமும், வேண்டும் என்றால் வேண்டும், வேண்டாம் என்றால் வேண்டாம் என்று என்னால் விலகியிருக்க முடியும்.

அந்த "எனக்காக அழு" கதையைத் தனக்கு நாடகமாக்கித் தரவேண்டும் என்று சந்திரபாபு கேட்டார். நடிக நண்பர்களும் மிகவும் நெருக்கமாய் நான் இருந்ததனால் ஓரளவு பிரபலமாய் இருக்கும் சினிமா நடிகர்களின் உதவியோடு என்மூலம் நாடகங்களை நடத்தி முன்னுக்கு வர முயற்சி செய்துகொண்டிருந்தார்கள் சில நண்பர்கள்.

அவர்களது நட்பினாலும், அவர்களது முயற்சிக்கு மனப்பூர்வமாய் என்னாலான எழுத்து உதவிகளைச் செய்ய வேண்டும் என்று நாம் விரும்பியதனாலும் எனக்குக் கொஞ்சமும் நம்பிக்கையில்லாத, விருப்பமில்லாத, நாடகம் எழுதும் முயற்சியை நான் மேற்கொண்டேன்.

சந்திரபாபு ஆர்வமாக என்னை நாடகம் எழுதக் கேட்டுக்கொண்டதோடு சரி, நான் எழுதி முடித்தபோது நாடகத்தில் 'நடிக்க நேரமில்லை' என்று சொல்லிவிட்டார் அவர்.

அதில் எனக்கு சந்தோஷமே ஏற்பட்டது. ஆனால் எழுதப்பட்ட அந்த நாடகம் வேறு நண்பர்கள்மூலம் ஒரு தடவை அரங்கேற்றப்பட்டது.

அந்த நாடக முயற்சி வீணாகிப்போனது குறித்து எனக்கேற்பட்ட திருப்தியைச் சந்திரபாபுவிடம் மகிழ்ச்சியோடு சொன்னேன்.

'ஜே.கே' என்னை இப்படி முதலில் அழைக்க ஆரம்பித்தது சந்திரபாபுவே! "நீங்கள் உண்மையிலேயே நான் இதுவரை சந்தித்திராத அரிய எழுத்தாளர்தான்" என்று என்னை ஆங்கிலத்தில் பாராட்டினார்.

எனது எழுத்துத் திறமையை வைத்துத் திரையுலகில் நான் சாதனை புரிய வேண்டுமாம்.

"நாடகம் அதற்கு இடைஞ்சல்" என்றார் சந்திரபாபு.

"தமிழில் வரும் நாடகம் எல்லாமே இடைஞ்சல்தான்" என்றேன் நான்.

நானும் சந்திரபாபுவின் மாலை நேரங்களில் ஒரே இடத்தில் இல்லாமல் காரில் ஏறிக்கொண்டு ஊரை சுற்றிச்சுற்றி வந்து குடிப்போம்.

அவ்விதம், ஒருநாள் கடற்கரைச் சாலையில் ஒரு கோடியிலிருந்து மறுகோடி வரை சுமார் ஒரு 20 தடவை மேலும் கீழுமாகக் காரில் போய்க்கொண்டிருந்தபோது, சந்திரபாபு என்னிடம் ஒரு கதை சொன்னார். அந்தக் கதைக்கு நான் திரைக்கதை, வசனம் அமைக்க வேண்டும் என்றார்.

அந்தக் கதையை ஏதோ தம் சொந்தக் கதையைப்போல் அவர் சொன்னார். அது scapegoat என்னும் ஆங்கிலக் கதையின் மாரீசம் என்று நான் கண்டுகொண்டேன்.

"இந்தக் கதையின் மூலத்தைச் சொல்லிவிட்டே திரைக்கதை அமைக்கலாம்" என்றேன் நான்.

எனது நேர்மையைப் பாராட்டியதோடு, புத்தகத்தை வரவழைத்துக் கொடுப்பதாகச் சொன்னார்.

அந்தப் புத்தகத்தை எப்போதோ பார்த்திருக்கிறேன். நான் அந்த சினிமா பார்த்ததில்லை.

புத்தகத்தை வரவழைத்துக் கொடுக்கவேண்டாம் என்று மறுத்துவிட்டு நினைவில் இருந்ததைக்கொண்டு திரைக்கதைக்கு Structure அமைத்து தந்தேன்.

இதைச் சினிமா பாஷையில் Treatment என்று சொல்வார்கள். ஒருமாத காலம் சந்திரபாபு, அவரது வீட்டில் இருந்தாலும் இல்லாவிட்டாலும் எனது அலுவலகம்போலத் தினசரி அங்கு சென்று அதை எழுதி முடித்தேன்.

ஒருநாள், எழுதி முடித்த அந்த Treatment file ஐ அவர் படித்துப் பார்க்க வேண்டும் என்று நான் சொன்னேன்.

அப்போதுதான் தெரிந்தது. அவருக்குப் படிக்கத் தெரியாது என்பது.

சந்திரபாபுவுக்கு இருந்த ஆங்கில, தமிழ் அறிவுக்கும் இந்த உண்மைக்கும் எவ்வளவு தூரம் என்பதை அவரை அறிந்தவர்கள் இப்போது நினைவு கூர முடியும்.

எனக்கு என்னுடைய எழுத்தை அச்சில் வராமல் இன்னொருவர்க்குப் படித்து சொல்வது சிரமமான காரியம்.

“சௌகரியப்படும்போது வேறு யாரையாவது வைத்துக்கொண்டு படித்து அதன்பிறகு எனக்குப் போன் செய்தால் நான் வருகிறேன். தினந்தோறும் குடித்து உல்லாசமாக இப்படி இருப்பதும் இதனை ஏற்றுக்கொள்வதும் எனது வாழ்க்கை முறைகளுக்கு ஒவ்வாதது” என்று ஒருநாள் அவரிடம் சொல்லிவிட்டு வந்தேன்.

ஆயினும் அதன் பிறகு நாங்கள் நண்பர்களாகப் பலமுறை சந்தித்து இருக்கிறோம்.

அந்த நாடக சமாசாரம்மாதிரியே இந்தச் சினிமா சமாசாரமும் குடிகாரன் பேச்சுப் போலாச்சு.

அதுகுறித்து எனக்குச் சந்தோஷமே! நண்பர்களின் திருப்தியைக் கருதி சினிமாவில் எதற்காக நான் போய் ஓர் ஆங்கிலக் கதையைத் தழுவி திரைக்கதை அமைக்க வேண்டுமோ!

அப்படி நேராமல் காத்த நேரங்களுக்கே நான் நன்றி சொல்வேன்.

நாடக சினிமா தொழில் தொடர்புகள் இல்லாதுபோயினும் நாங்கள் எப்போதேனும் அவரது பிறந்த நாளிலோ, எனது பிறந்த நாளிலோ, புத்தாண்டு வருகிற தருணங்களிலோ, கிறிஸ்துமஸ் நாட்களிலோ சந்தித்து மதுக்கிண்ணங்களை உரசி வாழ்த்துகளைப் பரிமாறிக் கொண்டதுண்டு.

சந்திரபாபு வாழ்க்கையை சீரியசாக எடுத்துக்கொள்ளவில்லை. வாழ்க்கையை சீரியசாக எடுத்துக்கொள்ளாத மனிதன் எவ்வளவு திறமையான கலைஞனாக இருந்தபோதிலும் தானே, தனது வாழ்க்கையை முடமாக்கிக் கொள்வான் என்பதற்குச் சான்றாகவும், பலருக்கு எச்சரிக்கையாகவும் அமைந்தார் நண்பர் சந்திரபாபு.

சந்திரபாபுவுக்கு இயற்கையாகவே நடிப்புத்திறன், பாட்டுத்திறன் ஆகியவை எல்லோரும் விரும்பும் வகையில் அமைந்திருந்தது.

அவற்றையெல்லாம் ஓர் ஊதாரியைப்போல் இந்த சினிமா உலகத்திற்கு வாரி இறைத்ததன் விளைவாய், அவருக்கு அதீதமான

ஏற்றத்தையும் எதிர்பாராத வீழ்ச்சியையும் இந்த சினிமா உலகமே கொண்டு வந்துவிடும் என்று அக்காலத்தில் நான் அஞ்சினேன். எனது அச்சத்தை உரிமையோடு பலமுறை அவரிடம் கூறினேன்.

மிகவும் உருக்கமான நேரங்களில் அவர் திடீரென்று சிரிப்பார். அதேபோல் சில நேரங்களில் அழுவார். எனக்கு அழுகின்ற மனிதர்களைப் பிடிக்காது. பெண்களாய், குழந்தைகளாய் இருப்பின் அவர்கள் பேதமையைப் பொறுத்து ஆறுதல் தருகிற அளவுக்கு நான் நல்லவன்தான். ஆயினும் அழுகின்ற ஆண்களை எனக்குப் பிடிக்காது. அவர்களை அவமதித்தேனும் அவர்களது அழுகையை அடக்குகிற அளவுக்கு நான் கொடியவன்.

இப்படிக் கண்களில் கண்ணீர் வருகிற அதே மனிதன், சில சமயங்களில் சட்டைக்காலரை உயர்த்திப் பிடித்துக்கொண்டு 'I am babu' என்று வல்லமை பேசுகிற காட்சி இன்னும் ரசமாக இருக்கும்.

27

அப்போது சந்திரபாபு 'குமாரராஜா' என்னும் படத்தில் கதாநாயகனாய் நடித்துக்கொண்டிருந்தார். அந்தப் படத்தில் அவர் நடிப்பு ரொம்பப் பிரமாதமாகத்தான் இருந்தது. ஆனால் படம் எதிர்பார்த்ததுபோல் வெற்றியைத் தரவில்லை. அதற்குக் காரணம், நமது பிரபல நடிகர்கள் அனைவருமே தமக்கு மட்டுமே வாய்ப்புகள் அதிகம் தருகிற கதை அமைப்புகளைத் தேர்ந்தெடுத்துக் கொள்ளுவதுதான். அதனால் ஒரு படத்தின் முழுமை சிதைந்து பிரபல நட்சத்திரம் மட்டும் துறுத்திக்கொண்டு அந்தப் படங்களில் பேர் வாங்கமுடியும். படத்தைப் பற்றி அவர்களுக்குக் கவலையே இருப்பதில்லை. அப்படிதான் ஆயிற்று குமாரராஜா.

அதே காலத்தில் நான் ஆனந்த விகடன் பத்திரிகையில் 'யாருக்காக அழுதான்' குறுநாவலை எழுதினேன்.

சந்திரபாபு நான் நடிப்பதற்காகவே நான் அதை எழுதினேன் என்று நம்புவதாக என்னிடம் தெரிவித்தார்.

அது உண்மையல்லவாயினும், ஆர்வத்தோடு என் கதையின்மீது உரிமையோடு பாராட்டும் அவரது ஆசை வார்த்தைகளை நான் எப்படி மறுப்பேன்?

நான் போகும்பொழுதெல்லாம் சந்திரபாபு 'யாருக்காக அழுதான்' கதையைத்தான் எப்படி எப்படியெல்லாம் படம் எடுக்க வேண்டுமென்று விரும்புவதாகப் பல அபத்தமான யோசனைகளைக் கூறிக்கொண்டிருப்பார்.

இந்த வேதனை தாங்கமாட்டாமல் 'யாருக்காக அழுதான்' கதையை வேறு யாருக்கேனும் கொடுத்துவிட வேண்டுமென்று தீர்மானித்தேன்.

தமிழ்த் திரைப்பட உலகத்தில் மிக வெற்றிகரமாகப் புகழ்கொடி உயர்த்திக் கொண்டிருந்தார் ஜி.என்.வேலுமணி.

திரு.ஜி.என்.வேலுமணியைப் பற்றி நான் ஏற்கனவே அரசியல் கூட்டங்களுக்காகப் பவானிக்கும், கோபிச்செட்டிப்பாளையத்திற்கும் சென்றபோது எனது அரசியல் நண்பர்கள்மூலம் கேள்விப் பட்டிருக்கிறேன்.

அவர், ஒரு டெய்லர், தாராள மனமும் தொழிற்துறையில் நாணயமும் கலைஞர்களிடம் நட்பும் எழுத்தாளர்களிடம் மரியாதையும் உடையவர் வேலுமணி.

காங்கிரஸ் இயக்கத்தில் தொண்டனாகவும், காமராஜின் அன்பராகவும் இருந்தார் அவர். அவரைப் பற்றி இவ்வளவு தூரம் தெரிந்திருந்தும் அவரோடு எனக்கு அறிமுகம் இருந்ததில்லை.

சேவாஸ்டேஸ் நடிகர் ஏ.வீரப்பன் எனது நண்பர்களில் ஒருவர், அவரது நடிப்பைப் பெரிதும் நான் ரசித்திருக்கிறேன். ஓர் எழுத்தாளனுக்கு வேண்டிய கற்பனைத்திறன் உடைய நடிகர் அவர். என்பால் மிகுந்த மரியாதையும் அன்பும் எனது கதைகளில் ஈடுபாடும் உடையவர் வீரப்பன்.

அவரை நான் சந்தித்த காலத்தில், திருமணமாகாத ஒரு நாடகக் கலைஞராய் மயிலாப்பூரில் ஜிம்மி பில்டிங்குக்கு எதிரில் பல நண்பர்களோடு ஒரு ரூமில் வாழ்ந்துவந்தார். எனது கலை உலக நண்பர்கள் பலரை நான் அங்கு சந்திப்பது வழக்கம்.

அவர்கள் அங்கு அன்றாடம் கூடுவதற்கு முக்கியக் காரணம் 24மணி நேரமும் தொடர்ந்து அங்கு நடக்கும் ரம்மி ஆட்டம்தான்.

மதுவின் எதிர்ப்பாளர்கள் எந்த அளவு மதுவின்மீது அருவருப்பும் அசூயையும் கொண்டிருக்கிறார்களோ அதற்கு நிகரான, அதைவிட அதிகமான அருவருப்பும் அசூயையும் சூதாட்டத்தின்மீது எனக்கு உண்டு.

நாள் முழுவதும் சூதாடுகிறவர்கள் இறுதியில் நரகத்தினை அடைவார்கள். இது, நான் வாழ்க்கையில் கண்ட அனுபவம்.

நான் சூதாட்டக் கூடங்களில் பணியாளாகக்கூட வேலை பார்த்திருக்கிறேன். சூதர் மனைகளில் தொண்டு புரிந்தது தவிர, சூதில் பணயம் என்று சொல்லி ஒரு சல்லிக்காசுகூட வைத்து நான் விளையாடியதில்லை.

எனக்கும் சீட்டாட்டத்தில் விருப்பம் உண்டு. அது காசு சம்பந்தமில்லாத விளையாட்டு.

சதுரங்கம், சொக்கட்டான் போன்று ஒரு நல்ல விளையாட்டுத்தான் சீட்டாட்டமும்.

வீர விளையாட்டான குதிரைப் பந்தயம்கூடப் பணத்துக்காக சோரம்போகிற காலத்தில் ஒரு சூதாட்டமாகி விடவில்லையா?

எந்த விளையாட்டின்மீதும் எனக்கு வெறுப்புக் கிடையாது.

சூதாட்டம் என்கிற நோய் மனத்தில் தொற்றிக்கொண்டு சீட்டு ஆடுபவர்களை நான் அனுதாபத்துடன் கவனிப்பதோடு சரி. அவர்களது காரியத்தை நான் விமர்சனம்கூடச் செய்தது இல்லை.

அந்த இடத்திலிருந்து சாமர்த்தியமாக எனக்கு வேண்டியவர்களை அகற்றி அழைத்துப் போய்விடுவதில் எனக்கு அளவில்லாத திருப்தி ஏற்படும்.

அவ்விதமான நேரங்களில் ஒரு நடிகன் என்கிற நிலையில் என்னிடம் சினிமா உலகைப் பற்றிய தனது கற்பனைகளைச் சொல்லி மகிழ்வார் வீரப்பன்.

"ஸார், கொஞ்ச காலம் பொறுத்துக்கொள்ளுங்கள். எப்படியாவது முயற்சி செய்து உங்களுடைய ஒவ்வொரு சிறுகதையையும் நானே சினிமா ஆக்கிக் காட்டுகிறேன்" என்றெல்லாம் சொல்லிக்கொண்டிருப்பார்.

1961ஆம் ஆண்டு, ஒருநாள் நண்பர் வீரப்பன் ஒரு காரில் எனது ஹால்ஸ் ரோடு வீட்டுக்குத் தேடி வந்தார்.

நிச்சயமாக, நண்பர் வீரப்பன் கார் வாங்கியிருக்க முடியாது என்று நான் விளையாட்டாக யோசனை செய்து கொண்டிருக்கையிலேயே "வேலுமணி அவர்கள் உங்களைக் கையோடு அழைத்துக்கொண்டு வரச் சொன்னார். மீதியை அங்கே போய்ப் பேசிக்கொள்ளலாம்" என்றார் வீரப்பன்.

எப்பொழுதும் எல்லாரிடமும் நான் வழக்கமாகச் சொல்கிற 'இன்று போய் நாளை வா' என்னும் அஸ்திரத்தை அச்சமயத்தில் பிரயோகிக்கவில்லை. வீரப்பன் மாதிரி ஒரு நண்பர் எங்கே அழைத்தாலும் நான் போவேன். என்னை எங்கே அழைத்துக்கொண்டு போக வேண்டும், கூடாது என்றெல்லாம் அவருக்குத் தெரியும்.

போகும்போதே 'யாருக்காக அழுதான்' கதையை ஜி.என்.வேலு மணி வாங்க உத்தேசித்திருக்கிறார் என்றும் அதன்பொருட்டே இந்த அழைப்பு என்றும் என்னிடம் வீரப்பன் சொன்னார்.

நான் சொன்னேன், "ஒரு கதையை யார் படம் எடுக்கிறார்கள் என்பது அல்ல முக்கியம், யாரை வைத்து எவ்வாறு படமெடுக்கிறார்கள் என்பது எனக்கு முக்கியம்" என்றேன்.

வேலுமணி அவர்களோ, அக்காலத்தில் சினிமா உலகப் பெருந்தலைகளைப் போட்டுப் படம் எடுத்துக்கொண்டிருந்தார். அதுமாதிரியான பெருந்தலைகள் இந்தப் படத்தில் தலை காட்டாதிருப்பது நல்லது என்றேன். "வேலுமணி அவர்கள் எனது கதையைப் படமெடுப்பதில் மகிழ்ச்சியே. ஆனால் அந்த சோசப்பு வேஷத்திற்கு உம்மையே போடுகிற பட்சத்தில் இந்தக் கதையை அவர் வாங்கிக் கொள்ளலாம்' என்று வீரப்பனிடம் சொன்னேன்.

அவ்விதமே திரு.வேலுமணியிடமும் சொன்னேன். திரு.வேலுமணி "ஆகா சபாஷ்" நல்லயோசனை என்றார்.

அதை நம்பி, ஏதோ ஒரு தொகைக்கு கதையைத் தமிழில் படமாக்கிக்கொள்ளும் உரிமையைத் தந்தேன்.

இந்தக் கதையை திரு.வேலுமணி வாங்கிய நேரத்தில் அவர் படத்தொழிலின் உச்சக் கட்டத்தில் இருந்தார்.

ஒரே சமயத்தில் 3 படங்களுக்குப் பூஜை போட்டார்.

அதில் ஒன்று பிரம்மாண்டமான இந்தி கலர்படம் ராஜ்குமார், பிருதிவிராஜ், கபூர் போன்ற நடிகர்கள் பம்பாயிலிருந்து விமானத்தில் பறந்துவந்து பூஜையில் கலந்துகொண்டனர். குமுதம் துணையாசிரியர் ரா.கி.ரங்கராஜன் எழுதிய 'இது சத்தியம்' கதையும், 'யாருக்காக அழுதான்' கதையும் மற்ற இரண்டு தமிழ்ப்படங்கள்.

இந்த மூன்று படங்களையும் தொடங்கி வைத்துக் குத்துவிளக்கு ஏற்றிவைத்தார் தலைவர் காமராஜர்.

28

திரு.வேலுமணி அவர்கள் முதலில் என்னிடம் கொடுத்த வாக்குறுதிக்கு மாறாக 'யாருக்காக அழுதான்' கதையில் மிக உற்சாகமாய் சிவாஜிகணேசன், சாவித்திரி, ரங்கராவ், பாலையா போன்ற மிகப்பெரும் நடிகர்கள் நடிப்பதாக அறிவித்தார்.

அக்காலத்தில் முன்னணியில் இருந்த ஸ்ரீதர் அந்தப் படத்தை டைரக்ட் செய்வதாக அறிவிக்கப்பட்டது. என்னிடம் தந்திருந்த வாக்குறுதிக்கு மாறாக நடிகர்கள் தேர்வு குறித்து நான் மகிழ்ச்சி அடையவில்லையாயினும் அதுகுறித்து வருத்தம் ஏதுமில்லை.

ஒரு படத்தை எடுக்கின்றவர் பல லட்ச ரூபாயைச் செலவு செய்கிறபோது அதற்காக விசேஷமான கவலைகளையும் மேற்கொள்கிறார். அந்தக் கவலைதான் மேலும் பல கவலைகளுக்குக் காரணமாகின்றன.

வாய்மூலமாகக் கொடுத்த ஓர் உறுதி மொழியை வைத்துக்கொண்டு நான் எதுவும் பேசக்கூடாது என்று மௌனமாகவே இருந்தேன்.

திரு.வேலுமணி அவர்கள் என்னிடம் மிகுந்த நம்பிக்கையோடு 'படம் ரொம்பப் பிரமாதமாய் வரும் பாருங்கள்' என்று சொன்னார். என்னதான் நியாயம் இருந்தபோதிலும் ஒருவரது நல்ல நம்பிக்கையை மறுத்து உரைப்பது நாகரிகமாகாது என்றறிந்து நான் அதற்கும் மௌனமாகப் புன்முறுவல் செய்துகொண்டேன்.

டைரக்டர் ஸ்ரீதர் 'யாருக்காக அழுதான்' படத்தை டைரக்ட் செய்வதை முன்னிட்டு என்னோடு விவாதிக்க வேண்டும் என்று தெரிவித்ததாக நண்பர் வேலுமணி என்னிடம் சொன்னார்.

நானும் அதற்கு இசைந்து ஸ்ரீதரின் அலுவலகத்திற்குச் சென்று அவரைச் சந்தித்தேன்.

அதற்கு முன்னர், நடிகர் சகஸ்ரநாமத்தின் மகள் திருமணத்தின் பொழுது திரு அகிலன் எனக்கு ஸ்ரீதரை அறிமுகம்செய்து வைத்திருக்கிறார். அந்தத் திருமண வரவேற்பில் சந்தித்த ஸ்ரீதர் என்னிடம் எனது கதைகளில் ஏதாவது ஒரு கதையை டைரக்ட் செய்யவிருப்பது பற்றி முதலில் சொன்னார்.

"ஒரு கதையை யார் டைரக்ட் செய்கிறார்கள் என்பது அல்ல முக்கியம். அதை எவ்வாறு அவர்கள் டைரக்ட் செய்கிறார்கள் என்பதுதான் முக்கியம்" என்று, நான் அவரிடம் சொன்னதாய் எனது டைரியில் எழுதி வைத்திருக்கிறேன்.

ஸ்ரீதர் என்னிடம் மிகவும் நட்புக்கொள்ள விரும்பினார். 'மது அருந்துகிற பழக்கம் இருந்தால் மாலை நேரங்களில் சந்தித்துப் பேசலாம்' என்றார் ஸ்ரீதர்.

நான் அப்போதுதான் சந்திரபாபுவின் வளையத்தில் இருந்து விடுபட்டு இருந்தேன்.

எனவே, அவரது வேண்டுகோளை மறுக்காமலும் ஏற்றுக்கொள்ளாமலும் மழுப்பிவிட்டேன்.

'யாருக்காக அழுதான்' கதையை ஸ்ரீதர், தான் எப்படி எப்படியெல்லாம் படமாக்கப் போகிறார் என்று உத்தேசங்களை எனக்கு விளக்கினார். இறுதியில், சோசப்பு வாழை மரங்களடர்ந்த ஒரு தோப்பின் நடுவே ஒரு மரச் சிலுவையின் முன்னர் போய்த் தொழுது விழுந்து உயிர்விடுகிறான் என்பதாகத் தமது படத்தின் முடிவை என்னிடம் சொன்னார்.

"ஒரு டைரக்டரின் உரிமைகள் எதிலும் நான் தலையிட விரும்பவில்லை. ஆனாலும் அந்தக் கதையை எழுதியவன் என்ற முறையில் நான் சிறு யோசனை தெரிவிப்பேன். நீங்கள் கேட்டுத்தான் ஆகவேண்டும்."

"சொல்லுங்கள், அதற்காகத்தானே உங்களைப் பார்க்க நினைத்தேன்" என்றார் ஸ்ரீதர்.

"படத்தின் தலைப்பை 'யாருக்காக செத்தான்' என்று மாற்றிக் கொள்ளுங்கள்" என்றேன்.

நான் ஸ்ரீதருக்குச் சொன்ன பதில் முகத்தில் அடித்ததுபோல இருந்திருக்கலாம், அப்போது எனது நோக்கமும் அதுதானே!

என்னை, அவர் ஒரு கிறுக்கன் என்று நினைத்து அப்போது சமாதானம் அடைந்தும் இருக்கலாம். சில வட்டாரங்களில் என்னை ஒரு கிறுக்கன் என்று அக்காலத்தில் அழைத்தார்கள் என்று எனக்குத் தெரியும். நானும் அப்படித்தான் இருந்தேன். போதாக்குறைக்கு முகமடர்ந்த தாடி வேறு வைத்திருந்தேன்.

எனது தோற்றமும் எனது பேச்சும் கண்டு என்னோடு உறவு வைத்துக்கொள்வது சாத்தியமான காரியம் அல்ல என்று தோன்றியிருக்கும் ஸ்ரீதருக்கு.

'யாருக்காக அழுதான்' படப்பிடிப்பு சில ஆயிரம் அடிகள் வரை சிவாஜி, சாவித்திரி, ரங்காராவ், பாலையா ஆகியோர் சம்பந்தப்பட்ட காட்சிகளின் ஷூட்டிங் நடந்தது எனக்குத் தெரியும்.

'சரி, எப்படியோ ஒரு பிரபலமான டைரக்டர் மூலம் நமது கதை படமாக வரட்டுமே' என்று நான் அவர்களது முயற்சிக்கு இடைஞ்சல் செய்யாது ஒதுங்கியே இருந்தேன். ஆனாலும் ஏதேதோ இடைஞ்சல்கள் வந்தன.

திரு.வேலுமணிக்கு சோசப்பு பாத்திரத்தில் சிவாஜி நடிப்பது பொருத்தமாய் இல்லை என்று தோன்றிவிட்டது.

வேலுமணி இப்படி எண்ணுவதும் சிவாஜிக்குத் தெரிந்துவிட்டது. கதாசிரியர் அந்த வேடத்தில் சிவாஜி நடிப்பது பொருத்தமாய் இல்லை என்று தெரிவித்ததாக ஒரு பழியை என் தலைமீது யாரோ கட்டிவிட்டார்கள். ஸ்ரீதரும் வேலுமணியும்தான் இந்த முடிவுக்கு வந்ததாகத் தோன்றியது எனக்கு.

என் பெயரால் தினத்தந்தி, மாலை முரசு ஆகிய பத்திரிகைகளில் வெளியாகிற செய்திகளை நான் எப்போதுமே மதிப்பதில்லை.

அதிகாரபூர்வமான நிருபர்களுக்கு, முன் அனுமதியோடு வருகிறவர்களுக்கும் பேட்டி அளித்திருக்கிறேன்; அது வேறு.

வெறுமனே சில பத்திரிகைகளில் சினிமா வதந்திகளைப் போடுகிற 'தகவல் பொறுக்கிகள் (தகவல் சேகரிப்பவர்கள்) எல்லாக் காலத்திலும் மிலிடேரி ஓட்டல் பூனைகளைப்போல கோடம்பாக்கம் ஸ்டுடியோக்களில் சுற்றி வருவது உண்டு. அவர்கள் பிழைப்பே கசமுசாதான்; கிசுகிசுதான்; இதனால் ஏற்படும் பலவிதமான நஷ்டங்களைப் பற்றி அவர்களுக்கு என்ன கவலை?

அப்படிப்பட்ட செய்திகளைச் சினிமா ரசிகர்களும் சினிமா சம்பந்தப்பட்டவர்களும் படித்து, நம்பி, ஒரே துறையில் பகைமை வளருவது வழக்கமாகவே மாறிவிட்டது.

தினத்தந்தி, மாலை முரசு பத்திரிகைகளில் பிரசுரமாகிற அந்தத் தகவல்களுக்கும் கழிப்பறைச் சுவர்களில் கரியால் எழுதிவைக்கிற தகவல்களுக்கும் ஒரே மரியாதை தருகின்றவன் நான். ஆனால், அந்தப் பத்திரிகைகளில் வெளியாகிற செய்திகளைச் சினிமா உலக நண்பர்கள் ஏதோ வேதம்போல் நம்பிவிடுகிறார்கள்.

அவ்விதம் தினத்தந்தி பத்திரிகையில் நான் சொன்னதாகச் செய்தி இன்று, 'ஜெயகாந்தன் சொன்னது' என்ற தலைப்பில் வந்தது.

சிவாஜியை நீக்கிவிட்டு, அந்த இடத்தில் நான் ஆரம்ப கால முதல் வேண்டாம் என்று யாரை ஒதுக்கித் தள்ளிவந்தேனோ அந்தச் சந்திரபாபுவை நடிக்க புக் பண்ணியிருப்பதாகவும் செய்தி வந்தது.

இதன் பிறகு அந்தக் கதையைத் தனக்கே கொடுக்குமாறு சந்திரபாபு என்னிடம் வந்தார்.

நான் ஏற்கனவே எல்லோரிடமும் சொல்லுகிற பதிலைச் சொன்னேன்.

"சோசப்பு பாத்திரத்தில் யார் நடிக்கிறார்கள் என்பது அல்ல முக்கியம். எப்படி நடிக்க வைத்துக் கதையை எவ்விதமாகப் படமாக்கப் போகிறார்கள் என்பதுதான் முக்கியம்" என்று சொன்னேன்.

இதை ஒட்டுக்கேட்டுக்கொண்டிருந்த ஒரு தகவல் பொறுக்கி தினத்தந்தி பத்திரிகையில், சோசப்பு பாத்திரத்தில் சந்திரபாபு நடிப்பது ஜெயகாந்தனுக்கு விருப்பமில்லை என்று, ஐந்து காலம் தலைப்பிட்டு ஒரு செய்தியைக் கொடுத்துவிட்டார்.

இந்தச் செய்தியை வைத்து ஒரு பத்திரிகைக்காரர் டைரக்டர் ஸ்ரீதரைப் போய் அபிப்பிராயம் கேட்டிருக்கிறார்.

அப்படி வெளியான செய்தி உண்மையா, இல்லையா என்பதை அறியாமலேயே "சிவாஜியும் கூடாது, சந்திரபாபுவும் கூடாது என்றால் ஜெயகாந்தன் நடிப்பாரா?" என்று, ஸ்ரீதர் கேட்டதாக ஒரு செய்தியையும் ஐந்து காலம் தலைப்பிட்டுத் தினத்தந்தி வெளியிட்டது.

29

விவகாரம் என்று வந்துவிட்ட பிறகு எனக்கா கசக்கும்! ஜனசக்தி பத்திரிகைக்குப் போய் ஸ்ரீதருக்குப் பதில் எழுதுவதாய் விளாசு விளாசு என்று விளாசித் தள்ளினேன். அவரைச் சந்தித்து நேரில் பேசியிருக்கலாம். அந்த நிதானம் எனக்கு அப்போது இல்லாமல் போயிற்று.

அந்த எனது கட்டுரையில் தர்க்கரீதியான வாதங்களைவிடத் தனிப்பட்ட கருத்துக் குரோதங்கள்தான் அதிகம் இருந்தன என்பதை இப்போது உணர்கிறேன்.

இத்தகைய விவகாரங்களில் பழக்கப்படாத சாது நண்பரான ஸ்ரீதர், 'இவரது சம்பந்தமே வேண்டாம்' என்று அந்தப் படத்தை டைரக்ட் செய்வதை விட்டுவிலகினார்.

திரு.சந்திரபாபு என்னைத் தேடிவந்தார். அந்தக் கதையை இப்போதே என்னிடம் கொடுத்துவிட வேண்டும். நான் 75 ஆயிரம் ரூபாய் தருகிறேன் என்று கட்டுக்கட்டாக நோட்டுகளை என்னிடம் காண்பித்தார்.

"Iam sorry Mr. babu. நான் அதை ஏற்கனவே வேலுமணிக்குக் கொடுத்துவிட்டேன். இப்போது நீங்களே அதில் நடிக்கிறீர்கள்... அப்படியிருக்க இடையில் இந்தப் பேரமெல்லாம் எதற்கு?" என்று சொல்லிவிட்டேன்.

ஆனால் திரு. வேலுமணியும் 'யாருக்காக அழுதான்' படத்தை தொடர்ந்து எடுப்பது குறித்து பல லட்ச ரூபாய் செலவு செய்த பிறகு மறுபரிசீலனை செய்ய ஆரம்பித்துவிட்டார்.

"வேலுமணி அதை எடுக்கப் போவதில்லை. நானே அதை எடுக்கப் போகிறேன். நீங்கள் சொன்னால் வேலுமணியிடம் போய்க் கதையின் உரிமையை நான் வாங்கிக் கொள்கிறேன்" என்றார் பாபு.

"அப்படியெல்லாம் என்னால் செய்யமுடியாது" என்று பிடிவாதமாய் மறுத்து சொல்லிவிட்டேன்.

அதற்குப் பிறகு எனக்கும் சந்திரபாபுவுக்கும் இருந்த நட்பு நைந்து போயிற்று.

இந்த இடைக்காலத்தில் வேறுபல முற்போக்குத் தோழர்கள் முயற்சியினால், குமரி பிலிம்ஸ் என்னும் ஒரு படத் தயாரிப்பு நிறுவனம் துவக்கப்பட்டிருந்தது.

அதில் சம்பந்தப்பட்ட அனைவரும் கம்யூனிஸ்டுகளாகவும், கம்யூனிஸ்டு அனுதாபிகளாகவும், தொழிலாளர்களாகவும் இருந்ததால் அவர்களோடு எனக்குத் தொடர்பு நெருக்கமாய் இருந்தது.

தோழர் எம்.பி.சீனிவாசன் இந்த நிறுவனத்தின் தோற்றத்திற்கு முக்கியக் காரணமானார். தோழர் நிமாய்கோஷ் சில வருடங்களுக்கு முன்பு கல்கத்தாவில் இருந்து அப்போதுதான் வந்து சென்னையிலேயே நிரந்தரமாகத் தங்கினார்.

அவரை கல்கத்தாவிலிருந்து இங்கு அழைத்துக்கொண்டு வந்தவர் என்.எஸ்.கிருஷ்ணன். நமது நடிகர்களின் ஆதரவு காட்டுகிற பண்பினைப் பற்றி யாருக்குத் தெரியாது? ஒரு போதையில் ஒரு தீர்மானமும், இன்னொரு ஒரு போதையில் அதை மாற்றிக்கொள்கிற தீர்மானமும் அடிக்கடி உருவாகும் மனம் படைத்தவர்களே சினிமா உலகத்தில் நிறைய உண்டு.

தோழர் முகவை ராஜமாணிக்கம் என்னோடு ஜனசக்தியில் ஆசிரியர் குழுவில் ஒரே யூனிட்டில் பணியாற்றி, என்னைப்போலவே ஒரு பகுதிநேர ஊழியராக மாறி 'காலம் மாறிப்போச்சு' படத்தின் வசனகர்த்தாவாகப் பிரபலமாகி இருந்தார்.

வேறு இரண்டொரு படங்களுக்கும் அவர் கதை, வசனம் எழுதிக்கொண்டிருந்தார்.

எல்லாருமே பெயரளவில் முற்போக்காளர்களாக இருந்தும், 'காலம் மாறிப் போச்சு' போல ஒரு தமிழ்ப் படத்தை உருவாக்கும் ஆசை உடையவர்களாய்த்தான் இங்கும் இருந்தனர்.

நான் அந்தப் படத்தைப் பார்த்ததுகூட இல்லை.

குமரி பிலிம்சார் கட்சி சம்பந்தப்பட்ட எல்லா எழுத்தாளர்களிடமும் சினிமாவுக்கு ஏற்ற ஒரு கதையை எழுதித் தருமாறு வேண்டுகோளாய் ஒரு கோரிக்கையையே விடுத்து மிகவும் ஜனநாயகமாய் நடந்துகொண்டனர்.

படைப்பு உலகில் ஜனநாயக தர்மம் எதிர்மறையான விளைவுகளையே ஏற்படுத்தும்.

அக்காலத்தில், நான் சரஸ்வதி பத்திரிகையில் எழுதியிருந்த 'ராசா வந்துட்டாரு' என்னும் கதையைப் படித்துப் பார்த்து அதைப் படமாக்க

தீர்மானம் செய்தால், மேற்கொண்டு நான் அதற்கான திரைக்கதை அமைப்பை உருவாக்கித் தருகிறேன் என்று சொன்னேன்.

ஆயினும் ஒரு சினிமாவுக்கு அது என்னதான் முற்போக்குக் கதையாக இருந்தாலும் சினிமா, கதை, வசனம் எழுதும் பொறுப்பை ஏற்பதா என்று நான் தயங்கினேன்.

ஏனெனில், குமரி பிலிம்ஸ் சம்பந்தப்பட்ட எல்லாத் தோழர்களும், எனக்கு ஒவ்வொரு துறையில் ஆசான்களாக இருக்கத் தகுதி படைத்தவர்கள்.

கலை, இலக்கியம், சினிமா ஆகிய துறைகளிலும் என்னைவிட அனுபவம் உடையவர்கள்.

எனது எழுத்துகளைப் படித்து உற்சாகப்படுத்துபவர்கள். ஆயினும், என்னைப் பற்றி அவர்களது அபிப்பிராயம் இன்னும் வளர வேண்டியிருந்தது.

மேலும் என்னை மட்டுமே நம்பி படைப்புத்துறைப் பொறுப்பை என் வசமே ஒப்படைத்தால்தான் என்னால் எழுதும் வேலையைச் செய்ய முடியும். பரிசீலனைக்கு என்று என்னால் எவர்க்கும் எழுத முடியாது.

'பல கதைகளைப் படித்துப் பரிசீலித்து ஏதேனும் ஒன்றைப் படமாக்க விரும்புகிறவர்களுக்கு, ஜெயகாந்தனின் கதை கிடைக்காது' என்று நான் மனதுள் முடிவுசெய்தேன்.

இதெல்லாம் எழுத்தாளன் என்கிற பெருமிதத்தால், சுயாபிமானத்தால் அல்லது எல்லாரும் நினைத்துக்கொண்டிருக்கிற மாதிரி மமதையில் என்று சொன்னாலும் அவையே எனக்குள்ளே வரித்துக்கொண்ட மாற்றவொண்ணா முடிவுகள் ஆகும்.

குமரி பிலிம்சாரின் முதல் படத்திற்கான கதையை நான் எழுதப் போவது இல்லை என்றாலும் அவர்களுக்குப் பிடிக்கிற கதை, நான் எழுதுவதைவிடச் சிறப்பானதாய் அமைய வேண்டும் என்று மனப்பூர்வமாய் விரும்பினேன்.

கலை இலக்கியத் துறையில் நான் அறிந்தவரை மிகத் தெளிவான பார்வையுடைய மார்க்சிஸ்டு விமர்சகர் தோழர் ஆர்.கே.கண்ணன்.

குமரி பிலிம்சுக்காகத் திரைக்கதை எழுதுகிற பொறுப்பை நாங்கள் அனைவரும் ஆர்.கே.கண்ணனிடம் ஒப்படைத்துவிடுவது என்று தீர்மானித்தோம்.

அவரை ஒரு படைப்பிலக்கிய கர்த்தாவாக ஆக்கியாக வேண்டும் என்று அவரை அறிந்த தோழர்கள் அனைவரும் ஏகோபித்து முயன்றார்கள், அவரிடம் அவ்வளவு சரக்கு உண்டு.

இந்தப் படத்தில் சமூக, அரசியல், தொழிற்சங்க, விலைவாசி உயர்வு, ஷேர் மார்க்கெட் வீழ்ச்சி, புரோக்கர்களின் சூழ்ச்சி, கள்ள மார்க்கெட்காரர்களின் கயமை, அதற்குமேல் காதல் என்று எல்லா விஷயங்களையும் ஒருசேரத் திணித்து இதன்பால் இல்லாதது இல்லை என்கிற மாதிரி கதையை அமைப்பது என்பது கொள்கையில் அழுத்தமான பிடிப்பு உடைய எங்களுக்கு ஒரு குறையாக இல்லாமல் மன நிறைவையே தந்தது. அந்தப் படத்திற்கு நான் இரண்டு பாடல்கள் எழுதினேன்.

அதில் ஒன்று மிகப் பிரபலமான "தென்னங்கீற்று ஊஞ்சலிலே... சிட்டுக்குருவி ஆடுது" என்ற பாட்டு. மற்றொரு பாட்டு, எனக்கு மிகவும் பிடித்தது. சுசீலா பாடிய அந்தப் பாட்டு "ஓர் ஏழைத்தாயின் தாலாட்டு." அழுத கண்ணீரும் பாலாகுமா?" என்பது பல்லவி. இந்தப் பாடல் என்னைத் தவிர வேறு யார் நினைவிலும் இல்லை என்றே தோன்றுகிறது.

படத்திற்குப் 'பாதை தெரியுது பார்' என்ற தலைப்பை குமரி பிலிம்சாருக்கு யோசனையாகக் கூறியவன் நானே!

அந்தப் படமெடுத்தபோது ஒரு சுவையான சம்பவம்; நான் சினிமாவில் மேக்கப் போட்டு நடித்தது...

அந்தப் படத்தில் ஒரு கலெக்டர் பாத்திரம். அந்தக் கலெக்டர் பாத்திரத்தில் நடிப்பதற்காக அனுபவம் மிக்க ஒரு நடிகரைக் கொண்டு வந்தனர். தொழிற்சங்கப் பிரதிநிதிகளைச் சந்தித்துக் கலெக்டர் பேச வேண்டிய வசனம் வேறு உண்டு.

அந்தத் துணை நடிகர், நாள் முழுவதும் வசனம் எழுதிய காகிதத்தை வைத்துக்கொண்டு ஸ்டுடியோ மரத்தடியில் அலைந்து மனனம் செய்துகொண்டு, மத்தியானத்திலிருந்தே மேக்கப்போட்டு காத்திருந்தார். மாலையில்தான் அவருக்கு ஷாட்.

இவ்வளவு முஸ்தீபுகள் செய்தும் கிளாப் அடித்தபின்னர் டயலாக் வராமல் சளைத்துப்போன டைரக்டர், வேறு யாரையாவது கொண்டு வாருங்கள் என்றார். குமரி பிலிம்சில் புரொடக்ஷன் பணிகளைச் செய்துகொண்டிருந்த நண்பர் பாஸ்கரன் என்னிடம் "நீங்கள் நடித்துவிடுங்களேன் ஜே.கே." என்று விளையாட்டாகச் சொன்னார்.

நானும் விளையாட்டாக ஒப்புக்கொண்டேன். 1948ஆம் ஆண்டுக்குப் பிறகு, ஐயப்பன் நாடக சபாவில் மேக்கப் போட்டுக் கொண்ட ஒரு மாமாங்கத்திற்குப் பிறகு, கனவில்கூட நினைத்துப் பாத்திராத அந்தக் காரியத்தை ஒரு வேடிக்கையாகக் கருதி, மேக்கப் போட்டுக் கொண்டதை நினைக்கையில் இப்போதும் எனக்கு ஆச்சரியமாகத்தான் இருக்கிறது. நான் அந்தக் காட்சியில் நடித்தேன். முதல் அனுபவம்; முதல் டேக் ஓ.கே.

அன்று இரவெல்லாம் நான் செய்த தீர்மானத்தை நானே இப்படி மீறியதேன்? என்ற மனஉளைச்சலில் தூங்காது தவித்தேன். நான் செய்தது தவறு என்று எனக்குள்ளேயே அடிக்கடி மனசாட்சி ரீங்காரம் செய்தது.

எடுத்த காட்சியைத் திரையிலும் பார்த்தேன். எப்படியாவது இதை நீக்கிவிட வேண்டும் என்று எண்ணினேன்.

ஆனாலும் அந்த எண்ணத்தை வெளியில் சொன்னால் அது நீக்கப்படமாட்டாது என்று அஞ்சினேன். அதை நீக்குமாறு சொல்ல வேண்டிய சந்தர்ப்பத்தை எதிர்பார்த்து தினசரி குமரி பிலிம்சுக்குப் போனேன்.

கடைசியில், 18 ஆயிரம் அடி வந்துவிட்ட படத்தை குறைப்பதற்காக ஒரு conference கூட்டப்பட்டது.

"அதில் கலந்துகொண்டு, நான் நடித்த பகுதியை வெட்டினால் 100 அடியாவது குறையுமே" என்றேன்.

அந்தப் பாத்திரத்தின் அவசியமின்மையை விளக்கிய பிறகு, நான் நடித்த அந்தப் பகுதியை நீக்குவதாகத் தீர்மானம் செய்யப்பட்டது.

தொழிற்சங்கத் தலைவர்கள் கலெக்டரை போய்ப் பார்த்துப் பேசி வந்த பிறகு அந்த முடிவை அறிவிப்பதாக அடுத்த சீன் இருக்கிறது. கலெக்டரைச் சந்தித்த சீன் அநாவசியமானதுதானே என்று, நானே சொல்லியதற்குக் காரணம், ஒரு படத்தைப் பற்றிய முழுமையான பார்வையை நான் அங்கு கற்றுக் கொண்டதனால்தான். அந்தப் படம் தோல்வி அடைந்ததற்கு எப்படிப்பட்ட காரணங்கள் இருந்தாலும் ஒரு படம் பற்றிய முழுமையான பார்வை தயாரிப்பாளர்களுக்கே அதில் உருப்பெறாமல் போனதுதான் தோல்விக்கு முக்கியக் காரணம் என்று நான் தீர்மானித்தேன். ஆயினும் அது, வெற்றிப்படமாக ஆகாதது குறித்து நான் மிகவும் சோர்வு அடைந்தேன்.

முற்போக்காளர்கள் சேர்ந்து படம் எடுக்கும் முயற்சி அந்த ஒரு பட அனுபவத்திற்குப் பிறகு இன்னும் தமிழ்நாட்டில் தலையெடுக்கவில்லை. சிறிய கலைஞர்களின் உயர்ந்த நோக்குடைய படைப்புகளைப் பாதுகாக்கத் திறனற்றுப்போனால் மறுபடியும் அந்த முயற்சியை மேற்கொள்ள யார் முன்வருவர்?

இந்த முயற்சிகளைத் தோற்கடிக்க வேண்டுமென்றே சமூகப் பெரியார்கள் இப்படிப்பட்ட ஒரு தோல்விக்குப் பிறகு நெடுங்காலம் அவர்களுக்குக் கிடைக்கப்போகும் இடைவெளி வாய்ப்பை உருவாக்கிக் கொள்கின்றனர்.

டைரக்டர் ஸ்ரீதர் அவர்களின் மூத்த சகோதரர் சேகர். அவரும் கூட ஒரு டைரக்டர். நடிகர் வி.கோபாலகிருஷ்ணன் ஆரம்ப காலம் முதற்கொண்டே எனது வாசகர்.

திரு.சேகரை எனக்கு அறிமுகப்படுத்தி வைத்தவர் நடிகர் கோபிதான். மயிலாப்பூரில் வித்யா பிலிம்ஸ் என்ற பெயரில் ஒரு பட நிறுவனத்தை சில நண்பர்கள் தொடங்கினார்கள். அவர்களுக்கு நான் திரைக்கதை எழுத வேண்டும் என்று விருப்பம்.

சினிமாவுக்குக் கதை எழுதுகின்றவன் என்று நண்பர்கள் மத்தியில் எப்படியோ பேர் எடுத்துவிட்டேன். வித்யா பிலிம்சுக்குத் திரைக்கதை எழுத மகிழ்ச்சியோடு ஒப்பினேன். ஏதோ ஒரு கதை எழுதினேன். இப்போது ஞாபகம் இல்லை. அப்புறம் அந்தக் கதை எப்படி ஞாபகம் அற்றுப் போயிற்றோ, அதுபோல அந்தக் கம்பெனியும் என்ன ஆயிற்று என்று தெரியவில்லை. ஆனால் அந்த முயற்சி சம்பந்தப்பட்ட நண்பர்களை அடிக்கடி சந்திக்கின்றேன்.

இதே சமயத்தில், திரு.வீனஸ் கிருஷ்ணமூர்த்திக்கும் அவரது குடும்பத்தாருக்கும் எனது கதைகள்மீது அபரிமிதமான ரசனை ஏற்பட்டிருந்தது.

எனது கதைகளைப் படித்ததன்மூலம் படங்களை டைரக்ட் செய்வதற்கான பல அரிய தகுதிகள் என்னிடம் இருப்பதாய் திரு.வீனஸ் கிருஷ்ணமூர்த்தி கண்டுபிடித்து என்னைக் கூப்பிட்டு அனுப்பி என்னிடம் கூறினார்.

"நீங்கள் நம்பிக்கையோடு சரி என்று சொல்லுங்கள். உங்கள் கதைகளில் ஒன்றை நீங்களே தேர்ந்தெடுத்து டைரக்ட் செய்யலாம். அந்தப் படத்தை நான் தயாரிக்கிறேன்" என்றார்.

வீனஸ் கிருஷ்ணமூர்த்தியின் பக்கத்தில் இருந்த சகோதரர் திரு.ரத்தினமய்யரும் என்னை மேலும் உற்சாகப்படுத்தினார்.

30

எனக்கும் மகிழ்ச்சியாகத்தான் இருந்தது. ஆனால், ஒரு படத்தை டைரக்ட் செய்ய முடியும் என்ற நம்பிக்கை எனக்கு இல்லை.

நான் அவரிடம் சொன்னேன், "என்மீது இவ்வளவு ஈடுபாடும் நம்பிக்கையும் இருப்பதற்கு நன்றி. ஆனால், அப்படிப்பட்ட நம்பிக்கை எனக்கு என்மீது வரவில்லையே" என்று நான் நினைப்பதைச் சொன்னேன்.

“நன்றாக யோசியுங்கள். இப்போது இல்லாவிட்டாலும் எப்போதாவது அந்த நம்பிக்கை உங்களுக்கு வரும். அப்போது எனக்கு போன் செய்யுங்கள்” என்றார் வீனஸ் கிருஷ்ணமூர்த்தி.

“நம்பிக்கை வந்தால் நிச்சயம் போன் செய்கிறேன்” என்று சொல்லிவிட்டு வந்தேன்.

ஒரு சினிமா படத்தை டைரக்ட் செய்வதற்கான அடிப்படைத் தொழில் நுணுக்க அனுபவங்கள் எனக்கு அக்காலத்தில் அறவே கிடையாது. நான் அறியாதது குறித்து, எனக்குள்ள அறியாமைகளைக் குறித்து எக்காலத்திலும் நான் அவமதிப்பு உணர்ச்சி அடைந்ததில்லை.

எல்லாம் அறிந்துகொண்டவர்களைப் போல நான் வேஷம் போடுவதும் இல்லை.

ஓர் அவசியம் நேர்கிற பட்சத்தில், நானே பெரிதும் ஆச்சரியப்படும் அளவுக்கு எதையும் எவ்வாறேனும் முயன்று பயின்று அறிந்து செயல்பட என்னால் முடியும்.

சினிமாத் துறையின்மீது எனக்கு எப்போதுமே மோகம் இருந்ததில்லை. ஒரு ஷூட்டிங்கிற்குக்கூட நான் சென்று வேடிக்கை பார்த்தவனில்லை.

ஒரு காமிராவுக்குள் இருக்கும் சினிமா சுருள் எப்படிப் படமாகிறது என்பது பற்றியெல்லாம் எனக்கு அக்காலத்தில் தெரியாது. ஆயினும் ஒரு சினிமாவுக்கான கதையை நான் தரமுடியும் என்று பல நண்பர்கள் கூறியபோது, டைரக்டர் என்பதுகுறித்து இவர்கள் சுலபமாக எண்ணுகிறார்கள் என்பதை நான் புரிந்து கொண்டேன்.

எப்படியோ, சினிமாத் துறையோடு ஓர் இணக்கமான உறவை ஏற்படுத்திக்கொள்ள நானும் தீர்மானித்தேன். எந்த ஒரு புதிய தீர்மானத்தையும் நிறைவேற்றப் புகும் முன்பும் அதற்குப் பின்னரும் சில உறுதியான கவசங்களை மனத்தளவில் நான் அணிந்துகொள்வது உண்டு.

அவ்விதமாய் அக்காலத்தில் நான் தீர்மானித்ததில் முக்கியமான இந்தச் சினிமாக்காரர்களின் தேவையை ஈடுசெய்வதற்கு நான் எழுதிய கதைகளையோ, நாவல்களையோ கொடுக்கக்கூடாது என்பதே ஆகும்.

ஒருவேளை நானே டைரக்ட் செய்யும்பட்சத்தில் அப்போது எனது கதைகளை நானே இந்தச் சினிமா உலகத்திற்குத் தியாகம் செய்யலாம்.

ஆனால், சினிமாவில் வேறு ஒரு டைரக்டரின் சித்திரவதைகளுக்கு (டைரக்டரின் உரிமை அது) எனது கதைகளைத் தருவதில்லை தீர்மானமே அது.

எந்தக் காலத்திலுமே தமிழ் சினிமாக்காரர்களுக்கு எதுவுமே இரவலாக இருந்தால்தான் மிகவும் பிடிக்கிறது. இது ஒரு சிறப்பம்சம்தானோ என்னவோ?

கதைகளுக்காக ஆங்கிலம், இந்தி, வங்காளி, மராத்திப் படங்களைத் தேடி அலைகிற புத்தி எப்போதுமே இவர்களுக்கு உண்டு.

அவற்றைப் பார்த்து தமிழில் உருமாற்றமும் உடைமாற்றமும் செய்து திரைக்கதை அமைப்பதற்குத் திரிகிற எழுத்துக்கூலிகள் மிகவும் பரிதாபத்திற்குரியவர்களே.

ஒரு சமூகமே அது சம்பந்தப்பட்ட ஒரு கலைத்துறையின் வளர்ச்சிக்கு உதவாமல் முடமாகிக் கிடக்கையில், சினிமா சம்பந்தப்பட்ட ஓர் எழுத்தாளன் பரிதாபத்திற்குரிய நிலையில் அல்லாமல் வேறு எவ்வாறு இருக்க முடியும்?

இதுகுறித்து மனக்கூச்சம் கொள்ள வேண்டியது பரிதாபத்திற்குரிய அந்த எழுத்தாளன் அல்ல, இந்தச் சினிமா உலகப் பெரியோர்கள்தான் இதற்காக வெட்கப்பட வேண்டியவர்கள். லாப உணர்ச்சியும், மான உணர்ச்சியும் ஒன்று சேர்ந்திருக்க முடியுமோ? என்றெல்லாம் யோசிக்கவேண்டிய நிலையை மறுபடியும் எனக்கு வீனஸ் சகோதரர்கள் ஏற்படுத்தினர்.

ஒரு காலத்தில் ஓகோகோ என்றிருந்த ஜூபிடர் திரைப்பட நிறுவனத்தில் பணியாற்றிய திரு.ஜி.கே.ராமு என்பவர் எனது எழுத்துகளின்மீதும் என்மீதும் மிகவும் அபிமானம் உடையவர்.

வீனஸ் சகோதரர்களின் உதவியோடு வசுமதி பிலிம்ஸோ அல்லது குவாலிடி பிக்சர்ஸ் என்ற நிறுவனத்தின் சார்பிலோ, எனது கதைகளில் ஏதேனும் ஒன்றை வாங்கி ஒரு படம் தயாரிக்க விரும்பி, அதற்கான திரைக்கதை வசனத்தையும் நான் அமைக்க வேண்டும் என்று என்னிடம் கேட்டார் ராமு.

'எனது கதைகள் எதுவும் தமிழ்ப் படத்திற்குத் தகுதியாய் இராது என்று நான் சொன்னதுகேட்டு அவர் மிகவும் மகிழ்ச்சி அடைந்தார். அப்படியானால் டாக்கா, அணா, பைசா (ரூபா, அணா, பைசா) என்ற வங்காளிப் படத்தின் உரிமைகளை வாங்கி இருப்பதாகவும், அதை நான் பார்க்க வேண்டும் என்றும், பார்த்தால் எனக்கு ரொம்பப் பிடிக்கும் என்றும் அந்தப் படத்தைப் புகழ்ந்து எனக்கு ஒருமுறை போட்டுக் காட்டினார்.

ரொம்பவும் புளித்துப்போன விஷயம்தான் கதையின் சாரம்.

எல்லோருடைய ஏளனத்திற்கும் ஆளான ஒருவன் லாட்டரி சீட்டில் பணக்காரனாகி, ஏளனம் செய்தவர்களையெல்லாம் பழி வாங்குவது கதையின் கரு.

எப்போதுமே நாலுபேர் கூடி ஒரு விஷயத்தை 'நன்று' என்று தீர்மானித்தபின்னர் நான் 'அன்று' என்று சொல்லிவிடுவதால் அது நின்றுவிடப் போவதில்லை. 'உங்களுக்கெல்லாம் திருப்தி என்றால் எனக்கும் பிடித்தமாகத்தான் இருக்கிறது. நீங்கள் தீர்மானமாக முடிவு செய்துகொண்டு வந்தால் திரைக்கதை வசனத்தை எழுதித் தருகிறேன்' என்று ஒப்பினேன்.

சினிமாவுக்குத் திரைக்கதை, வசனம் எழுதுபவர்கள் எல்லாம் அக்காலத்தில் பெங்களூர் சென்றுதான் எழுதுவது வழக்கம். அவ்வாறு நானும் எழுதவேண்டும் என்று நண்பர்கள் ஆசைப்பட்டார்கள்.

நானும் இசைந்தேன். 'ரூபா, அணா, பைசா' என்னும் அந்தப் படத்திற்குத் திரைக்கதை வசனம் எழுத எனக்கு உதவியாக நண்பர் சக்ரவர்த்தி என்னோடு வந்தார்.

இவர், ஏற்கனவே டைரக்டர் ஸ்ரீதர் குழுவில் இருந்தவர்.

31

சினிமாவுக்கு எழுதத் தொடங்கியதிலிருந்து எனக்கு ஒரு புதிய பழக்கம் ஏற்பட்டது. அதற்குமுன்னர் கதையோ, கட்டுரையோ எழுதுகிறபோது நானே உட்கார்ந்து கைப்பட எழுதுவதுதான் வழக்கம். ஆனால், சினிமாவுக்குத் திரைக்கதை, வசனம் எழுதும்போது, நான் கையில் பேனா பிடித்து ஓர் எழுத்தைக்கூட இதுவரை எழுதியதில்லை.

இந்தக் காலத்துக்கு நண்பர் சக்ரவர்த்திதான் ஒரு வாரம் முழுவதும் என்னோடு அமர்ந்து, ஒரு திரைப்படத்தின் முழுமையான கதை, வசனங்களை நான் சொல்லச் சொல்ல மிக உற்சாகமாக எழுதினார்.

பத்து நாட்களுக்குப் பிறகு நான் எழுதிமுடித்த அந்த 'ரூபா, அணா, பைசா' படத்திற்கான Scriptஐ வீனஸ் கிருஷ்ணமூர்த்தி சகோதரர்களுக்கு அனுப்பினேன். சில தினங்களுக்குப் பிறகு போய்ப் பார்த்தேன்.

ஒரு பெரிய சபையே அவரது வீட்டில் கூடியிருந்தது. என்னை வரவேற்றுக் காபி, பலகாரம் எல்லாம் தந்து உபசரித்துவிட்டு எல்லோரும் ஏதேதோ விஷயங்கள் குறித்து உற்சாகமாகப் பேசிக்கொண்டிருந்தனர்.

பெங்களூர் போய் ஒரு வாரம் முகாம்போட்டு எழுதி முடித்து அனுப்பிய அந்த பைலைப் பற்றி மட்டும் யாரும் ஒரு பேச்சுக்கூட பேசவில்லை.

கடைசியில் அதைப்பற்றி நானே கேட்டேன்.

அது இருக்கட்டும், அந்தக் கதை நன்றாய்த்தான் இருக்கும். அதைக் கொஞ்சம் இப்போதைக்குத் தள்ளிப் போடலாம். இன்றைக்கு உடனடியாக நீங்கள் இன்னொரு வங்காளப் படத்தைப் பார்க்க வேண்டும். ஜெமினி கணேசன், சாவித்திரி ஆகியோர் பார்க்க வருகிறார்கள். நீங்களும் அவசியம் வந்து பார்க்க வேண்டும் என்று என்னை அழைத்தார்கள்.

ஏற்கனவே எழுதிய வங்காளித் தழுவல் கதைப் படத்திலும் ஜெமினி, சாவித்திரி ஆகியோர் நடிப்பதாகத்தான் இருந்தது.

படத்திற்கான கதையைத் தேர்ந்தெடுக்கும் பணியில் அக்காலத்தில் நடிகை சாவித்திரிக்குப் பெரிய பொறுப்பு இருந்தது போலும்.

சாவித்திரி அன்று மாலை அந்தப் படத்தை ஒரு மினி தியேட்டரில் பார்க்க வந்தார், ஜெமினியும் வந்து இருந்தார்.

இரண்டாவதாகப் பார்த்த இந்த வங்காளப் படத்தில் கதாநாயகிக்கு இரட்டை வேடம்.

அது காரணம் பற்றி ஒரு நடிகைக்கு அப்படிப்பட்ட கதைகள் அதிகம் பிடிக்கும் என்கிற விஷயத்தை நானும் அறிந்து கொண்டேன்.

மற்றபடி, அது ‘ரூபா அணா பைசா’ என்னும் முதல் படத்தை விட எவ்விதத்திலும் சிறப்பானதாக எனக்குப் படவில்லை.

‘சரி, இரண்டுமே இரவல்தானே? எதுவாய் இருந்தால் என்ன?’ என்று நான் எண்ணிக்கொண்டேன்.

ஒரு பிரபல நடிகையும் நடிகரும் பார்த்து ஒரு கதையை சிலாகித்துவிட்டால் அனேகமாய் தயாரிப்பாளர்களின் எண்ணமும் அவர்களோடு இயைந்து போகும் என்பதும் எனக்குப் புரிந்தது.

ஆனால் இந்தத் தடவை பெங்களூருக்கோ, மைசூருக்கோ என்னால் போகமுடியாது என்பதால் சென்னையிலேயே எழும்பூரில் என் வீட்டுக்கு எதிரில் புதிதாகக் கட்டப்பட்டிருந்த உடுப்பி ஹோமில் ஓர் அறையை எடுத்துக்கொண்டு நான் இந்த இரண்டாவது வங்காளிப் படத்தைத் தழுவினேன்.

இந்த இரண்டாவது படத்தை எழுதுகிறபொழுது எனக்கு உதவியாகப் பணிபுரிந்தவர் திரு.நாகலிங்கம்.

அவர் தனக்கு தகுதியோ, சம்பந்தமோ இல்லாத இந்தச் சினிமா உலகில் ஏதோ ஓர் அசட்டு நம்பிக்கையில் வந்து நுழைந்து, வாழ்க்கையைப் பெருத்த சிரமத்திற்கிடையே ஓர் எழுத்தாளன் என்ற பெயரில் நடத்திக்கொண்டிருந்தார். அவரிடம் எனக்கு நட்பும் அனுதாபமும் எப்போதும் இருந்தது.

திறமைக்காகவோ, எனக்கு உதவியாக அவர் இருக்க முடியும் என்று நம்பிக்கையினாலோ அல்லாமல், அவருக்கு உதவி செய்வதற்காகவே நாகலிங்கத்தை எனக்கு உதவிக்காக வைத்துக்கொண்டு அந்தப் படத்திற்கு ஒரு டிரீட்மென்ட் எழுதினேன்.

நடுவில் ஒருநாள் இரவு பூராவும் தூங்காமல் யோசித்தேன்.

இப்படியாக ஏதோ இவர்கள் சில ஆயிரம் ரூபாய்களைத் தருகிறார்கள் என்கிற முறையில் வெட்கப்படத்தக்க இந்த வேலையை நாம் ஏன் செய்ய வேண்டும் என்று கிளர்ந்தது என் யோசனை. "எப்போது பொழுது விடியும். இந்தச் சினிமா உலகத் தொடர்பை ஒரே வெட்டில் தறித்துக்கொண்டு ஓடிவிடலாம்" என்று துடித்தேன்.

மறுநாள் திரு.வீனஸ் கிருஷ்ணமூர்த்தியைச் சந்தித்தேன். வழக்கம்போல் எல்லோரும் அமர்ந்த சபையில் காபி, பலகாரம் ஆகிய எல்லா உபசரிப்புகளும் நடந்தன.

நான் இரண்டு கைகளையும் கூப்பி ஒரு நமஸ்காரம் போட்டுச் சொன்னேன்.

"எனக்கு சினிமா உலகத்தில் பணியாற்றப் பிடிக்கவில்லை. இந்த வேலைக்கு எனக்குக் கொஞ்சம் பணம் கொடுத்திருக்கிறீர்கள் என்பது உண்மைதான். நான் ஒரு படத்திற்கான முழுத் திரைக்கதை வசனத்தை எழுதி ஏற்கனவே கொடுத்திருக்கிறேன். இரண்டாவது ஒரு படத்திற்கு முழு Treatmentஐயும் எழுதி இருக்கிறேன். ஒரு படம் முடிந்து வெளியாகிற வரை அது சம்பந்தப்பட்ட எழுத்து வேலைகள் எதுவும் முழுமை அடையவில்லைதான். ஆனாலும் என்னால் இந்த வேலையை ஒருபோதும் செய்யமுடியாது. இதுவரை செய்த வேலைக்கு நீங்கள் தந்திருக்கும் பணம் அதிகம் என்றால் அது எவ்வளவு என்று சொல்லுங்கள். அதைத் திருப்பித் தந்து விடுகிறேன் அல்லது நான் செய்திருக்கும் வேலைக்கே இன்னும் ஏதேனும் தரவேண்டும் என்று நீங்கள் கருதினால் எனக்கு அனுப்பி வைக்கவும்" என்று சொல்லிவிட்டு அவர்கள் பதிலுக்குக்கூட காத்திராமல் அவர்கள் காரிலேயே ஏறிக்கொண்டு வந்துவிட்டேன்.

அடுத்த நாள், நண்பர் ராமுவிடம் ரூ.500க்கு செக் ஒன்றை அனுப்பி வைத்தார் வீனஸ் கிருஷ்ணமூர்த்தி.

ஓர் உறவு தொடர்ந்து நிலைக்கிறதா அல்லது தேங்கிப் போய் விடுகிறதா என்பது அவ்வளவு முக்கியமான விஷயம் இல்லை. அதுபோலவே, சில திட்டங்களைத் தீட்டி அதன்மீது பணியாற்றத் தொடங்கியபின் அதைத் தொடர்ந்து சாதிக்கிறோமா, பாதியில் விட்டு விடுகிறோமா என்பது படைப்பு உலகில் இன்றைய சூழ்நிலையில் அவ்வளவு முக்கியமில்லை.

ஒன்றைத் தொடங்கி அந்தப் பணியை ஆற்றுகிற அனுபவத்திலேயே இது பயனற்றதும் விபரீதமான விளைவுகளை ஏற்படுத்திவிடும் என்றும் எனது அந்தராத்மாவுக்குத் தோன்றிவிட்ட மாத்திரத்தில், தொடங்கிய காரியத்தை அது எப்பேர்ப்பட்டதாயினும் எந்த நிலையிலும் நான் 'தொப்' என்று போட்டு விடுவேன்.

இதற்கு அர்த்தம், ஒரு பொறுப்பில் இருந்து தப்பித்து ஓடுவது என்பதல்ல. ஒரு குறிப்பிட்ட நேரத்தில் சம்பந்தப்பட்டவர்கள் சிலர் அவ்வாறு சொல்வதைத் தவிர்க்க முடியாதுதான்.

எழுதுகிறவன் என்ற முறையில் நான் ஏற்றுக்கொண்ட எழுத்துப் பொறுப்பும் எனது சொந்தப் பொறுப்பே என்பதால் இவ்வாறு பாதியில் விடுகிற சுதந்திரத்தை நான் என்வசம் இழக்காமல் காப்பாற்றிக் காத்து வந்திருக்கிறேன்.

என்னைப் பொறுத்தவரை, மிகப் பிரபலமான ஒரு பெரிய சினிமா நிறுவனத்துடன் ஏற்பட்ட தொடர்பும், அந்தத் தொடர்பின் முறிவும் எனக்கோ, அவர்களுக்கோ சிறிதும் மனந்தாங்கல் இல்லாமல் நடந்தேறியது.

ஒரு முறிவுக்குப் பின் என்னை அவர்கள் ஏமாற்றிவிட்டார்கள் என்றோ, நான் அவர்களை வஞ்சித்துவிட்டேன் என்றோ சொல்லிக் கொள்கிற சினிமா உலகத்தில் மிகவும் மலிந்துபோன அத்தகு இழிந்த நடைமுறைகள் ஏதும் எனது அனுபவத்தில் குறுக்கிட்டதில்லை. அதன் பிறகுகூட திரு.கிருஷ்ணமூர்த்தி என்னைப் பார்க்கிற போதெல்லாம் "நீங்கள் செய்தது ரொம்ப சரிதான். உங்கள் பெயரை இதுபோன்ற எல்லாப் படங்களுக்கும் தந்து கெடுத்துக் கொள்ளாதது சரியே. ஆனாலும், நான் ஆரம்பத்தில் உங்களிடம் சொன்னதுபோல் உங்கள் கதைகளில் ஏதேனும் ஒன்றை நீங்களே தேர்ந்து, அதை டைரக்ட் செய்ய விரும்பினால், எனக்குப் போன் செய்யுங்கள். அப்படியொரு பெரிய திட்டமும் ஆசையும் எனக்கு இருக்கிறது" என்று உருக்கமாக வேண்டிக்கொண்டார். நானும் அதுகுறித்து எனது நண்பர்களோடு யோசனை கலந்தேன்.

நான் இரண்டாவதாக டிரீட்மெண்ட் எழுதிய படம் 'காத்திருந்த கண்கள்' என்ற பெயரில் தயாராயிற்று. அதை ரிலீசுக்கு முன் தயாரிப்பாளர்கள் என்னையும் அழைத்துத் திரையிட்டுக் காட்டினார்கள்.

32

குமரி பிலிம்ஸ் தோழர்கள் 'பாதை தெரியுது பார்' படத்திற்குப் பிறகு, வேறு முயற்சிகளில் ஈடுபட முயன்று செயல்பட்டுக் கொண்டிருந்தனர். 'பாதை தெரியுது பார்' படத்தில் கதாநாயகனாக நடித்த திரு.விஜயன் ஒரு ரெயில்வே தொழிலாளி.

பொன்மலையில் ரெயில்வே தொழிலாளத் தோழர்களின் நாடக முயற்சிகளில் பங்கெடுத்துக் கொண்ட அனுபவம் தவிர, அவருக்குச் சினிமா அனுபவம் என்று அதற்குமுன்பு ஏதும் இருந்ததில்லை.

ஒரு படத்தில், எடுத்த எடுப்பில் கதாநாயகனாக நடித்தபின்னர், அந்தப் படம் வசூலில் பெரும் தோல்வியான பின்னர் அந்த முதல் அனுபவம் பெற்ற நடிகருக்கு எத்தகைய மனப்புழுக்கங்கள் ஏற்பட்டிருக்கும்!

அவையெல்லாம் விஜயனுக்கு ஏற்படாததற்குக் காரணம், அவர் அடிப்படையில் ஒரு தொழிலாளி என்பதே.

சினிமாவில் நடிப்பதற்காக வந்த நண்பர் விஜயன், சேவாஸ்டேஜ் நாடகக் குழுவில் நாடக நடிகரானார். திரைப்படங்களில் கிடைக்கிற சிறு பாத்திரங்களில் சிறப்பாக நடித்தும் வந்தார்.

ஆனாலும் அவருக்கு நடிப்பதைவிடவும், டைரக்‌ஷன் என்னும் தொழில்நுணுக்கத் துறையில் ஈடுபாடு வளர ஆரம்பித்துவிட்டது. வழக்கத்திலுள்ள படங்களின்மீது அவநம்பிக்கை ஏற்பட்டது. புதிய பட முயற்சிகளில் இறங்க வேண்டும் என்கிற தாகம் இருந்தது.

அப்படிப்பட்ட தாகம் அக்காலத்தில் என்னைச் சுற்றி இருந்த பல நண்பர்களுக்கும் இருந்தது. அவர்களில் இன்னொருவர் நண்பர் பாஸ்கரன்.

இவர் பிற்காலத்தில் கே.பாலசந்தருக்கு உதவியாளராக பணியாற்றி இருக்கிறார்.

பாஸ்கரனும் ஒரு ரெயில்வே தொழிலாளியே. தொழிற்சங்க இயக்கத்தில் மிகத் தீவிரமாக ஈடுபட்ட முன்னணிக் கம்யூனிஸ்டு பேச்சாளர்களில் ஒருவர்.

அடக்குமுறைக் காலத்தில் பல காலம் சிறையில் இருந்தவர். இலக்கியத்தில் ஆர்வமுடையவர். டால்ஸ்டாய், செகாவ் போன்ற உலகப் பிரசித்திபெற்ற எழுத்தாளர்களின் நூல்களை மொழிபெயர்த்திருக்கிறார்.

அந்த நூல்களை மொழிபெயர்த்த காலத்தில் அவற்றை என்னிடம் படித்துக் காண்பித்து திருத்தங்கள் செய்துகொண்டு போவார்.

எனது எழுத்துகளில் மனம் பறிகொடுப்பவர். என்னோடு நட்பு ஏற்பட்ட காலத்தில் சிலகாலம் நியூ செஞ்சுரி புக் ஹவுஸில் பணியாற்றினார்.

பிறகு அந்த நிறுவனத்தைவிட்டு விலகி என்னோடு உதவிப் பணியாற்றினார்.

இந்த நண்பர்களின் தூண்டுதலின் காரணமாக வீனஸ் கிருஷ்ணமூர்த்தி அவர்கள் ஒருசமயத்தில், எனக்குக் கொடுத்திருந்த ஒரு வாக்குறுதியை நான் நினைவுபடுத்திக்கொள்ள வேண்டியதாயிற்று.

'உன்னைப் போல் ஒருவன்' நாவலை நான் ஆனந்த விகடனில் ஓர் இதழ் முழுவதும் எழுதியிருந்தேன்.

அந்தக் காலத்தில் நான் கம்யூனிஸ்ட் கட்சியில் மீண்டும் உறுப்பினனாகிப் பிரச்சாரக் கூட்டங்களுக்காக தமிழ்நாடு முழுவதும் சுற்றினேன்.

அப்போது எனது முக்கியமான பணித்த திராவிட முன்னேற்றக் கழகத்தினரின் கலை, இலக்கிய, மொழி தகிடுதத்தங்களைத் தாக்கி நொறுக்குவதே!

நண்பர்கள் அனைவரும் தி.மு.க.வின் ஆயுதமே சினிமாதான் என்றும், அதன்மூலம் அவர்கள் தரமிழந்த ரசனையையும் தகிடுதத்த அரசியலையும் வளர்க்கின்றார்கள் என்றும், அந்த நச்சு மரத்தை உண்மையான கலைஞர்களாகிய நாம் முட்டிமோதி ஒரே வெட்டாய் வெட்டினாலன்றி தமிழ் மக்களுக்குக் கலாசார விமோசனமே இல்லை என்றும், போகுமிடங்களில் எல்லாம் பேசி அறிவுறுத்தி வந்தனர். அவர்களது தலையாய வேண்டுகோள் நான் ஒரு படத்திற்குக் கதை எழுத வேண்டும் என்பதாய் இருந்தது.

எனது நிலை எனக்கே தெளிவில்லாமல் இருந்தது. "இதென்ன எல்லாருமே ஒருமித்த குரலில் இந்த வேண்டுகோளைச் சொல்லிக்கொண்டே இருக்கிறார்கள்! ஒரு பிரபல தயாரிப்பாளர் தெரிவித்த நம்பிக்கைகள், எனது கதையைப் படமாக்க வேண்டும் என்பது எனது கட்சித் தோழர்களின் வேண்டுகோள்; எல்லாருமே குறிப்பாக நண்பர்கள் விஜயன், பாஸ்கரன் போன்றவர்கள் என்னிடம் வலியுறுத்துகிறார்களே, இந்தக் காரியத்தைச் செய்ய நான் மட்டும் ஏன் தயங்குகிறேன்?" என்று எண்ணினேன்.

ஏனெனில் சினிமாவைப் பற்றிய முற்றிலும் மாறுபட்ட கணிப்பு எனக்கு இருந்தது. வழக்கத்திலிருக்கிற முறையிலிருந்து தமிழ் சினிமா

ரசனைக்கு முற்றிலும் மாறுபட்ட ஒரு தயாரிப்பை நான் உருவாக்கலாம்; அது எனக்கும் நண்பர்களுக்கும் பிடிக்கலாம்; எனக்குப் பிடித்தது எல்லோருக்கும் பிடிக்குமா என்ற ஐயமே நான் காரியமாற்றத் தயங்கியதற்குக் காரணம்.

அதற்கும் மேல் எனக்குள்ள எண்ணங்களை எழுத்தில் வடிக்கிற எனது கற்பனைகளைக் கதைகளாக்குகிற திறமை ஒன்றே போதுமானது என்ற திருப்தி.

ஆனாலும், இந்தத் துறையில் நான் ஏதேனும் செய்ய வேண்டும் என்று நண்பர்கள் என்னை வற்புறுத்தினர்.

33

1964ஆம் ஆண்டில், ஒருநாள் திரு.வீனஸ் கிருஷ்ணமூர்த்தியை மறுபடியும் சந்தித்து 'நீங்கள் எதிர்பார்த்தபடி எனக்கு ஒரு படத்தை டைரக்ட் செய்ய நம்பிக்கை வந்து இருக்கிறது' என்று சொன்னேன்.

அவர் மிகவும் மகிழ்ச்சி அடைந்தார். 'உன்னைப் போல் ஒருவன்' கதையைப் படமாக்க விருப்பம் என்று தெரிவித்தேன்.

"ஆகா, அது அற்புதமான கதை. நான் அதைப் பம்பாயில் படித்தபிறகு உங்களுக்கு அங்கிருந்தே போன் செய்ய நினைத்தேன்" என்று, அந்தக் கதையைப் பற்றி மிகவும் சிலாகித்தார். கூட இருந்த நண்பர்களிடமும் அதை விவரித்துப் புகழ்ந்தார் கிருஷ்ணமூர்த்தி. தான் உடனடியாக பம்பாய் புறப்பட்டுச் செல்வதாகவும், இது விஷயமாகத் தன்னோடு பேசிக்கொண்டே விமான நிலையம் வரை வரவேண்டும் என்றும், கிருஷ்ணமூர்த்தி என்னை அழைத்தார். நான் அவரோடு விமான நிலையம் வரை சென்று எனது திட்டங்களை விளக்கினேன்.

"நீங்கள் Script எழுத ஆரம்பித்துவிடுங்கள். உங்களுக்கு எவ்வளவு நாள் ஆகும்?" என்று அவர் கேட்டார்.

"நாளை தொடங்கி 15 நாட்களில் திரைக்கதை வசனங்கள் எழுதி விடுகிறேன்" என்று சொன்னேன்.

"அப்படியானால் அதற்குள் பம்பாயிலிருந்து நானும் வந்து விடுகிறேன்" என்று சொல்லித் திரைப்படம் எடுப்பதற்கான ஒரு தேதியையும் குறித்தோம் அதற்குமுன்பு ஏதாவது ஒரு நாளில் உன்னைப் போல்

ஒருவன் திரைக்கதை அமைப்பை எழுதி முடித்துக்கொண்டு வந்து அவரைச் சந்திப்பதாய்க் கூறிவிட்டு வந்தேன்.

இவ்விடைப்பட்ட காலங்களில் இந்திய சினிமாக்களைக் குறித்து எனது ஈடுபாடு பெரிதும் வளர்ந்திருந்தது.

சத்யஜித் ரேயின் 'பதேர் பாஞ்சாலி' என்னும் படத்தை அகஸ்மாத்தாக நான் பார்க்க நேர்ந்தது. அந்தப் படம் எனது சிந்தனையைப் பெரிதும் பாதித்தது. அந்தப் படத்தைப் பார்த்ததன் மூலம் வங்காளப் படங்களைப் பற்றி எனக்கிருத்த தப்பபிப்பிராயம் மாறியது. அந்தப் படத்தை தொடர்ந்து வந்த 'அப்புவின் வாழ்க்கை' என்ற படத்தையும் நான் பார்த்தேன்.

சமகால இலக்கியப் படைப்புகளைத் திரைப்படங்களாக ஆக்குவதன்மூலம் சினிமாத் துறையில் கவிதை வனப்பை ஏற்படுத்த முடியும் என்னும் ரகசியம் எனக்குப் புரிந்தது.

ஆனால், அது ஒரு தற்கால இலக்கியப்படைப்பாய் இருந்தால் மட்டும் போதாது; அது உண்மையான இலக்கியமாகவும் இருத்தல் வேண்டும். அப்படியொரு நாவலை எழுதுவதுபோல் சத்யஜித் ரே என்னும் டைரக்டர் ஒரு ரசிகனைப்போல் மனத்தில் அசைபோட்டு அந்தப் படங்களை எடுத்திருந்தார்.

மற்றபடி, அவரது படங்கள் பிற படைப்பாளிகளுக்கு உத்திகள் ஏதும் கற்றுத் தருவதில்லை. அவரைப் பின்பற்றுகிற பேச்சுக்கே இடமில்லை.

ஒரு படைப்பாளியை இன்னொரு படைப்பாளி பாதிப்பது உண்டேயொழிய, உண்மையான கலைஞர்கள் ஒருவரை ஒருவர் பின்பற்ற முயலுவதில்லை. இப்படி, ஒருவரை ஒருவர் பின்பற்றுகிற உறவு இரண்டு படைப்பாளிகளுக்கிடையே நல்லுறவாகவும் அமையாது.

ஆயினும் ஒரு படைப்பாளியின் அனுபவம் இன்னொரு படைப்பாளிக்கு மொழிகடந்த தேசம்கடந்த படிப்பினைகளைத் தந்து கைகொடுத்து உதவும்.

அந்தக் காலத்தில்தான் இந்தியப் பிரதமராக இருந்த ஜவஹர்லால் நேரு, மிக உயர்ந்த தரமுடைய ரசனையையும் படைப்புகளையும் இந்திய சினிமா உலகில் வளர்க்க விரும்பினார்.

இந்தியாவின் எல்லாத் துறைகளையும் குறித்துச் சமநோக்கமும், சமமான அக்கறையும் இருந்ததன் விளைவாய்ப் புதிய சினிமா முயற்சிகளுக்கு விருதுகள் கொடுத்து அரசாங்கம் கௌரவிக்க வேண்டும் என்ற ஒரு திட்டத்தை நேருஜி கொணர்ந்தார். அந்தத் திட்டத்தின் நோக்கம் வெளிப்படையாகவே இவ்வாறு பிரகடனப் படுத்தப்பட்டது.

"இந்திய சினிமாத் துறையில் புதிதாக முளைவிட்டுத் தலை நிமிர்த்த விரும்பும் இளம் கலைஞர்களின் புதிய நோக்கம் கொண்ட படைப்புகளை ஊக்குவித்து ஆக்கம் தந்து உயர்த்துவது இந்தத் திட்டத்தின் நோக்கம்" என்று.

எனவே, பெரும் பட அதிபர்களிடமிருந்தும், வர்த்தகச் சூதாடிகளிடமிருந்தும் சினிமாவைக் காப்பாற்றுமாறு இந்திய அரசாங்கம் நம் போன்ற இளைஞர்களுக்கு ஒரு சமிக்ஞை செய்கிறது என்று நான் நம்பினேன்.

1963ஆம் ஆண்டு 'ஷெகர் அவுர் சப்னா' என்னும் கே.ஏ.அப்பாசின் படத்திற்கு தங்கப்பதக்கம் தந்து இந்தியாவின் முதற் சிறந்த படம் என்று கௌரவிக்கப்பட்டது.

அந்தப் படத்தை நான் போய்ப் பார்த்தேன். அப்பாஸ் எனக்கு நண்பர்தான் அவரது முயற்சிகள் ஊக்கமும் ஆக்கமும் தந்து உயர்த்தப்பட வேண்டியவைதான். அதன்பொருட்டே ஜவஹர்லால் நேரு உயிரோடு இருந்த அந்தக் காலகட்டத்தில் மிகப் பெருந்தன்மையுடன் அந்தப் பெரும் பரிசு அப்பாசுக்கு வழங்கப்பட்டது.

படத்தின் தகுதிக்கு அல்ல; அந்தப் படத்தின் நோக்கத்திற்கும், அந்தப் படத்தைத் தயாரித்த முற்போக்குக் கலைஞர்கள் மேலும் முன்னேறுவதற்கு உதவும்பொருட்டும் அந்தப் பரிசு மிகப் பெருந்தன்மையுடன் அதற்குத் தரப்பட்டது.

அதே ஆண்டில் சத்யஜித் ரேயின் மிகச்சிறந்த படமான 'மகாநகர்' படம் இரண்டாம் பரிசாகத் தேர்ந்தெடுக்கப்பட்டது.

எந்த நோக்கிலும் 'மகாநகரு'க்கு இணையான படம் அல்ல 'ஷெகர் அவுர் சப்னா' உண்மையில், தங்கப்பதக்கத்திற்கு உரிய படம் 'மகாநகரே!'.

ஆனாலும், அரசாங்கம் தீர்மானித்தபடி, ஓர் ஆரோக்கியமான கண்ணோட்டத்தில் பல்வேறு கலைஞர்களையும் இந்தியாவின் பல்வேறு பகுதிகளிலிருந்து ஊக்கப்படுத்த வேண்டும் என்ற உயர் நோக்கமே, அந்தத் தீர்ப்பில் எனக்குப் புரிந்தது.

எனவே, இந்த முயற்சியில் தமிழர்களும் ஈடுபட்டு நம் திரைப்படத் துறையின் தரத்தை உயர்த்தலாம் என்ற ஆசையை நண்பர்கள் பலர் என் நெஞ்சில் விதைத்து வளர்ந்தனர்.

சமூக நோக்கமும் இலக்கியத்தரமும் இல்லாதவர்கள் இப்படிப்பட்ட விருதுகளைப் பெற்று நல்ல வேளையாகத் தமிழ்ப்பட உலகின் பெருமையை இதுநாள்வரை குலைத்துவிடவில்லை. அப்படி ஒரு அவலம் நேருவதற்கு முன்னால் இதைத் தடுத்து தரமுடைய படத்திற்கே

இது தரப்பட்டது என்னும் பெயரை இந்திய அரசாங்கத்திற்குப் பெற்றுதர வேண்டும் என்பதே எனது ஆசையாக இருந்தது.

ஒரு தீர்மானமும் ஒரு திட்டமும் நேர்ந்த மாத்திரத்தில் எனக்கு ஏற்படுகிற அவசரம் மிகவும் அமானுஷ்யமானது.

ஓர் ஆய்வுக்கூடத்தில் எல்லாக் கருவிகளையும் ரசாயனக் கலவைகளையும் பொருத்திவைத்து ஒரு நேரத்தைக் கணக்கிட்டு அதற்காகக் காத்திருக்கும் விஞ்ஞானியைப்போல் ஊண் உறக்கமின்றி ஒரு படைப்பில் ஈடுபடுகிற சுகம் மிகவும் தெய்வீகமானது. அதில் விளையும் ஆனந்தம் அதன்பொருட்டா படைப்பின் பொருட்டா என்று பிரிக்கவொண்ணாதது.

அந்தத் தவத்தில் நான் ஈடுபட்டிருக்கிற நேரத்தில் கண்ணில் படும் மனிதர்கள் எல்லாம் எனது படைப்புத்தொழிலுக்கு உதவி செய்கிறார்கள் என்றால், என்மீது நம்பிக்கை கொண்டு, எனக்கு உதவியாளர்களாக இருந்த நண்பர்கள் எந்த அளவு எனக்கு உதவிகரமாக இருந்திருப்பார்கள்! விஜயனும் பாஸ்கரனும் எனக்கு உதவியாளர்களாக இருக்கத் தீர்மானித்தார்கள்.

மயிலாப்பூர் சிதம்பரசாமி கோவில் தெருவில் ஓர் ஒண்டுக் குடித்தன வீட்டில் வாழ்ந்துகொண்டிருந்த விஜயனின் குடும்பம் வெளியூர் போயிருந்த ஒரு 10 நாள் இடைவெளியில் நாங்களெல்லாம் மசால் வடை தின்று, டீ குடித்துக்கொண்டு 'உன்னைப்போல் ஒருவன்' கதைக்கான முழு Scriptஐ எழுதி முடித்தோம். அந்த ஆண்டு அதை அவார்டுக்கு அனுப்ப வேண்டும் என்ற ஆவலில் Script ஐ அவ்வளவு அவசர அவசரமாக எழுதி முடித்தேன்.

எல்லாம் தயாராகிவிட்டது. இனிமேல் என்ன? பணம்தான் வேண்டும். அதைத்தான் திரு.வீனஸ் கிருஷ்ணமூர்த்தி தருவதாகச் சொல்லிவிட்டாரே! பணமாகத்தான் தரவேண்டுமா? அவரது பொறுப்பில் ஒரு பெரிய ஸ்டுடியோவின் ஒரு பகுதியே இருக்கிறதே! என்றெல்லாம் எங்களது சவுகரியத்திற்கு ஏற்பக் கற்பனையில் நானும் நண்பர்களும் மூழ்கியிருந்தோம். திரு.வீனஸ் கிருஷ்ணமூர்த்தி குறிப்பிட்ட நாள் வந்தது.

நாள் முழுக்க முழுக்க வீனஸ் கிருஷ்ணமூர்த்தியை மட்டும் நம்பி இந்தக் காரியத்தில் இறங்கவில்லை நான். திட்டமிடுகின்ற படத்திற்குத் தேவையான மொத்தப் பணம் ரூ.1 லட்சம்.

இதில் பாதியை நானே ஏற்றுக்கொள்ளமுடியும். 50 ஆயிரம் ரூபாய்க்கான பாகஸ்தராய் இருந்து ஸ்டுடியோவும், பணமும் தருவதற்கு வீனஸ் கிருஷ்ணமூர்த்தி சம்மதித்தால் போதும்.

ஜெயகாந்தன்

அவர் என்னிடம் தந்திருந்த வாக்குறுதியை எண்ணும்போது இந்த உதவியை அவரால் சிரமமில்லாமல் செய்ய முடியும்; செய்வார் என்று நான் நம்பினேன்.

அது சரி, ரூ. 50 ஆயிரத்திற்கு நான் எங்கே போவேன் என்கிற பயமே எனக்கு எழவில்லை. நான் கேட்டால் கிடைக்கும். யாரையேனும் ஒருவரைக்கேட்டால் போதும். என் சார்பில் எனக்காக அவர் வசூலித்து வருவார். அப்படிப்பட்ட நண்பர்கள் எனக்கு எல்லாக் காலத்திலும் உண்டு.

அந்தக் காலத்தில் தோழர் என்.வி.கிரி என்பவர் எனக்கு அத்தகைய நண்பராய், தோழராய், துணைவராய், வழிகாட்டியாய் எல்லாவற்றிற்கும் மேலாக மிகச்சிறந்த ரசிகனாய் இருந்தார்.

34

தோழர் என்.வி.கிரி எனது ஊர்க்காரர். ஆனால், அவரை அறிந்து பரிச்சயம் கொண்டது கம்யூனிஸ்டுக் கட்சியில் முழுநேர ஊழியனாய் இருந்தபோதுதான். நானும் அவரும் ஒரே யூனிட்டில் பணியாற்றினோம்.

நான் கம்யூனிஸ்ட் கட்சியின் முழுநேர ஊழியன் பதவியில் இருந்து வெளியேறிச் சுதந்திர எழுத்தாளனாய் மாறிய காலத்தில் தோழர் என்.வி.கிரி சோவியத் நாடு பத்திரிகையில் பணியாற்ற டெல்லிக்குப் போய்விட்டார். சில ஆண்டுகளுக்குப் பின் சோவியத் நாடு ஆபீஸ் சென்னைக்கே மாற்றப்பட்டபோது, அதன் தமிழ்ப் பிரிவில் பணியாற்றுவதற்காகத் தோழர் கிரி மறுபடியும் சென்னைக்கு வந்திருந்தார்.

சிலருடைய நினைவே நமக்கு ஒரு சக்தியைத் தரும்.

அப்படிப்பட்டவர்கள், நம் உடன் இருக்கிற பாக்கியமும் நேர்ந்துவிட்டால் வாழ்க்கையில், வியக்கத்தக்க சாதனைகளைத் தொடர்ந்து புரிந்துகொண்டே இருக்கலாம்.

அப்படிப்பட்ட ஆத்ம பலமாய்த் தோழர் கிரியின் சென்னை வாசம் எனக்குத் திகழ்ந்தது. எனது முயற்சிகளையெல்லாம் எனது சிந்தனைகளையெல்லாம் அவர் மதித்து ஈடுபாட்டோடு ஊக்கப்படுத்திக்கொண்டிருந்தார்.

திரு.வீனஸ் கிருஷ்ணமூர்த்தி என்மீது காட்டிய நம்பிக்கையினால் அவர்மீது தோழர் கிரி மிகவும் மதிப்பு வைத்திருந்தார். அவரைப் பார்க்கப் போகும்போது தானும் என்னோடு வர விரும்பினார்.

இந்தப் படத்திற்கான செலவில் பாதியைத் தருவதற்கும், வசூலிப்பதற்கும் தோழர் கிரி தயாராய் இருந்தார்.

அந்தக் காலத்தில், யாது காரணம் பற்றியோ அவர் சிலகாலம் சோவியத் நாடு பத்திரிகையிலிருந்து விலகி இருக்க நேர்ந்தது. அந்த வேலையை விட்டு விலகியதனால் அவருக்கு Compensation ஆகக் கிடைத்த பணம் கொஞ்சம் கையில் இருந்தது. 10 அல்லது 15 ஆயிரம் ரூபாய் வரை கேட்டால் மனமுவந்து தருவதற்கான நண்பர்கள் டஜனுக்குக் குறையாமல் எங்களுக்கு இருந்தனர்.

இந்த நம்பிக்கைகளை எல்லாம் சேகரித்துக்கொண்டுதான் நான் திரு.கிருஷ்ணமூர்த்தி அவர்களை உன்னைப்போல் ஒருவன் Scriptடுடன் சென்று பார்க்க முடிவு செய்தேன்.

நான், விஜயன், பாஸ்கரன், கிரி இன்னும் சில நண்பர்கள் ஒரு பெரிய கோஷ்டியாகச் சேர்ந்துகொண்டு திரு.வீனஸ் கிருஷ்ணமூர்த்தியின் வீட்டுக்குப் போனோம். அப்போது அங்கு திரு. வீனஸ் கிருஷ்ணமூர்த்தி, திரு.ரத்தினமய்யர், வீனஸ் கோவிந்தராஜன் ஆகிய பலரும் கூடிய சபையில் Scriptன் ஒரு பகுதியை நண்பர் பாஸ்கரன் படித்துக்காட்டினார்.

இடையில் பலகாரம், காபி, சிகரெட், தாம்பூலம் எல்லாம் வந்தது. இறுதியாக திரு.வீனஸ் கிருஷ்ணமூர்த்தி அவர்கள் தமது மேலான கருத்தைத் திருவாய் மலர்ந்து அருளிப் போந்தார்.

வீனஸ் கிருஷ்ணமூர்த்தி சொன்னார்:

"என்ன இது? படம் பூராவும் சமைப்பதும், சாப்பிடுவதும், படுத்துத் தூங்குவதுமாகத்தான் இருக்கும்போலிருக்கு. இதுமாதிரி எடுத்தால் வங்காளிப்படம் மாதிரி Lag ஆக இருக்குமே".

எனக்குக் கண்கள் சிவந்து போயின. "மிஸ்டர் கிருஷ்ணமூர்த்தி! ஒரு படம் எவ்விதமாக இருக்கும் என்று படத்தை எடுத்து முடித்துப் பார்ப்பதற்கு முன்னால் கதை எழுதிய எனக்கே அது எப்படியிருக்கும் என்று சொல்லமுடியாது. Script என்பது டைரக்டருக்கு ஒரு வழிகாட்டி. இது எல்லாருக்கும் புரிகிற மாதிரியோ, ரசிக்கத்தகுந்த விதமாகவோ அமைவது சிரமம். ஒரு Scriptஐப் படித்துப் புரிந்துகொள்கிற புத்தியைப் பொறுத்தே அது அமையும். நான் எனது கதையைப் படமாக்க நீங்களே பேரார்வம் காட்டியதனால் வந்தேன். அதற்காக உங்களையே முழுக்க முழுக்க நம்பாமல் எனது சொந்தப் பலங்களையும் திரட்டிக்கொண்டுதான் உங்களிடம் வந்திருக்கிறேன். இந்த Scripஐப் பற்றி அபிப்பிராயம் கூற இந்த நண்பர்களையே நான் அனுமதிக்க

மாட்டேன். எனவே, உங்களால் இந்தத் திட்டத்திற்கு உதவ முடியுமா? முடியாதா?" என்று என்னை அடக்கிக்கொண்டு அமைதியாகவே கேட்டேன்.

முதல் தடவையாக திரு.வீனஸ் கிருஷ்ணமூர்த்தி ஒரு வியாபாரியைப் போலச் சிரித்தார்.

என்னோடு வந்திருக்கிற தோழர் கிரி, இந்த முயற்சியில் முதலீடு செய்யத் தயாராக இருக்கிறார் என்பதைக் கண்டுகொண்ட வீனஸ் கிருஷ்ணமூர்த்தி மிகவும் விஷமமாகத் தோழர் கிரியைப் பார்த்து "நீங்கள் போடுகிற பணம், உங்களிடம் திரும்பி வர வேண்டாமா?" என்று கேட்டார்.

ஒரு நம்பிக்கை சிதைந்துபோனதனால் அந்த நிமிஷம் யாரையும் என்னால் நம்ப முடியவில்லை.

பணம் போடுபவர்களுக்குப் புத்தி ஒரு நிலையில் இருக்காது. எனவே, இந்தக் கேள்விக்கான பதிலைப் பணம் போட முன்வந்துள்ள தோழர் கிரியே சொல்லட்டும் என்று நினைத்து எழுந்து வந்துவிட்டேன்.

"எந்தப் பாடுபட்டாவது இந்தப் படத்தை நாங்கள் எடுத்துக்காட்டுகிறோம் என்று தோழர் கிரி, வீனஸ் கிருஷ்ணமூர்த்தியிடம் ஆவேசமாகச் சொல்லிவிட்டு என்னோடேயே எழுந்து வந்துவிட்டார். பாஸ்கரனும், விஜயனும் பைலை எடுத்துக்கொண்டு பின்னால் வந்து கொண்டிருந்தனர்.

நண்பர்கள் என்னைத் தொடர்ந்து வந்து சமாதானப்படுத்தினர்.

"எதற்காக அனாவசியமாக எங்களிடமெல்லாம் கோபித்துக் கொள்கிறீர்கள்? இந்தப் படத்தை இந்த ஆண்டே நாம் எடுத்து அவார்டுக்கு அனுப்பி தமிழ்த் திரைப்பட வரலாற்றில் ஒரு பெரிய திருப்பத்தை ஏற்படுத்திக்காட்டத்தான் போகிறோம்" என்றெல்லாம் அழுகிற குழந்தையைத் தேற்றுகிறமாதிரி நண்பர்கள் எனக்கு நம்பிக்கை ஊட்டினார்கள். உண்மையாகவே, அவ்விதம் ஒரு தீர்மானத்திற்கு நண்பர்கள் வந்துவிட்டனர் என்பதை அப்போது நான் நம்பத் தயாராக இல்லை.

Drive in hotelக்கு என்னை அழைத்துக்கொண்டு வந்து உட்காரவைத்து "இப்போதே படக் கம்பெனிக்கு ஒரு பெயரைச் சொல்லுங்கள். நாம் படமெடுக்க ஆரம்பித்தாயிற்று" என்று அடித்துச் சொன்னார் இன்னொரு நண்பர். அக்காலத்தில் எனது பல நம்பிக்கைகளுக்குக் காரணமாய் இருந்த ஜவஹர்லால் நேரு அந்த ஆண்டில் மறைந்து போய்விட்டார். இந்தச் சூழ்நிலையில் நமது முயற்சியைத் தொடரலாகுமா என்று நான் யோசித்துக்கொண்டிருந்தேன்.

தோழர் கிரி என்னை மிகவும் கடிந்துகொண்டு பல அரிய உபதேசங்களைச் செய்தார். அவர் சொன்னார்:

"நீ என்ன ஜவஹர்லாலை அவ்வளவு அற்ப சொற்பமாய் நினைத்துவிட்டாய்? தான் மறைந்தபிறகும் தழைக்கத்தகுந்த திட்டங்களை அவர் இந்தியாவுக்கு அமைத்துத் தந்துவிட்டுப் போயிருக்கிறார். "யாருடைய ஆதரவையும் நாடாமல் நமது தகுதியினாலேயே நாம் இந்த விருதை அடைந்து காட்ட முடியும். நீ எப்போதும் ஆரம்பத்தில் அவசரமும், கோபமும் படுவாய். போகப்போக இந்த முயற்சியில் நீ உற்சாகமாய் ஈடுபடத்தான் போகிறாய்" என்றெல்லாம் என்னை முடுக்கி முறுக்கேற்றிவிட்டார் தோழர் கிரி.

அந்த நேரம், எனது சிந்தனை முழுவதும் நிறைந்து இருந்தவர் ஜவஹர்லால் நேருவே.

அந்த நேரத்தில் நமது படக் கம்பெனிக்கு என்ன பெயர் என்று கேட்டதும்,

'ஆசிய ஜோதி பிலிம்ஸ்' என்றேன்.

தேனாம்பேட்டையில் ஒரு வீட்டு மாடியின்மீது தென்னங்கீற்று வேய்ந்த கொட்டகையில் எங்கள் 'ஆசிய ஜோதி பிலிம்ஸ்' உதயமாயிற்று.

35

'ஆசிய ஜோதி பிலிம்ஸ்' என்பது ஆரம்பிக்கப்பட்ட காலத்தில் ஒரு சாதாரண சினிமாக் கம்பெனி அல்ல.

அது ஒரு கலை இயக்கம்போல் தோற்றுவிக்கப்பட்டது. எங்கள் ஆபிஸ் ஓர் ஆசிரமமாகத் திகழ்ந்தது.

இதில் பாகஸ்தராக இருந்த அனைவரும் உயரிய கலை நோக்கம் உடையவர்களாயும், சினிமா வியாபாரம், லாபம் என்னும் விஷயங்களெல்லாம் அறியாதவர்களாயும் அடிப்படையில் முற்போக்கு மனோபாவம் கொண்டவர்களாகவும் இருந்த காரணத்தால் என்னோடு பாகஸ்தர்களாகவும் இருக்க முடிந்தது.

ஒரு கட்சி முழுநேர ஊழியர்களுக்கு இணையாக ஒரு லட்சிய வெறியோடு அதில் நாங்கள் பணியாற்றினோம்.

எங்கள் சினிமாக் கம்பெனியின் தோற்றமே அப்படித்தான். ஒரு வீட்டுமாடிமீது அமைந்த கூரை எனக்கு எப்போதுமே உல்லாசம் தருவது.

நகரத்தில் நெருக்கடியான பகுதியில் வாழ்கிற ஏழை, எளிய மக்களின் குடிசைகள் சில மாளிகையின் மேலே அமைந்து விடுகின்றன.

ஒரு குடிசைக்குரிய இழிந்த சூழ்நிலைகளிலிருந்து அந்தக் குடிசையின் நிலையை உயர்த்துகின்ற ஒரு சங்கேதம்; Symbol அது.

அவற்றுக்கு வாடகையும் மிகவும் சொற்பமானதாக இருக்கும்.

நாளெல்லாம் திரிந்து அலைந்தபிறகு பறவைகள் போய்ப் பதுங்கிக் கொள்வதைப்போல அந்தக் கூரைகள் வீடுகளின் முகடுகளில் அமைந்திருந்தன.

அப்படியொரு வீட்டில் ஒரு சினிமாக் கம்பெனி தொடங்குவது அக்காலத்தில் பிறருக்கு வினோதமாய் இருந்திருக்கும்.

ஊதாரிச் செலவுகளுக்கும் உல்லாச வாழ்க்கைக்கும் ஏற்ற உலகம் என்பதாலேயே எல்லாரும் சினிமா உலக மோகம் கொண்டு அதில் நுழையத் துடிக்கின்றனர்.

அப்படிப்பட்ட வாழ்க்கைக்கு இங்கு இடமில்லை என்பதுபோல மிக எளிமையான குடிசை வாழ்க்கையில் நாங்கள் அனைவரும் பணிபுரியத் தொடங்கினோம். தாகூரின் ஒரு பெரிய வர்ணச் சித்திரம், பாரதியாரின் ஒரு படம், சத்யஜித் ரேயின் ஒரு பென்சில் ஸ்கெட்ச் உருவப்படம் ஆகிய அலங்காரங்கள் ஒரு சினிமா செட்டுக்குத்தான் பொருந்தும். ஆனால் ஆசிய ஜோதி பிலிம்சுக்கு அது ரொம்பப் பொருத்தமாக அமைந்தது. இந்தப் படங்களில் ஏதொன்றும் அங்கு வந்து இடம்பெற்றதற்கு நான் பொறுப்பு அல்ல. பல நண்பர்கள் அன்புடன் அலங்காரம் செய்ததைத் தடுக்காததே நான் செய்தது. இந்தப் படம் மாட்டுகிற புத்தி எனக்குக் கிடையாது!

சிக்கனம் என்பதே எனது லட்சியங்களில் பெருமளவு முதன்மையாய் இருந்தது.

தயாரிப்பாளர், டைரக்டர், கதை வசனகர்த்தா, பணம் தேடித்தருகிற முதலாளி ஆகிய எல்லாமாக நானே இருந்தேன்.

1964ஆம் ஆண்டு தீபாவளியன்று படப்பிடிப்புத் துவக்கம். இன்னும் ஒரு மாத காலத்தில் படத்தை முடித்தால்தான் அந்த ஆண்டிலேயே அதை சென்சார் செய்யமுடியும்.

ஸ்டுடியோ வசதி, நடிகர்கள் ஒத்துழைப்பு எதிலும் எனக்குக் குறைவில்லை. இந்தப் படத்திற்காக நடிகைகளை நடிகர்களைப் பொறுக்குவதில் நான் விசேஷமான அக்கறை எதுவும் எடுத்துக்கொள்ளவில்லை.

எனக்கு மிகவும் நெருக்கமாய் இருந்த சேவா ஸ்டேஜ் குழு நடிகர்கள் எல்லாருக்கும் இங்கே முதலிடம் என்று நான் தீர்மானித்துக்

கொண்டேன். அந்தப் படத்தில் நடித்த பெரும்பான்மையினர் சேவா ஸ்டேஜ் குழுவைச் சேர்ந்தவர்கள்.

படப்பிடிப்பு ஆரம்பமாயிற்று.

'எல்லாம் சரி, டைரக்‌ஷன் என்றால் என்ன?'

டைரக்டர் என்ற பெயரில் நான் நின்றுகொண்டிருந்தேன். நான் என்ன செய்யவேண்டும்? அங்கே இருக்கிற பல கருவிகளில் எது காமிரா என்றெல்லாம் புரியாத பிரமிப்பில் நான் பேசாமல் நின்றுகொண்டிருந்தேன்.

"we are waiting for the director's order" யாரோ ஆங்கிலத்தில் சொன்ன குரல் எனது பிரமிப்பைத் தட்டி உசுப்பி என்னைப் பிரக்ஞை உலகத்திற்குக் கொணர்ந்தது.

"yes, I order" என்று முனகிக் கொண்டேன்.

ஒரு பக்கத்தில் எனது உதவியாளர் விஜயன் பைலோடு நின்று கொண்டிருந்தார். அவருக்குச் சில சினிமாக்களில் நடித்த அனுபவமாவது உண்டு. உடனே நான் அவரைப் பார்த்து "விஜயன் take the shot" என்று ஆர்டர் கொடுத்தேன்.

இந்த சீனை எடுங்கள் என்று சொல்லிவிட்டு, ஒரு ஸ்டுடியோவில் படப்பிடிப்பு எப்படி நிகழ்கிறது என்று முதன்முறையாக நான் பயின்றேன்.

"All lights burning ready, action" என்ற சத்தத்தோடு காமிராவுக்குள் பிலிம் சுருள் ஓடும் சத்தமும் கேட்கும் இவ்வளவுதான் ஷூட்டிங்!

'போதும்' என்று சொல்வதற்கு 'cut' என்பார்கள். சிலபேர் லபோ திபோ என்று இதற்குக் கத்துவார்களாம்.

மேலே சொன்னவற்றிலிருந்து ரொம்பபேர் டைரக்‌ஷன் என்றால் இவ்வளவுதான் என்று நினைத்துக்கொண்டிருக்கிறார்கள்.

என் நிலை அவ்விதம் இல்லை. ஒரு படத்தின் நுணுக்கங்களைப் பயின்று செயல்படுவது வேறு; ஒரு படைப்பின் நுணுக்கங்களைப் பயின்று செயல்படுவது வேறு, எனக்குப் படைப்பின் நுணுக்கங்கள் தெரியும். படப்பிடிப்பு நுணுக்கங்களைப் பயில வேண்டும் என்ற நிலை.

நான் ஒரு டைரக்டர் என்று என்னை மாற்றிக்கொள்வதற்கு முன்னால் யாரிடமும் ஓர் உதவியாளராய் இருந்ததில்லை. எனவே, எனது உதவியாளர்களிடமிருந்து நான் பயின்றேன். அதுகுறித்து எனக்கு மகிழ்ச்சியே.

ஒரு டைரக்டர் என்ற முறையில் நான் மிகவும் கண்டிப்பாகவே இருந்தேன். Script எழுதுகிறபோது விவாதித்துத் தீர்மானித்துக்கொண்டே திட்டத்திற்கு மாறாக படமாக்கும் போது புதிய புதிய யோசனைகள் சொல்பவர்களை நான் மிகவும் கடுமையாகப் புறக்கணிப்பேன்.

'எனது யோசனைகளை நிறைவேற்றுவதற்காகத்தான் எனக்கு உங்களுடைய உதவி தேவைப்படுகிறதே அன்றி. எனது காரியங்களுக்குப் பிறரது யோசனைகள் தேவைப்படடதில்லை' என்று நான் கூறியதால், பல சமயங்களில் என்னோடு பணியாற்றியவர்கள் வருத்தப்பட்டிருக்கிறார்கள்.

இவற்றையெல்லாம் குறித்து நான் வருத்தப்படுவதே இல்லை. உதாரணமாக, 'உன்னைப்போல் ஒருவன், படத்திற்கு வெளிச்சம் போதவில்லை என்னும் விமர்சனம் படம் வருவதற்கு முன்னாலேயே என்னோடு பணியாற்றியவர்களால் சொல்லப்பட்டதுதான். அதைவிட அதிக வெளிச்சம் அந்தப் படத்திற்குக் கொடுக்கப்பட்டிருந்தால் ஒரு படம் என்ற மரியாதையையே அது இழந்திருக்கும் என்பதே இப்போதும் எனது துணிபு.

ஆயினும் அந்தப் படத்தின் ஒளிப்பதிவு இன்னும் சிறப்பாக அமைந்திருக்க முடியும் என்றே உன்னைப்போல் ஒருவன் படத்திற்குக் காமிரா இயக்கிய நண்பர் நடராஜன் நினைத்தார். நான் அவரை விட்டால்தானே!

சில காட்சிகளை Retake பண்ணினால் நன்றாய் இருக்கும் என்பதும் எல்லாரும் சொன்ன யோசனைதான்.

திட்டமிட்டபடி படத்தை ஒரு காட்சி விடாமல் முழுக்க எடுப்பதற்குமுன் நான் ரஷ் (எடுத்தவற்றை துண்டுதுண்டாகப் போட்டுப் பார்ப்பது) கூடப் பார்ப்பதில்லை என்று தீர்மானித்தேன்.

முக்கிய காரணம்: எனக்கே எடுத்தவற்றில் அதிருப்தியாக ஏதேனும் இருந்துவிட்டால் மறுபடியும் தொடங்கியது முதல் எடுக்க வேண்டுமே என்ற பயம்!

எப்படி இருப்பினும், இந்தப் படத்தின் தலை எழுத்துப்படி ஆகட்டும் என்று கண்ணை மூடிக்கொண்டு 21 நாட்களில் படம் முழுவதையும் சுட்டுத் தள்ளினேன்.

படப்பிடிப்பு முழுமை அடைந்தபின் எல்லா ரீல்களையும் தொகுத்துப் பார்த்தபொழுது என் மனசுக்கு ஒன்று தெளிவாய்த் தெரிந்தது.

"This will not come out as a finished product; but this will come out" இது ஒரு முழுமை பெற்ற படமாக வெளிவரப் போவதில்லை. ஆனால் நிச்சயமாக வெளிவரும் என்று மனத்துள் சொல்லிக்கொண்டேன்.

இதில் உள்ள குறைகளைப் போக்குவதற்கு இன்னும் செலவு செய்ய வேண்டும். அதற்கு எனக்கு நேரமும் இல்லை பணமும் இல்லை.

ஒரு லட்ச ரூபாயில் படமெடுப்பதாகத் திட்டம் போட்டு 80 ஆயிரம் ரூபாயில் படத்தை முடித்து 20 ஆயிரம் ரூபாய் கையில் வைத்திருந்தேன்.

மேற்கொண்டு பணம் சேகரித்து செலவழித்திருக்க என்னால் முடியும். ஆனால் ஏனோ எனக்குப் பாதியில் நம்பிக்கை சிதற ஆரம்பித்தது. ஏதோ ஓர் உத்வேகத்தில்; யாரோ ரோஷம் ஊட்ட ஏன் இப்படி ஒரு முயற்சியில் சிக்கிக்கொண்டேன் என்றெல்லாம் யோசனை செய்தேன்! என்னை நம்பி ஆயிரம் ஆயிரமாகப் பணத்தை கொடுக்கிற நண்பர்களை நினைத்து மனத்துள் பரிதாபப்பட்டேன்.

கையில் இருக்கும் பணத்தை வைத்துக்கொண்டு ரீரிக்காடிங் முடித்துவிட வேண்டும் என்று தீர்மானித்தேன்.

ரீரிக்கார்டிங் என்பது ஒரு படத்திற்குத் தயாரிப்பாளரால் செய்யப்படும் இறுதிச்சடங்காகும். அதைச் சிறப்பாகவே செய்துவிடுவது என்று தீர்மானித்தேன்.

36

ஒரு பருவத்தில் சங்கீத ரசனை என்பது ஒரு கிறுக்குமாதிரி என்னைப் பற்றியிருந்தது. மேல்நாட்டு இசையையும் கர்நாடக இசையையும் நாள் முழுவதும் நான் மனம் பறிகொடுத்து நாட்கணக்கில் தொடர்ந்து கேட்டுக்கொண்டிருப்பேன்.

அந்தக் காலத்தில் மேல்நாட்டு சாஸ்திரிய சங்கீதம் எனது சிந்தனையைப் பெரிதும் ஆட்கொண்டிருந்தது. எழுதுவது, படிப்பது, அரசியல், சமூக விஷயங்களில் அறிவைச் செலவிடுவது என்பதெல்லாம் உடலுழைப்பைப்போல் சிரமம் தருவதாக இருந்த காலம் அது.

சந்திரபாபுவோடு ஒரு குறுகிய காலம் நான் நட்பு கொண்டிருந்ததுகூட அவரிடம் தேர்ந்தெடுக்கப்பட்ட மேல்நாட்டு இசைத் தட்டுகள் நிறையவே இருந்ததன் காரணத்தால் இருக்கலாம். அவர் வீட்டில் இல்லாதபோதும் நான் சுதந்திரமாக அங்குபோய் நாளெல்லாம் சங்கீத வெள்ளத்தில் மூழ்கிக் கிடப்பேன். ஆனால் அவரிடம் சாஸ்திரீய இசைத் தட்டுகளைவிடவும், ஸ்பானிய, அமெரிக்க, மெக்ஸிகன் நாட்டுப் பாடல்கள் அடங்கிய ரெக்கார்டுகளே நிறைய இருந்தன.

படேகுலாம் அலிகான், ரவிசங்கர், பிஸ்மில்லாகான், சின்ன மௌலானா சாகிப், பாலமுரளி கிருஷ்ணா, ஏமனி சங்கர சாஸ்திரி, சிட்டி பாபு, யெகுதி மெனுஹின், பால் ராப்சன், ஹாரிவெல்ஃபாந்தே போன்ற தற்கால மேல்நாட்டு இசைக் கலைஞர்களையும், இந்திய நாட்டு இசைக் கலைஞர்களின் கச்சேரிகளையும் நகரத்தில் நான் தவறாது போய்க் கேட்பேன்.

மேலே சொன்ன பல கலைஞர்களின் இசையை live recording நிகழ்ச்சிகளை நடத்தும்போது பதிவுசெய்த ஒலித்தட்டுகள் மூலம் நான் நிறையவே அனுபவித்து இருக்கிறேன்.

இந்த சங்கீதக் கிறுக்கு என்னை ஆட்கொண்டு 'எங்கே கொண்டு போகுமோ' என்ற அச்சம்கூட எனக்கு ஏற்பட்டிருக்கிறது.

நமது பொருளாதாரத் தகுதிக்கு இதெல்லாம் சரிப்பட்டு வராது என்பதாலும் சங்கீதம் என்னைச் சோம்பேறி ஆக்கிவிடும் என்று அனுபத்தில் நான் கண்டதாலும் எனது ஆன்மிக மேம்பாட்டிற்கு மிக உறுதுணையாய் இருந்த சங்கீத ரசனையிலிருந்து நான் சற்றே விலகியிருக்க விரும்பினேன்.

இதற்கு ஒரே ஒரு வழிதான் உண்டு. நானே சங்கீதம் பயில்வது என்று முடிவுசெய்தேன். அதற்கு ஒரு குறிப்பிட்ட நேரத்தை ஒதுக்கிக்கொண்டால் பயிற்சியையும் ரசனையையும் ஒரே சமயத்தில் நிறைவேற்றிக் கொள்ளலாம். மீதி நேரத்தை லௌகீக முயற்சிகளில் செலவிடலாம் என்று எனக்கு நானே புத்தி சொல்லிக்கொண்டேன்.

அதன் விளைவாய், நமது புராதன இசைக் கருவியான வீணையின் மீது ஆட்சி செய்துவிடலாம் என்று பேராசை கொண்டேன்.

மிகப் பிரபலமான சங்கீதம் மேதை டைகர் வரதாச்சாரி போன்றோரின் சகாவாக விளங்கிய வைணீகர் வீணை வரதய்யா என்பவர் எங்கள் ஊரில் இருந்தார்.

புல்லாங்குழல் இசையில் எப்போதும் தன்னிகரில்லாது விளங்கும் டி.ஆர். மகாலிங்கம், வீணை வரதய்யாவிடம் பயின்றவர்களில் ஒருவர் என்று கேள்வி. வீணை வரதய்யாவின் புதல்வர் திரு. ராகவன், வீணை வாசிப்பதில் மிகவும் தேர்ச்சிபெற்றவர் என்பது மட்டுமல்லாமல் அதனைக் கற்றுக் கொடுப்பதிலும் வல்லமைமிகுந்த ஆசிரியர்.

அவரை எனது இசை ஆசிரியராக அமர்த்திக்கொண்டு நான் வீணை பயில ஆரம்பித்தேன்.

காலையிலிருந்து வீணை சாதகம் பண்ண ஆரம்பித்தால் பகல் பதினோரு மணிக்கு ஆசிரியர் வரும்வரை வீணையும் கையுமாய் உட்கார்ந்த இடத்திலிருந்து அசையாதிருப்பேன். அக்காலத்தில் நான்

தொடர்ந்து புகை பிடிப்பவனாய் இருந்தேன். எனது ஆசிரியரிடம் சங்கீதப் பாடம் நடந்துகொண்டிருக்கையிலேயே புகை பிடிக்க அனுமதியும் பெற்றிருந்தேன். ஓரளவு வீணையும் நன்கு கற்றேன்.

அதிலும் சங்கீதம் கேட்ட அனுபவமே எனக்கு ஏற்பட்டது. நாள் முழுவதும் நான் வீணையோடு சல்லாபித்துக்கொண்டிருந்தேன்.

ஆசிரியர் வந்துவிட்டால் அவரை எனக்கு விருப்பமான ராகங்களையும் சாகித்யங்களையும் வாசிக்கச் சொல்லி ரசித்துக்கொண்டிருப்பேன்.

இதுவும் நமக்குக் கட்டுப்படியாகி வராது என்று ஓராண்டு அனுபவத்திற்குப் பிறகு உணர்ந்தேன்.

எந்தக் கலையையும் ஓர் உண்மையான கலைஞன் hobby ஆகக் கொள்ள முடியாது என்று தெளிந்தேன்.

இந்தச் சங்கீத மோகம் ஏற்பட்டுத் திரிந்த காலத்தில் வீணை சிட்டிபாபு அவர்களின் நட்பு எனக்கு நேர்ந்தது.

தலைநகரத்தில் அவருடைய கச்சேரி எங்கு நடந்தாலும் என்னை போன் செய்து அழைப்பார். சிலசமயங்களில் நான் அவரது வீட்டுக்குப் போய் அவர் வாசித்துக்கொண்டிருக்கும்போது கேட்பதுண்டு. அவரது இசையில் மனம் பறிகொடுக்கிற பல்லாயிரக்கணக்கான ரசிகர்களில் நானும் ஒருவன்.

மேல்நாட்டு சங்கீத மூர்த்திகள் பலர்மீது எனக்குப் பக்தி ஏற்படலாயிற்று. பாக், ஷூபர்ட், ஷூமன், பீத்தோவன், மோஸார்ட், கைஷ்க்காவ்ஸ்க்கி, மெண்டல்ஸன் போன்ற மேதைகளின் இசைக் கோலங்கள் நமது கர்நாடக இசையைப் போலவே உன்னதமானவை. ஆத்மாவை மேம்படுத்தும் தன்மை வாய்ந்தவை. தெய்வீகம் இன்னது என்பதை விளக்கிய பொருள்தரும் தேவகானங்கள் அவை. அவற்றையெல்லாம் சேகரித்துக்கொண்டு தன்னந்தனியாய் ஓர் ஆயுள் கைதிபோல் வாழ்க்கையின் கடமைகளிலிருந்து விலகி, என்னை எங்கேனும் அழைத்துக்கொண்டு அந்த இசை உலகத்தில் இரண்டறக் கலந்துவிடுவதே இந்த வாழ்க்கையில் அடையத் தகுந்த சொர்க்கம் என்று அந்தக் காலத்தில் நம்பினேன்; அதற்காக முயன்றேன்.

‘உன்னைப்போல் ஒருவன்’ படத்திற்கு என்னை மிகவும் கவர்ந்த, வீணை சிட்டிபாபுவைக் கொண்டு இசை அமைக்க முடிவு செய்தேன். சிட்டிபாபு அதற்கு முன்னால் எந்தச் சினிமாவுக்கும் இசை அமைத்ததில்லை. கேட்டால் ஒப்புக்கொள்வாரா என்பதும் சந்தேகமே.

நான் விரும்பினால் அது நிறைவேறும். அவ்வாறே எனது ரசனைகளைப் பாராட்டிச் சீராட்டி என்னை உற்சாகப்படுத்துகிற

நண்பர்களே எனது பாகஸ்தர்களாக இருந்தனர். அந்தப் பாகஸ்தர்கள் ஒவ்வொருவரையும் பற்றி விரிவாகச் சொல்லிவிட வேண்டும்.

37

தோழர் ஆர்.கிருஷ்ணய்யா

1950ஆம் ஆண்டில் கம்யூனிஸ்ட் கட்சி தடை செய்யப்பட்டிருந்த காலத்தில் கட்சித் தலைவர்களும், அணியினரும் முற்றாக நொறுக்கப்பட்டுச் சிதறடிக்கப்பட்ட நேரத்தில் கம்யூனிஸ்ட் கட்சியின் முழுநேர ஊழியராகத் தன்னை ஆக்கிக் கொண்டவர் இவர்.

தோழர் கிருஷ்ணய்யா வக்கீல் தொழிலுக்குப் படித்தவர். எம்.ஏ.பி.எல் பட்டம் பெற்றவர். மிகவும் அமைதியான ஆழ்ந்த தத்துவ நோக்குடன் வாழ்கிறவர். என்னைவிடப் பத்து வயதேனும் மூத்தவரான இவர், என்னோடு தோழமையும் எனது எழுத்துகளின்மீது நம்பிக்கையும் உடையவர்.

கம்யூனிஸ்ட் கட்சியின் மீதிருந்த தடை நீக்கப்பட்டபிறகு ஜனசக்தி ஆசிரியர் குழாமில் இவரோடு சேர்ந்து பணியாற்றும் பேறு எனக்குக் கிட்டியது.

1952இல் ஜனசக்தி ஆசிரியர் குழுவிலும், பிரச்சாரக் குழுவிலும் இருந்த எங்கள் யூனிட் கலைக்கப்பட்ட பிறகு டெல்லியில் சோவியத் நாடு பத்திரிகையில் பணியாற்ற இவர் போனார்.

சென்னைக்கே அந்த அலுவலகம் மாறியபொழுது இவரும் திரும்பி வந்து சென்னையில் சிலகாலம் வாழ்ந்து வந்தார்.

அந்தக் காலத்தில் எனது பொழுதுபோக்குகளில் ஒன்றாய் இருந்த வீணையை விட்டுவிட்டு பாட்மிண்டன் விளையாட ஆரம்பித்தேன் நான்.

சோவியத் லாண்டு அலுவலகக் காம்பவுண்டில் ஒரு பெரிய பாட்மிண்டன் கோர்ட் இருந்தது. அங்கே பணியாற்றும் தோழர்கள் அதற்கான கிளப் ஒன்று அமைத்திருந்தனர். அதில் சோவியத் தோழர்களும் அவர்களோடு கலந்து விளையாடுவார்கள்.

அந்த அலுவலகத்திலே பணியாற்றுகிறவர்கள் என்னையும் ஒரு விசேஷ அங்கத்தினராக அந்த விளையாட்டுக் கிளப்பில் சேர்த்துக் கொண்டார்கள்.

அங்கு போய் விளையாடிய நேரம்போக, மீதி நேரத்தில் தோழர்கள் கிருஷ்ணய்யா, கிரி போன்றவர்களோடு எனது கலா ரசனைக்கேற்ப உருவாக்க விரும்பிய சினிமாவைப் பற்றிய கற்பனைகளையெல்லாம் பேசிக்கொண்டிருப்பேன். அவை அனைத்தும் நடக்கக்கூடிய முயற்சிதான் என்றும், நாமே நிறைவேற்றலாம் என்றும் அவர்கள் எனக்கு நம்பிக்கை தந்தார்கள். தோழர் கிரியைப் போன்றே கிருஷ்ணய்யாவும் ஆசிய ஜோதி பிலிம்ஸ் ஆரம்பத்திற்கு முக்கியமானவர்.

இவருக்கும் தோழர் கிரிக்கும் எல்லா விஷயங்களிலும் உடன்பாடான கருத்திருந்தும் இந்த இருவர் போக்குகளும் எதிர்மறையானவை. தோழர் கிரி, என்னைப்போலவே மிகவும் உணர்ச்சிவசப்பட்டவர். எதிலும் ஆரவாரத்தோடும் விடாப்பிடியாகவும் ஈடுபடக்கூடியவர்.

மனிதர்களை நன்கு வெறுக்கவும் விரும்பவும் தெரிந்தவர் தோழர் கிரி. ஆனால் தோழர் கிருஷ்ணய்யா மனத்துள் என்ன நினைக்கின்றார் என்பதைப் பிறர் அறியவொண்ணாத மௌனமான புன்சிரிப்பை உதிர்ப்பார்.

உன்னைப்போல் ஒருவன் படத்திற்கான செலவில் பெரும் பகுதியை இவரும், இவரது கல்லூரி நண்பரும் ஒரு சிறு தொழிலதிபருமான மதுரையைச் சேர்ந்த திரு. நடராஜனும் பகிர்ந்துகொண்டார்கள்.

திரு.எம்.நடராஜன்

சென்னை கிறிஸ்துவக் கல்லூரியில் பட்டம் பெற்ற இவர் மேற்கத்திய சங்கீதம், நவீன ஓவியம், உலக இலக்கியம், சினிமா, நாடகம், கவிதை என்ற பல்வேறு கலைத் துறையிலும் ஆழ்ந்த ரசனையும் ஈடுபாடும் கொண்டவர். இவரது ரசனை, வெறும் ரசனையாக மட்டும் அமையாமல் ஒவ்வொரு கலைத்துறையிலும் ஏற்பட்டு வரும் நவீன வளர்ச்சிகளையும், சிறப்புகளையும் இடைவிடாது பயின்று தேர்ந்து தெளிகிற அறிவார்வமாகவும் இருந்தது.

எனது மேற்கத்திய இசைத் தாகத்தைத் தணிக்க தன்னிடம் இருந்த விலை உயர்ந்த மிக அரிய இசைத் தட்டுகளைத் தேர்ந்து எடுத்து எனக்குச் சிபாரிசு செய்து கொடுப்பார்.

என்னைச் சந்திக்கும் போதெல்லாம் எனது படைப்புகள் குறித்தும், தான் படித்த இலக்கியங்கள் குறித்தும் என்னோடு விவாதிப்பதுபோலவே பேசி, அதுகுறித்துப் பல விஷயங்களை எனக்குப் போதித்தவர் இவர். இவரும் கிருஷ்ணய்யாவும் சம வயதினர். கிறிஸ்துவக் கல்லூரி சக மாணவர்களாக இருந்த காலத்தில் தொடங்கி இருவரும் நண்பர்கள்.

முற்போக்குக் கருத்துகளும் சோஷலிஸச் சிந்தனைகளும் இவரிடம் குடிகொண்டு வளர்ந்து உள்ளூர உரம்பெற்றிருந்த போதிலும் அரசியலில் அதிக நாட்டம் காண்பிக்க மாட்டார். அதையும் ஒரு

கலை நிகழ்ச்சிபோல் ஊன்றிக் கவனித்து சரியான விமர்சனங்கள் கூறுவார் என்றாலும் எல்லா அரசியல்வாதிகளைப் பற்றியும் கட்சியைப் பற்றியும் ஆக்கபூர்வமான விவாதங்களை எங்களோடு நடத்துவார்.

உயர்ந்த ரசனைக்கு உரிய தமிழ் சினிமா இல்லை என்ற குறையை மிகவும் வருத்தத்தோடு உணர்ந்த ஒரு மனோநிலையில், எனது முயற்சிகளைப் படமாக்குவதற்கு இவர் மனமுவந்து முன்வந்தார். இதற்கு உதவி செய்யாவிடில் நமது விமர்சனமெல்லாம் அர்த்தமற்றவை என்று தீர்மானித்துத் தாமும் ஒருவராய் இந்த முயற்சியில் தன் பங்கை செலுத்த முன்வந்தார் நண்பர் நடராஜன்.

திரு.ஜி.ஆளவந்தார்

1948இல் ஜனசக்தி பத்திரிகையில் தபாலுக்கு ஸ்டாம்பு ஒட்டுகிற வேலையில் சரம்சரமாக ஸ்டாம்புகளை நாவால் நக்கிக் கொண்டிருந்த என்னைப் பார்த்து தண்ணீரில் நனைத்த துணிய வைத்துக்கொள்ளும்படி யோசனை சொன்னவர் இவர். என்னைக் குழந்தைப் பருவ முதலே அவருக்குத் தெரியும்.

அக்காலத்தில் மத்திய அரசு ஊழியராக இருந்துகொண்டு மறைமுகமாகக் கட்சி வேலை செய்துவந்தார்.

கம்யூனிஸ்ட் கட்சி தடை செய்யப்பட்ட பிறகு தலைமறைவாக இருந்துகொண்டு தலைமை அலுவலகத்தில் பணியாற்றினார்.

அந்தத் தலைமறைவு இல்லம் (Den) போலீஸ்காரர்களால் முற்றுகை யிடப்பட்டுப் பல தோழர்கள் கைது செய்யப்பட்டனர். அந்த அடக்குமுறையை எதிர்த்து தொடர்ந்து 28 நாட்கள் லாக்கப்பிலேயே உண்ணாவிரதம் இருந்தவர் இவர்.

சிறைவாசம் முடிந்து, கட்சித் தடை நீக்கப்பட்டபிறகு அவரோடு சேர்ந்து ஒரே யூனிட்டில் நானும் பணியாற்றியிருக்கிறேன்.

அவரும் இத்தகு லட்சிய முயற்சிக்கு உதவிபுரிய முன்வந்தார்.

திரு.மல்லியம் ராஜகோபால்

1957இல் மயிலாப்பூரில் சித்திரக்குளத்துக்கு அருகே ஒரு வீட்டின் முன் அறையை வாடகைக்கு அமர்த்திக்கொண்டு வாழ்ந்து கொண்டிருந்த காலத்தில், இவரை நான் பரிச்சயம் கொண்டேன். அக்காலத்தில் இவர் வாழ்க்கையில் விரக்தியுற்றவராய் ஒரு சாமியார் மாதிரி வாழ்ந்து கொண்டிருந்தார்.

பழகுவதற்கும் இலக்கியத்தைப் பற்றி பேசுவதற்கும் நல்ல நண்பர். என்மீது அளவிடற்கரிய அபிமானமும் அன்பும் கொண்டவர். மல்லியம் ராஜகோபால் எனக்குச் சம வயதினர். இவரது அன்பான

அழைப்புக்கு இணங்கி இவரது சொந்த ஊரான மல்லியத்திற்குப் பலமுறை சென்று தங்கியிருக்கிறேன். மல்லியத்திற்குச் சென்று விட்டால் நான் சென்னையை முற்றாகவே மறந்து விடுவேன். காவிரி ஆற்று ஸ்நானமும், நண்பர் ராஜகோபாலின் பேச்சுத் துணையும் நண்பர்களின் சூழலும் இப்போது நினைத்தாலும் மனத்தில் சுகம் தருகிறது.

இவரது குடும்பத்தினரான சகோதரர்களையும், பெற்றோர்களையும், அவ்வூரில் உள்ள அனைவரையும் நான் பரிச்சயம் கொண்டேன்.

மல்லியம் ராஜகோபாலின் குடும்பம் மிகவும் வைதீகமான பிராமணக் குடும்பம். அவரது தந்தை லோகநாத ஐயர், சென்ற நூற்றாண்டின் அந்தணகுலப் பிரதிநிதியாக வாழ்ந்தவர், வசதி படைத்த நிலச்சுவான்தார்.

இந்தக் குடும்பத்தைச் சேர்ந்த கடைசிக் குழந்தையான ராஜகோபாலுக்குக் கலைத்துறையில் ஆர்வம் ஏற்பட்டது. சினிமாத் துறையில் ஈடுபாடு காட்டலானார். மல்லியம் ராஜகோபாலும் பிற்காலத்தில் மிகவும் பிரபல டைரக்டரான கே.எஸ்.கோபாலகிருஷ்ணனும் சகாக்களாக இருந்து, அப்போது மனஸ்தாபம் கொண்டவர்களாக மாறி இருந்தனர்.

அதற்குக் காரணம், ‘தெய்வப்பிறவி’ என்னும் படத்திற்கான கதையை மல்லியம் ராஜகோபாலும், கே.எஸ்.கோபாலகிருஷ்ணனும் சேர்ந்து எழுதினார்களாம்.

அந்தக் கதையை திரு.கே.எஸ்.கோபாலகிருஷ்ணன் கமால் பிரதர்ஸூக்கு விற்றபின் அதன்மீது தன் உரிமையை நிலைநாட்ட முயன்று, நண்பர் ராஜகோபால் அதற்காக ஒரு தொகையைப் பெற்றதாகவும் கேள்வி.

ஆனால் ராஜகோபாலுக்குச் சரிசமமான பலன் அதில் கிடைக்கவில்லை என்று பலரும் சொல்லிக்கொண்டிருந்ததைக் கேட்டு நான் ராஜகோபாலுக்கு ஆதரவாகச் சமாதானம் சொன்னேன்.

நாங்களிருவரும் சம வயதினர் ஆதலால், இவரோடு நான் உரிமையோடு பழகியிருக்கிறேன். இவரையும் எனது லட்சிய முயற்சியில் சேர்த்துக்கொள்ள நான் பெரிதும் விரும்பினேன்.

‘உன்னைப்போல் ஒருவனுக்கு’ப் பண உதவி செய்த எல்லா நண்பர்களிடமும் நான் ஆரம்பத்திலேயே சொன்னேன்: “திரு வீனஸ் கிருஷ்ணமூர்த்தி ஒருநாள் கேட்டாரே அந்தமாதிரி போட்ட பணம் திரும்பி வருமா? ஒருவேளை, நாம் கையைச் சுட்டுக்கொண்டால் உங்களுக்குக் கவலையில்லை என்றாலும் எனக்கு ஒரு கனம் இருக்குமே” என்றெல்லாம் நான் அடிக்கடி குழம்பும்போது இவர்கள் எல்லாரும் சேர்ந்து எனக்கு நம்பிக்கையையும் பலத்தையும் தந்தார்கள்.

'உன்னைப்போல் ஒருவன்' சினிமா படத்திற்குத் திரைக்கதை அமைத்து, செட்டில் வேலை செய்ததைத் தவிர மற்ற எல்லா உரிமையும் பெருமையும் இவர்களையே சாரும்.

'உன்னைப்போல் ஒருவன்' படம் முடிந்து, அதை மற்றவர்களுக்குப் போட்டுக் காண்பிக்கத் தீர்மானித்தேன்.

எனது முயற்சிகளுக்கு, முழு ஆதரவு தந்து எங்கள் நலனில் மிக நாட்டம் கொண்டிருந்த தோழர் பால தண்டாயுதத்தைப் படம் பார்ப்பதற்கு அழைத்தேன்.

அவர், தலைவர் காமராஜரையும் அழைக்கும்படி என்னிடம் சொன்னார். ஒருநாள் இரவு 10 மணிக்கு நானும் தோழர் பாலதண்டாயுதமும் சென்று தலைவர் காமராஜரைச் சந்தித்தோம்.

38

'உன்னைப்போல் ஒருவன்' படத்தில் குறைபாடுகள் என்று, நான் எண்ணி மனச்சுருக்கம் கொண்ட விஷயங்களெல்லாம் பெரும் நிறைவாகவே பலராலும் பாராட்டப்பட்டன.

தலைவர் காமராஜரை முதன்முறையாக 'உன்னைப்போல் ஒருவன்' படத்தைப் பார்க்க வேண்டும் என்று அழைக்கப் போயிருந்தபோதுதான் சந்தித்தேன்.

ஆனால், அவரோ என்னை ஏற்கனவே தெரிந்து வைத்திருந்தார். எனது உறவினர்களைப் பற்றியெல்லாம் விசாரித்தார். அப்போது காமராஜர், அகில இந்திய காங்கிரஸ் அக்கிராசனராக இருந்தார். பெரும்பாலும் டெல்லியிலேயே வாசம் செய்தார்.

அவருக்கு அகில இந்தியப் பிரச்சினைகள். நேரு மறைந்த முதலாண்டில் மிக அதிகமாய்க் கனத்தன. இத்தனை வேலைகளுக்கிடையே இந்தியாவின் பிரச்சனைகளை ஆராய்ந்து தீர்வு கண்டுகொண்டிருக்கும் அவருக்கு, 'உன்னைப்போல் ஒருவன்' படத்தைப் பார்க்க விருப்பமிருந்தாலும், நேரமிருக்குமா என்று நியாயமாகவே நான் சந்தேகம் கொண்டேன்.

தோழர் பாலதண்டாயுதத்தின் வார்த்தைக்கு இணங்கி மரியாதை கருதியே, அவர் வருவார் என்ற நம்பிக்கை இல்லாமல் நான் அவரை அழைக்கப் போயிருந்தேன்.

இரவு 9 மணிக்குமேல் திருமலைப்பிள்ளை ரோடில் உள்ள காமராஜர் இல்லத்தில் அவரைச் சென்று பார்த்தோம். இரவு 1 மணி வரை நாங்கள் நகரவே இல்லை. சினிமா தவிர அரசியல்,

சமூக பொருளாதார விஷயங்கள் குறித்து அந்த முதல் சந்திப்பிலேயே அவரோடு மனம்விட்டுப் பேசலாம் என்ற நம்பிக்கை எனக்குப் பிறந்தது.

'மறுநாள் அதிகாலையிலேயே படக்காட்சியை வைத்துக்கொண்டால் தனக்கு வந்து படம் பார்க்கச் சவுகரியமாய் இருக்கும்' என்றார் காமராஜர்.

மறுநாள் காலை 8 மணிக்கு ஏ.வி.எம். ஸ்டுடியோவில் தலைவர் காமராஜர், திரு. பாலதண்டாயுதம் ஆகிய விசேஷ அழைப்பாளர்கள் உள்பட நாங்கள் அனைவரும் 'உன்னைப்போல் ஒருவன்' முதல் பிரதியைப் பார்த்தோம்.

படம் பார்க்கும்போது காமராஜர் விம்மியதையும் மனம் நெகிழ்ந்ததையும் கண்டு நான் மகிழ்ந்தேன்.

"இந்தப் படத்தை அரசாங்கமே வாங்கி மக்களுக்கு இலவசமாகக் காட்ட ஏற்பாடு செய்ய வேண்டும். நம்முடைய பல கஷ்டங்களுக்குக் காரணம், நமது ரசனை கெட்டுப்போனதுதான்" என்றார். அவரது அந்த வாசகங்களை என்னைப் பாராட்டும் முகத்தான் அவர் சொல்கிறார் என்று கருதினேனேயன்றி, இதுமாதிரி முயற்சிகளுக்குப் பிறரது உதவியை நாடிப் பெறுவது இல்லை என்ற தீர்மானத்தை மாற்றிக்கொள்ளவில்லை.

இந்தப் படத்தின் கதை திரு.மெய்யப்பச் செட்டியாருக்கு மிகவும் பிடித்திருந்தது.

"ரொம்ப அற்புதமான கதை. வலுவான தீம். ரொம்ப ரியலிஸ்டிக்காக எடுத்திருக்கிறீர்கள். இதை ஜனாதிபதி பரிசுக்கும், வெளிநாடுகளில் திரையிடுவதற்கும் மட்டும் நீங்கள் வைத்துக்கொள்ளுங்கள். இந்தக் கதையைத் தமிழில் பெரும் நடிகர்களைப் போட்டு எடுக்கலாம் என்று எனக்குத் தோன்றுகிறது. நீங்கள் எனக்கு அனுமதி கொடுத்தீர்கள் என்றால் இந்தப் படத்திற்கான மொத்தச் செலவு ஒரு லட்ச ரூபாயைக் கதைக்குரிய பணமாகத் தருகிறேன்" என்றார் மெய்யப்ப செட்டியார். அப்படி அவர் கூறியது நல்ல offer என்றே கூற வேண்டும் சினிமா பாஷையில்.

ஆனால், வர்த்தகரீதியாக இந்தப் படத்தைத் தமிழ்நாட்டில் வெற்றிகரமாக ஓட்ட முடியாது என்றால் அவ்விதமே ஆகுக. தமிழ் மக்கள் ரசனையில் ஒரு துளிகூட மாறுதலை ஏற்படுத்தமுடியாத நான் வெளிநாட்டினரிடம் 'சபாஷ்' வாங்கியும் அரசாங்கத்திடம் விருதுகள் வாங்கியும் ஆவதென்ன என்று எண்ணி மெய்யப்பச் செட்டியார் யோசனையை மறுதலித்துவிட்டேன்.

எனது பாகஸ்தர்களும் எனது அந்த முடிவைப் பாராட்டி சபாஷ் சொன்னார்கள்.

நான் படத்தை முடித்து 'ரிலீஸ் செய்வதில்லை' என்ற பிடிவாதத்தில் இருந்தேன்.

வர்த்தகச் சூதாடிகளிடமும் தரகர்களிடமும் உறவுகூடாது என்பதால், ஜாக்கிரதை உணர்ச்சியோடு எனது இயல்பான முரட்டுத் தனத்தை ஒரு கவசமாக நான் அணிந்துகொண்டேன். படப்பிடிப்பு நேரத்தில் பத்திரிகைக்காரர்களை ஃப்ளோருக்குள் அனுமதிக்கக் கூடாது என்று கண்டிப்பாக உத்தரவிட்டிருந்தேன்.

அந்தக் காலத்தில் எனக்குத் தெரியாத பத்திரிகைக்காரர்களே கிடையாது.

சிலசமயங்களில் சாமர்த்தியசாலிகளான சில பத்திரிகைக்காரர்கள் எப்படியாவது செட்டுக்குள் வந்துவிடுவார்கள். அவர்களைத் தனியாக அழைத்துச் சென்று மிக நெருக்கமான நண்பர்களிடம் சொல்வதுபோல் எனது தீர்மானத்தை விளக்கிச் சொல்லி அனுப்பிவிடுவேன். அவ்வாறு நான் வெளியில் அனுப்பியும் என்னைத் தவறாக நினைத்துக்கொள்ளாத ஒரு பத்திரிகையாளர் மதிஒளி சண்முகம்.

பத்திரிகைக்காரர்களிடம் இவ்வளவு கடுமையாக நடந்துகொண்ட போதிலும் படப்பிடிப்பு முடிந்ததும் பத்திரிகைக்காரர்களுக்காக ஒரு விசேஷக் காட்சி ஏற்பாடு செய்தேன். அங்கு ஓர் அறிக்கையைத் தயார்செய்து எல்லாருக்கும் ஒரு பிரதி கொடுத்தேன். பின்னர் அந்த அறிக்கையைப் படித்துக்காட்டினேன்.

அந்த அறிக்கை வருமாறு:

"பொழுதுபோக்க வந்தவர்கள் அல்ல நீங்கள்; புதிய ரசனையின் பிரதிநிதிகள்!

இன்றைய தமிழ் சினிமா ரசனையையும், அதன் சிருஷ்டி முறைகளையும் இந்தப் படம் பூரணமாக மறுத்து ஒதுக்கியிருக்கிறது என்று தெரிந்தும் இதைப் பார்க்க வந்திருக்கும் நண்பர்களே, உங்களை நான் வணங்குகிறேன்; பாராட்டுகிறேன்; காலத்தின் தேவையை உணர்ந்து ஒரு கடமையை ஆற்ற வந்தவர்கள் நாங்கள். இந்தப் படம் அதற்கான ஓர் ஆரம்பமே!

சினிமா சம்பந்தமாக நாம் உபயோகப்படுத்தும் பிரதான கருவிகள் அனைத்தும் வெளிநாட்டிலிருந்து வந்தவை. இதில் இந்தியாவின் ஆத்மா பிரதிபலிப்பதன்மூலமே அந்தப் படைப்பு இந்தியப் படைப்பாகிறது. அப்படிப்பட்ட ஆன்மா ஒன்றில்லாத தமிழ்ப்

படங்களை பார்த்துப்பார்த்து சலிப்படைந்தவர்கள் நாம். அதைத் தர முடியாதவர்கள் வெறும் டெக்னிக்கைப் பற்றிப் பேசி பாமரர்களை மட்டுமே ஏமாற்றமுடியும். வெளி மயக்கை அதிகம் விரும்புவதே பாமரர் இயல்பு. 'ஆன்மா'வின் மகத்துவத்தை நாடுபவர்கள் சிலரேனும் உண்டு. அவர்களை நம்பியே இதை நான் உருவாக்கினேன்.

தமிழ்ப்பட உலகத்தைப் பொறுத்தவரையில் ஒரு புதிய கதவு, ஒரு புதிய திசைவழியை நோக்கி இந்தப் படத்தின்மூலம் திறக்கப்பட்டிருப்பதை நீங்கள் உணர்வீர்கள். இதன் தனித்துவத்தை, தைரியத்தை, புதுமையை இதற்குமுன் நீங்கள் இங்கே கண்டதில்லை என்பதையும் ஒப்புக்கொள்வீர்கள்.

இதிலுள்ள குறைகளையும் நான் அறிவேன். எந்த ஒரு புதுமையான காரியமும் தவறுகளோ, குறைகளோ இல்லாமல் இதுவரை உலகத்தில் நிகழ்ந்ததில்லை. அந்தச் சாதனை நிகழும்போது அதிலுள்ள குறைகளைப் பற்றி மட்டும் அதன் எதிரிகளே பிரலாபிக்கிறார்கள். மற்றவர்கள் அதன் புகழையே பாடுகிறார்கள்.

புதுமை, புரட்சி என்ற ஆர்ப்பாட்டத்துடன் வந்த எந்தப் படத்திற்குமில்லாத ஓர் ஆத்மா இதற்கு உண்டு.

'இப்படிப்பட்ட புதிய கலை நோக்கமே வேண்டாம்' என்பவர்களைப் பற்றி எனக்குக் கவலை இல்லை. இதன் முக்கியத்துவத்தை உணர்ந்து கொண்டவர்கள், இது இந்தக் காலத்தில், இந்தச் சூழ்நிலையில், இவர்களால், இப்படி உருவாக்கப்பட்டிருக்கிறது என்பதைப் புரிந்துகொண்டு இவ்விதக் கலை நோக்கத்திற்கான ஓர் இயக்கத்தையே கட்டி வளர்க்க வேண்டும் என்று நான் விரும்புகின்றேன். அதுதான் அந்த ஒன்றுதான் இப்போது நம் முன்னுள்ள ஒரே முக்கியமான கடமை. எனது ரசனைக்கேற்ப இப்படத்தை நான் உருவாக்கியிருக்கிறேன். இந்தப் படத்தின் தரத்திற்கு, இதன் ரசனைக்கு ஒத்தவர்கள் எத்தனைபேர் என்பதை நான் அறிந்துகொண்டால் அதுவே எனது வெற்றி.

39

*1964*ஆம் ஆண்டு, டிசம்பர் மாதம் *31*ஆம் நாள் 'உன்னைப்போல் ஒருவன்' சென்ஸார் ஆயிற்று. ரீஜினல் சென்ஸார் ஆபிசராக இருந்த திரு.காசிபதி என்னைச் சந்திக்க வேண்டும் என்று அழைப்பு விடுத்தார்.

நான் அவரை சந்திக்கச் சென்றபோது ‘உன்னைப்போல் ஒருவன்’ படத்தை மிகவும் புகழ்ந்தார். ‘இன்னும் ஓராண்டில் நான் ஓய்வுபெறப் போகிறேன். நம்பிக்கையற்று ஒரே இருளாய் இருந்த இந்தத் துறையில் ஒரு வெளிச்சம் வந்திருப்பதுபோல் உங்களது வருகை எனக்குப் புதுத்தெம்பு தருகிறது’ என்று, என்னை ஆங்கிலத்தில் பாராட்டினார்.

‘இந்த வருஷம் அவார்டுக்குப் படத்தை அனுப்ப வேண்டும் என்கின்ற அவசரத்தினால் வருஷக் கடைசிநாள் தேதியிட்டு சென்ஸார் சர்டிபிகேட் வாங்கிவிட நாங்கள் முயற்சி செய்துகொண்டிருக்கிறோம்’ என்றேன்.

அதுபோலவே, அதே தேதியில் வெட்டுகள் ஏதும் இல்லாத Clean Certificate எனக்குத் தருவதாக வாக்குறுதி அளித்தார்.

என்னோடு போட்டியில் கலந்துகொண்ட தமிழ்ப் படங்கள் கே.எஸ்.கோபாலகிருஷ்ணனின் ‘கைகொடுத்த தெய்வம்’, ஏ.வி.எம்.மின் ‘சர்வர் சுந்தரம்’, பீம்சிங்கின் ‘பழனி’ ஆகியவை Regional Awardக்கு முதலாவது இரண்டாவது, மூன்றாவது பரிசுகளுக்காகத் தேர்ந்தெடுக்கப்பட்டன. மலையாளத்திலிருந்து ‘குடும்பினி’ கன்னடத்தில் ‘சந்தவல்லி தோட்டா’ ஆகிய படங்களும் அந்தந்த மாநிலங்களிலிருந்து தேர்ந்தெடுக்கப்பட்டன.

‘உன்னைப்போல் ஒருவனை’ப் (Regional) பிராந்தியப் பிரதிநிதித்துவப் படமாக எல்லா மொழிக்காரர்களும் சேர்ந்து அகில இந்தியப் போட்டிக்கு அனுப்ப முடிவுசெய்தார்கள். ‘குடும்பினி’, ‘சந்தவல்லி தோட்டா’, ‘கைகொடுத்த தெய்வம்’ ஆகிய படங்களுக்கு மேலானதாக உன்னைப்போல் ஒருவனை வைத்து, அகில இந்தியப் போட்டிக்கு இதனைத் தென்னிந்திய மொழிக்காரர்கள் அனைவரும், எல்லா மாநிலத்தவர்களும் சேர்ந்து சிபாரிசு செய்தார்கள் என்பது இதன் பொருள். இதற்காகத் தமிழர்கள் பெருமைப்படலாம். பிற மாநிலத்தவர்களும் இந்தப் படத்தைத் தேர்ந்தெடுத்தது எனக்கு மகிழ்ச்சியாக இருந்தது.

இந்த முடிவையே செய்தியாக நமது தமிழ்ப் பத்திரிகைகள் பிரசுரித்த விதம் எனக்கு மிகவும் எரிச்சல் தந்தது. ‘கை கொடுத்த தெய்வம்’ படத்திற்குப் பிராந்திய மொழி விருது கிடைத்தது பற்றித் தினத்தந்தி பத்திரிகை பெரிதாகச் செய்தி வெளியிட்டு, ‘உன்னைப்போல் ஒருவன்’ படத்திற்குக் கிடைத்த தகுதியை வேண்டுமென்றே மறைத்தது. அகில இந்தியப் போட்டி முடிவுக்குப் பிறகு நமது வலிமை இவர்களுக்குத் தெரியட்டும் என்று இந்தச் சின்னத்தனமான பத்திரிகைகளின் முயற்சிகளை நான் அலட்சியப்படுத்தினேன்.

டெல்லிவாழ் தமிழர்கள் பலர், ‘உன்னைப்போல் ஒருவன்’ படத்தைப் பார்க்க விரும்பி என்னை அணுகினார்கள். நான் உன்னைப்போல்

ஒருவன் பிரிண்ட்டோடு, டெல்லிக்குப் போய் அகில இந்தியப் பத்திரிகைக்காரர்களுக்கும் டெல்லிவாழ் தமிழ் மக்களுக்கும் படத்தைத் திரையிட்டுக் காண்பித்தேன்.

மறுநாள், பத்திரிகை நிருபர்கள் மாநாடு ஒன்றைத் தலைநகரில் கூட்டினேன். இந்தியாவில் தலைசிறந்த பத்திரிகைகள் என்று நாம் கருதுகின்ற பத்திரிகைக்காரர்கள் அனைவரும் 'உன்னைப்போல் ஒருவன்' படத்தை பாராட்டியும் புகழ்ந்தும் விமர்சனங்களும் பேட்டிக் கட்டுரைகளும் எழுதினார்கள்.

Sateman, Patriot, Link, Hindustan Times, Indian Express போன்ற பத்திரிகைகள் விமரிசையாகப் பட விமர்சனமும் சுவைமிகுந்த பேட்டிகளும் வெளியிட்டன. Illustrated Weekly யின் அப்போதைய ஆசிரியராய் இருந்த ஏ.எஸ்.ராமன் மிகப் பிரபலமான தனது 'சியராஸ்குரே' பகுதியில் இரண்டுமுறை மிக நீளமான விமர்சனக் கட்டுரைகளை எழுதியிருந்தார். அதில் Jayakanthan's Unnai Pol Oruvan is a Shade Better than satyajit ray என்று சொல்லியிருந்த வரிகள் அதீதமானவை என்று அப்போதே எனக்குத் தோன்றியது உண்டு. ஆனால் A.S.R.ன் இந்தக் கணிப்பு எனக்குப் பெருமையாகவும் இருந்தது.

சத்யஜித் ரே படங்களில் உள்ள Romanticism இல்லை. இதில் Realism இருக்கிறது என்று தமது கட்டுரையில் திரு.இராமன் விளக்கியும் இருந்தார்.

இப்போது நினைக்கையில் அங்குதான் விபரீதம் ஆரம்பமானது என்று எனக்குப் புரிகிறது. ஏனெனில் அதற்கு முந்தைய ஆண்டும் புதிய முயற்சிகளுக்கு ஊக்கம் தரவேண்டும் என்ற நோக்கத்தோடு சத்யஜித் ரேயின் 'மகாநருக்கு' அருகேகூட நிற்கமுடியாத கே.ஏ.அப்பாஸின் 'ஷெகர் அவுர் சப்னா' படத்திற்குத் தங்கப்பதக்கம் தரப்பட்டது. இம்முறை சத்யஜித் ரேயின் திரைக்காவியமான 'சாருலதா' போட்டிக்கு வந்திருக்கிறது. அந்தப் படத்தை பார்க்கும் ஆவலில் இருந்த ரசிகர் கூட்டத்தில் நானும் ஒருவன்.

'சாருலதாவின்' கதாசிரியர் ரவீந்திரநாத் தாகூர், சாருலதாவுடன் 'உன்னைப்போல் ஒருவன்' போட்டிக்குச் செல்வதை என்னால் கற்பனை செய்துகூட பார்க்க முடியவில்லை. மற்றொரு படம், சேதன் ஆனந்தின் இந்திப் படம்; மிக மோசமான பிரச்சாரப் படம்.

இந்தியசீன யுத்தத்தைப் பின்னணியாகக் கொண்ட ஒரு documentary கதைப் படம். அதை எங்கள் வரிசையில் போட்டிக்கே சேர்த்திருக்கக் கூடாது.

ஆனாலும் அரசாங்கமே நடத்துகிற போட்டியானபடியால் அரசாங்கத்தின் கொள்கைகளை, அதுவும் யுத்தப் பிரச்சாரத்தை

முதன்மைப்படுத்தி எடுக்கப்பட்டிருந்ததால் இந்தப் படத்திற்கு 2ஆம் பரிசு கொடுப்பது என்று ஏற்கனவே முடிவு செய்யப்பட்டு விட்டதாம்!

முதல் பரிசுக்கும் மூன்றாம் பரிசுக்கும் சத்யஜித் ரேயின் 'சாருலதா'வும் 'உன்னைப்போல் ஒருவன்' படமும் போட்டியிட்டன.

அந்தத் தேர்வில் எனக்கும் ஓர் ஓட்டு அளிக்கும் உரிமை தரப்பட்டிருந்ததால் நானுங்கூட சாருலதா படத்திற்குத்தான் எனது ஓட்டைப் போட்டிருப்பேன்; 'உன்னைப்போல் ஒருவன்' படத்திற்கு அல்ல.

எனவே, நானும் மனத்தளவில் மூன்றாம் பரிசு பெறத் தயாராகி விட்டேன். ஆனால் நண்பர்கள் அனைவரும் டெல்லியில் புதிதாக அறிமுகமான பத்திரிகை நண்பர்களும் 'உன்னைப்போல் ஒருவன்' படம் முதற் பரிசுக்குத் தகுதியான படம் என்று என்னிடமே வாதித்தார்கள்.

அடுத்த ஆண்டு தங்கப்பதக்கம் வாங்கிய 'செம்மீன்' பட டைரக்டர் ராமு காரியட் பம்பாயில் இருந்து 'உன்னைப்போல் ஒருவன்' படத்திற்கு முதல் பரிசு, கிடைத்துவிட்டதாகத் தந்திமூலம் என்னைப் பாராட்டினார். சில அகில இந்தியப் பத்திரிகைகளிலும் இதுபோன்று செய்திகள் வெளியாகிவிட்டன.

ஆசிய ஜோதி பிலிம்சை சேர்ந்த நண்பர்களும் இலக்கிய அபிமானிகளும் எனக்கு இனிப்பு வழங்கினார்கள். விருது கொடுக்கப்பட்டதற்காக எப்போது எங்களுக்கு விருந்து என்று கேட்க ஆரம்பித்துவிட்டார்கள்.

இவ்விதமான உல்லாச உபசரணைகளில் நாங்கள் ஈடுபட்டிருந்தபோது நான் எதிர்பார்த்தபடியே சாருலதாவுக்கு முதற்பரிசும், சேதன் ஆனந்துவின் படத்திற்கு இரண்டாம் பரிசும், உன்னைப்போல் ஒருவனுக்கு மூன்றாம் பரிசும் கிடைத்தன. நன்கு கவனிக்கவும்; அகில இந்தியரீதியில் மூன்றாம் பரிசு உன்னைப்போல் ஒருவனுக்கு வழங்கப்பட்டது. அதாவது, கை கொடுத்த தெய்வம், சர்வர் சுந்தரம், பழனி ஆகியவை எட்டமுடியாது, முயன்று வீழ்ந்த பரிசு அது.

ஆனால், அந்தச் செய்தியைகூட நமது தமிழ்ப் பத்திரிகைகள் மூடிவைத்து ஓரத்தில் போட்டன. இவற்றை நான் ஒரு புன்சிரிப்புடன் பார்த்துக்கொண்டிருந்தேன்.

தமிழ்நாட்டில் உள்ள சினிமா தொழிலைச் சார்ந்த பெருந்திமிங்கலங்கள் எனக்கு முதற் பரிசு கிடைக்காதது குறித்து சந்தோஷமும், சமாதானமும் அடைந்தனர்.

சிலர், எனது படத்தின் நோக்கத்தையே இழித்தும் பழித்தும் பேசினார்கள். அதில் ஒருவர் எம்.ஜி.ராமச்சந்திரன். அவர் கோவையில்

ஒரு பத்திரிகைக்குத் தந்த பேட்டியில் 'உன்னைப்போல் ஒருவன்' படம் தமிழ்நாட்டின் தரித்திரத்தையும் கேவலங்களையும், வெளிநாட்டில் போட்டுக்காட்டிப் பணம் பண்ணப் பார்க்கிறது என்று ஒரு கருத்தைத் தெரிவித்து இருந்தார்.

அதேசமயம், கிருஷ்ணவேணி தியேட்டரில் அந்தப் படத்தைப் பார்ப்பதற்காக, 'நேரமாகிறது' என்ற பதைப்போடு ஒரு கருப்பு மனிதர், குள்ளமான உருவத்தவர், வேஷ்டியை மடித்துக் கட்டிக்கொண்டு தோளில் இருந்த துண்டைக் கையில் எடுத்துக்கொண்டு ஓடிவந்தார்.

எனது பட விநியோகஸ்தரான மா.லட்சுமணன் அவர் பின்னாலேயே ஓடிச்சென்று அவரை உட்கார வைத்துவிட்டு என்னிடம் வந்து படம் பார்க்க சி.என்.ஏ வந்திருப்பதாகச் சொன்னார். எனக்கும் அவருக்கும் பரிச்சயமோ, பரஸ்பர ஈடுபாடோ இருந்ததில்லை. மேலும் நான் கடுமையாக விமர்சிக்கிற ஓர் அரசியல் இயக்கத்தின் தலைவர் அவர், எல்லா தலைவர்களைப் போலவே அவரையும் இந்தப் படம் ஈர்த்திருக்கிறது. இதற்காக நான் போய் அவரை அறிமுகம் செய்துகொள்ள வேண்டுவது அவசியமில்லை. மேலும், அறிமுகம் இல்லாதவர்களைப் பார்த்த இடங்களில் பல்லைக் காட்டிக்கொண்டு சுயஅறிமுகம் செய்துகொள்வது என்னால் முடியாத காரியம்.

என்னை, நண்பர்கள் அவரைச் சென்று வரவேற்கச் சொன்னார்கள். படம் பார்க்கும் அவருக்கு இடைஞ்சல் இல்லாமல் இருக்கட்டும் என்று அவரிடம் செல்லாமல் பணிகளில் நான் முனைந்து இருந்துவிட்டேன்.

அவர் படம் பார்த்தது தெரியும். ஆனால் படத்தைப் பற்றிய அவரது அபிப்பிராயம் என்ன என்பதை அறிந்துகொள்ள நான் முயலவில்லை.

ஆனால், அந்தக் கட்சியின் ஆதர்சப் பொருளாய் இருக்கும் இன்னொருவர், 'உன்னைப்போல் ஒருவன்' படத்தைக் குறித்து வெளியிட்ட அபாண்டமான கருத்து என்னைச் சினம்கொள்ள வைத்தது. போகும் இடங்களில் எல்லாம் தமிழ்ப்படங்களும் தமிழர் ரசனையும் எப்படி வீழ்ச்சியும் தொடங்கியது என்பதுபற்றியும் தி.மு.க.வினரின் கலை, இலக்கிய முயற்சிகளையும் அவர்களில் கலையுலக அவலட்சணங்களையும் அதனால் பெருகியுள்ள அவமானங்களையும் விளக்கிப் பேசி ஒரு பெரும் ஜனத்திரளை உருவாக்கினேன்.

உன்னைப்போல் ஒருவன் படத்தை வாடிக்கையான முறையில் திரையிடாமல் விரும்பிவேண்டிக் கேட்டுக்கொண்டவர்களுக்கு மட்டுமே ஒரு காட்சிக்கு 1,000 ரூபாய் வசூலித்துத் திரையிட்டேன்.

ஒவ்வொரு காட்சியின் இறுதியிலும் நான் மட்டும் மேடையில் தோன்றிப் பொதுமக்களோடு பேசினேன்.

சென்னையில், பாலர் அரங்கத்தில் ஒரு காட்சியில் 2,000 ரூபாய் கட்டணம் வசூலித்தேன். நகரத்தில் இருந்த பிரபல கலைஞர்கள் எல்லாம் அந்தப் படத்தைப் பார்க்க வந்து நின்றிருந்தனர்.

40

'உன்னைப்போல் ஒருவன்' படத்தை ஆரம்பிப்பதற்காகத் திட்டமிடப்பட்ட காலம் முதற்கொண்டே நான் இந்தப் படத்தை வழக்கமான முறையில் வினியோகஸ்தர்களை நம்பி, தியேட்டர்காரர்களை நம்பி ஜனங்களிடம் திரையிட்டுக் காண்பிக்கும் அணுகுவதற்கான ஏற்பாடுகளை செய்துகொண்டிருந்தேன்.

அதன்மூலம் இப்படிப்பட்ட படத்திற்குத் தேவையான வசூலையும் மக்களின் ஆதரவையும் ஒருசேர திரட்ட முடியும் என்பது நம்பிக்கை.

ஆனால், இந்தப் படம் திரையிடப்பட்டபோது படத்தின்பால் ஈர்க்கப்பட்ட பலதரப்பட்ட பகுதி மக்களையும் அவர்களது பாராட்டுதல்களையும் அமோக ஆதரவையும் கண்ணுற்ற எனது பாகஸ்த நண்பர்கள் அதை வழக்கமான வினியோகஸ்தர்கள் மூலம் திரையிடுவதில் ஆர்வம் காட்டினார்கள்.

எனது கொள்கைகள் தெரிந்தும், அவை நண்பர்களால் மீறப்படுகிறபோது நானும் உடந்தையாக இருப்பதுபோலத் தோற்றங்கள் தருவேன். அதுகுறித்த ஒரு முக்கியமான ரகசியத்தை இங்கே முதன்முறையாகத் தெளிவுபடுத்திவிடுகிறேன்.

என்னை முரட்டுத்தனமானவன், பிடிவாதக்காரன் என்றுதான் எல்லாரும் கருதுகிறார்கள். அவ்விதம் கருதப்படுவதையே நான் விரும்புகிறேன் என்பதனால், நான் அவ்விதம் ஒரு தோற்றத்தை ஏற்படுத்திக் கொண்டேனேயல்லாமல் எனது சொந்த வாழ்க்கையில் நான் பிடிவாதக்காரனாகவோ, முரட்டுத்தனமாக கொள்கைப்பிடிப்பு உடையவனாகவோ நடந்துகொண்டதே இல்லை.

அடிப்படையில், என்னுள் கிடக்கும் ஜனநாயக நாகரிகம் எனது பிடிவாதத்தை வெல்லவே இடம் தருகிறது. ஆனால் 'எனக்கு இதில் சம்மதம் இல்லை' என்று சொல்கின்ற உரிமையை எதுகுறித்தும் நான் இழக்க விரும்புவதில்லை.

இந்தப் படத்தைப் பொறுத்தவரை நான் ஏற்கனவே சொன்னதுபோல், இன்றுவரை உணர்வதுபோல தன் முழு உரிமையும் உடைய ஒரு

சொந்தக்காரன் என்கிற கருத்தை நான் எப்போதும் கொண்டிருந்ததில்லை.

ஆசிய ஜோதி பிலிம்சை சேர்ந்த நண்பர்களுக்கு இந்தப் படத்தைப் பொறுத்தவரை எனது தீர்மானமே இறுதித் தீர்மானம்.

'உன்னைப்போல் ஒருவன்' படத்தை வழக்கமான முறையில் வெளியிடுவதன்மூலம், வசூலும் ஏராளமான மக்கள் பார்ப்பதற்கு வாய்ப்பும் ஏற்படும்' என்கிற நல்லெண்ணத்தில் நம்பிக்கையோடு அவர்களால் சொல்லப்பட்ட யோசனையே அது.

எனக்கு நிச்சயமாகத் தெரியும்; இந்த முயற்சி உருப்படாது என்று. ஆயினும் அவர்களது ஆர்வமான யோசனையை மறுப்பதன்மூலம் ஏற்கனவே நான் பிடிவாதக்காரன் என்று பேரெடுத்துள்ளதற்கு இது இன்னுமோர் அடையாளமாகி விடுமோ என்றும் நான் அஞ்சினேன்.

அதுவுமன்னியில் நானும் சில பலகீனமான நேரங்களில் இந்தப் படத்தை வழக்கமான முறையில் திரையிட நம்பிக்கை கொண்டிருந்தேன் போலும். எனவே, அந்த யோசனைக்கு இறுதியில் இசைந்தேன்.

அதன் விளைவு தற்காலத்தில் எத்தனையோ புதிய தயாரிப்பாளர்கள் அனுபவிக்கும் மக்கிப்போன அழுகி நாறிப்போன இதே தொல்லைகளை நான் ஒருவன் மட்டும் அந்தக் காலத்தில் அனுபவிக்க நேர்ந்தது.

பத்துப் பதினைந்து ஆண்டுகளுக்கு முன்னால் நான் உண்மை யிலேயே அஞ்சத்தகுந்த முரடனாய் வாயளவில் மட்டும் இல்லாது செயலிலும் இருந்ததுண்டு.

'உன்னைப்போல் ஒருவன்' படத்தை கிருஷ்ணவேணி தியேட்டரில் ரிலீஸ் செய்துவிட்டுத் தயாரிப்பாளர். கதை, வசனகர்த்தா, டைரக்டர் ஆகிய நான் கையில் தடியோடு ஒரு காவல்காரன்போல் எல்லாக் காட்சிகளின்போதும் தியேட்டர் வாசலில் மல்லாட வேண்டியிருந்தது.

'உன்னைப்போல் ஒருவன்' படத்தை ரிலீஸ் செய்துவிட்டு அடுத்த ஒரு வாரத்தில் வேறு ஒரு படம் அதே தியேட்டரில் ரிலீஸ் செய்யப் போவதாகப் போஸ்டர்கள் ஒட்டியிருந்தனர்.

அதாவது, இந்தப் படத்தின் தலைவிதி ஒரு வாரம்தான் என்று தியேட்டர்காரர்களும் வேறு பட வினியோகஸ்தர்களும், தயாரிப்பாளர்களும் கூட்டாகச் சேர்ந்து முடிவு கட்டி விட்டார்கள்.

இந்தச் சதியில் சம்பந்தமுடையவர்களில் எல்லோரையும் எனக்குத் தெரியும். அவர்களில் சிலர் இப்போது செத்தே போய்விட்டார்கள். இன்னும் சிலர் பின்னால் எனது நண்பர்கள் ஆனார்கள். இன்னும் சிலர் நாம் செத்தாலும் மாற மாட்டார்கள் என்பதாலும் அவர்களின் பெயர்களும் அவ்வளவு முக்கியமோ, பெரியதோ என்பதனாலும் பெயர்களைக் குறிக்காமல் விடுகின்றேன்.

தியேட்டர்காரர்களோடு செய்துகொண்ட ஒப்பந்தம், ஒரு குறிப்பிட்ட தொகைக்கு கீழே வசூல் குறைகிற வரை படத்தைக் காட்ட வேண்டும் என்பது.

வசூலைக் குறைப்பதற்காகத் தியேட்டரில் 6 மணிக்கு மணி அடித்து $6^{1/4}$ மணிக்குக் கேட்டை மூட ஆரம்பித்தார்கள்.

மக்களை டிக்கட் வாங்க அனுமதிக்காமல் படம் பார்ப்பது தடுக்கப்பட்டது. எனவே, கையில் ஒரு தடியோடு சில நண்பர்களின் உதவியோடு, நானே தியேட்டர் வாசற்படியில் எல்லா காட்சிகளுக்கும் கேட்டைத் திறந்து வைத்துக்கொண்டு காவல்காரனாக நிற்க நேர்ந்தது.

கடைசிநாள் வரை வசூல் தொகை குறையவே இல்லை. வசூல் முதல் நாள் இருந்ததைவிடவும் கடைசி நாள் அதிகமாகவே இருந்தது.

ஆயினும் படத்தை, ஒப்பந்தபடி காட்டாமல் வேறு படம் திரை யிடப்போவதாக அறிவித்தார்கள். நான் கோர்ட்டுக்குப் போய் stay order வாங்கினேன். கோர்ட்டு நோட்டீசை வாங்குவதற்கு தியேட்டரில் ஆளில்லை. ஆர்டரை அமீனா தியேட்டர் வாசலில் ஒட்டினார் என்றாலும் 'உன்னைப்போல் ஒருவன்' படத்தைத் தியேட்டரிலிருந்து பிடிவாதமாக எடுத்துவிட்டார்கள்.

ஏற்கனவே எனது ஆரம்பகாலத் தீர்மானப்படி, தொழிற்சங்கங்கள் போன்றவைகளுக்குக் காட்சிக்கு 1000 ரூபாய் வசூலித்து 37 ஆயிரம் ரூபாய் வரை சேமித்து வைத்திருந்தேன்.

அதை எல்லாம் போட்டு 8 பிரிண்டுகள் எடுத்து ரிலீஸ் செய்தேன். எனது புதிய திட்டமும் நிறைவேறவில்லை; வழக்கமான முறையிலும் திரையிட முடியவில்லை. இந்நிலையில் ஒருமுறை டெல்லிக்குப் போகிறபோது இந்திய கம்யூனிஸ்ட் கட்சியின் தேசிய கவுன்சில் கூட்டத்திற்காக வந்திருந்த பாலதண்டாயுதம் இந்தப் படத்தைத் தேசியக் கவுன்சில் உறுப்பினர்களுக்குத் திரையிட்டுக் காண்பிக்க விரும்பினார். கட்சியின் தலைமை அலுவலகத்தின் மாடியிலேயே எல்லா தேசியக் கவுன்சில் உறுப்பினர்களுக்கும் 'உன்னைப்போல் ஒருவன்' படம் போட்டுக் காட்டப்பட்டது.

இதன்பிறகு பம்பாயில் இருந்த sovexport என்னும் சோவியத் திரைப்பட நிறுவனத்தைச் சேர்ந்த நண்பர்களை அணுகி 'உன்னைப்போல் ஒருவன்' படத்தை விற்பதற்கு தோழர்கள் முயற்சிகள் மேற்கொண்டனர்.

ஏற்கனவே sovexport நிறுவன நண்பர்கள் இந்தப் படத்தைப் பற்றி அறிந்திருந்தனர்.

'உன்னைப்போல் ஒருவன்' படத்தைத் தாங்கள் வாங்க வேண்டுமானால் படமாற்றுப் பேரம் செய்துகொள்ளலாம் என்றார்கள்.

அதாவது, 'உன்னைப்போல் ஒருவன்' படத்தைக் கொடுத்துவிட்டு வேறு ஏதாவது ஒரு ரஷிய படத்தை இங்கு ஓட்டிப் பணம் சம்பாதிப்பது சிரமமாயிருக்கும் என்றேன். ஆனால் அந்த நிறுவனத்தை சேர்ந்த நண்பர் சொன்னார்;

"நாம் கலாசாரப் பரிவர்த்தனை என்ற பெயரில்தான் இதைச் செய்துகொள்ளமுடியுமே தவிர, வியாபாரரீதியில் இதனால் பெரும் பலனேதும் இப்போது ஏற்படாது. 'உன்னைப்போல் ஒருவன்' படத்தை ரசியாவில் திரையிடுவதிலும் நீங்கள் சொல்லும் கஷ்டங்கள் எங்களுக்கு உண்டு".

"எனினும் உங்களைப்போன்ற கலைஞர்கள் இத்தகு முயற்சிகளினால் இங்கே சொந்த நஷ்டம் அடைகிறார்கள். ஆனால் எங்கள் தேசத்தில் அப்படி இல்லை."

"ஆகையால் நாம் படப் பறிமாற்றம் செய்துகொள்வதோடு கூட கொஞ்சம் பணமும் உங்களுக்குத் தரமுடியும். சம்மதம்தானே?" என்று கண்களைச் சிமிட்டியவாறு கேட்டார்.

இதன்படியே, ஆசியஜோதி பிலிம்ஸ் sovexport நிறுவனத்துடன் உடன்பாடு செய்து கொண்டது.

அந்த உடன்பாட்டின்படி, என் மனம்கவர்ந்த இரண்டு ருஷ்யப் படங்களின் தென்னிந்திய விநியோக உரிமையை நான் வாங்கினேன்.

'Jack forest' என்னும் குழந்தைகளுக்கான நாடோடிக் கதையை அடிப்படையாகக் கொண்ட கலர்படம் ஒன்று, மற்றொன்று, the two என்ற உன்னதமான கலைப்படம்.

இவை இரண்டையும் ஏற்கனவே சோவியத் திரைப்பட விழாவில் பார்த்து நான் ரசித்திருந்தேன். உடனே இவ்விரண்டையும் மார்க் பண்ணி வாங்கினேன்.

இதனாலெல்லாம் எங்கள் பிரச்சினைகள் தீரவில்லை. அடுத்த படம் எடுப்பது தவிர வேறு வழியில்லை என்ற நிலை உருவாயிற்று.

41

Sovexport ஸ்தாபனத்திற்கு 'உன்னைப்போல் ஒருவன்' படத்தை விற்பனை செய்யும் நேரத்தில் அது சம்பந்தப்பட்ட அரசாங்க சடங்குகளை நிறைவேற்றுவதில் ஒரு வருஷத்திற்குமேல் காலம்

தள்ளிக்கொண்டு போயிற்று. இதற்கிடையில் ஆசியஜோதி பிலிம்ஸ் என்ற அலுவலக சம்பந்தப்பட்ட பிரச்சினைகளை எனது சொந்தப் பொறுப்பில் நான் சுமந்துகொண்டேன்.

தனகோடி அம்மாள் தெருவில் தேனாம்பேட்டையில் இருந்த ஆபிசை மயிலாப்பூர் வடக்கு மாட வீதிக்கு மாற்றினேன்.

ஆபிஸ் என்பது ஜனசந்தடி மயிலாப்பூர் கோயில் சூழ்நிலையில் குளத்தையொட்டிய கரையருகே ஒரு மாடிமீது அமைந்த ஒரே அறை. ட்ரங்க் பெட்டிகள் 'போஸ்டர் பண்டல்கள்' அங்கு உட்காரும் நாற்காலிகளாகவும் வரவேற்பு அலங்காரமாயும் திகழ்ந்தன.

வியாபாரரீதியில் 'உன்னைப்போல் ஒருவன்' எந்த அளவுக்கு எனக்கு மனச்சோர்வு தந்ததோ அதே அளவும் அதைவிட அதிகமான அளவும், ஒரு படத்திற்குக் கிடைக்கிற கௌரவங்கள் என்னும் விஷயத்தில் நான் என்றும் பெருமிதம்கொள்ளத்தக்க அளவு பாராட்டுகளும் புகழுரைகளும் தருகிற ரசிகர்களின் நண்பர்களின் வட்டாரம் வியாபிதம் அடைந்துகொண்டிருந்தது.

நான் முழுவதும் என்னைச் சுற்றி அரைடஜன் நண்பர்களுக்குக் குறையாத புதியவர்கள் வந்து சூழ்ந்து கொண்டு இருந்தனர். அவர்கள் இந்தியாவின் பல பாகங்களில் இருந்தும் வந்திருந்தனர்.

அவர்கள் பலதுறை சம்பந்தப்பட்டவர்களாய் இருந்தனர். அவர்களில் பலர் தமிழ்மொழி தெரியாதவர்களாயும் தமிழர்களாகிய நமது சினிமாக்களை மட்டும் பார்த்து நம் மக்களின் தரம்குறித்து தாழ்ந்த கருத்துகொண்டவர்களாகவும் இருந்தனர். இவர்கள் என்மூலம், எனது படைப்பின் மூலம், கருத்துகள் மூலம் இந்த மொழியையும், நமது கலாசாரத்தையும் சரியாகவும் மேன்மையாகவும் அறிந்து கொண்டிருந்தனர். இதன் நிமித்தம், நானும் அவர்களது அழைப்பினை ஏற்று இந்தியாவின் பல பகுதிகளுக்கும் செல்ல நேர்ந்தது.

அந்த ஆண்டு திரைப்பட பரிசளிப்பு விழா பம்பாயில் நடைபெற்றது.

வழக்கமாக, ஜனாதிபதி பரிசுகளை ஜனாதிபதிதான் தருவார்.

அப்போது இந்தியாவின் ஜனாதிபதியாக இருந்த டாக்டர் எஸ்.இராதாகிருஷ்ணன் கண் சிகிச்சைக்காக லண்டனுக்குப் போய்ச் சிலகாலம் தங்கிவிட்டார்.

இந்திய அரசாங்கத்தின் தகவல் ஒலிபரப்பு மந்திரியாக இருந்த திருமதி.இந்திராகாந்தி பரிசுகளைத் தருவார் என்று எங்களுக்கு அறிவிக்கப்பட்டிருந்தது.

அந்த விழாவிற்குச் சென்றிருந்தபோது நான் பம்பாயில் மத்திய அரசாங்க விருந்தினராக இருந்தேன்.

டைரக்டர் திரு.ஏ.பீம்சிங்கை அங்குதான் நான் முதலில் சந்தித்தேன். அந்தச் சந்திப்பு மிகவும் சுவாரசியமானது. தமிழ்ப்பட அதிபர்கள் நடுவர்கள், டைரக்டர்கள் அனைவரையும் மிக அருவருப்பான ஜந்துகளாக நான் கருதிய காலம் அது.

மேலும் என்னை இவர்கள் அவமதித்துவிட்டதாக நானாக நினைத்துக்கொண்டு, ஒரு சிலர் அவ்வாறு செய்தது உண்மைதான். அதற்காகத் தமிழ்ப்பட உலகம் சம்பந்தப்பட்ட அனைவரையுமே எனது பரம விரோதிகளாக நினைத்து நான் பகை கொண்டிருந்த பருவம் அது. இந்தச் சந்தர்ப்பத்தைப் பயன்படுத்திக்கொண்டு இவர்களை அவமதித்துவிடுவது என்று நான் தீர்மானித்தேன்.

பம்பாயில் உள்ள மிக ஆடம்பரமான ஓட்டலில், மிக ஆடம்பரமான அறையொன்றை எனக்கு அமர்த்த வேண்டும் என்று தகவல் ஒலிபரப்பு இலாகாவினரிடம் நான் கேட்டேன்.

மேலும் தமிழ்நாட்டிலிருந்து பரிசு வாங்க வருகிற எல்லாரையும் விடப் பெரிய அந்தஸ்து எனக்குண்டு என்பதால், அதை உத்தேசித்து எனக்கு வசதி செய்துதர வேண்டும் என்று அவார்டு குழுவினரிடம் நான் எதிர்பார்த்தேன்.

அவர்களும் அவ்விதமே செய்தார்கள்.

இப்போது எண்ணிப் பார்க்கையில் இதெல்லாம் சிறுபிள்ளைத்தனமாகத் தோன்றுகிறது. மனிதன், தனது வாழ்நாள் அனுபவங்களையெல்லாம் பட்டியல்போட்டு எண்ணிப் பார்த்தால், தன் கடைசிப் பகுதிவரை அனைத்துமே சிறுபிள்ளைத்தனமாகத்தானிருக்கும் போலும்.

தமிழ்நாட்டில் இருந்து வந்திருந்த பட உலகப் பிரமுகர்கள் பலரை நான் பம்பாயில்தான் முதலில் சந்திக்க நேர்ந்தது. பிரதிநிதிகளில் ஒருவராய் வி.சி.சுப்பராமனும் வந்திருந்தார். இவரைப் பற்றி நான் ஏற்கனவே குறிப்பிட்டிருக்கக்கூடும்.

தென்னிந்திய பிலிம் வர்த்தக சங்கத்தின் முக்கியப் புள்ளிகளில் ஒருவர் இவர். 'உன்னைப்போல் ஒருவன்' படமெடுக்கப்பட்ட காலத்தில் கச்சா பிலிம் தட்டுப்பாடு ஏற்பட்டபோது இவரை ஒருமுறை சந்தித்து எனக்கு உதவி செய்யும்படி கேட்டேன்.

அப்போது அவர் மிகவும் ஏளனமாய்ச் சிரித்து "எல்லாருந்தான் சொல்கிறார்கள். பரிசு வாங்கப் போவதாக" என்று உதட்டைப் பிதுக்கி என்னை மட்டம் தட்டிப் பேசினார்.

பம்பாயில் நடந்த அந்த விருந்தில் எல்லாருடைய முன்னிலையிலும் அந்தச் சம்பவத்தை நான் அவருக்கு நினைவூட்டினேன். பாவம்,

சுப்பராமன் மிகவும் தர்மசங்கடத்துக்கு ஆளானார். ஆயினும் என்னோடு நட்போடு பழகினார்.

பம்பாய் பட விழாவின்போது, பல மாநிலத்துக் கலைஞர்களைச் சந்தித்து நான் பரிச்சயமும் செய்துகொள்ள நேர்ந்தது. அவர்களில் ஒருவர் கே.ஏ.அப்பாஸ். தமிழகத்தில் இருந்து வந்திருந்த பலரோடு நான் கலந்துகொள்ள முடியாத மனநிலையில் இருந்தேன். ஆயினும் காலஞ்சென்ற நடிகர் வி.நாகையா நான் தங்கியிருந்த இடத்துக்கு வந்து, தம்மைத்தாமே அறிமுகம் செய்துகொண்டு நான் தங்கியிருந்த இடத்திலேயே தங்கியிருந்த திரு.சிவாஜிகணேசனையும் அறிமுகம் செய்து வைத்தார். அதுவே, திரு.சிவாஜியை நான் முதல் தடவையாகச் சந்தித்தது ஆகும். திரு. பீம்சிங் அவர்கள் இவ்விதம் தம்மைத்தாமே அறிமுகம் செய்துகொள்ளத் தயங்கினார். ஆயினும் அடிக்கடி பல இடங்களில் எனது பார்வையில் அவர் பட்டுக்கொண்டிருந்தார்.

அவரது உடையும் தோற்றமும் தமிழ்நாட்டுக்காரர் என்று அறிவித்ததோடு, அவர் நம்மை அணுகுவதற்கு விரும்புகிறார் என்றும் எனக்கு உணர்த்திற்று.

‘இவர் யாராக இருக்கக்கூடும்? யாராவது புரோக்கராக இருக்கலாமோ?’ என்று எண்ணினேனேயல்லாமல் இவர், ஒரு பட டைரக்டராக இருக்கக்கூடும் என்று நினைக்கவே இல்லை. அவ்வளவு எளிமையாகத் தோன்றினார் அவர்.

பின்னர் பல வடஇந்தியக் கலைஞர்களோடு அளவளாவிக் கொண்டிருந்தபோதுதான் திரு.பீம்சிங் தம்மைத்தாமே என்னிடம் அறிமுகம் செய்துகொண்டார். அதன்பிறகும் நெடுநாட்கள் நாங்கள் சந்திக்காமல்தான் இருந்தோம்.

இவ்வாறு பல பிரயாணங்கள், நிகழ்ச்சிகள், பிரசங்கங்கள், மாலைகள், மரியாதைகள் என்றுதான் காலம் ஓடிக்கொண்டிருந்ததே தவிர, இவையாவும் நம்பிக்கை தருகிற நிகழ்ச்சிகளாக அமையவில்லை.

வடக்கு மாடவீதி மாடி போர்ஷனுக்கு இனிமேல் வாடகை தரமுடியாது என்னும் அற்புத பொருளாதாரச் சூழ்நிலை உருவாயிற்று!

ஆனாலும் நான் எந்த இடத்திலும் வாடகையோ, வேறுவிதமான கடனோ பாக்கியாக வைக்கிற பழக்கமுடையவன் அல்லன்.

இந்த நாணயத்தைக்கூட காப்பாற்றமுடியாமல் நாம் சமூகத்தில் செயல்படுவோமானால் அந்த நிலையே ஒரு கலைஞனுக்கு இறுதி வீழ்ச்சியாகும் என்கிற எண்ணம் என்னை மிகவும் கடுமையாக உழைக்க வைத்தது. எனது உழைப்பு என்னவாக இருக்கும்? எழுத்துத்தான்!

அந்தக் காலத்தில் நான் நிறையவே எழுதினேன். சிறுகதைகள், நாவல்கள், குறுநாவல்கள் என்று எழுதிக் குவித்தேன்.

அவற்றைப் படமாக்க வேண்டும் என்றும், நான் டைரக்ட் செய்தால் படம் மெதுவானதாகி, தரமானதாகி வசூலில் தோல்வி அடையும் என்றும், ஆகவே, என்னிடம் இருந்து கதையை மட்டும் கழற்றிக்கொண்டு போனால் அதை வைத்து அவர்களின் வியாபார முறையில் படமாக்கினால் வசூல் காய்த்துக்கொட்டும் என்றும் சக நண்பர்கள் என்னிடமே வந்து யோசனை சொன்னார்கள்.

நான் எப்போதும்போலச் சம்மதிக்கிறமாதிரியும் ஒப்புதல் தருவது போலவும், 'நடப்பது நடக்கும்' என்று இவர்களது யோசனைகளைக் கேட்டுக்கொண்டிருந்தேன்.

ஆனால் நிலைமை, நான் மறுபடியும் ஒரு படம் எடுக்கவும், டைரக்ட் செய்வதாயும் அமைந்தது. 'அதுசரி, வாடகை யார் கொடுப்பது?' என்ற யோசனையோடு ஒருநாள் காலை வீட்டில் இருந்து மயிலாப்பூரில் உள்ள அலுவலகத்திற்குப் புறப்பட்டுக்கொண்டிருந்த நேரத்தில் புதிதாய்ச் சில நண்பர்கள் என்னைச் சந்திக்க வந்தனர்.

42

முகமறியாத சில நண்பர்கள், ஒரே சந்திப்பின்மூலம் அவர்கள் எங்கிருந்தபோதிலும் என்னிடம் மரியாதையும் அன்பும் நம்பிக்கையும் கொண்டு நட்பு ஏற்பட்டுவிடுகிற அதிசயம் எனது வாழ்க்கையில் அடிக்கடி நேர்ந்துவிடுவது உண்டு.

கடலூரில் முத்துசாமி ஐயர் என்றொரு ஆங்கில ஆசான் இருந்தார். அவரிடம் கல்வி கற்கும் வாய்ப்பு எனக்கு ஏற்பட்டதில்லை. எனினும், நானறிந்த பலர் அவரிடம் கல்வி கற்றிருந்தனர் என்பதை அறிந்திருந்தேன். அவரைக் குறித்து நான் அறிந்திருந்தது எல்லாம் அவர் மது அருந்துவது என்பதுதான்.

இப்படிப்பட்ட மனிதர்களில் அப்படிப்பட்ட பழக்கமுடையோரை அறிகிறபோது மது அருந்துவோர் மீது எனக்கு மரியாதையே ஏற்பட்டது.

குடிப்பதாலும், மாமிசம் புசிப்பதாலும் தாழ்ந்துபோன மனிதர்களையும் அதனால் கீழோராகி நமக்குப் பணிபுரிகிறவர்களாகிய 'அடிமை'களையும் நான் பார்த்திருக்கிறேன். குடித்தும் மாமிசம் புசித்தலும் அதேசமயத்தில்

மேலோராகவும் நம்மை அதிகாரம் செய்கிற எஜமானர்களாகவும் இருந்த துரைமார்களையும் நான் பார்த்திருக்கிறேன். குடிப்பது ஒரு நாகரிகமாகவும் இருந்திருக்கிறது. தீயொழுக்கமாகவும் இருந்திருக்கிறது. முத்துசாமி ஐயர், மது அருந்தும் பழக்கமுடைய மேலோரைச் சேர்ந்தவர். ஊரும் மக்களும் மதிக்கும் ஆசானாக இருந்தவர்.

அவருடைய புத்திரர்களில் ஒருவர் திரு. முத்து வெங்கட்ராமன். முத்து வெங்கட்ராமன் என் குடும்பத்தில் அனைவருக்கும் தெரியும். ஆனால் எனக்கு நேரிடைப் பரிச்சயம் இருந்ததில்லை.

சிறுவனாக இருந்தபோது, அவரைப் பார்த்திருக்கிற ஞாபகத்தை நான் நினைவுபடுத்திக்கொண்டேன். நண்பர்கள் அனைவரும் 'மல்லி' என்று அன்புடன் அழைக்கின்ற மல்லிகார்ஜுனராவ் என்னும் நண்பரோடு என்னைச் சந்திக்க வந்தார்.

எந்தச் சூழ்நிலையிலும் அசாதாரணமான நம்பிக்கையும் முயற்சியும் உடைய முத்து வெங்கட்ராமன், என்னைப் பலமுறை தேடியதாகவும் மயிலாப்பூரில் வடக்கு மாடவீதியில் உள்ள எனது அலுவலகத்திற்குப் போனதாகவும், கடைசியில் எனது உறவினர்களும், தோழர்களும் கொடுத்த தகவல் மூலம் எனது வீட்டு விலாசத்தை அறிந்ததாகவும், காலையில் போனாதான் கூட்டை விட்டுப் புறப்படுகிற பறவையைச் சந்திக்கமுடியும் என்று அறிந்துகொண்டதாகவும் தெரிவித்த முத்துவெங்கட்ராமன், என்னிடம் தன்னை இன்னார் என்றும் அறிமுகம் செய்துகொண்டார்.

அப்போது வெளியில் வந்த என் தாயாருக்கு முத்து வெங்கட்ராமனை நன்கு தெரிந்திருந்தது. அந்த நால்வரும் என்னைத் தேடி வந்ததற்கு எத்தனையோ காரணங்கள் இருந்தன. ஆனாலும் நான் அறிந்த ஒரே காரணம், நம்ம ஊர்ப்பையன் மிகச்சிறந்த எழுத்தாளனாய், மேடைப் பேச்சாளனாய், சொந்தக்காலில் நிற்பவனாய், சுதந்திரக் கருத்துகள் உடையவனாய் இருக்கிறதையறிந்து பரிச்சயம் கொள்ள வந்திருக்கிற ஒரு பழைய பரிச்சயம், புதுமையாய் நட்புகொள்ள விரும்புகிறது என்பதுதான்.

அவர்கள் படமெடுப்பது பற்றி, பத்திரிகை நடத்துவது பற்றி, புத்தகம் போடுவது பற்றி பற்பல திட்டங்கள் என்னோடு விவாதித்தனர்.

எனது அந்தக் காலத்திய நிலையை, பிரச்சினைகளை அவர்களிடம் நான் மனம்விட்டுப் பேசினேன். அவற்றில் ஒன்று: வாடகை இல்லாமல் ஆபிஸ் நடத்த எனக்கு ஓர் இடம் வேண்டும் என்பதாகும்.

"ஆகா அதற்கென்ன? சென்னையில் நமக்கு இடமா இல்லை?" என்றார் முத்து வெங்கட்ராமன். அவ்விதம் சொன்னது மட்டுமல்ல; அன்றைக்கே ராயப்பேட்டை ஹைரோட்டில் அஜந்தா ஓட்டலுக்குப்

பக்கத்தில் உள்ள ஒரு பெரிய பங்களாவின் மாடியில், டெலிபோன் வசதியோடு அவர்கள் இருந்த கட்டடத்தில், எனக்கு ஆபிஸ் நடத்துதற்கான போர்ஷனை ஒதுக்க ஏற்பாடு செய்தார்கள் நண்பர்கள்.

நான் அங்கு குடியேறிய பிறகுதான் இவர்கள் அத்தனைபேரும் திராவிட முன்னேற்றக் கழகத்தைச் சேர்ந்தவர்களாகவோ அல்லது அதன் அனுதாபிகளாகவோ இருந்தார்கள் என்பதை அறிந்தேன்.

அக்காலத்தில் தி.மு.க.வின் பரம வைரியாகவே நான் இருந்தேன். தனிப்பட்ட முறையில் தி.மு.கவினர் சிலர் நண்பர்களாக இருப்பினும் கருத்து ஒற்றுமை இல்லாத காரணத்தினால் நான் பகைமை பாராட்டுபவனாகவே இருந்தேன். இன்றுவரை இதே நிலைதான். இவற்றையெல்லாம் அவர்களிடம் நான் சொன்னபோது அவர்கள் அதனை ஒரு பொருட்டாகக்கூட மதிக்கவில்லை.

"நீங்கள் எவ்வளவுதான் எங்களைத் துவேஷித்தாலும் உங்கள் எழுத்தின்மீது நாங்கள் மதிப்பு கொண்டவர்கள். உங்கள் இயல்புகள் எங்களுக்கு மிகவும் தெரிந்தவைதான். நீங்கள் எவ்வளவுதான் எங்களை விமர்சித்தாலும் தமிழின்பால், தமிழ் இலக்கியத்தின்பால் எங்களுக்குள்ள ஈடுபாடு காரணமாக உங்கள்பால் எங்களுக்குள்ள ஈடுபாடு காரணமாக உங்கள்பால் எங்களுக்குள்ள மதிப்பு மாறாது" என்றெல்லாம் பல சமயங்களில் சொல்லியும் பல சமயங்களில் சொல்லாமலே பழகுவதனாலும் அவர்கள் உணர்த்தினார்கள்.

ஆயினும் அவர்கள் என்னதான் இனிய நண்பர்களாய் இருந்தாலும் 'தி.மு.கவினர்தானே' என்ற கருத்து என்னிடம் இருந்தது.

என்னையும் அவர்கள் அவ்விதமே 'இவன் எங்கேயிருந்தாலும் கம்யூனிஸ்ட்தானே' என்று எண்ணியதும், பல சமயங்களில் உண்மையாகவே சொன்னதுமுண்டு.

இப்படிக் கருத்து வேறுபாடுகளோடு கூடிய ஒரு நட்பு எனக்கு அதுவே வாழ்க்கையில் முதல் அனுபவம். எனினும் கருத்து ஒற்றுமை இல்லாதவர்களோடு சேர்ந்து அதிக காலம் என்னால் காலம் தள்ள முடியாது.

இந்தக் காலத்தில் அந்தக் கட்டடத்திற்கு முரசொலிமாறன் சி.டி.எம். என்று அழைக்கப்படும் திரு.தட்சிணாமூர்த்தி, திரு.மோகன்தாஸ் போன்றவர்கள் வருவார்கள்.

மாதாமாதம் எனக்கு வாடகைச் செலவு கிடையாது. மற்ற பிரச்னைகளைத் தீர்ப்பதற்கு Film Finance Corporation உதவியை நாடலாம் என்று ஆசியஜோதி பிலிம்ஸ் நண்பர்கள் யோசனை கூறினார்கள். அதற்கான திட்டமும் தந்தார்கள். அதாவது, ஒரு படத்திற்கான கதையோடு நடிக, நடிகைகளுக்குக் கொஞ்சம் அட்வான்ஸ் கொடுத்து

ஜெயகாந்தன்

படத்திற்குச் செலவாகும் மொத்தத் தொகையில் நாலில் ஒரு பகுதியை நாம் முன்னதாகச் செலவிட்டு மீதித் தொகைக்கு FFCயிடம் மனுபோட்டுக் கடன்வாங்கிப் படத்தை முடித்து சினிமா வர்த்தகம் செய்வதற்கான திட்டம் அது.

'கருணையினால் அல்ல' நாவலை அப்போது நான் கொஞ்ச காலத்திற்குமுன்பு ஆனந்த விகடனில் எழுதியிருந்தேன். அதைப் படமாக்குவது என்று தீர்மானித்து Script எழுதினேன். ஆங்கிலத்தில் மொழிபெயர்த்து FFCக்குச் சில பிரதிகளை அனுப்பி வைத்தேன். "அது சரி, நாவலில் ஒரு பகுதி பணச்செலவு செய்வது எப்படி" என்று நான் யோசித்துக்கொண்டிருந்தேன்.

ஒருநாள் இரவு 11 மணிக்கு நான் வீட்டுக்குச் சென்றபோது இவ்வளவு நேரம்வரை என்னைப் பார்ப்பதற்காக ஒரு பெரிய பிளிமத் காரில் யாரோ ஓர் இளைஞர் தெருவிலேயே காத்திருந்தார் என்றும், நான் வராததால் மறுநாள் காலை வருவதாகச் சொல்லிப் போனதாகவும் வீட்டில் தகவல் கிடைத்தது.

அவர்கள் சொல்லியபடியே மறுநாள் காலை ஒருவர் என்னைச் தேடிவந்தார். அப்போது அவருக்கு சுமார் 25 வயது. வளமையான செல்வச் செழிப்பு உடையவர் என்று எடுத்த எடுப்பில் பார்த்த மாத்திரத்தில் தெரிந்தது.

அவர் தன்னை மோதி எஸ்.ராஜகோபால் என்று அறிமுகம் செய்துகொண்டார். சொந்த ஊர் திருச்சி. கோமுட்டிச் செட்டியார் வகுப்பைச் சேர்ந்தவர்.

'உன்னைப்போல் ஒருவன்' படத்தையும், அந்தப் படத்தை திரை யிட்டபோது நான் செய்த பிரசங்கத்தையும் கண்டு, கேட்டு கருத்து ஒற்றுமை கொண்டவர் என்றும் நான் அவரை அறிந்துகொண்டேன்.

வழக்கமாக, என்னைத் தேடி வருபவர்களுக்கு அது நான் காபி சாப்பிடுகிற நேரமாக இருந்தால் காபி கொடுப்பதுண்டு அன்று நானும் மோதி.ராஜகோபாலும் ஒன்றாய்க் காபி சாப்பிட்டோம்.

ஆனால் மாலை ராயப்பேட்டை ஆபிஸ் விலாசத்தை அறிந்துகொண்ட மோதி.ராஜகோபால் வந்தார்.

அப்போது, நான் நண்பர்களோடு விவாதித்துக்கொண்டிருந்த பொருளாதாரப் பிரச்சினைகளை அவர் அறிந்துகொண்டார் போலும்.

ஆயினும் அப்போது அதுகுறித்து எதுவுமே அறிந்து கொண்டதாக என்னிடம் காட்டிக்கொள்ளவில்லை.

சில தினங்களுக்குப் பிறகு, திருச்சி தேவர் ஹாலில் ஒரு பிரசங்கத்திற்காக நான் போயிருந்தேன்.

மறுபடியும் நண்பர் மோதி.ராஜகோபாலை இரண்டாவது முறையாக அங்கே சந்தித்தேன். தன் வீட்டிற்கு வந்து சாப்பிட வேண்டும் என்று அன்போடு அழைத்தார் மோதி.

திரு.மோதி ராஜகோபால் குறித்துச் சுருக்கமாக இங்கே சொல்லிவிட வேண்டும். அவரும் அவரது தந்தையும் ஒருசேர கார் விபத்தில் சிக்கினர்.

விபத்தில் தந்தை இறந்துபோனது மகனுக்கு ஒரு மாதம் கழித்துதான் தெரிய வந்தது.

மோதி. ராஜகோபால் ஏகபுத்திரன். 17 வயதில் வியாபார, குடும்பப் பொறுப்புகளைச் சுமந்துகொண்டார். எனவே, அவருக்குப் பள்ளிப் படிப்பு அதிகம் கிடைக்க வாய்ப்பில்லை.

ஆயினும் சுயமுயற்சியினால் எந்தக் கல்விமானுக்கும் இணையாகக் கலைகளில், இலக்கியத்தில் மிகுந்த ஈடுபாடு கொண்டிருந்தார். தன்னை நன்கு பண்படுத்திக்கொண்ட படிப்பாளி அவர். அப்படிப்பட்ட சுய முயற்சிக்காரர்களுக்கு எனது நட்பு மிகமிக இன்றியமையாததும் ஏற்புடையதாகவும் ஆகும் என்று அவர் மூலம் நான் அறிந்துகொண்டேன்.

லேவாதேவி, பணமுடக்கம், வாடகை, வசூல் வியாபாரம், தொழில் ஆகியவற்றின் மத்தியில் அவர் இலக்கியங்களிலும் கலைகளிலும் அறிவுத் துறைகளிலும் ஈடுபாடு காட்டியது எனக்கு மிகுந்த மகிழ்ச்சியைக் கொடுத்தது.

செல்வச் செழிப்பு இல்லாதவர்கள் முட்டாள்களாக இருப்பின் அவர்கள்பால் எனக்குப் பரிதாப உணர்ச்சி ஏற்படுவது உண்டு. ஆனால் செல்வந்தர்கள் முட்டாள்களாக இருந்தால் அவர்களிடம் எனக்குப் பரிவு உணர்ச்சி ஒன்றும் ஏற்படுவதில்லை; பகைமையும் வெறுப்பும் ஏற்படும்.

மோதிராஜகோபால் எனக்கு மிகவும் மகிழ்ச்சிதரக்கூடிய விஷயங்களில் இயல்பாகவே ஆர்வம் காட்டிப் பேசினார்.

இதுவரை நேர்ந்த எனது மிக நெருக்கமான நண்பர்களில் முதல் வரிசையில் வைக்கத்தக்கவர் இவர் என்பதைச் சொல்லிவிட வேண்டும்.

விருந்து முடிந்ததும் ஒரு தட்டில் வெற்றிலை, பாக்கு, பழம் வைத்துக் கத்தை கத்தையாக நோட்டுகளையும் வைத்து என்னிடம் நீட்டினார்.

ஜெயகாந்தன் ● 195

43

"உங்கள் தேவைகளை நான் அறிந்துகொண்டேன். உங்களுக்கு முடிந்தபோது இதனை நீங்கள் திருப்பித் தரலாம். இப்போது 10 ஆயிரம் ரூபாய் இருக்கிறது, மேலும் வேண்டும்போது ஒரு மாதம் அவகாசம் கொடுத்துக் கேளுங்கள். என்னால் இயன்ற உதவிகளைச் செய்யலாம் என்றார் மோதி.

அவர் லேவாதேவி செய்கின்றவர்தான். ஆனால் என்னிடமிருந்து ஒரு சல்லிக்கூட வட்டியாகப் பெற்றுக்கொள்ள மாட்டார் என்று அறிய எனக்கு மகிழ்ச்சியாக இருந்தது. நான் இந்தப் பணத்தைத் திருப்பித் தருவேன்; தரக்கூடியவன் என்று அவர் என்னை நம்பியதுதான் எனக்குப் பெரிதும் ஆச்சரியமாக இருந்தது.

நம்மீது நண்பர்கள் வைக்கிற நம்பிக்கையை அவர்கள் வைக்கிற நம்பிக்கையின் காரணமாகவே காப்பாற்றுகிற பண்பும் பலமும் நமக்கு வந்துவிடும்போலும்.

1964ஆம் ஆண்டு பிப்ரவரி மாதம் Flim Finance Corparation எனக்கு 80 ஆயிரம் ரூபாய் கடனாகத் தரத் தீர்மானித்தது.

'கருணையினால் அல்ல' படப்பிடிப்புக்கான எல்லா முயற்சிகளையும் சித்தமாக்கிக் கொண்டு FFC ஒப்பந்தத்தில் நான் கையெழுத்திட வேண்டிய நாள் வந்தது.

ஆனால் ஒப்பந்தத்திற்கு அவர்கள் விதித்த நிபந்தனைகள் எந்த லேவாதேவிக்காரரின் நிபந்தனைகளுக்கும் குறைந்ததாய் இல்லை. 'இப்படியொரு சிக்கலில் அதிகார வர்க்கத்திடம் மாட்டிக்கொள்வது விவேகமான காரியம் அல்ல' என்று எனது அந்தராத்மா என்னை எச்சரித்தது. ஆயினும், இவ்வளவு முன்னேற்பாடுகளையும் செய்துவிட்டுக் கடைசி நேரத்தில் பின்வாங்குவது எனது ஸ்திர புத்தியின்மைக்கு அடையாளமாகி விடுமோ என்றும் தோன்றியது.

கடைசியில், யார் என்ன சொன்னாலும் இந்தக் கடன் ஒப்பந்தத்தில் நான் கையெழுத்திடப் போவதில்லை என்று தீர்மானித்துக் கொண்டேன்.

இந்த நேரத்தில், எனது பழைய நண்பர் மின்னல் என்பவர் ஒருநாள் என்னைத் தேடி வந்தார். திரு.மின்னல் அவர்கள் திருநெல்வேலி மாவட்டத்தைச் சேர்ந்த முஸ்லிம். ஜனசக்தியில் ஒரு காலத்தில் நான் உதவி ஆசிரியராக இருந்தபோது எப்போதேனும் அரசியல் கார்டூன் வரைந்து கொண்டு வருவார்.

சிறிதுகாலம் ஜனசக்தி பத்திரிகையில் சினிமா நிருபராக பகுதி நேரப் பணி புரிந்தவர். அதன்பிறகு வேறு ஏதேதோ முயற்சிகளில் அவர் முனைந்திருந்தார் என்று கேள்விப்பட்டேன். இடையில் அவருக்கும் எனக்கும் தொடர்பே இல்லாது போயிற்று.

இந்த இடைக்காலத்தில் சினிமாவுக்குப் பண முதலீடு செய்கிற பட விநியோகம் செய்கிற, பிரபலமாக செம்பி டிரேடர்ஸ் நிறுவனத்தில் அவர் தொடர்பு கொண்டிருந்தார். அவர்களின் ஒத்துழைப்புடன் மார்ஸ் அட்வர்டைசிங் என்ற விளம்பர நிறுவனம் தொடங்கியிருந்தார் மின்னல்.

அவர் என்னைச் சந்திக்க வந்தபோது ஒரு திட்டத்துடன் வந்தார். 'யாருக்காக அழுதான்' கதையைப் பிரபல நட்சத்திரங்களைப் போட்டுப் படமாகத் தயாரிக்க நான் ஒப்புக்கொண்டால் அதற்கு வேண்டிய முழுத் தொகையையும் அது எவ்வளவு பெருந்தொகையாக இருந்தாலும் செம்பி டிரேடர்ஸ் மூலம் எனக்கு வாங்கித் தரவும், அதற்கான ஏற்பாடுகளைச் செய்யவும் தன்னால் முடியும் என்றார். FFC கடன் தர முன்வந்து எனது கையெழுத்துக்காகக் காத்திருந்த பாரங்களைத் திருப்பி அனுப்புவதற்கு, இந்த மின்னலின் யோசனை எனக்கு மிகச் சௌகரியமாய்க் கைகொடுத்தது.

மேலும், இது விஷயமாகப் பேசுவதாயின் எனது பாகஸ்தர் நண்பர்களை அணுகி முடிவு செய்து கொள்ளலாம் என்று நண்பர் மின்னலுக்கு நான் பச்சைக்கொடி காட்டினேன்.

நண்பர் மின்னலின் யோசனையை, உதவியை ஆசியஜோதி பிலிம்ஸ் பாகஸ்தர்கள் மிக மகிழ்ச்சியோடு வரவேற்றனர்.

FFCயிடம் இருந்து கடனுதவி பெறுவது என்பது அவ்வளவு சுலபமான விஷயம் இல்லை.

எனினும் ஜெயகாந்தனிடம் ஒரு கடன் பத்திரத்தில் கையொப்பம் வாங்குவதும் சாதாரண விஷயமில்லை என்று நான் நிரூபித்தேன்.

நண்பர்கள் படமாக்குவதற்குத் தேர்ந்தெடுத்த 'யாருக்காக அழுதான்' கதை நான் எழுதிய கதைகளில் எனக்கு அவ்வளவாகப் பிடிக்காத ஒன்று. அது படிக்கும்போது ஏற்படுத்துகிற பயனையும் உருக்கத்தையும் பார்க்கும்போது ஏற்படுத்தாது என்பதை நான் அறிந்திருந்தேன்.

மேலும், ஒருமுறை ஸ்ரீதர், வேலுமணி, சிவாஜி என்ற பெயர்களுக்கெல்லாம் இடம் கொடுத்து கடைசியில் 'பெப்பே' காட்டிவிட்டு வந்த கதை அது, அதன் உரிமை அப்போதுகூட திரு.வேலுமணியிடம்தான் இருந்தது என்று பல சால்ஜாப்புகளைச் சொன்னபோதிலும்கூட பண முதலீடு செய்கிறவர்கள் ஏனோ

அந்தக் கதையையே தொடர்ந்து வலியுறுத்தி வந்தனர். தொடர்ந்து நான் மறுத்தால் வந்த வாய்ப்பு போய்விடும் என்னும் சூழ்நிலையில் என்னைச் சுற்றி இருக்கிற பல கலைஞர்களின் நண்பர்களின் - டெக்னீஷியன்களின் வாழ்க்கைப் பிரச்சினைகளைச் சந்திக்கும்பொருட்டு 'யாருக்காக அழுதான்' கதையை டைரக்ட் செய்து படமாக்க நான் இறுதியில் ஒப்பினேன்.

'யாருக்காக அழுதான்' உரிமையை திரு. வேலுமணியிடம் திரும்பப் பெறுவதற்காக அவரைப் போய்ச் சந்தித்தேன். அந்தக் கதையால் மிகவும் நஷ்டமும் அதிருப்தியும் அடைந்திருந்தபோதிலும் திரு. வேலுமணி அவர்கள் மிகவும் பெருந்தன்மையுடன், ஒரு சல்லிக்கூட திரும்பப் பெறாமல் அதன் உரிமையை எனக்குத் திரும்பவும் அளித்த உயர் பண்பை இப்போது எண்ணினாலும் அவர்பால் எனக்குள்ள மரியாதை மிகுதியாகின்றது.

வேலுமணி அவர்கள் மிகவும் மகிழ்ச்சியுடன் 'நீங்கள் இந்தப் படத்தைச் சிறப்பாகத் தயாரித்தால், அதுவே எனக்குப் பரம திருப்தியைத் தரும். அது மிகவும் நல்ல கதை; நன்றாகச் செய்யுங்கள்' என்று ஆசி கூறினார்.

செம்பி டிரேடர்ஸ் கேட்டுக்கொண்டபடி, அக்காலத்தில் மிகப் பிரபலமாக இருந்த நடிகை, நடிகர்களை ஒப்பந்தம் செய்யும்படியும் நான் உத்தரவு இட்டேன்.

அதன்படி கே.ஆர்.விஜயா, டி.எஸ்.பாலையா, நாகேஷ், சகஸ்ரநாமம் ஆகியோர் நடிக்கவும், கண்ணதாசனைப் பாட்டு எழுதவும், நியூடோன் ஸ்டுடியோவில் படமெடுக்கவும் ஏற்பாடு ஆயிற்று.

இந்தியாவிலேயே ஆர்வோ நெகடிவ் பிலிமை முதன்முறையாகப் பயன்படுத்தியவன் நான்தான். ஆனால், இரண்டாவது படத்திற்கு கோடாக் பிலிம்தான் வேண்டும் என்று நிபந்தனை போட்டேன். காரணம் வேறொன்றுமில்லை. எல்லா விதத்திலும் செலவை அதிகம் செய்யவேண்டும் என்ற நோக்கம்தான்.

அப்படியெல்லாம் செலவு அதிகரித்தும் எனது பட்ஜெட் 3 லட்ச ரூபாயைத் தாண்டவில்லை. 3 லட்ச ரூபாயைச் செம்பி டிரேடர்ஸ் எனக்கு ஆறு தவணைகளில் தந்தார்கள். மார்ச் மாதம் நாங்கள் செய்துகொண்ட ஒப்பந்தபடி, ஜூலை மாதம் 23ஆம் தேதி படத்தைத் திரையிடுவது என்றும் எழுதிக் கொண்டோம்.

மூன்று மாதத்தில் ஒரு படத்தை மிகப் பிரபலமான நடிகர்களை வைத்துக்கொண்டு முடிப்பது சாத்தியம்தான், அதற்கான மூலதனம் முழுவதும் கையில் இருந்தால்.

'உன்னைப்போல் ஒருவன்' படத்திற்கு எனக்கு உதவியாளர்களாக இருந்த விஜயனையும், மல்லியம் ராஜகோபாலையும், தொடர்ந்து இந்தப் படத்திற்கும் வைத்துக்கொண்டேன். பாஸ்கரன், கே.பாலசந்தரிடம் போய்விட்டார் என்பதால் அவரை நான் அழைக்கவில்லை.

'படத்தின் கதாநாயகனான நாகேஷுக்கு என்ன பணம் தருகிறார்களோ, அதைவிட அதிகமாய் டைரக்டரான எனக்குத் தரவேண்டும்' என்று நான் தீர்மானித்தேன்.

அந்தப் பட்ஜெட்டைப் போட்டு பைனான்சியர்களுக்கு அனுப்பிய பிறகு அவர்களிடமிருந்து நான் எதிர்பாராத கேள்வி ஒன்று என்னிடம் கேட்கப்பட்டது.

"கதாநாயகனைவிட அதிகப் பணம் உங்களுக்குத் தரச் சம்மதம்தான். ஆனால் 'கறுப்பில்' எவ்வளவு 'வெள்ளை'யில் எவ்வளவு பணம் வேண்டும்?" என்ற கேள்வி நான் எதிர்பாராததும் எனக்குப் புரியாததுமாக இருந்தது.

இதில் புரிந்துகொள்வதற்கும், புரியாமல் போவதற்கும் என்ன இருக்கிறது? சினிமா உலகில் நீக்கமற நிலவி இருந்த 'கறுப்புப்பண மாயை' க்கு நானும் ஒருமுறை பலியானது உண்டு.

'வாழ்க்கையில் கொலை என்னும் ஒரு குற்றத்தைத் தவிர, எல்லா தவறுகளையும் நான் ஒருமுறை செய்தது உண்டு' என்று அடிக்கடி நினைக்கிறேன். ஒருமுறை செய்து திருத்திய தவறுக்குத் தண்டனைகூடக் கிடைப்பதில்லை. அது நியாயமாகவே மன்னிக்கப்படுகிறது. அத்தகைய ஒரு மன்னிப்பை, ஒருமுறை தவறு செய்து திருந்தியவர்கள் என்ற முறையில் எனக்கு நானே வழங்கிக்கொண்டேன். கறுப்புப் பணம் பற்றி ஒரு கருத்தும் 'இனி இது வேண்டாம்' என்ற ஒரு திடமான தீர்மானமும் எனக்கு ஏற்பட அந்த அனுபவமே காரணமாயிற்று.

கறுப்புப் பணத்தைப் பற்றி எனது அனுபவத்தைச் சொல்லுவதற்குக் காரணம்; அதில் சிக்கிக்கொள்கிற ஆபத்தில் கலைஞர்கள் எச்சரிக்கையாய் இருக்கட்டும் என்ற எண்ணமே.

கறுப்பு வழிகளில் பணம் செலவாகும்போது நமது ஆத்மாவும் உடலும் கறைபட்டு அழியும். அக்காலத்தில்தான் நான் பெருங்குடியனானேன். உல்லாசம் என்பதன் பெயரால் ஓர் ஊதாரித்தனமான வாழ்க்கை நடத்தினேன். எல்லாம் மிகக்குறைந்த காலமே; ஏனெனில் அந்தக் கறுப்புபணமும் மிகக் குறைவானதே.

இந்த ஓர் அம்சத்தைத் தவிர, 'யாருக்காக அழுதான்' படப்பிடிப்பு அனுபவங்கள் என்னை மிகவும் மேன்மைப்படுத்தின என்பதில் ஐயமில்லை. சினிமா உலகில் எவ்வளவு சீரழிவுகளை சீர்கெட்ட மனிதர்களை நாம் கண்டபோதிலும் அவர்களின் நடுவே மிகச் சிறப்பான,

மிகப் பெருந்தன்மையான மனிதர்களையும் நான் அறிந்துகொள்ள முடிந்தது.

44

ஒவ்வொரு மனிதனுக்கும் அதுவும் அவன் கலைஞனாய் இருப்பின் அதாவது, சிந்திப்பதற்கு ஏற்பவே நடைமுறையில் தமது சொந்த வாழ்க்கையை அமைத்துக்கொள்பவனாக இருப்பின் அந்த வாழ்க்கையில் திருப்புமுனையொன்று ஏற்படும்.

அந்த வாழ்க்கையின் திருப்பத்தை அவனோடு வாழ்கின்ற மனிதர்கள் அப்போதே விளங்கிக்கொள்ள முடியாது போகலாம். அத்தகைய திருப்பத்தை அவன் வழிதவறிச் செல்கிறான் என்று சக வாழ்க்கைப் பயணிகள் சந்தேகத்தோடுகூடப் பார்ப்பதுண்டு. அந்தச் சந்தேகம் விரைவில் மறைந்து ஒழியும் அவனது அந்தத் திருப்பம் வாழ்க்கையின் சரியான திசையை நோக்கித் திரும்புகிற பட்சத்தில் பிறரின் தப்பெண்ணமெல்லாம் மாறிப் புகழ்ச்சியாகச் சொரிந்துவிடும். அவ்விதம், சரியான லட்சியத்தை நோக்கி அந்தத் திருப்பம் அடையாதபோது அந்த வாழ்க்கைப்போக்கு மேலும் பல உடனடித் திருப்பங்களுக்கு இலக்காகித் தலைக்குப்புறக் கவிழ்ந்து போகும்.

எனவே, இத்தகைய திருப்பத்தை மிகவும் எச்சரிக்கையோடு கடத்தல் வேண்டும். இல்லையேல் நம் சம்பந்தப்பட்டிருக்கிற இந்தச் சுரண்டல் சமூகம் நம்மைப் பிரித்துத் தனிமைப்படுத்தி கலைஞன் என்ற தரத்திலிருந்தே உதறித் தள்ளிவிடும். மேலும் இந்தத் திருப்பம் ஏற்படுவதற்கு முன்னால் உள்ள பருவங்களில் அவன் பெறுகிற ஆற்றலும் திறனும் அவனுக்குப் பின்னாலிருந்து தள்ளிவிடுகிற சமூகத்தின் உந்துசக்தியால் ஏற்பட்ட வேகமே ஆகும். இந்தத் திருப்பத்துக்குப்பின் ஏற்படப்போகும் எல்லா விளைவுகளுக்கும் ஒரு கலைஞன் என்ற முறையில் அவனே பொறுப்பாகிறான்.

அவன் சார்ந்திருக்கிற சமூகத்தில் பிறருக்கும், அவனுக்கும் உள்ள முரண்பாடு மிகவும் சரியாக அவனால் கணிக்கப்படவேண்டிய காலம் இதுவே.

அத்தகைய ஒரு திருப்பம் எனக்கு நேர்ந்தது. 1965இல் என்று சொல்லலாம். என் முன்னால் அப்போது இரண்டு பாதைகள் பிரிந்து கிடந்தன.

ஒன்று, பணத்தை முதன்மைப்படுத்தி அதன் காரணங்களினாலேயே மேலும் பணத்தைச் சேர்ப்பது ஒரு வழி. உன்னத வாழ்க்கை நெறிமுறையை முற்றாக மனத்தளவிலும் நடைமுறையிலும் கைக்கொண்டு தன்னந்தனியாய் ஒற்றைக் கலைஞனாய்ச் சோர்வு மிகுந்த, போராட்டம் மிகுந்த ஒரு ஜீவிதத்தைத் தேர்ந்தெடுத்துக் கொள்ளும் வாழ்க்கை மற்றொரு பாதை.

இன்னுமொரு பாதை உண்டு. அது மிகச் சுலபமாக எல்லாராலும் கைக்கொள்ளப்படுவது புரட்சி, மக்கள் வறுமை, ஏழ்மை, விவசாயி, தொழிலாளி என்ற வார்த்தைகள்மூலம் கலை என்ற பொய்முலாம் பூசி, வெறும் காசு பணத்துக்காக நமது ஆத்மாவை வியாபாரச் சூதாடிகளிடம் ஒப்படைத்து நம்மை அரவணைத்துக் கொள்ளத் தயாராக இருக்கிறவர்களோடு இணைந்துகொண்டு நம் சிந்தனையோடு நடைமுறையோடு நாமே வேறுபட்டு அகத்தும் புறத்தும் மாசுபட்டுப் பல சிதறலாகிக் கூறுபடும் வாழ்க்கைக்கு நம்மைக் கொண்டு செல்கிற பாதை அது.

இந்தப் பாதைகளில் சரியானதைத் தேர்ந்தெடுக்க ஒருவனுக்கு இன்றியமையாது தேவைப்படுவது தெளிவான சிந்தனையும் நோக்கமும்.

இதற்கு நானறிந்த மார்க்ஸியமே வழிகாட்டியது மார்க்ஸியம் என்றால் ஏதோ மந்திரம் என்று யாரும் எண்ணவேண்டாம்.

அது ஒரு மனிதனுக்கு, அவனுக்கு இருக்கிற, மேலும் புதிதாக ஏற்படுகிற சமூக உறவுகளைப் பற்றி மிக எச்சரிக்கையான கல்வியை எந்தச் சமுகச் சூழ்நிலையிலும் அடிப்படையாகத் தரவல்லது.

அவற்றில் ஒன்று உடைமைகளையும் செல்வத்தையும் காகிதக் குப்பைக் கரன்சிகளையும் ஒரு மனிதன் சரியாக அல்லது முழுவதுமாக மதிக்கக் கற்றுக்கொள்வது ஆகும். அத்தகைய செல்வத்தை உடையவர்கள் செய்கிற சமூகக் கயமைகளோடு ஒட்டாது விலகிக்கொள்கிற அதேசமயத்தில். அவற்றை மனித வாழ்விலிருந்தே துடைத்தெறிகிற புதிய மதிப்பீடுகளை உருவாக்கும் லட்சியத்தை வரித்துக் கொள்வது என்ற தீர்மானங்களை மார்க்ஸியமே எனக்குத் தந்தது. பிரச்சினைகள் உள்ள வாழ்க்கைக்கு சித்தாந்த வெளிச்சம் இன்றியமையாதது. பணமே மனிதனின் எல்லாத் தேவைகளையும் தீர்த்து வைத்துவிடும் என்று கருதுகின்றவர்கள் சிந்திக்கும் திறன் இல்லாதவர்கள். அவர்கள் ஒருபோதும் கலைஞராய் இருத்தல் முடியாது. அதுவும் கறுப்புப் பணத்தைச் சேர்த்துவைக்கும் ஒருவன் உண்மையான கலைஞனாய் இருக்கவே முடியாது.

அதுவும் எழுத்தாளன் ஒருவன் இத்தகைய கறுப்புப் பண உலகத்தில் புழக்கமுடையவனாக இருந்தால் அவனுடைய எழுத்துகள் அவனது இதயத்திலிருந்தே கறுப்பாகச் சுரக்க ஆரம்பித்துவிடும். அவை

உணர்வுபூர்வமாக இராது. வேறு வேறு நிறம் உடையதாக அமையும் அந்த எழுத்துகள் காலப்பனியில் கரைந்துபோகும்.

என்னிடமிருந்த கணக்கில் வராத சில நூறு ரூபாய் நோட்டுகளை வைத்துக்கொண்டு நான் ஒரு திருடனைப்போல் நாட்களைக் கழிக்கவேண்டியிருந்தது. மேலும் இதுமாதிரி கறுப்புப் பணத்தை சேர்த்துவைத்தால் அது கறுப்பு வழிகளிலேயே வாழ்வைக் கொண்டு போகும்.

அதை வைத்துக்கொண்டு ஓர் எழுத்தாளனாகிய நான் என்ன செய்யமுடியும் என்று யோசித்தபோது, இப்படிக் கணக்கில் வராத செல்வத்தைப் பெருக்குகின்றவர்கள் என்னென்ன செய்கிறார்கள் என்று யோசித்துப் பார்த்தேன். அவர்களுக்கு ஏற்படுகிற சமூக அவமானங்களைக் கண்டு மிகவும் மனம் நொந்தேன். முப்பது வயதில் வாழ்வின் முக்கியமான திருப்பங்களை அடைகிற ஓர் இளைஞன், தனது சிந்தனை ஆற்றலுக்காகவே மதிக்கப்படுகிற ஒருவன் எப்படி அத்தகைய ஒரு பாதையைத் தேர்ந்தெடுக்க முடியும்?

இந்தச் சமூகத்தோடு பேதமாகிக் கொள்கிற உத்வேகம் இருக்கும் ஒருவன் இத்தகைய பாதையைத் தேர்ந்தெடுக்க முடியுமா?

இதனால் எனக்கு அவமானமும் எனது லட்சியத்துக்கு மாறான எதிரிகள் விரித்த வலையில் நானே வலுவில் போய் விழுகிற அறியாமையும்தான் மிஞ்சும்!

கறுப்புப் பணம் சேர்க்கிற ஒருவனை, ஒரு சமூக சக்தி பின்னால் இருந்து எப்படியெல்லாம் ஆட்டிவைக்கிறது! சர்க்காரின் வருமான வரி அதிகாரிகளின் சோதனைக்கு ஆளாகவேண்டிய ஒரு சமூக அவமானத்துக்கு எவ்வளவு பிரபலமானவர்களையெல்லாம் அது இலக்காக்குகிறது.

அவன் ராஜா வேஷம் போட்டாலும், மந்திரி வேலை பார்த்தாலும் நாணயமற்ற திருடனைப்போல்தான் கருதப்படுகிறான். நாளைய சமுதாயம் அவ்வாறே அவனைப் பற்றி தீர்ப்பளிக்கும் என்று நான் திடமாகத் தீர்மானம் செய்தேன். அது எவ்வளவு சரியான தீர்மானம் என்பதற்கு இந்தச் சினிமா சமூகத்தைச் சேர்ந்த பலர் சாட்சி.

கறுப்புப் பணம் வாங்கிக் கொழுத்துப்போகிற நடிகர், நடிகையர்கள் யுத்த ஆதரவுப் பிரச்சாரம் செய்ய முன்வந்தனர். அவர்கள் தேசத்தின் நன்மைக்காக ஒரு நாளில் ஒருவேளை, உண்ணாவிரதம் இருக்கவும் முடிவுசெய்தனர். அப்போது பிரதமராக இருந்த லால்பகதூர் சாஸ்திரி அப்படியோர் அற்புதமான கண்டுபிடிப்பை இந்தக் கறுப்புப்பண நடிகர்களுக்கு ஒரு யோசனையாக வெளியிட்டிருந்தார்.

இதன் காரணமாக நடிகர், நடிகைகள், மேடைகளில் தோன்றி எல்லார் மத்தியிலும் தங்கள் கழுத்தில் கிடக்கின்ற தங்கச் சங்கிலிகளை நிதியுதவியாகத் தந்து நாடகம் ஆடினர். இவர்களின் அரசாங்க ஆதரவுப் பிரச்சாரங்களைப் பற்றி வந்த செய்திகள் ஒருபுறமும், இவர்களது வீடுகளில் வருமான வரி அதிகாரிகள் புகுந்து சோதனை செய்த செய்தி மறுபுறமும் அக்காலப் பத்திரிகைகளில் வெளிவந்தன.

இதுகுறித்து 'தமிழ் சினிமா' பத்திரிகைகளில் ஒரு விசேஷ மலரில் 'சமுதாயத்தில் நடிகர்களின் ஸ்தானம்' என்றொரு கட்டுரையை நான் எழுதினேன்.

45

ஒருசமயம், தேச நெருக்கடியை முன்னிட்டுப் பிரச்சாரம் செய்யும் நல்லெண்ணத்தோடு, கலைஞர்களின் போர்ப்பரணி என்று ஒரு படம் தயாரிக்கப்பட்டிருந்தது.

அதில் தமிழ்நாட்டுச் சினிமா சம்பந்தப்பட்ட கலைஞர்கள் பெரும்பான்மையான நடிக, நடிகையர் உள்ளிட்டோர் மைக்கின் முன்னே நின்று தேசத்திற்காக உடல், பொருள், ஆவி முதலானவற்றைத் தருவதாக வீர உரையாற்றியிருக்கின்றனர். மக்கள் இதனை ஒரு வேடிக்கையாகப் பார்த்தனர்.

இந்த விஷயம் குறித்து நாம் சற்றுப் பொறுப்புடன் சிந்திப்பது நல்லது.

சினிமா என்பதே ஒரு சக்திவாய்ந்த பிரசாரக் கருவி.

அதில் சம்பந்தப்பட்டிருக்கும் கலைஞர்கள், சினிமா என்கிற கலைச் சாதனத்தின்மூலம் செய்திப் படமாகவோ, கதைப் படமாகவோ, அன்றைய நெருக்கடி நிலையை விளக்கித் தேசத்திற்கு நேர்ந்துள்ள கடமைகளை உணர்ச்சிபூர்வமாகக் கலாரூபத்தில் படைப்பதை விடுத்து, மைக்கின் முன்னே தோன்றிப் பிரசங்கம் செய்வானேன்?

ஊருக்கு ஊர், தெருவுக்குத் தெரு மேடை அமைத்து மக்களைக் கூட்டித் தேச நெருக்கடியையும் பாதுகாப்புக் கடமைகளையும் இவர்களைவிட ஆத்ம ஈடுபாட்டோடு மக்களுக்கு விளக்கிச் சொல்ல இந்த நாட்டில் பிரசங்கிகள் இல்லையா, என்ன?

அது ஒரு முக்கியமான கடமைதான். ஆனால், அதனை இந்தச் சினிமா கலைஞர்கள் செய்வதன்மூலம் அந்தக் கடமையின் முக்கியத்துவத்தைக்

குறைத்து, அதையும் ஒரு விளையாட்டு, வேடிக்கை, விளம்பர விஷயமாக்குவது என்ற தவறு நேர்கிறதா, இல்லையா?

அடுத்து, இந்த நடிகர்களும் டைரக்டர்களும் தங்கள் துறையின் மூலம் இக்காரியத்தைச் செய்ய முடியவில்லை. வசனப்பிரசங்கம் செய்வதன்மூலம் தங்கள் கலைத்திறன் வறட்சி என்ற கையாலாகத்தனத்தை இதன்மூலம் காட்டுகிறார்கள் என்றாகிறதா, இல்லையா?

மேலும், இவர்கள் சோப்பு, டூத்பேஸ்ட், ரயான் சில்க் விளம்பரப் படங்களில் பேசுகின்ற பேச்சைப்போல் மக்கள் இதனையும் நினைத்துவிட வழி ஏற்படுகிறதா, இல்லையா?

இந்த நடிக, நடிகையர், டைரக்டர்கள் யாவரும் கறுப்புப் பண வேந்தர்கள் என்கிற விஷயத்தை 'உடல் பொருள் ஆவி' தங்கச் சங்கிலி. சில ஆயிரம் ரூபாய்கள் என்கிற விஷயங்களால் ஜனங்களோ, அரசோ மறந்துவிடமாட்டார்கள் அல்லவா?

'நீ ஒன்றும் தரவேண்டாம், உன் வருமானத்தை ஒழுங்காகக் காட்டி, வரியை ஒப்படைத்தால்போதும்' என்று மக்களின் உதடுகள் தவறினாலும் உள்ளம் முணுமுணுக்காதா என்ன?

ஏனெனில், இவர்கள் ஒரு கதாபாத்திரம் என்ற ஹோதாவில் அல்லாமல், நேரடியாகத் தனிப்பட்ட ஹோதாவில் சொந்தத் தோற்றத்தோடு மக்களின் எதிரே ஒன்று தேசப் பாதுகாப்புக்காக, நெருக்கடி நிலையில் மக்கள் கடைப்பிடிக்கவேண்டிய ஒழுங்குகளை உபதேசிக்கிறார்கள். தாங்கள் கடைப்பிடிப்பதாகக் கருதும்படி மக்களை வேண்டுகிறார்கள். இவர்கள் அவ்விதம் ஒரு படத்தில் நடித்தால் அதை மக்கள் ஏற்று விழிப்புப் பெறலாம். இவர்கள் அவ்விதம் உண்மையிலேயே இருப்பதாக ஏமாற்றினால், மக்கள் இவர்களை நம்பாதது மட்டுமல்ல, அந்த ஒழுங்குமுறைகளை நம்பாமல் போகும் ஆபத்தும் உருவாகும்.

தேசப் பாதுகாப்பு உணர்ச்சி என்பது 'பேஷன்' அல்ல. அது சொந்த விளம்பரத்துக்குப் பயன்படுத்தக் கூடாத ஒன்று. தேசத்தைவிட, தேசத்தின் நலனைவிட, தேசத்தின் பெருமையைவிட வேறு ஒன்று வேறொரு நலன், வேறொரு பெருமை அதில் முந்தி நிற்கக்கூடாது.

இவர்கள் இந்தப் பணக் கொழுப்பர்கள் மக்களின்முன்னே தோன்றி மந்திரிகளையும் சாட்சிக்கு வைத்துக்கொண்டு, தாங்கள் உணவுக் குறைப்புச் செய்து கொண்டுள்ளதைப்பற்றி பேசி ஊரார் கண்ணில் மண்தூவ பாதுகாப்பு மேடைகளைத்தானா பயன்படுத்த வேண்டும்?

இவர்கள், இந்தக் கறுப்புப்பண பூசாரிகள் எவ்வளவு குடித்துத் தீர்க்கிறார்கள் என்பது மக்களுக்குத் தெரியாதா? தேசப் பாதுகாப்பை

முன்னிட்டு இவர்கள் தங்கள் மது பர்மிட்களையாவது ரத்து செய்துகொள்ளட்டும் முதலில். பிறகு உணவுக் குறைப்புப் பற்றி உரையாற்றலாம், உபதேசிக்கலாம்.

'கழுத்தில் போட்டிருக்கும் உயிருக்கிணையான ஒற்றைவடச் சங்கிலியைத் தவிர பாவம், வேறு தங்கமே கிடையாதா இவரிடம்? என்று மக்கள் யோசிக்க மாட்டார்கள் என்ற நினைப்பா? பாதுகாப்பு மேடை இவர்களின் கேவலமான அரட்டைக் கச்சேரி அறை என்ற அலட்சியமா?

ஏன், இப்படி எல்லா புனிதமான காரியங்களிலும் இவர்களின் போலித்தனத்தைப் புகுத்தி சுய விளம்பரக் காரியங்களாய் அவற்றைத் தரம் குறைத்து, இந்தத் தேசத்து இளைஞர்களை விமோசனத்துக்கே வழியற்ற மூட நிர்மூடப் புலையர்களாக்குவது என்று இந்தக் 'கலைஞர்கள்' கங்கணம் கட்டித் திரிகிறார்களோ? இதற்கு ஓர் எல்லையே இல்லையா? இதற்கு ஒரு முடிவே கிடையாதா?

"வீடுகள் பற்றி எரிந்தால் எனக்கு விளம்பரம். ஊரில் வெள்ளம் வந்தால் எனக்கு விளம்பரம். எல்லையில் எதிரி வந்தாலும் எனக்கு விளம்பரம், இங்கே தேர்தல் வந்தாலும் எனக்கு விளம்பரம் என்று இவர்கள் வெறிபிடித்து அலைய இவர்களைத் தட்டி நிறுத்த ஆளில்லாமலும் போகிறதே, எதனால்?"

இவர்களிடம் பணம் இருக்கிறது என்பதனாலா? அல்ல! இந்தியாவில் உள்ள பரம்பரைப் பணக்காரர்களோடு ஒப்பிட்டுப் பார்த்தால் இவர்கள் ஸ்திரமற்ற சராசரி உதிரி பணக்காரர்களே.

இவர்கள், இந்தத் தேசத்தின் பெருமையையே உலகுக்கு உணர்த்தி விட்ட மகத்தான கலா மேதைகள் என்பதனாலா? அல்ல!

சத்யஜித் ரேயை விடவோ, ரவிசங்கரை விடவோ, பாலசரஸ்வதியை விடவோ இவர்களில் யாரும் மகத்தான கலைஞர்கள் அல்ல என்பது மட்டுமல்ல; அவர்களோடு இணைத்துக்கூட எண்ணத்தகாத சாதாரண நடிகர்களே இவர்கள்.

பிறகு எதனால் இந்தத் தன்னடக்கமில்லாத, தற்பெருமை மிகுந்த சுயகாதலர்களின் பொதுவாழ்க்கைக் குறுக்கீடுகளையும், அங்கு இவர்களுக்குச் சிம்மாசனம் அளிப்பதையும் தடுக்கின்ற சக்தியே பிறக்காமல் போகிறது? இது ரொம்ப முக்கியமான விஷயம். இதில்தான் நமது நவீனகாலப் பண்பாட்டு வாழ்க்கையின் சீர்கேடான அம்சமே கெட்டிதட்டி இறுக்கமுற்றுக் கிடக்கிறது.

உயரிய கலைக் கொள்கையோ, மகத்தான சிருஷ்டி மேதைமையோ இல்லாத இந்த அற்பமான வியாபாரச் சூதாடிகளுக்கு மக்களிடையே

தகுதிக்கு மீறிய ஸ்தானம் தரப்பட்டிருக்கிறது என்றால் பாவம், அந்த நடிகர்கள் குற்றவாளிகளே அல்ல.

அவர்களுக்குத் தங்களைப் பற்றியும் தெரியாது; உலகத்தைப் பற்றியும் தெரியாது. அவர்களைச் சுற்றி ஏதோ சில அற்ப ரசனையில் கூடும் கூட்டம் தானும் கெட்டு, அந்த நடிகர்களையும் கெடுக்கிறது என்ற விஷயம், அந்தக் கும்பலுக்கும் தெரியவில்லை; அவர்களுக்கும் தெரியவில்லை.

இந்த நடிகர்களின் திறமைகளின்மீது இந்த கலைஞர்கள்மீது எவ்வளவு கடுமையான விமர்சனங்கள் கொண்டிருந்தபோதிலும் ‘இவர்கள் கௌரவிக்கப்பட வேண்டும். இவர்கள் வாழ்க்கைக்கு உத்தரவாதமும் செய்யப்பட வேண்டும்’ என்பதில் எனக்கு யாரையும் விடத் தீவிரமான ஈடுபாடும் நாட்டமும் உண்டு.

ஆனால், அதுவேறு. இங்கே, இவர்கள் தங்களுக்கும் சம்பந்தமே இல்லாத, தகுதியில்லாத பீடங்களுக்கெல்லாம் உயர்த்தப்படுவது நமது சமுதாயத்தின் பாமரத்தனத்தையே காட்டுகிறது.

இங்கு நடிகர்களின் திறமைக்கும் வளர்ச்சிக்கும் உரிய வாய்ப்புகளோ, ஸ்திரமான வாழ்க்கைக்கு உத்தரவாதமோ இல்லை. நூற்றுக்கணக்கான நடிகர்களின் வாழ்க்கை நொறுங்கிக் கிடப்பதுதான் எதார்த்த நிலை. யாரோ சில விரல்விட்டு எண்ணத்தக்கோர் உயர்ந்திருப்பது அதிர்ஷ்டத்தின் காரணம் என்று சமுதாயப் பார்வையற்ற குருடர்கள் மனமகிழ்ந்து கொண்டிருக்கட்டும். எப்படி குதிரைப் பந்தயத்தில் ஒரு குதிரையின்மீது பணம் கட்டியவனுக்குப் பல மடங்காகத் திரும்பி வருகிறது என்றால் அது தோற்ற குதிரைகளின்மீது கட்டியுள்ள அதிகபட்ச பணத்தின் விளைவுதான் என்று புரிந்துகொள்கிறோமோ, அதேமாதிரி இங்கே சிலர் உயர்ந்ததற்குக் காரணம், பலர் மிதிக்கப்பட்டிருக்கிறார்கள் என்பதல்லவா? இதற்காக உயர்ந்துவிட்ட நடிகர்களையோ, கலைஞர்களையோ குறை சொல்லமாட்டேன்.

ஏனெனில், அவர்கள் சிறுவயதிலிருந்தே இத்துறைக்கு வந்து மிகவும் கஷ்டப்பட்டவர்கள். கலைப் பிரச்சினைகளைவிட வாழ்க்கைப் பிரச்சினைகளே அவர்களை வெகுவாகப் பாதித்து வந்துள்ளன. அப்படிப்பட்ட கஷ்டத்தின் காரணமாகவே பலர் இத்துறைக்கு வந்தவர்கள். எனவே, அவர்களுக்குத் திடீரென்று பல காலம் தவம்கிடந்த பின்னர் வருந்தி உழைத்ததன் பயனாகச் சற்றுப் பொருளாதார நிலை உயர்ந்தும் இது நிலைக்குமா? என்ற இயல்பான அச்சமும் அவர்களுக்குப் பிறந்துவிடுகிறது.

பணமில்லாதபோது தங்களுக்கு இழைக்கப்பட்ட அவமதிப்புகளையும் இன்று தங்களுக்குக் கிடைக்கும் மதிப்பு மரியாதைகளையும் ஒப்பிட்டு நோக்கி, இவையாவும் இன்றுள்ள தங்கள் பொருளாதார உயர்வின்

மகிமையே என்பதை இவர்களறியாமல் இவர்களின் உள்மனம் உணர்ந்து செயல்பட ஆரம்பிக்கிறது. இவர்களைச் சுற்றி எந்தெந்தக் காலத்திலோ, எந்தெந்த வகையிலோ உதவிசெய்த, ஆறுதல்கூறிய நம்பிக்கை வார்த்தை சொன்ன நண்பர்கள், உறவினர்கள், நடிகத் தோழர்கள் முதலியோர் தண்ணீர் நிறைந்த தடாகங்களை நாடிவரும் நீர்ப்பறவைகள்போல் வந்து குழுமிவிடுவதால் இவர்களின் தரத்திற்கேற்ப பொறுப்புகளும் சுமைகளும் இவர்களுக்கு மிகுதியாகிக்கொண்டே இருக்கின்றன.

46

நடிக, நடிகையர்களது வருமானங்கள் உழைப்புக்குக் கிடைக்கும் கூலியோ, வர்த்தகத்தில் கிட்டும் உபரி லாபமோ, பேரத்தில் நிற்கும் கமிஷனோ அல்ல. இவர்களது வருமானங்கள் பெரும்பாலும் வெகுமதிகளாகும். ஜனங்கள் மத்தியில் இவர்களது நடிப்பாலோ, விதூஷகத்தாலோ, இசையாலோ ஏற்படும் மனநிறைவுக்கு வேறு ஒரு படத் தயாரிப்பாளன்மூலம் மக்கள் வெகுமானங்கள் தருகிறார்கள் என்றே இதற்கு அர்த்தம்.

ஆனால், இந்த வெகுமானங்களுக்கு அரசாங்கம், வர்த்தக லாபங்களுக்கும் பேர கமிஷன்களுக்கும் போடுவது போன்ற வருமான வரியை விதிக்கிறது.

இவர்களோ, தங்கள் நிலையாமையை எண்ணி உள்ளூர அச்சப்படுகிறவர்கள். தங்களுக்கு முன்னே மிகப்பெரிய பீடத்தில் வீற்றிருந்தோர் எல்லாம் தலைக்குப்புறப் புழுதியில் தள்ளப்பட்டிருப்பதை எல்லாம் பார்த்திருப்பவர்கள். நேற்றுவரை கஞ்சிக்கும், சோற்றுக்கும் குடும்பத்தோடும், குழந்தைகளோடும் சிரமப்பட்ட காலத்தில் கலைஞர்களைப் பாதுகாக்க வேண்டுமென்று ஒரு காரியமும் செய்ய முன்வராத அரசாங்கம் கலையுலக மன்னர்களாய் வீற்றிருந்தோர் பலர் வீழ்ச்சியுற்றபோது அவர்களிடமிருந்து பெற்ற வரிப்பணத்துக்காகக்கூட வந்து உதவாத அரசாங்கம் போடுகிற வரிகள் இவர்களை மிரட்டுகின்றன. எதிர்காலத்தில் நாளைக்கு ஒருவேளை, இவர்களது பொருளாதார நிலை சீர்குலைவுற்றால், இவர்களது வாழ்க்கைக்கு இந்த சமுதாயமோ, இந்தச் சர்க்காரோ எந்தவித உத்தரவாதமும் தரவில்லை. எனவே, இவர்கள் தங்களின் வருமானத்தில் பெரும் பகுதியை மறைக்கவேண்டி யிருக்கிறது. விரும்பினாலும் விரும்பாவிட்டாலும் இந்தக் காரியத்தை இவர்கள் செய்து தீர வேண்டியிருக்கிறது.

சென்ற ஆண்டு, மக்களின் மதிப்புக்குரியவர்களாகத் தங்களை எண்ணிக்கொண்டிருக்கும் இந்த நடிகர்களை, அரசாங்கம் கறுப்புப் பணத்துக்காக வேட்டையாடியபோது இவர்களது அபிமானப் பெருமக்கள் யாருமே இவர்களிடம் அனுதாபம்கூட காட்டவில்லை என்ற உண்மையை இந்தப் பெருநடிகர்கள் சற்று சிந்தித்துப் பார்ப்பது அவர்களுக்கு நல்லது.

அந்தச் சமயத்திலெல்லாம், இந்த நாட்டின் கலைஞர்கள் (அவர்கள் மோசமான கலைஞர்களாக இருப்பதற்கு அவர்கள் பொறுப்பல்ல; அவர்கள்மீது எனக்கு எந்த விமர்சனம் இருந்தபோதிலும் அவர்கள் இந்த நாட்டின் கலைஞர்கள் என்பதை நான் மறுக்கமுடியாது) மிகவும் கொடுமையான முறையில் மக்களின்முன் அவமானப்படுத்தப்பட்ட சம்பவங்களை நான் துயரத்தோடு பரிசீலிக்கிறேன்.

ஒரு சோஷலிஸ்டு அரசாங்கம், தனது நாட்டுக் கலைஞர்களை எந்த அளவுக்குப் போற்றிப் பாதுகாக்க வேண்டுமோ, எந்த அளவுக்கு அவர்களின் வாழ்க்கைக்கு உத்தரவாதம் தரவேண்டுமோ அதைச் செய்யாததன் விளைவுகளில் இதுவும் ஒன்று என்று நான் எண்ணினேன். அதேபோன்றுதான், ஒரு தேசத்தின் மக்கள் அந்தத் தேசத்து நடிகர்களை எந்த அளவுக்கு மதிக்க வேண்டுமோ அதற்குமேல் தகுதியற்ற உயரங்களில் எல்லாம் ஏற்றிவைத்துப் பூஜிக்கும்போதும் அந்தப் பூசனையை இந்த நடிகர்கள் புரியாமல் ஏற்றுக்கொள்ளும்போது, நமது சமூகத்தில் தலைவிரித்தாடும் மூட ரசனையையும் மௌடீக வழிபாட்டையும் கண்டு நான் வருத்தமும் எரிச்சலும் கொள்கிறேன்.

ஒரு சமுதாயத்தில், ஒரு நடிகனுக்குத் தரப்பட வேண்டிய ஸ்தானம் என்னவென்று நாம் இனிமேலாவது வரையறுத்துவிட வேண்டும். இல்லாவிடில், கடந்த காலத்தில் இந்த மக்களால் தண்டிக்கப்பட்ட கலைஞர்களை எப்படி எவராலும் காப்பாற்றமுடியாமல் போயிற்றோ, அதேமாதிரி இன்றுள்ள கலைஞர்களையும் நாளைக்கு நாம் தண்டிக்கவேண்டிய கொடுமையைத் தவிர்க்கமுடியாமல் போய்விடும். இப்படிப்பட்ட காரணமற்ற ஏற்றத்தையும் இறக்கத்தையும் தொடர்ந்து ஒரு சமூகம் அனுஷ்டித்துக் கொண்டிருக்குமேயானால் அந்தச் சமூகத்தின் கலாசார வாழ்க்கை மிகவும் காட்டுமிராண்டித்தனமாக இருக்கிறது என்று அர்த்தம்.

சரி, ஒரு நடிகன் என்பவன் யார்? அவனது எல்லைகள்தான் என்ன? என்பது குறித்து முதலில் இந்த நடிகர்களாவது புரிந்துகொள்ள வேண்டும். அவ்விதம் புரிந்துகொண்ட ஏற்றங்கள்தான் அவர்களுக்கு நிலைக்கும். அவ்விதம் புரிந்துகொள்ளாமல் எட்டுகின்ற எல்லா பிடிப்புகளையும் தொற்றினாலும் அவை நிலைக்காது என்பது

மட்டுமல்ல, நிலைக்கவேண்டிய விஷயங்களிலிருந்தும் அவை அவனைக் கவிழ்த்துவிடும்.

நடிகன் ஒரு கலைஞன்; எனினும் சமுதாயத்தில் ஒரு கவிஞனுக்கோ (பாடல் ஆசிரியன் அல்ல) ஓர் எழுத்தாளனுக்கோ (சினிமா வசனகர்த்தா அல்ல) ஒரு விஞ்ஞானிக்கோ உரிய ஸ்தானத்தை அவன் பெறவும் முடியாது; பெறவும்கூடாது.

ஆனால் கவிஞனைவிடவும், எழுத்தாளனைவிடவும் அவனது பொருளாதார அந்தஸ்து உயர்வடைவது இயல்பு, நமது கவலை அது குறித்தது அல்ல.

ஆனால் நடிகன் என்பவன் சித்தாந்தியோ, ஓர் அரசியல் தலைவனோ அல்ல என்பதை நடிகன் என்றமுறையில் அவனாவது உணர்ந்திருக்க வேண்டும்.

அவனது நடிப்புத்திறத்தினால் ஒரு காலத்திய ரசிகர்கள் வெகுவாகக் கவரப்படுவதும் பின்னர், அது மாறிப்போவதும் ஓரளவு இயல்பு என்பதால் நடிகனுடைய வாழ்க்கை சோஷலிஸத்தில் நாட்டம்கொண்ட ஓர் அரசாங்கத்தால் உத்தரவாதம் செய்யப்பட வேண்டும்.

இவர்கள் கலை விழாக்களில் மட்டுமே விருதுகள் தரப்பட்டு முதலிடத்தில் அமர்த்தப்பட்டு கௌரவிக்கப்பட வேண்டும். இதை அரசாங்கமும் மக்களும் செய்யலாம். ஆனால், தேசியக் கொடியைக்கூட வணங்கத் தெரியாத மூட ரசிகர்களின் பொறுப்பில்லாத, புலைத்தனமான ஆர்ப்பாட்டங்கள் எல்லாம் உயர்ந்த ரசனை என்று எண்ணுகின்ற அறியாமை அல்லது அதைத் தூண்டிவிடும் ஒரு சமூகக் கயமை இந்த நடிகர்களிடமிருந்து முற்றாக விலகி ஒழிவது அவசியம். கூலிப்பட்டாளங்களை அமர்த்திக் கோஷமிடவும் இன்னொரு நடிகனின் படத்தைக் கொளுத்தவும் ஒழிக்கவும் காரியங்கள் நடைபெறுவது கலைத்துறையில் தமிழர்களின் அநாகரிகத்தின் சிகரமாக எனக்குப் படுகிறது.

இவ்வளவு கேவலமான திருப்தியில் வாழ்ந்துகொண்டிருக்கும் இவர்கள், மிகவும் பரிதாபகரமான பணக்காரர்களாகவும், ஏழைகளாயும் உத்தரவாதமற்ற ஒரு வாழ்க்கையில் கட்டுண்டிருக்கும் இவர்கள் ஒரு புதிய சமூக ஜீவிகளாவதற்குப் பயிற்சியளிக்கப்படத்தக்க நிலையில் இருக்கிறார்கள். இவர்களிடம் பணக்காரர்களின் பெருந்தன்மைகளும் இல்லை; ஏழைகளின் சிறப்பான மனிதாபிமானங்களும் இல்லை; மாறாக, இவர்களிடம் பணக்காரர்களின் ஆதிக்க மனோபாவமும், ஏழைகளின் சிறுமைக் குணங்களும் சங்கமித்து இருக்கின்றன.

ஆகவே, அந்தப் போட்டி உணர்ச்சியினால் தங்களிடம் இருக்கும் பணப்பெருமையைப் பயன்படுத்தி இவர்கள் எல்லா கோயில்களிலும்

கர்ப்பக்கிருகத்தில் இடம் தேடி அமரப் பார்க்கிறார்கள். இது, இவர்களின் தன்னம்பிக்கையின்மையையே காட்டுகிறது. இவர்கள் தாங்கள் சம்பந்தப்பட்டிருக்கும் துறையில் பணத்தைத் தவிர வேறு எதையுமே வளர்க்காமல், மக்களின் ரசனையை வளர்க்கப் பொதுவான கோட்பாடுகள் எதுவுமே இல்லாமல், 'பிறநாட்டுச் சினிமா கலையின் பெருமை நம் நாட்டுக்கு இல்லையே' என்ற மன அரிப்புக்கூட இல்லாமல், தங்களைச் சுற்றி ஒரு வழிபாட்டு உணர்ச்சியை வளர்த்துக் கொள்வதிலேயே முனைந்து அதில் திருப்தியுறுகிற சுயதிருப்திக் காரர்களாய் மந்தமுற்றுக் கிடக்கின்றனர்.

இவர்களைச் சமூகம் சரிவரப் பயன்படுத்திக்கொள்ளவில்லை; சமூகத்தை இவர்களும் சரிவரப் பயன்படுத்திக்கொள்ளவில்லை. மாறாக, இரண்டு துறைகளிலும் தவறான போக்கே தறிகெட்டு வளர்ந்திருக்கிறது.

தேசத் தலைவர்களுக்கு இணையான இவர்கள் பொது நிகழ்ச்சிகளில் வேஷம் போடுவதைக் கைவிட வேண்டும். மக்களும் இவர்களை தேசியப் பெருமைக்கெல்லாம் மேலாகவும், தெய்வங்களுக்கு இணையாகவும் வழிபடும் மடமையிலிருந்து விடுபட வேண்டும். இதனால் ஒரு தேசிய அவமானமே விளைகிறதென்பதைச் சொல்கிறவன்மீது கோபப்படாமல் இருசாராரும் இந்தத் தேசத்தின் பண்பாட்டு வளர்ச்சியைக் கருதிப் புரிந்துகொள்ள வேண்டும்.

ஒரு நடிகன், அவன் சம்பந்தப்பட்ட துறை தவிர பிற துறைகளில் ஒரு சாதாரண மனிதனே! பெரும்பான்மையான ஒரு தரத்தில் அவன் சராசரி பாமரனே என்பதைச் சிந்தித்து அளந்து அறிந்து வைத்துக்கொள்வது ஒரு பொறுப்பான சமூகஜீவியின் சமுதாயக் கடமை. மற்றபடி, இன்று இந்த நடிகர்கள் தகுதியில்லாத ஸ்தானத்திற்கு உயர்த்தப்பட்டு இருப்பதற்கு நான் இந்த நடிகர்களை மட்டும் குற்றம் சொல்லத் தயாராக இல்லை. அது எந்த அளவுக்கு நமது அரசாங்கத்தின் குற்றமோ, நமது சமூக விதியின் குற்றமோ, அந்த அளவுக்கு நடிகர்களின் குற்றமும் ஆகும். இந்த மூன்று பிரிவினரில் யாராவது ஒருவர் இதைக் களைய முன்வந்தால்தான் இந்தக் குற்றம் சீர்திருத்தும். இந்தச் சாபம் விமோசனம் அடையும்.

47

கலைத்துறையில் ஈடுபட்டுள்ளவர்கள் இளமைப் பருவம் முதலே வாழ்க்கையின் மேடு பள்ளங்களைக் கடந்து வந்தவர்கள். அவர்கள் ஒரு

தீய சமூகத்தில் இழப்புகளுக்கு இடம் கொடுத்துச் சில சமயங்களில் வழுக்கி விழுந்துவிடவும் நேரும்.

அதுவே கலைஞர்கள் அல்லாதவர்களுக்கு ஏற்பட்ட ஒரு வீழ்ச்சியாக இருப்பின் அந்தச் சாமானிய மனிதர்களுக்கு ஒரு பொழுதும் தலை நிமிர்ந்து எழுதல் என்பது ஏலாது.

ஓர் உண்மையான கலைஞனுக்கு, அந்தச் சறுக்கலும் தடுமாற்றமும் ஒரு சோதனையாகி அவனது கலைத்திறமையின் மூலம் தனது கால்களைத் தட்டிவிட்ட அந்தத் தீய சக்திகளைக் கருவறுக்கும் ஒரு புதிய சக்தியே பிறந்துவிடுகிறது; அனுபவங்கள் அவனது அறிவையும் ஆத்மாவையும் விசாலப்படுத்துகின்றன.

இந்த அறிவு அல்லது அனுபவ விசாலம் ஒரு கலைஞனது வாழ்நாளில் எல்லையும் அளவும் முடிவும் இல்லாமல் விசாலமும் விரிவும் அடைந்துகொண்டே இருக்கும்.

அவர்கள் ஏழ்மை நிலையில் அல்லது செல்வந்த நிலையில் எப்படி இருந்தாலும் மனத்தளவிலும் நடைமுறையிலும் ஒரே நிலையில்தான் இருப்பர்.

பணமும் செல்வமும் அவர்களைக் கடந்துபோகுமே தவிர, அவர்களை வெள்ளமாக அடித்துக்கொண்டு போய்விடுவதில்லை.

இந்தச் சூத்திரம் பொதுவாகக் கலைஞர்களுக்குப் பொருந்தும். ஆனால், ஒருபோதும் ஒரு நடிகனுக்கு அதுவும் தற்காலத் தமிழ் சினிமா நடிகனுக்கு பொருந்துவதே இல்லை. அந்த வெள்ளத்தில் இறுதிவரை மிதந்தால்தான் அவர்களுக்கே பெருமை.

ஒரு காலத்தில் திறமையைப் பயன்படுத்தி முன்னுக்கு வந்து, அதன்பின்னர் இறுதிக் காலம்வரை அவர்கள் பணத்தையும், பளபளப்பையும் பயன்படுத்துவதன் மூலம்தான் தங்கள் 'இமேஜை' காப்பாற்றிக்கொள்ள வேண்டியிருக்கிறது. இது, ஒரு சமூகமே வருந்தத்தக்க நிலைமை.

இந்த வருத்தத்தைப் பகிர்ந்துகொள்கிற நடிக நண்பர்கள் எனக்கு ஏராளமானவர்கள் உண்டு.

இதனாலேயே என்னைப் பகைத்துக்கொள்ள அஞ்சுகிற அலட்சியப்படுத்திவிடலாம் என்று எண்ணுகிற பெரு நடிகர்களும் உண்டு.

எனது கருத்துகளை அப்படியே ஏற்றுக்கொண்டாலும், இல்லாவிட்டாலும் எனது கருத்துகளுக்காக எனது எழுத்துக்களுக்காக, என்னிடம் அபிமானம் உடைய பிரபலமான நடிக நண்பர்களில் குறிப்பிடத்தக்கவர் நாகேஷ்.

நாகேஷிற்கும் எனக்கும் ஏற்பட்ட நட்பின் கதை மிகவும் நுண்மையானது. அவரை ஒரு பிரபலமான நடிகர் என்று தமிழகத்தில் எல்லாருமே ஏற்றுக்கொள்ள ஆரம்பித்த காலம்.

ஒருநாள், காலை 10 மணிக்கு எழும்பூர் ரயில்வே ஸ்டேஷனில் நாகேஷை அப்போதுதான் மணமாகி அவரோடு வந்த துணைவியாருடன் முதலில் நான் சந்தித்தேன். என்னுடன் வந்த நண்பர் கே.ஆர்.லெனின் நாகேஷையும் அவரது துணைவியாரையும் எனக்கு அறிமுகம் செய்து வைத்தார்.

அவரை எனக்கு ஏற்கனவே தெரிந்திருந்ததுபோல எனது பெயரைச் சொன்ன மாத்திரத்தில் நாகேஷும் என்னைத் தெரிந்து கொண்டார். "வெங்கி உங்களைப் பற்றி நிறையச் சொல்லுவான். உங்க கதைகளை அப்படியே ஒப்பிக்கிறான் அவன்" என்றார் நாகேஷ். அந்தச் சந்திப்பில் நாங்கள் அதிகம் பேசவில்லை. அவருக்குத் திருமண வாழ்த்துக் கூறி விடைபெற்றுக் கொண்டோம் நானும் நண்பர் லெனினும்.

அதன்பிறகு ஆங்கிலப்படங்கள் பார்க்கிறபொழுது சில தியேட்டர்களில் நாகேஷை சந்திப்பது உண்டு. அதிகம் பேசிக்கொள்வதில்லை, ஒருவருக்கொருவர் வணக்கம் தெரிவிப்பது தவிர.

நாகேஷின் நடிப்பு தமிழ்த் திரைப்பட உலகிற்கு இதன் தகுதிக்கு மிஞ்சிய ஒரு வரப்பிரசாதம் என்று சொல்ல வேண்டும். நல்லவேளையாக, டைரக்டர்களின் ஆளுகை தன்மீது கவிழ்ந்து அமிழ்த்திவிடாதவாறு பாதுகாத்துக் கொள்ளும் அதேசமயத்தில் ஒரு நடிகனுடைய எல்லைகளை மீறி நடந்துகொள்ளாதவர். தனது பாத்திரத்தைத் தன் கற்பனையினால் டைரக்டரோ, தயாரிப்பாளரோ எதிர்பாராத முறையில் மிகவும் சிறப்பாக அமைத்துக் கொள்கிற ஒரு புதுமையான கலைஞராகவும் இருந்தார்.

அவரைப் பாராட்ட வேண்டுமென்றோ, அவரைப் பாராட்ட வேண்டியது அவசியம் என்றோ எனக்குத் தோன்றியதே இல்லை,

அதுபோல என்னைப் பற்றி, எனது எழுத்துகளைப் பற்றி எனக்குத் தங்கள் பாராட்டு தெரிய வேண்டும் அல்லது தெரிவிக்க வேண்டும் என்ற நோக்கமே இல்லாமல், எனது இலக்கியப் புகழ்பரப்பும் பலரைப் பற்றி நான் கேள்விப்பட்டிருக்கிறேன்.

அவர்களில் மிக முதன்மையாய்க் குறிப்பிடவேண்டியவர் ஸ்ரீகாந்த். ஒரு காலத்தில் என்னைச் சந்திக்கிற சினிமா நடிகர்களில் ராஜா என்கிற வெங்கி என்கிற நடிகர், ஸ்ரீகாந்த் சினிமா உலகில் என்னைப் பற்றி நிறையச் சொல்லிக்கொண்டே இருப்பார் என்று நான்

கேள்விப்பட்டதுண்டு. இவர்கள் அனைவருமே என்மீது கொண்டிருக்கிற அன்பினால், மரியாதையினால் என்னை நாடி வந்தவர்கள் என்று சொல்வதைவிட நாடகக் கலையின்மீது ஏற்பட்ட தாகத்தினால் என்னைத் தேடி வந்தவர்களே ஆவர்.

ஸ்ரீகாந்த், மேஜர் சுந்தரராஜன், மணவாளன், வீரராகவன் ஆகிய நாடக நண்பர்கள் நாடகம் எழுதித் தர வேண்டும் என்ற ஒரு வேண்டுகோளோடு ஒரு ஞாயிற்றுக்கிழமை பலநேரம் என்னிடம் வந்தார்கள்.

நாடகம் என்கிற வார்த்தையைக் கேட்டாலே எனக்கு உடம்பு அரிக்கிற காலம் அது. என்றாலும் இந்த நண்பர்களின் நட்பை நான் இழந்துவிடலாகாது என்ற எண்ணத்தில் நாடகம் எழுதித்தர ஒப்பினேன். ஒப்புக்கொண்டேன் என்று சொல்வது முழு உண்மை ஆகாது. நான் நாடகம் எழுதித் தருவேன் என்ற நம்பிக்கையை அவர்களுக்கு ஏற்படுத்துகிறவிதமாக இன்முகம் காட்டினேன்.

அக்காலத்தில் நான் குடியிருந்த வீடு பல குடித்தனங்கள் உள்ள ஒரு வாடகைப் பொந்து. வருகின்ற நண்பர்களை வரவேற்று உபசரிப்பது, நடக்காத காரியம். வீட்டின் நுழைவாயிலில் இரண்டு பக்கமும் ஓரடி அகலத்தில் திண்ணைகள் இருந்தன. அதுதான் நமது வரவேற்பு அறை. திண்ணையில் இருந்து கையை நீட்டினால் பக்கத்தில் உள்ள நாயர் பெட்டிக்கடையில் இருந்து சர்பத் கிடைக்கும்; சிகரெட் கிடைக்கும். வீட்டுக்கு எதிரே பங்கஜா லாட்ஜ் என்றோர் ஓட்டல்.

கதாசிரியர் ஜெயகாந்தன் வருகிறார் என்றால், ஓட்டல் முதலாளி நாராயணய்யர், எந்தக் குடும்பம் இருந்தாலும் காலிபண்ணி, ஒரு குடும்ப ரூமை நமக்குத் தருவார். அம்பி என்னும் சர்வரை அனுப்பி விசேஷமாக கவனித்துக்கொள்ளச் சொல்லுவார். கொடுக்கிறபோது காசு வாங்கிக்கொள்வார். நண்பர்கள் வந்தால் இந்த ஓட்டலுக்குத்தான் அழைத்துப்போய்க் காபி சாப்பிடுவது என் வழக்கம்.

அதேபோல், வந்த நடிக நண்பர்களை அழைத்துக்கொண்டு அந்த ஓட்டலுக்குச் சென்றேன். நான் நாடகம் எழுதித் தருவேன் என்ற அவர்களது நல் எண்ணத்தை எண்ணி மனத்துள் சிரித்துக் கொண்டேன்.

கலை உலகம்பற்றி இந்த நண்பர்கள் என்ன கருத்து கொண்டிருக்கிறார்கள் என்று அறிந்துகொள்வதற்காக அக் காலத்தில் பிரபலமாக இருந்த, இன்னும் இருக்கிற இரண்டு பெரிய நடிகர்களையும் நன்றாகத் திட்டினேன்.

"ஸ்ரீயின் புதுமை டைரக்ஷனைப் பற்றி என்ன நினைக்கிறீர்கள்?" என்று நண்பர் ஒருவர் கேட்டார்.

"அவரெல்லாம் ஒன்றும் புதுமை செய்ய முடியாது" என்று சொன்னேன்.

"நாடகத்தில் நடிகர்... புதுமையாகச் செய்கிறாரே! அதைப் பாராட்டுவீர்களா?" என்றார் இன்னொரு நண்பர்.

"இல்லை. நாடகத்தில் அவர் பழமையைத்தான் செய்கிறார்" என்றேன்.

"சாணக்கியன் வேஷம் போடுவதற்காக அவர் தலையைச் சிரைத்து உச்சிக் குடுமி வைத்துக்கொண்டாரே! ரியலிஸத்துக்காகத்தானே அவர் விக் வைத்துக் கொள்ளவில்லை. இதெல்லாம் எல்லாரும் செய்வதில்லையே" என்று ரொம்பவும் வியப்போடு ஒரு நண்பர் சொன்னார்.

"அப்படியா சரி, மாலிக்காபூர் வேஷம் போடுவதற்காக அவர் சுன்னத்துக்கூட செய்துகொள்வாரோ?" என்று கேட்டேன்.

காபி குடித்துக்கொண்டிருந்த நண்பர்களுக்கு வெடித்து வந்த சிரிப்பினால் புரை ஏறியது. ஒரு காலத்தில், நான் எப்படிப் பேசுவேன் என்பதற்கு இது ஓர் உதாரணம்.

48

பொதுவாக, நாடக சினிமாத்துறை சம்பந்தப்பட்டவர்கள் பேசுகிற புகழ்ச்சிகள் அக்காலத்தில் எனக்கு நகைப்பையே ஏற்படுத்தி இருக்கின்றன. ஒன்றுமில்லாத விஷயங்களை 'ஓஹோ' என்று புகழ்ந்து விளம்பரப்படுத்துவார்கள். இவர்களது பேச்சை நம்பி, இவர்கள் புகழ்கிற நாடகத்தையோ, சினிமாவையோ அல்லது ஒரு நபரையோ போய்ப் பார்த்தால் தலையில் அடித்துக்கொண்டு அழலாம்போல இருக்கும். எனக்கு அப்படிப்பட்ட சோதனைகளுக்கு என்னை ஆளாக்கிய நண்பர்களை உடனே சந்தித்து வயிற்றெரிச்சலைத் தீர்த்துக்கொள்வதன்மூலம் பலர் வெறுப்புக்கு நான் ஆளானது உண்டு.

உதாரணமாக, ஒரு டைரக்டர் அல்லது படத் தயாரிப்பாளர், நடிகர் யாராவது பக்திப்படம் ஒன்றில் சம்பந்தப்பட்டிருப்பதாக வைத்துக்கொள்வோம். உடனே அந்த டைரக்டர் அல்லது நடிகர், தான் ஏதோ பரம்பரை பரம்பரையாகவே அந்தப் பக்திக்கு ஆட்பட்டவர்போல் வேஷம் போடுவார். அதற்காகத்தான் விரதம் இருப்பதாகவும், கட்டுப்பாடுகளை அனுஷ்டிப்பதாகவும் பத்திரிகைகளில் அறிக்கை

தருவார். நமக்குத் தெரியும்; இவர்கள் போடுகிற இந்த வேஷமெல்லாம் பணம் பண்ணுகிற பிழைப்பு என்று. ஊரை ஏமாற்றுவதற்கு ஒருவன் பேய் வந்ததுபோல் ஆடி, பிறகு நிஜமாகவே பேய் பிடிக்கப்பட்டுத் திரிகிறமாதிரி இருக்கும் அந்தச் செயல்கள்.

இப்படிப்பட்ட வியாபாரிகள் வெற்றிகரமாக படமும் பணமும் பண்ணிக்கொண்டு, பெரிய பெரிய சதஸ்களில் இடம்பிடித்து முன்வரிசையில் வந்து நிற்பதும், இவர்களுக்கு விருதுகள் தரப்படுவதும், அந்த விவரங்கள் பத்திரிகையில் பெரிதுபடுத்தப்படுவதும், அதற்கென்று இவர்களைச் சுற்றிவருகிற பத்திரிகைத் தகவல்காரர்களை அமர்த்திக்கொள்வதும் அக்காலத்தில்தான் பெரிய நடிகர்களை ஒரு நோய்போல் பீடித்துக்கொண்டிருந்தது. இவற்றைப் பார்க்கவும் படிக்கவும் அறியவும் நேர்கிற சாதாரண அறிவுபடைத்த இளைஞர்களே இதன் பொய்மையை உணர்ந்து அருவருப்பு அடைந்தனர்.

நமது கலையுலகப் பிரமுகர்கள் அனைவரும் தமக்கிருக்கும் புகழும் விளம்பரமும் போதாதென்று பத்திரிகைகளின் வாயிலாகவும் வதந்திகளின் மூலமாகவும் நிறையவே போலிப் பெருமை பரப்புவதில் முனைந்திருந்தனர். அவற்றைக் கண்டும் கேட்டும் மனம் கசந்திருந்த நான் சகட்டுமேனிக்கு அனைவரையும் மட்டையடித் தாக்குதல் நடத்திக்கொண்டிருந்தேன். அவ்விதம் ஒரு மட்டையடிதான் மனோகர் நாடக முயற்சிகளை கிண்டல் செய்ததும் மற்றபடி, அவரது நாடகங்களுக்கு தனி விமர்சனம் ஏதும் நான் வழங்கிடவில்லை; அவற்றை நான் பார்த்ததும் இல்லை

"உங்களுக்கு, உண்மையில் நாடகத்தின்மீதும் கலைஞர்களின்மீதும் ஏன் இவ்வளவு வெறுப்பு?" என்று நண்பர்கள் அக்கறையுடன் கேட்டனர்.

அக்காலத்தில் நடைமுறையில் நான் ஒரு சிறந்த நாடக அபிமானியாக இருந்தேன். எனது நாடக அபிமானம் என்பது சென்னையில் சபாக்களில் நடைபெறுகிற மாலைக்கூத்து ரசனை அன்று நான் மிகச்சிறந்த உலக நாடகங்களை, நவீன நாடகங்களை நூற்றுக்கணக்கில் படித்து இன்புற்றவன். இம்மாதிரி முயற்சிகள் தமிழில் இல்லையே என்று நான் ஏங்கித் துன்புற்ற நாட்கள் அவை.

நான் படித்து ரசித்து மனம் பறிகொடுத்த அந்த நாடக இலக்கியங்களைப் பட்டியல் போட்டால் அது நூற்றுக்கணக்கில் நீண்டுவிடும்.

அவற்றில் மறக்கமுடியாத சில அமெரிக்க நவீன நாடகங்களைப் பற்றி நண்பர்களிடம் வெகுநேரம் விவரித்தேன். 'டீ அண்ட் ஸிம்பத்தி', 'டெத் ஆஃப் எ ஸேல்ஸ்மேன்', 'ஸம்மர் அண்ட் ஸ்மோக்', 'எஸ்டீரிட்கார்

நேம்டிஸைர்', 'தி ஸெப்பரேட் டேபிள்ஸ்' ஆகிய நவீன ஆங்கில நாடகங்களைப் பற்றி நண்பர்களும் அறிந்திருந்தனர். அப்படியெல்லாம் தமிழில் நாடகம் போட்டால் ரசிக்க மாட்டார்களே என்று அவர்களும் ஏக்கப் பெருமூச்சுவிட்டனர்.

"அதேமாதிரி என்றால் நம்மவர்கள் உடனே அதையே திருடி அசிங்கமாக மேடையில் காட்டி வெற்றிகரமாக ஆடிவிட மாட்டார்களோ? அதேவிதமாய் நாமும் நமது வாழ்க்கையின் பிரச்சினைகளை சமூகக் கண்ணோட்டத்துடன் நாடகமாக்க வேண்டும். அதற்கொரு சீரியஸ் ஆடியன்ஸ் தரம்வாய்ந்த நாடக ரசிகர்கள் உருவாக வேண்டும். இதையெல்லாம் செய்வதற்கு இப்போது நாடகம் என்ற பெயரில் நடக்கிற மேடைக்கூத்துகள் எந்த அளவுக்கு நாடகமே இல்லை என்பதை அது சம்பந்தப்பட்ட உங்களைப் போன்றவர்கள் உணர வேண்டும். நம்மவர்கள் இதையெல்லாம் உணர்வார்கள் என்ற நம்பிக்கைக்குக்கூட இப்போது இடமில்லையே" என்றேன்.

"நீங்கள் நாடகம் என்றால் நாடக இலக்கியம் மட்டுமே என்கிறீர்களா?" என்று ஒருவர் கேட்டார்.

"ஆமாம், அல்லாமல் நான் வேறெப்படி நினைக்க முடியும்? சாகுந்தலம் என்றால் நாடகம், நாடக இலக்கியமும் அல்லவா? தமிழில் பழசாகவோ, புதுசாகவோ அப்படியொன்று வேண்டும் என்ற விஷயமாவது நமது நாடகபிமானிகளுக்கு உறைக்கிறதா?" என்று கேட்டேன்.

"மனோன்மணியம்தான் தமிழில் உள்ள ஒரே நாடக இலக்கியம்" என்றார் ஒருவர்.

"அது நாடகமும் அல்ல; இலக்கியமும் அல்ல. 'ரகசிய வழி' என்னும் ஒரு நாலாம்தர ஆங்கிலக் கதைச் சக்கையில் தமிழ்ச் செய்யுளைப் போட்டுப் பிசைந்து தின்றுவிட்டுச் சுந்தரம்பிள்ளை என்பார்க்கு ஏற்பட்ட அஜீரணத்தின் விளைவு மனோன்மணியம், அதைப்போய் இலக்கியம் என்கிறீர்களே..." என்று நான் சீறினேன்.

"அப்படியா! அதுவும் ஆங்கிலத் தழுவல் என்றா சொல்கிறீர்கள்?" என்று புதிதாக இப்போது அறிந்த ஆச்சரியத்துடன் ஒருவர் கேட்டார்.

"ஆமாம், மனோன்மணியம் நூலுக்குச் சுந்தரம்பிள்ளை ஆங்கிலத்தில் ஒரு முன்னுரை எழுதியிருக்கிறார். அதில் தமிழில் நாடகம் கிடையாது என்ற உண்மையையும் மனோன்மணியம் ஆங்கிலத்திலிருந்து இரவல் வாங்கப்பட்டது என்ற தகவலும் மறைக்காமல் அவராலேயே சொல்லப்பட்டிருக்கிறது.

"இவ்வாறு சில மணி நேரங்களை வெயில் பொசுக்குகிற மத்தியான வேளையில் ஹோட்டலிலும் பஸ் ஸ்டாண்டிலும் நின்று மனம் திறந்து,

ஒளிவு மறைவில்லாமல் உரையாடிக் கொண்டிருந்தோம். நண்பர்கள் தாங்கள் திட்டமிட்டிருந்த நாடக விஷயமாக இவ்வளவுக்கும் பிறகு என்னிடம் சொல்லி வற்புறுத்தினார்கள்.

எனது கருத்துகளையெல்லாம் அவர்கள் ஏற்றுக்கொள்ளவில்லை. பலவற்றுக்கு மறுப்பான கருத்துகளை அவர்கள் மனத்துள்ளேயே வைத்துக்கொண்டனர். ஆயினும், எனது பேச்சில் உள்ள ஆரோக்கியமான நோக்கங்களை அவர்கள் சந்தேகிக்கவில்லை. மேலும் குறைகளைச் சொல்லிக்கொண்டிருப்பதோடு நில்லாமல், அந்தக் குறைகளைப் போக்க ஏதாகிலும் செய்யவேண்டும் என்ற நம்பிக்கையையும் ஆர்வமும் முயற்சியும் உடைய நண்பர்கள் எனது உற்சாகமற்ற கருத்துகளுக்காக மனம் வாடிவிடாமல் எப்படியேனும் என்னை எழுத வைத்துவிட வேண்டும். அதுவே எல்லா விமர்சனங்களுக்கும் சொல்லுகிற பதிலாகவும், செய்கிற கடமையாகவும் இருக்கும் என்று கருதினர் போலும்.

'யாருக்காக அழுதான்' கதையை, நாடகமாக எழுதித்தர வேண்டும் என்ற யோசனையை அந்த நண்பர்கள் சொன்னதும் நல்லெண்ணத்தால் நானும் ஒப்புக்கொண்டேன்.

இதுமாதிரி நாடகம் எழுதுகிற அவஸ்தைகளில் ஏற்கனவே ஓரிரு முறை சிக்கிக்கொண்ட அனுபவமும், தப்பிவந்த அனுபவமும் உடையவன் நான். என்னளவில் இந்த முயற்சியும் அப்படித்தான் ஆகும் என்று தெரிந்தது.

நமது அவநம்பிக்கைகள் ஒருபுறம் இருக்கட்டும். பிறர் நம்பிக்கைகளாவது பலன் தருமோ என்ற நப்பாசையில் நானும் முயன்று பார்ப்பது உண்டு. அத்தகைய ஒரு முயற்சியில் சில நாட்கள், அந்த நண்பர்கள் அக்காலத்தில் தங்கியிருந்த திருவல்லிக்கேணி, தோப்பு வெங்கடாசல முதலித் தெருவுக்குப் போய் நாடகம் எழுதுவதாக நானும் பேர் பண்ணினேன்.

அந்த நண்பர்கள் அனைவருமே ஏதேதோ அலுவலகங்களில் வேலை செய்பவர்கள். நான் அங்கே போய்ச் சுகமாய்த் தூங்குவேன். அலுவலகத்தில் இருந்து அவர்கள் அறைக்கு வருவதற்கு முன்னதாக முகம் அலம்பிக்கொண்டு அறையைவிட்டுக் கிளம்பி ஸ்வீட், காரம், காபி சாப்பிட்டுவிட்டுப் பீச்சுக்குப் போய்விடுவேன்.

ஒவ்வொருநாளும் ஆர்வத்தோடு நண்பர்கள் அறைக்குத் திரும்பிவந்து பைல்களை பார்ப்பார்கள் போலும். ஒரு காகிதம்கூட வீணாகி இருக்காதே.

'சரி, இந்த முறையில் எழுதச் சொன்னால் இவனிடம் சரிப்பட்டு வராது. இரவில் எல்லா நண்பர்களும் சேர்ந்து உட்கார்ந்து பேசி, விவாதித்து எழுதிவிடுவது சுலபமாக இருக்கும்' என்று நண்பர்கள் வேறு ஒரு யோசனையையும் சொன்னார்கள். அதற்கும் ஒப்பினேன். 'இந்தத் தோப்பு வெங்கடாசல முதலித்தெரு வேண்டாம். வேறு இடம் மாற்ற வேண்டும்' என்ற யோசனையையும் வரவேற்றேன். அதன்படி, உஸ்மான் ரோடில் உள்ள கிளப் ஹவுஸில் இரவில் தங்கி நாடகம் எழுதிவிடுவதென்று முடிவுக்கு வந்தோம்.

இரவு 9 மணிக்கு நான் எழும்பூரில் இருந்து வந்துவிடுவேன். எல்லா நண்பர்களும் இருப்பார்கள். இரவு கடந்து நள்ளிரவு தாண்டுகிற வரை பேசுவோம்; பேசிக்கொண்டே இருப்போம். பிறகு டாக்ஸியில் ஏற்றி என்னை வீட்டுக்கு அனுப்பி விடுவார்கள்.

நாடகம் எழுதித் தருவேன் என்ற நம்பிக்கை தேய ஆரம்பித்தது நண்பர்களுக்கு. நாடகம் எழுதுவது என்பது இவனிடம் நடக்காது என்று அவர்கள் சிலதினங்களில் கண்டுகொண்டார்கள்.

"நாம் அடிக்கடி இதுமாதிரிச் சந்தித்துப் பேசிக்கொண்டிருக்கலாம். நாடகம் வேண்டாமே" என்று, ஒருநாள் மனம் திறந்து நானே சொல்லிவிட்டேன்.

இந்தக் காலத்திலோ, இதற்கு இடைப்பட்ட காலத்திலோ ஒருநாள் காலை, என் வீட்டைச் சுற்றி பெரும் ஜனக்கும்பல் சூழ்ந்திருப்பதை அதிகாலையில் கண்விழித்த நிலையில் கண்டு ஒன்றும் புரியாமல் நான் குழம்பிப் போனேன்.

49

நானே ஒருமுறை சென்று பார்த்துப் பாராட்ட வேண்டும் என்று நினைக்கவைக்கும் அளவுக்கு, அக்காலத்தில் மிக விரைவாக மக்கள் மத்தியில் தனது கலைத்திறனால் பிரபலமாகிவிட்ட நாகேஷ், என் வீட்டு வரவேற்பு அறையில் வந்து அந்த விடியற்காலை நேரத்தில் உட்கார்ந்திருந்தார்.

இந்தக் காலத்தில் நான் அதற்கு முன்பிருந்த ஒண்டுக் குடித்தன வீட்டிலிருந்து ஒரு பங்களாவின் அவுட் ஹவுஸில் குடியேறியிருந்தேன். அந்த வீட்டின் முன்னால் ஒரு வரவேற்பு அறை இருந்தது.

அந்த வீட்டில் மரத்தாலான ஏணி போன்ற மாடிப்படிகளும் மாடியில் ஒரு சிறிய அறையும் உண்டு. அது எனது சின்னஞ்சிறிய சொர்க்கம். அங்கிருந்து அடுத்த தெருவைக்கூடப் பார்க்க முடியும்; வீட்டு வாசல்படியில் உள்ள வரவேற்பு அறையைப் பார்க்க முடியாது!

மாடி ஜன்னலில் இருந்து நன்கு தெரிந்த காட்சி, எங்கள் வீட்டை நோக்கிப் பெருகி வந்திருக்கிற ஜனக் கும்பல்தான்.

அக்காலத்தில், கும்பலைப் பார்த்து நாகரிகம் உடையவர்கள் அஞ் சத்தகுந்த சூழ்நிலை ஆரம்பித்திருந்தது என்று சொல்ல வேண்டும்.

இந்தி எதிர்ப்புப் போராட்டம் நடந்துமுடிந்த தருணம் சில தினங்களுக்கு முன்னால் சென்னை நகரையே ராணுவம் பாதுகாக்கும் அளவுக்கு இருந்தது.

இந்தி எதிர்ப்புப் போராட்டம் நடந்துகொண்டிருக்கிறபோது நான் எங்கள் தெருமுனையில் ஒரு கூட்டத்தோடு மோதிக் கொண்டேன்.

அதன் தொடர்ச்சியாக ஏதேனும் நடக்கிறதோ என்று பதைத்துக் கீழே இறங்கிவந்தேன். என்னைப் பார்க்க வேண்டும் என்று நாகேஷ் வந்து வரவேற்பு அறையில் உட்கார்ந்திருந்ததைப் பார்த்து நான் உற்சாகம் அடைந்தேன்.

என்னைப் பார்க்க வேண்டும் என்று வந்ததாகவும் இந்தப் பக்கம் தனக்கு வேறுவேலை இல்லை என்றும் அதிகாலையில் சென்றால்தான் என்னை வீட்டில் பார்க்கமுடியும் என்று கேள்விப்பட்டதாகவும் நாகேஷ் என்னிடம் சொன்னார். இருவரும் ஒன்றாகக் காபி சாப்பிட்டோம். அவரை வேடிக்கை பார்க்க வந்த ஜனக்கும்பல், என் வீட்டு வாசலையே அடைத்துக்கொண்டுவிட்டதால் வீடே இருட்டாய் இருந்தது. சிறிது நேரத்துக்குப் பிறகு கும்பல் நாகேஷிடம் கொஞ்சிவிட்டுச் சென்றதும் ஏற்பட்ட வெளிச்சத்தில் நாங்கள் பேசிக்கொண்டிருந்தோம்.

ராகினி ரிக்ரியேஷன்ஸாரின் 'எதிர் நீச்சல்' நாடகத்தை நான் வந்து பார்க்க வேண்டும் என்று நாகேஷ் கேட்டுக் கொண்டார்.

அந்தச் சந்திப்பு, ஒரு மரியாதைச் சந்திப்பாக மட்டும் இல்லை. இந்த மனிதனைப் பார்க்க வேண்டும் என்ற ஓர் உணர்ச்சி என்பதால் திடீரென்று ஒருவர்க்கு எழுதுவது மனம் கலந்த அன்னியோன்னியத்தால் அமையும் என்றும், அந்தச் சந்திப்பில் நான் புரிந்துகொண்டேன்.

நாங்கள் குறிப்பாக எதைப் பற்றியும் பேசிக்கொள்ளவில்லை. நான் எங்கெங்கோ, எவ்வெப்போதோ சொன்ன பல விமர்சனக் கருத்துகளை மேற்கோள்காட்டி நாகேஷ் வெகுநேரம் பெரும் நகைப்புக்கிடையே பேசிக்கொண்டிருந்தார்.

ஜெயகாந்தன்

பாலசந்தரின் 'எதிர்நீச்சல்' நாடகத்தைப் பற்றி சென்னை நகரில் பல பிரமுகர்கள் போன் பண்ணி என்னிடம் புகார் கூறினார்கள். அதாவது, 'யாருக்காக அழுதான்' கதையை 'எதிர்நீச்சல்' என்ற பெயரில் பாலசந்தர் மாறி நாடகமாக்கியிருப்பதாகவும், அதுகுறித்து நான் ஏதேனும் செய்ய வேண்டும் என்பதாகவும் அவர்கள் ஆதங்கத்தோடு கூறிய புகார்கள் ஒருவேளை நாகேஷிற்குத் தெரிந்திருந்ததுபோலும்.

அப்படி யாரேனும் சொல்லக் கேட்டு, அப்படியொரு பிரச்சாரத்தைத் தவிர்க்கும் நல்லெண்ணத்தோடு அவர் என்னை எதிர்நீச்சல் நாடகத்தை வந்து பார்த்து என்னையே தீர்ப்பு சொல்லச் செய்யவேண்டும் என்ற ஒரு சூழ்நிலையை உருவாக்க எண்ணி அழைத்தார் என்று நான் நினைத்தேன்.

எப்பொழுதுமே எனது கதைகளை விரும்புகிறவர்கள் எல்லாம், அவர்கள் எவ்வளவுதான் விரும்பி முயன்றாலும் காபி அடித்துவிட முடியாது என்ற நம்பிக்கை மிகவும் உடையவன் நான். எப்படியென்றால், நான் மதுரை மணி அய்யர் பாடிக் கேட்டதுண்டு. அவரைப்போலப் பாடுபவர்களின் பாட்டையும் கேட்டிருக்கிறேன். மயில் ஆடவும் கண்டதுண்டு, வான்கோழி ஆடுவதையும் ரசித்தது உண்டு.

என்னைவிடவும் எனது புத்தகங்களைப் படிக்கிற மக்கள் நேர்மை உள்ளம் கொண்டவர்களாக இருப்பார்கள். ஆகவே, எனது கருத்துகள், பேச்சுகள், எழுத்துகள் பலரது படைப்புகளிலும் ஊடுருவி விடுவதை எனது பக்தர்கள் கண்டு அவை களவாடப்பட்டதாக கருதுவர். என்மீது கொண்ட அன்பினால் மட்டுமில்லாமல் இந்த மாதிரியான படைப்புகளில் வேறுசிலரின் படைப்புகள் இடம்பெற்று வருவதை அவர்கள் அறிய நேர்ந்துவிடுவதனால் எனது கதைகளும் அவர்களால் கையாடப்படுவதாக சந்தேகிப்பர்.

'யாருக்காக அழுதான்' கதை எதிர்நீச்சலாய் நாடகமாக்கப் பட்டிருப்பதாகச் சந்தேகித்த நண்பர்கள், அந்தக் கதையின் மூர்ச்சனையை சரியாகத் தெரிந்து கொள்ளவில்லை போலும் என்றே நான் கருதுகிறேன்.

எதிர்நீச்சலுக்கும் சம்புமித்ராவின் 'காஞ்சன் ரங்கா' என்கிற வங்காள நாடகத்திற்கும் நிறைய ஒற்றுமை இருப்பதாக எனக்குத் தோன்றியது.

வங்காளத்தைப் பின்பற்றுவதில் குற்றமில்லை. ஆனாலும் தமிழ் நாடகத் 'தலையெழுத்துக்கு' உரிய பல அம்சங்களும் நிறைய அதில் இருந்தன. 'வங்காளத்திலிருந்து நல்ல அம்சங்களை ஓரளவுக்கேனும் எடுத்துக்கொண்டிருக்கலாம்' என்று தோன்றியதற்குக் காரணம், இதே ராஜா அண்ணாமலை மன்றத்தில் சில மாதங்களுக்கு முன்னர் அந்த வங்காள நாடகத்தை நான் பார்க்க வாய்ப்புக் கிட்டியதுதான்.

எதிர்நீச்சல் நாடகத்தின்போது நடுவில் நான் அரங்கத்திற்குப் பின்னால் சென்று நாகேஷைச் சந்தித்தேன். இந்த எதிர்நீச்சலுக்கும், யாருக்காக அழுதான் கதைக்கும் ஒரு சம்பந்தமும் இல்லை என்று பாலசந்தரிடமும் நாகேஷிடமும் சொன்னேன்.

பின்னர் எதிர்நீச்சல் நாடகத்தைப் பற்றி எனது விமர்சனங்களை நாகேஷிடம் மனம்விட்டுக் கூறினேன். ஒரு பொழுதும் இதை நான் பாலசந்தரிடம் சொல்ல மாட்டேன். ஏனெனில் அதனால் யாருக்கும் பயன் விளையாது. பாலசந்தர் போக்கின்படி அவர் செல்வதே அவருக்குச் சரி, எந்தக் கலைஞனும், தனது இயல்புக்கு மீறி எதையும் செய்துவிடுவான் என்று எதிர்பார்ப்பது சரியில்லை.

பேனா பிடித்தவன் என்கிற முறையில் ஒரு நேரிய கொள்கையோ, சித்தாந்தமோ இவர்களிடம் இல்லாததனால் வெற்றிகரமான விளம்பரங்களையே இவர்கள் வியாபாரம் ஆக்கிக் கொள்கிறார்கள். இது வளர்ந்து வருகிற முதலாளித்துவ நவீனகாலக் கலைத்துறையின் யாந்திரீகத் தேவையைப் பூர்த்தி செய்கிறது.

இவர்கள் நம்மைச் சேர்ந்தவர்களே தவிர நமக்கு எதிரானவர்கள் அல்ல. நம்முடைய எதிரிகளுக்கு நமது பங்காகக் காவு கொடுக்க வேண்டிய படைப்புகளை இவர்கள் தருகிறார்கள்.

50

இவர்களது படைப்புகளில் இருந்து கலையே அல்லாத, கலைக்குப் புறம்பான வெற்றிகளைத் தேடி அதை வியாபாரமாகவும் இவர்கள் ஆக்கிக் கொள்ளலாம் அல்லது காலத்தால் இவர்கள் எப்படிக் கரைந்தாலும் தற்காலிகமாக சில லாபங்களை குறுகிய பருவத்தில் இவர்கள் பயிர் செய்வார்கள்.

இவர்களுக்கு நம்மால் இடையூறுகள் விளைவது நல்லது அல்ல என்கிற நம்பிக்கையோடு பாலசந்தரிடம் எனது விமர்சனங்களைத் தெரிவிக்கவேண்டியது அவசியமற்றது என்று நான் கருதினேன். சமகாலத்தவர்களின் முயற்சிகளில் வெற்றியோ, தோல்வியோ என்பதை இன்னும்கூட தாமதித்து சொல்வதுதான் பொருத்தம்.

தாளம்போடுவது என்று ஆரம்பித்துவிட்டால் ஆரம்பத்தில் தப்புத்தாளங்கள் போடுவது சிலரது இயற்கையே. அது தடையற்றுத் தொடர்ச்சியாகப் போடுவதற்கு அனுமதிக்கப்படுமேயானால், தப்பான

அந்தத் தாளங்களிலிருந்தே ஒரு ரிதம் ஏற்பட்டுவிடும். தப்புத் தாளங்கள் சரியான தாளங்களாக மாற வாய்ப்பு ஏற்படலாம்.

ஆனால் தொடரமுடியாமல் தடை ஏற்படுமேயானால்?

தாளம், தாளம், தாளம், தாளத்திற்கோர் தடையுண்டாயின் கூளம், கூளம், கூளம்தான்.

'யாருக்காக அழுதான்' படப்பிடிப்பின்போதுதான் நானும் நாகேஷும் மிகவும் நெருக்கமாய் ஒருவரைப் பற்றி ஒருவர் அந்தரங்கமாக அறிந்து கொண்டோம்.

அப்போது நாகேஷ் ஒருநாளில் எல்லா மணி நேரங்களிலும் படப்பிடிப்பில் கலந்துகொண்டு ஓய்வின்றி உழைத்தார். எனவே, 'யாருக்காக அழுதான்' படப்பிடிப்பை பெரும்பாலும் இரவு நேரத்தில் வைத்துக் கொண்டோம்.

அந்தப் படப்பிடிப்பின் அனுபவங்கள் பலதரப்பட்டவை. அவை நான் சினிமா உலகத்தை நன்றாகத் தெரிந்துகொள்ளவும், சினிமா உலகத்தினர் என்னை நன்றாகப் புரிந்துகொள்ளவும் உதவின. அப்போது நடந்த பல சுவையான அனுபவங்களை இப்போதும்கூட நானும் நாகேஷும் நினைவுகூர்ந்து ரசிக்கின்றோம்.

நான் ஒரு முரடன் என்கிற ஒரு சித்திரத்தை, எப்படியோ என்னையறியாமல் நாகேஷின் மனத்தில் நான் பதித்துவிட்டேன்.

அதற்கு ஒரு சம்பவம் முக்கியக் காரணமாக இருக்கலாம்.

ஒருமுறை அவுட்டோர் ஷூட்டிங்கிற்காக நாங்கள் சென்னையை அடுத்த வெளியூருக்குப் போய்விட்டு மாலையில் திரும்பி, ஆசியஜோதி பிலிம்சில் ரிலாக்ஸ் பண்ணிக் கொண்டிருந்தோம்.

ஒருவன், தனது பணியில் மூழ்கியிருக்கும்போது ரிலாக்ஸ் செய்து கொள்வது சரியில்லை எனும் கோட்பாட்டை அக்காலத்தில் நான் கைக்கொண்டிருக்கவில்லை.

அப்போது நேர்ந்த சில அனுபவங்களின் விளைவே அவ்விதமான ஒரு கோட்பாடு பிறக்க காரணமாயிற்று எனலாம்.

அப்போது ஏற்பட்ட அனுபவங்கள்தான் 'வேலை செய்யும்போது ஒருவன் குடிக்கக்கூடாது' என்கிற விதியை நான் உறுதியாகக் கைக்கொள்ளக் காரணமாயிற்று.

அத்தகைய அனுபவங்கள் படிப்பினைகளைத் தருவதால் அவை வரவேற்கத்தக்கதே.

அத்தகைய படிப்பினைகளை வாழ்க்கையில் தொடர்ந்து பயிலும் மாணவனாகவே நான் எந்தக் காலத்திலும் இருந்திருக்கிறேன். வாழ்க்கையில் சிக்கி, மோதி அனுபவப்பட்டுப் படிப்பினை பெறுகிற அடிப்படை உரிமை உடையவனே ஒரு கலைஞன்.

சரி, நாங்கள் ரிலாக்ஸ் பண்ணிக் கொண்டிருந்தோமல்லவா?

அப்போது வாசலில் எங்கள் கம்பெனி தொழிலாளர்களுக்கும் சில டாக்ஸி தொழிலாளர்களுக்கும் இடையே வார்த்தை தடித்துக் கொஞ்சம் சலசலப்புச் சத்தம் மாடியில் கேட்டது.

மத்தியஸ்தம் செய்யப்போன நான் ரிலாக்சிங் மூடில் இருந்ததால் கொஞ்சம் தாராளமாகவே கை வீசிவிட்டேன். அந்தக் காட்சியைக் கண்ட நாகேஷுக்கு ரிலாக்சிங் மூட் இருந்த இடம் தெரியாமல் பறந்து போய்விட்டது.

எனது உதவியாளராக அப்போது பணியாற்றிய டைரக்டர் விஜயனும், எனது ஆவேசத்தால் உந்தப்பட்டு நன்றாகக் கையை வீசி விட்டார். அதில் அடிபட்ட ஒருவனுக்கு மயக்கமா, மரணமா என்று தெரிந்துகொள்ள முடியாத நிலை. இந்த நேரத்தில் அலுவலகத்தில் இருந்த பலபேரைக் காணோம்.

அடிபட்ட தொழிலாளர்கள் அடிப்பதற்காக அணிதிரட்டி வரப் போயிருந்தார்கள். இதில் முக்கியமான விஷயம் என்னவென்றால் நண்பர் நாகேஷ் எப்போது, எப்படி அங்கிருந்து போனார் என்று ஒருவரும் அறியாததே. எனக்கும் நாகேஷுக்கும் உள்ள பெரிய வேற்றுமையே அதுதான். அவர் வாழ்க்கையை விலகி நின்று பார்த்துப் பயின்று அத்துடன் சரசமாக விளையாடி சவுஜன்யமான உறவை வளர்த்துக்கொள்கிற மனப்பக்குவமுடைய மேன்மையான கலைஞர்.

நான் அப்படியில்லை; அதற்கு எதிரிடையானவன். வாழ்க்கையோடு மோதிக் காயப்பட்டு, காயப்படுத்தி வாழ்க்கையையே வசக்கி மடக்குகிற வன்மை விளையாட்டில் ஏற்படும் வெற்றியையும் வீர மரணத்தையும் ஒன்றாகப் பாவித்தல் என் இயல்பு.

எனவே, மனிதர்களின் தசை வலிமையையோ, வன்முறையையோ கண்டு அஞ்சுதலும், பணிதலும் எனது இயல்புக்குப் பொருந்தாதவை.

நான் எந்த ‘மூடில்’ இருந்தாலும் முரட்டுத்தனத்தால் யாரையும் முடமாக்கியதில்லை. மூளியாக்கியது இல்லை. அவை தீர்க்க முடியாத பகையாய் மூண்டுவிடாது. எனக்கு ‘மூட்’கள் ஏற்படும். அவை எப்போதும் நல்ல ‘மூட்’கள்தான். அதனால்தான் மறுநாளே அந்தத் தொழிலாளர்களைப் பார்த்து என்ன கூலி கேட்டார்களோ அதைவிட இரண்டு மடங்கு அதிகமாகப் போட்டுக் கொடுத்து, நடந்ததற்கு

வருந்தித் தொழிலாளர்களோடு எனக்கு ஏற்பட்ட சச்சரவை நான் சமாதானமாக்கிக் கொண்டேன்.

வகாப் காஷ்மீர் என்றொரு நடிகர். ரொம்பகாலத்துக்கு முன்னால் ராணி என்னும் ஒரு படத்தில் தலைகாட்டிய, மிகப் பிரபலமான, அக்காலத்தில் ரஜினிகாந்த் குரலும் தமிழைப் பேசுகின்ற தோரணையும் ரஜனிகாந்துக்கும் அவருக்கும் ஒன்றாக இருக்கும். இப்படி நான் சொல்வதற்குக் காரணம், அவர் மிகவும் அற்புதமான நடிகர்.

குரல் வளம் உடையவர். ஆனால் தமிழ் உச்சரிப்பு பூஜ்யம். அவருக்கு 'யாருக்காக அழுதான்' படத்தில் ஒரு குடிகாரன் வேடம். அவருக்கு மட்டும் படிப்பிடிப்பின்போது 'குடிப்பதற்கு' நாங்கள் ஒன்றும் கொடுப்பதில்லை.

எனது முதல் படத்தில் கதாநாயகனாக நடித்த பிரபாகர் இதில் ஒரு சிறிய வேடத்தில் நடித்தார். பிரபாகர் கலைத்துறையில் திறமைவாய்ந்த நடிகர்; பழகும் முறையில் சேஷ்டைகள் உடையவர், படப்பிடிப்பின்போது நானும் அவரோடு சேர்ந்துகொள்வேன். எங்களது சேட்டைகளுக்கு ஆட்படாத நடிகர்களே இல்லை என்று சொல்லலாம்.

சார்மினார் சிகரெட்டில் நெருப்புக்குச்சி மருந்தைத் திணித்து மேலாகப் புகையிலையை நிரப்பி மிக மரியாதையாக சிகரெட்டை யாருக்காவது offer பண்ணுவோம்.

சிரிப்பை அடக்கிக்கொண்டு புகைப்பவர்களைப் பார்ப்போம். பாதி சிகரெட் புகைத்தவுடன் நெருப்புக்குச்சி மருந்து சீறி எரியும். புகைப்பவர்கள் சிகரெட்டை வீசி எறிந்துவிட்டு ஓடுவார்கள்.

இவ்வாறு அனைவரும் மிகவும் உல்லாசமாக ஒரு படத்தை உருவாக்கினோம். ஆனால் குறிப்பிட்ட பட்ஜெட்டில் படமாக்கி, பைனான்சியர்கள் குறிப்பிட்ட தேதிப்படி படத்தை ரிலீஸ் செய்ய வசதியாக முடித்துத் தந்தோம்.

காசினோ தியேட்டரில் முதற்காட்சியின்போது டிக்கட் வாங்கிக் கொண்டு படம் பார்க்க வந்தவர்களில் பாலசந்தர் ஒருவர். 'யாருக்காக அழுதான்' படத்தைப் புகழ்ந்து என்னிடம் அவர் பாராட்டினார்.

எனக்கும் முதல் காட்சியில் படத்தைப் பார்த்தபோது ரசிகர்களின் வரவேற்பு நீடிக்கும் என்ற நம்பிக்கை ஏற்பட்டது.

அதை நம்பிக்கை என்றா சொல்வது? ஆசைதான்! ஆனாலும் படத்தைப் பற்றிய எனது சந்தேகங்களால் அந்தப் படத்தின் முடிவை இங்கிருந்து பார்க்கக்கூடாது என்று கருதி, நான் ஒரு காரை எடுத்துக்கொண்டு தமிழ்நாட்டைவிட்டு கேரள மாநிலத்திற்குப் போனேன். பத்து நாட்கள் கழித்துத் திரும்பி தமிழ்நாட்டுக்குள்

நுழைந்து எங்கெங்கே படம் ஓடுகிறதோ அந்தத் தியேட்டர்களுக்கு சென்று ஜனக்கும்பலோடு உட்கார்ந்து படத்தைப் பார்த்தேன். ரசிகர்கள் வாரிக் கொண்டார்களே வாரி!.

அதில் உள்ள குறைகளையெல்லாம் பட்டியல் போட்டுப் பார்ப்பது எனக்குச் சலிப்பையே தருகிறது.

51

உதாரணமாக படத்தின் ஆரம்பத்தில் 3 நிமிட நேரம் வெள்ளைத்திரையில் ஒன்றுமே தோன்றாது. படம் ஓடும். தேய்ந்த பிரிண்டின் கீறல்களை மக்கள் பார்த்துக்கொண்டிருப்பார்கள்.

அசரீரியாக நான் இந்தப் படத்தைப் பற்றி 3 நிமிட நேரம் பிரசங்கம் செய்வேன். இதில் என்ன புதுமை இருக்கிறது. இதில் ஒரு முரட்டுக் கலைஞனின் போக்கிரித்தனமே இருக்கிறது.

இதனை நான் செய்தேன். பேச்சைத் தொடர்ந்து, கண்ணதாசன் எழுதிய ஒரு நல்ல பாட்டு. ஒரு நல்ல பாட்டைக்கூடக் கேட்க விடாமல் ரசிகர்களை அடித்து விரட்டமுடியும். அதற்குமேல் படத்தில் நாகேஷை நடக்க வைத்ததும், படுக்க வைத்ததும், சாப்பிடச் செய்தும் இசைத்தட்டில் இரண்டுபக்கம் வருகிறமாதிரி ஒரு பாட்டுக் காட்சி ரீல். இதையெல்லாம் ஏன் செய்ய நேரிட்டதெனில், அந்தக் கதையை உருப்படியாகத் தயாரிக்க வேண்டுமானால் 7 ஆயிரம் அடிக்கும்மேல் உருவாக்க முடியாது. எந்த பைனான்சியர் இதற்கு ஒப்புக்கொள்வான்? பைனான்சியர்கள், டிஸ்ட்ரிபியூட்டர்கள், தியேட்டர்காரர்களின் தேவையைப் பூர்த்திசெய்யும் வகையில் படத்தை ரப்பர்மாதிரி இழுத்து எடுக்க நேர்ந்தது.

இரண்டு வாரம் படம் ஓடியது. 3வது வாரம் என்று போஸ்டர் ஒட்டப்பட்டதோடு சரி, படம் தியேட்டரில் இருந்து ஓடிப்போய்விட்டது. எனக்கு என்ன போச்சு?

'இனிமேல் படம் எடுக்கக்கூடாது. இந்தத் துறைக்கும் நமக்கும் லாயக்கில்லை. இவர்கள் 'கெடுக' என்று சபிக்கும்முறையில் நான் ஒதுங்கத் தீர்மானித்தேன். போர் முனையிலிருந்து பின்வாங்குவது மறுபடியும் தாக்குவதற்காகவே தவிர, பின்வாங்குதல் நிச்சயம் ஒரு தோல்வியாகிவிடாது. ஆயினும் இந்த ரவுண்டில் நமக்கு இவ்வளவுதான் முன்னேற முடிந்தது என்று தீர்மானித்தேன்.

ஒரு பெரிய கட்டடத்தை வாடகைக்குப் பிடித்திருந்தேன். அதற்கான இரண்டு மாத அட்வான்ஸ் தொகைதான் பாக்கி. அதையும் தீர்த்தேன். டெலிபோன் பில் பாக்கியைக் கட்டினேன். படத் தயாரிப்புக் காலத்தில் வாங்கியிருந்த ஒரு படகுக்காரை பைனான்சியர்களிடமே திருப்பிக் கொடுத்துவிட்டேன். பெட்ரோல் போட்டுக் கட்டுபடியாகாது என்பதால்தான்.

இது கறுப்புப்பணம் வாங்குவதால் விளையும் அவலமான நிலையே என்பதை அனுபவப்பூர்வமாக நான் உணர்ந்தேன். ஆசியஜோதி பிலிம்ஸ் அலுவலகத்தைக் காலி செய்வதற்கு முன்னதாக எனக்கு டெலிபோன் அழைப்பு ஒன்று வந்தது.

அது தமிழக அரசின் செய்தித்துறை டைரக்டர் நண்பர் குழந்தைவேலு அவர்களிடம் இருந்து.

"உடனடியாக ஒரு திட்டத்தைப் பற்றி உங்களோடு பேச வேண்டி யிருக்கிறது. செக்ரடரியேட் வரை வர முடியுமா? நான் கார் அனுப்புகிறேன்' என்றார் திரு.குழந்தைவேலு.

"கார் என்னிடம் இருக்கிறது. நானே வருகிறேன்" என்று சொல்லி, அடுத்த ஒரு மணி நேரத்தில் அவர் அறையில் இருந்தேன்.

"ஐந்தாண்டுத் திட்டங்களின் சாதனை பற்றிய செய்திப்படம் ஒன்று தயாரித்துத் தரமுடியுமா? அதற்கான ஒரு பட்ஜெட், ஒரு திட்டம், ஒரு Script உடனடியாகத் தேவை" என்றார் திரு. குழந்தைவேலு.

ராமநாதபுர மாவட்டத்தில் மழை பெய்ததுபோல் இருந்தது. எனக்கு வியாபார சினிமாத் துறையிலிருந்து விலகி, பிரச்சார முன்னேற்ற கலைப்படைப்புகளை உருவாக்குவதற்கு இது ஒரு நல்ல ஆரம்பம் என்று என் மனம் கும்மாளமிட்டது.

இன்னும் சில மாதங்களில் 1967 தேர்தல் வர இருந்தது. எனது அரசியல் நோக்கங்களை அரசாங்கத்தின் உதவியோடு நிறைவேற்ற இது ஓர் அரிய சந்தர்ப்பம்.

எனினும் கட்சி அரசியல் வாடை வீசிவிடக்கூடாது என்று நானே என்னை எச்சரித்துக் கொண்டேன்.

தமிழக அரசு என்னிடம் கேட்டுக்கொண்டபடி ஒரு திட்டம், ஒரு பட்ஜெட், ஒரு Script ஆகியவற்றுடன் மறுபடியும் திரு. குழந்தைவேலுவைச் சந்தித்தேன். அந்தச் செய்திப்படத்தின் பெயர் 'நேற்று இன்று நாளை' என்பது. அந்தப் படத்தை தயாரிப்பதற்காக நான் போட்ட பட்ஜெட்படியும் அதற்கு அதிகமாகவும் அதாவது, எனது சன்மானத் தொகையைக் குறைத்துக்கொண்டு படத்திற்குச்

சிறப்பாகச் செலவுசெய்து முழுத் திருப்தியோடு அதைத் தயாரித்து தமிழ்நாடு அரசாங்கத்திடம் கொடுத்தேன்.

அதைத் தயாரித்த ஓரிரு மாதங்களில் என்னிடம் இருந்த ஒருசில டெக்னீஷியன்களுக்குச் சம்பளம் கொடுத்ததே லாபம். நான் அந்தப் படத்தை லாபமே இல்லாமல் தயாரித்தேன்.

ஏனெனில், அரசாங்கத்திடம் ஏற்படுத்திக்கொள்கிற ஒரு முதல் ஒப்பந்தத்தைச் சிறப்பாக முடித்துக் கொடுத்தால் அரசாங்கத்திற்கு தொடர்ந்து பல படங்களைத் தயாரிக்க வாய்ப்புக் கிடைக்கும். பெருத்த லாபத்துக்கு ஆசைப்பட வேண்டாம் என்கிற எண்ணத்தோடு அந்தப் படத்தைத் தயாரித்துக் கொடுத்தேன்.

தேர்தலுக்குப் பின்னர் அப்போதிருந்த காங்கிரஸ் அரசாங்கம் கவிழ்ந்துபோயிற்று.

இதற்குப் பின்னர் மறுபடியும் என்னை அழைத்து தி.மு.கவினரின் சாதனையை பற்றி படமெடுக்கச் சொல்ல அவர்களால்தான் முடியுமா? என்னால்தான் முடியுமா? அப்படியெல்லாம் செய்வதற்கு தி.மு.க. அரசியல்வாதிகள் விஷயம் தெரியாதவர்களா என்ன?

அதற்குமேல் இவர்கள் சாதனையைப் புகழ்ந்து படம் எடுத்துத் தர நான் என்ன அவ்வளவு அயோக்கியனா?

சினிமா உலகில் இருந்து விலகி என்னை அரசியல் துறைக்குச் சமர்ப்பிப்பது என்று முடிவுசெய்தேன். அரசியலில் சினிமாக்காரர்கள் கரம் ஓங்குவது காங்கிரசிலும் தி.மு.கழகத்திற்கு இணையாகவே போட்டிபோட்டு உருவாக்கப்பட்டது.

சிவாஜிகணேசன் காங்கிரசில் பெரும் தலைவர். காமராஜருக்கு அடுத்தபடியாக இளைஞர்களின் ஆதரவைத் திரட்டிக்கொண்டோ அல்லது பெற்றுக்கொண்டோ இருந்தார்.

தி.மு.க.விலிருந்து விலகிய கண்ணதாசன், தி.மு.கவில் நடத்திய அல்லது நடத்தமுடியாத திருவிளையாடல்களை காங்கிரஸ் கட்சிக்கு ஆதரவாக நடத்திக் காமராஜருக்குப் 'பேராதரவு' திரட்டிக் கொண்டிருந்தார்.

இதுகுறித்து சில மேடைகளில் எனது இயல்புக்கு ஏற்ப வெளிப்படையாகப் பேசியது என்மீது அன்புகொண்ட பல தேசியத் தோழர்களுக்குச் சில தர்ம சங்கடங்களை விளைவித்திருக்கிறது என்றும் அறிந்திருந்தேன்.

தமிழ்நாடு காங்கிரசில் மிகப்பெரும் செல்வாக்கைப் பெற்றிருந்த தோழர் ஈ.வெ.கி.சம்பத் என்னை அழைத்து இதுபற்றி தோழமையோடு விசாரித்தார். அவர் சொன்னார்: "உங்கள் உணர்ச்சி எனக்குப்

புரிகிறமாதிரி யாருக்கும் புரியாது. நான் இதே உணர்ச்சி காரணமாக தி.மு.கவிலிருந்து விலகிவந்தவன். தி.மு.கவை எதிர்க்க வேண்டும் என்றால், அந்தமாதிரியான அரசியலை முறியடிக்க வேண்டுமென்றால், எந்தத் தரத்திலிருந்து அவர்கள் ஆதரவைப் பெறுகிறார்களோ அதேபோல நாமும் உண்மையிலேயே ஒரு பெருமைக்குரிய கலைஞனை வைத்து ஓரளவு ஜனரஞ்சக அரசியலுக்குப் பயன்படுத்திக்கொள்வது அவசியமல்லவா?" என்று கேட்டார்.

மேலும் தோற்றுப்போன காங்கிரசைத் தூக்கி நிறுத்தித் தோள்கொடுக்க, பாமர மக்களின் ஆதரவை அதாவது தி.மு.கவின் ரசனைக்கு நிகரான தர மக்களின் ஆதரவைப் பெற்றுச் சமன்செய்ய விரும்புகிற ஒரு பெரும் படையாக சிவாஜி ரசிகர்கள் அக்காலத்தில் காமராஜர்மீது கொண்ட அபிமானத்தால் காங்கிரஸ் கட்சியைப் பலப்படுத்தினார்கள் என்பதை யாராலும் மறுக்க இயலாது.

இப்படிப்பட்ட காரணங்களினால், எனது சினிமா எதிர்ப்பு மனோபாவத்தை நடிகர்களின் பொய்மையை அம்பலப்படுத்துகிற எனது சுடுசொற் பேச்சுகளை நான் சிறிதுகாலம் வெளியிடாதிருந்தேன்.

எனினும் அப்போது நான் ஆசிரியனாய் இருந்த 'ஜெயபேரிகை' பத்திரிகையில் சினிமா பகுதியொன்றை ஆரம்பிக்க வேண்டும் என்று தோழர் சம்பத் யோசனை சொன்னபோது அதை முழு மூச்சோடு எதிர்த்தேன். எனது எதிர்ப்பை சம்பத் அலட்சியப்படுத்த முயன்றார். உடனே அந்தப் பத்திரிகையின் ஆசிரியர் பொறுப்பை உதறித் தள்ளினேன்.

52

நடிகர் எஸ்.வி.சுப்பையா சொந்தமாகப் படமெடுக்க திட்டங்கள் போட்டுக்கொண்டிருந்தார். 'உன்னைப்போல் ஒருவன்', 'யாருக்காக அழுதான்' ஆகிய படங்களில் என்னோடு பணியாற்றிய விஜயனை டைரக்டராக நியமித்து இருந்தார்.

விஜயன் முதன்முறையாகத் தனியே டைரக்ட் செய்வதற்கு ஒரு நல்ல கதையைத் தேடிக் கொண்டிருந்தார். என்னோடு பணியாற்றிய காலங்களிலும் அதற்கு முன்னாலும் எனது கதைகளை விரும்பிப் படிக்கிற நல்ல வாசகர்களில் விஜயன் ஒருவர்.

நான் யோசிக்கிறபோதும், எழுதும்போதும் கூடவே இருந்து எனது எழுத்துகளையும் சிந்தனைகளையும் சரியாகப் புரிந்து

படமாக்குவார் என்ற நம்பிக்கை அவர்பால் எனக்கு இருந்தது. நடிகர் எஸ்.வி.சுப்பையாவை நான் பல சந்தர்ப்பங்களில் ஏற்கனவே சந்தித்து இருக்கிறேன். அவருக்குச் சாமியார்களிடமும் தெய்வீக விஷயங்களிலும் மிக அதிகமான ஈடுபாடு உண்டு. அப்படிப்பட்ட ஈடுபாடுடைய நண்பர்கள் பலர் எனக்கு உண்டு.

இதுமாதிரியான விஷயங்களில் ஒரு பார்வையாளன்போல உடனிருந்து பகிர்ந்துகொண்டு நமது வாழ்க்கையின் சிறப்பான தன்மைகளைப் பிரித்து அறிந்து மகிழ்கின்ற பண்பு எனக்கு உண்டு. ஒருமித்த கருத்து உடையவர்பால் ஒருவர் கவரப்படுவது வாழ்வில் மிக சகஜம். அப்படிப்பட்ட கவர்ச்சி ஓர் எழுத்தாளன் என்கிற முறையில் என்னிடம் நண்பர் சுப்பையாவுக்கும் ஒரு சிறந்த நடிகர் என்ற முறையில் எனக்கு நண்பர் சுப்பையாவிடமும் உண்டு.

'யாருக்காக அழுதான்' படத்தில் கோவிந்தசாமி நாயுடு என்ற பாத்திரத்தில் நடிப்பதற்காக அவரை ஒப்பந்தம் செய்ய, முன்பு ஒரு முறை நான் அவரைத் தேடிச் சென்னைக்கு வெளியே ரெட்ஹில்ஸில் ஓர் ஆற்றங்கரை ஓரமாய் அமைந்துள்ள அவரது கிராமியச் சூழ்நிலை இல்லத்திற்குப் போனேன்.

என்னை அவர் மிகவும் அன்பு காட்டி, ஓர் இரவு முழுவதும் அங்கே தங்கச் செய்தார். அந்தச் சந்திப்பின்போது அவர், "அந்தக் கதையில் வரும் முக்கியமான பாத்திரமான சோசப்பு வேஷத்திற்கு என்னைப் போடுவதாய் இருந்தால் அதுபற்றி என்னிடம் பேசுங்கள். இல்லாவிட்டால் நாம் வெறும் நண்பர்களாகவே பேசிக்கொண்டிருப்போம் என்றார்.

அவரது பிடிவாதமான வேண்டுகோள் எனக்கு உடன்பாடானதாக இல்லை. எனவே, அவர் தெரிவித்ததுபோல் நானும் சினிமா பற்றி அவரிடம் ஏதும் பேசாமல் 'ச-சித் ஆனந்தம்' போன்ற விவகாரங்களை அவரிடம் பேசிவிட்டு வந்துவிட்டேன்.

இப்போது, தாமே ஒரு படாதிபதியாக மாறுகிற முயற்சிகளில் முனைந்து 'நான் படமெடுப்பதானால் ஜெயகாந்தனின் கதையைத்தான் வாங்கிப் படமாக்குவேன்' என்று பிடிவாதமாக நின்றார் சுப்பையா. என்னோடு பணியாற்றிய விஜயன் டைரக்ட் செய்யும் முதல்படம் என்பதாலும், ஒரு நண்பரின் நல்ல நம்பிக்கைக்கு நான் பாத்திரமாக வேண்டும் என்பதாலும் எஸ்.வி.சுப்பையாவின் வேண்டுகோளை மகிழ்ச்சியுடன் வரவேற்றேன். மற்றபடி, அக்காலத்தில் சினிமாவுக்குக் கதை தருவது என்பது எனக்கு உவப்பானதாக இருந்ததில்லை.

"உங்களுக்கு எனது கதைகளில் எது வேண்டுமோ அதைத் தாராளமாகப் படமாக எடுத்துக் கொள்ளலாம்" என்றேன்.

“அதற்கு எவ்வளவு தொகை தரவேண்டும்” என்று கேட்டார் எஸ்.வி.சுப்பையா.

“எனக்குத் தெரியாது, கதை கேட்க வந்தவர் நீங்கள்தான் எனவே, அதற்குரிய பணத்தைத் தீர்மானிக்கவேண்டிய கடமை உங்களுடையது” என்றேன்.

“அப்படி என்றால் நான் மிகக் குறைவாகக் கொடுப்பேன்” என்றார் சுப்பையா.

“ஐந்து பைசா கொடுத்தாலும் சரியே” என்றேன்.

“ஐந்து என்று உங்கள் வாயில் வந்துவிட்டது. 5000 ரூபாய் தருகிறேன்” என்றார் சுப்பையா.

அப்படியே ஆகட்டும். ஆனால் ஒரு நிபந்தனை. கதையைத் தமிழில் படமாக்குகிற உரிமையை உங்களுக்குத் தருகிறேன். அதோடு நான் கையைக் கழுவிவிடுவேன். திரைக்கதை ‘டிரீட்மெண்ட்’ வசனம் எழுதுவது என்றெல்லாம் என்னிடம் எதிர்பார்க்கக்கூடாது. சினிமாத் துறையில் உள்ள யாரையாவது வைத்துக் கதை, வசனம், எழுதிக்கொண்டு படப்பிடிப்புக்கு முன்னதாக ஒருமுறை எனது பார்வைக்கு அனுப்பி வைத்தால் உங்களுக்கு நல்லது” என்றேன்.

‘கைவிலங்கு’ என்ற தலைப்பில் நான் கல்கி பத்திரிகையில் எழுதிய ஒரு குறுநாவல், ‘காவல் தெய்வம்’ என்று என்னாலேயே படத்திற்காகத் தலைப்பு மாற்றம் செய்யப்பட்டு திரு.சுப்பையா அவர்களின் முயற்சியால் வெளியாயிற்று.

அந்தப் படத்தில், ஜெயகாந்தனின் காவல் தெய்வம் என்றுதான் இருக்கும். திரைக்கதை, வசனம் என்றெல்லாம் இருக்காது. அதில் சிவாஜிகணேசன், சாமுண்டி கிராமணி என்கிற ஒரு பாத்திரத்தை மிகச் சிறப்பாகச் செய்திருந்தார். என்றாலும் அதுகுறித்து எனக்குச் சிறு விமர்சனம் இருந்தது. உதாரணமாக, ஆரம்பத்தில் மரமேறும் தொழிலாளியாக வரும் சிவாஜி, அநாவசியமாக அப்படிக் கம்பீரத்தோற்றம் காட்டி இருக்க வேண்டியதில்லை. பணிவுடைய, பயந்த சுபாவமுடைய மரமேறும் தொழிலாளியாகத் தோற்றம் தந்திருக்க வேண்டும். இப்படிப்பட்ட ஆக்கபூர்வமான சிறு விமர்சனங்களைத் தவிர, மொத்தத்தில் அந்தப் படம் எனக்கு ஓரளவு திருப்தியைத் தந்தது.

சிறையதிகாரியாக எஸ்.வி.சுப்பையாவும், அவரது மனைவியாக சவுகார் ஜானகியும் நினைவில் பதிகிறமாதிரி சிறப்பாக நடித்திருந்தனர்.

நாகேஷ், முத்துராமன், சிவகுமார், அசோகன், பாலையா, லட்சுமி போன்றோருடைய நடிப்பாற்றலுடன் அந்தப் படம் வெளிவந்து பொதுவாக நல்ல பெயரையே வாங்கியது.

அந்தப் படத்தில் தூக்கு மேடைக்குத் தயாராக இருக்கிற ஒரு கைதியின் மனநிலையை வர்ணிக்கிற ஒரு பாடலாக நான் எழுத வேண்டும் என்று விஜயன் கேட்டார். நானும் எழுதிக் கொடுத்தேன்.

அதன்பிறகு அந்தப் பாடல் இசையமைக்கப்பட்டதா, ஒலிப்பதிவு செய்யப்பட்டதா என்றெல்லாம் நான் கவலைப்படவில்லை. அதெல்லாம் பாட்டை எழுதி வாங்கிக் கொண்டவர்களின் பணிகள் என்று நான் நம்பினேன்.

படம் முடியும் தருவாயில் அந்தப் பாடல் இந்தப் படத்தில் சேர்க்கப்படவில்லை என்றறிந்தேன். இதனை அவர்கள் என்னிடம் முன்கூட்டியே தெரிவித்து இருக்கலாம். நான் சினிமாப் பாட்டு எழுதி அதை ரிக்கார்டு செய்து கேட்பதில் புளகாங்கிதம் அடைவதில்லை.

இருந்தாலும் என்னை எழுதச் சொன்னவர்கள், மரியாதை கருதி அந்தப் பாடலை என்னிடம் திருப்பியாவது கொடுத்திருக்க வேண்டும் என்று கருதிய நான் டைரக்டர் விஜயனிடம் அதுகுறித்து விசாரித்தேன்.

'சுப்பையா அண்ணன், வேறு ஒரு பாடல் நன்றாக இருந்தது, இதைவிட' என்று சொல்லியதாக விஜயன் என்னிடம் சொன்னார்.

'எங்கே சுப்பையா?' என்று நான் எழுந்தேன்.

53

என்னிடம் எவ்வளவு நியாயங்கள் இருந்தபோதிலும் நான் கோபப்பட்டுக் கொதித்து வார்த்தைகளைக் கொட்டிவிடுகிறபோது, எனது நியாயங்கள் எல்லாம் ஒரு நொடியில் அடிபட்டு அநியாயமாக மாறிவிடுவதுண்டு.

என்னிடம் எனக்குப் பிடிக்காத குணம், எனது முன்கோபமே ஆகும். அது வருகிறபொழுது அதை அடக்கிக்கொள்ள முடியாத எனது நிலைமை என்னையே வெறுக்க வைப்பதும் உண்டு.

அந்தக் கோபச் சகடம் ஒரு நொடியில் சடசடவென்று உருண்டு நிலை தடுமாறி ஓடி ஒருபக்கம் போய்ச் சாய்ந்தபிறகுதான் ஓயும்.

அப்படிப்பட்ட சந்தர்ப்பங்களில் ஒன்றாகவே திரு.சுப்பையாவிடம் நடந்துகொண்டதையும் கருதுகிறேன்.

என்ன பேசினேன்; என்ன திட்டினேன் என்றெல்லாம் எனக்கு நினைவில்லை. என்மீது அளவிடமுடியாத மரியாதையும் அன்பும் வைத்திருந்த அவருக்கு நான் அவ்விதம் நடந்துகொண்டது பேரதிர்ச்சியாக இருந்திருக்கும். அவர் கண்கள் கலங்கிப்போய் விட்டன.

எனது தப்பெண்ணத்தை மாற்றுவதற்காக என்னோடு எனது காரிலேயே சமாதானம் செய்தவாறு வீடு வரை வந்தார். அவரது கார் எங்களைப் பின்தொடர்ந்து வந்தது.

ஒருசில நிமிடங்களுக்குப் பிறகு எனது புத்தி தெளிந்தது. அவரிடம் நடந்ததை மறந்துவிடுமாறும், நான் ஏன் இப்படி நடந்துகொண்டேன் என்பதை விளக்கியும் அவரைப் புண்படுத்தி விட்டதற்காக வருந்துவதாகவும் சொன்னேன்.

அவரும் இவ்விதமே வருந்துவதாகவும் நடந்ததை மறந்து விடுமாறும் கேட்டுக் கொண்டார்.

எனவே, அதன்பிறகு வழக்கம்போலவே நட்போடு பழகினோம்.

அடுத்த படத்திற்கு என்னுடைய கதைதான் வேண்டும் என்றார், திரு.சுப்பையா. இந்தத் தடவை என்னைத் தேடி அவரே என் வீட்டுக்கு வந்தார்.

நானும் எனது வழக்கமான முறையிலேயே ‘எந்தக் கதையை வேண்டுமானாலும் எடுத்துக்கொள்ளுங்கள்’ என்றேன்.

“முன்பு *5* என்றீர்கள். ஐயாயிரம் தந்தேன். இந்தத் தடவை *5* மடங்கு பெருகித் தருவதாக உத்தேசம்” என்று பெரும் சிரிப்போடு சொன்னார் சுப்பையா.

பிரம்மோபதேசம் கதையை வாங்கிக்கொள்வதாக காண்ட்ராக்டில் கையெழுத்தும் போட்டு, அட்வான்ஸ் தொகையையும் கொடுத்தார்.

இதற்கும் முன்புபோலவே திரைக்கதை, வசனத் தயாரிப்புகளை வேறு யாரையாவது வைத்து செய்து கொள்ளுங்கள் என்றேன்.

பிரம்மோபதேசம் படத்தை *6* ஆயிரம் அடிகள் எடுத்து எனக்குப் போட்டுக் காட்டினார். சங்கரசர்மாவாக சுப்பையாவும், ஓதுவாராக சிவக்குமாரும், குண்டுராயராக டி.எஸ்.பாலையாவும் நன்றாகவே நடித்து இருந்தனர். மற்றபடி விலக்க வேண்டிய, வெட்டித் தள்ள வேண்டிய காட்சிகளும் வழக்கமான கூத்தடிப்புகளும் நிறையவே அதில் சேர்க்கப்பட்டிருந்தன.

ஒரு படம் முடியும் வரை அது சம்பந்தப்பட்ட தீர்மானமான காட்சிகளை உறுதியாக இறுதியாகச் சொல்லமுடியாது. இந்தக் குறைகளையெல்லாம் படம் வளரவளர மாற்ற முடியும் என்று நான்

நம்பினேன். மொத்தத்தில் அந்தப் படத்தை மிகச் சிறப்பாகத் தயார் செய்திருக்க முடியும். என்ன காரணத்தினாலோ பிரம்மோபதேசம் படம் முடியாமலும், வெளியிடப்படாமலும் நாட்களைத் தள்ளிக்கொண்டே போயிற்று. படத்தைப் பற்றி மிகவும் தவறான, பிரச்சாரத்தை சிலர் நடத்திவந்தார்கள் என்று திரு.சுப்பையா என்னிடம் வருத்தப்பட்டுக்கொண்டார்.

என்ன காரணத்தாலோ இந்தப் படம் வெளிவராது என்று என் மனத்தில் அப்போதே ஓர் எண்ணம் ஏற்பட்டது.

அக்காலத்தில் நான் ஒரு வெளிநாட்டுக் காரை வைத்திருந்தேன். அந்தக் காருக்கு ஸ்பேர் பார்ட்ஸ் இந்தியாவில் கிடைக்காது. எனவே, இந்தியாவில் செய்யப்படும் புதிய கார் ஒன்று வாங்க நான் முடிவு செய்தேன். பிரம்மோபதேசம் கதைக்கு 25 ஆயிரம் ரூபாய் தருவதாக திரு.சுப்பையாவிடம் ஒப்பந்தமாகியிருந்ததனால் அவருக்கும் எனக்கும் வசதியாக இருக்கும் வகையில் ஒரு புதிய காரை Hire Purchase திட்டத்தில் ஓரளவு முன்பணம் கொடுத்து வாங்கி என்னிடம் கொடுத்துவிடுவது உதவிகரமானதாய் இருக்கும் என்றும் தீர்மானித்தேன். அவ்விதமே திரு.சுப்பையா காரை வாங்கி என்னிடம் கொடுத்துவிடுவது என்றும் எங்களிடையே ஓர் உடன்பாடு ஏற்பட்டது.

அந்தக் கார் வாங்கப்பட்டது. மாதா மாதம் 650 ரூபாய். 23 மாதங்களுக்கு தவணை முறையில் கட்டி வரவேண்டும்.

அவராகவே மனமுவந்து எனக்குத் தர இசைந்த பணத்தை அவரால் தரமுடியாத நிலை உருவாயிற்று.

எனவே, கார் வாங்கப் பணம் கட்டியதுபோக கதைக்காகத் தரவேண்டிய பணம் அனைத்தையும் நான் 'ரைட் ஆப்' செய்தேன்.

பிரம்மோபதேசம் கதையை விற்கப் போய் லாபம். ஒரு காரும் மாதம் ரூ.650 வீதம் 23 மாதங்களுக்கு பணம் கட்டவேண்டிய பொறுப்பும்தான். பொருளாதாரச் சுமை என்பது எப்பொழுதும் எனது தோள்கள் தாங்கமுடியாத அளவுக்கு என்மீது விழுந்ததே இல்லை. அந்தப் பிரம்மோபதேசம் படம் வெளிவராததனால் திரு. சுப்பையாவுக்கு எவ்வளவு கஷ்ட நஷ்டங்கள் நேர்ந்தன என்பதை நானறிவேன்.

54

பிரம்மோபதேசம் அனுபவத்திற்குப் பிறகு, தமிழ்ச் சினிமாத் துறையோடு எத்தகைய சங்காத்தமும் வைத்துக்கொள்ளக்கூடாது என்று திடமாகத் தீர்மானித்துக்கொண்டு, ஓர் 7 ஆண்டுகாலம் நான் முற்றாக ஒரு பணி என்கிற முறையில் படத்துறையை விட்டு விலகியே இருந்தேன்.

ஒரு மனிதனின் கலை உலக அனுபவங்கள் என்பது வெறும் சினிமா உலக அனுபவங்கள் என்பதாகத் தரம் குறைந்து போய்க் கொண்டிருப்பது சரியல்லவென்று தோன்றியது.

நவீன காலத் தமிழகத்தில் அப்படியொரு விபத்து நேர்ந்துவிட்டது. இது, ஏதோ தமிழகத்தில் மட்டும் சிறப்பாக நேர்ந்தது அல்ல எனினும், இந்தத் தமிழகமே சினிமாவினால் குறிப்பிடத்தக்க அளவு திட்டமிட்டுச் சீரழிக்கப்பட்டிருக்கிறது.

மேலும் நடிப்பு என்பது கலைகளில் உயர்ந்த தரத்தைச் சேர்ந்தது அல்ல. அந்தக் கலை நமது சினிமாவில் நடிகை நடிகர்களை மட்டுமே நம்பி, மற்றவர்களை அதில் சம்பந்தப்பட்ட உப கலைஞர்களாகத் தரம் தாழ்த்துகிறது.

கலைஞர்களில்கூடத் தரம் பிரிப்பது தவறு என்கிற அபேதவாத ரசனை கொண்டுவிட்டனர் தமிழர். ஒரு சமயத்தில் சமுதாயத்தில் அது எதற்கு எந்தெந்த இடம் என்பது அடிப்படையில் வரையறுக்கப்பட்டுவிடும்.

அது எல்லாவற்றையும் போட்டுக் குழப்பி இதுதான் சமத்துவ பார்வை என்று ஆக்குவதில்லை.

மிகச் சிறப்பான கலைத்திறன் உடைய பல மேதைகள் கூட இந்தச் சினிமாவால் கவரப்பட்டு சிறப்பாகவே சினிமாவில் பணியாற்றி, ஆனால் இந்த நடிக ஆதிக்கத்தால், சிறுமை அடைந்ததை நான் கண்டிருக்கிறேன்.

என்னைப்போலவே அப்படிப்பட்ட அனுபவங்களைப் பெற்ற பல கலைஞர்கள், இந்தச் சினிமா உலக சம்பந்தமாக எச்சரிக்கையாக இருக்கிறதையும் ஒதுங்கி நிற்பதையும் நான் பார்த்தும் இருக்கிறேன்; பாராட்டியும் இருக்கிறேன்.

என்றாலும் உதாரணத்தோடு சொன்னால்தான் தெளிவாக விளங்கும் என்ற நோக்கத்தோடு சில பெயர்களை நினைவூட்டலாம். அந்தப் பெயர்களுக்குரிய நபர்கள், அவரவர் துறையில் சிறந்த வல்லுநர்கள் என்று நான் மதிக்கின்றதாலும் அவர்கள் மரியாதைக்குச்

சிறிதும் குறைவில்லாமல் நல்லெண்ணத்தோடு அந்தப் பெயர்களைக் குறிப்பிடுகின்றேன் என்று கொள்ளவேண்டும்.

திருமதி எம்.எஸ்.சுப்புலட்சுமியின் இன்னிசையில் ஒரு நாத உபாசகனுக்கு இணையான ஈடுபாடு எனக்கு உண்டு. ஆனால் அந்தக் கோகில கான இசை வாணி ஒரு படத்தில் ஒரு கதாபாத்திரமாக நடித்தபோது என்னால் சகிக்கமுடியாது போயிற்று. அது சகுந்தலை; அடுத்தது, மீரா எம்.எஸ்ஸூக்கு புகழ் தந்தது. ஆனாலும் எம்.எஸ்ஸூக்கு உண்மையான புகழ் தந்தது சினிமா அல்ல.

சகுந்தலை படத்தில் எம்.எஸ்.சுப்புலட்சுமியின் ஜோடியாக நடித்தவர் மற்றொரு இசை மேதையான திரு ஜி.என்.பாலசுப்பிரமணியம். அவர் சினிமாவில் நடித்த காரணத்தால் நகைக்கப்பட்டார். குமாரி கமலா, வீணை பாலச்சந்தர், பாலமுரளிகிருஷ்ணா, கிருபானந்த வாரியார் இவர்களெல்லாம் சினிமா என்கிற காந்தத்தால் ஈர்க்கப்பட்டிருக்கிறார்கள்.

இவர்களுக்குச் சினிமாவினால் மரியாதை கிடையாது. ஏதோ ஓர் ஆசைக்கு அதில் ஈடுபட்டுச் சிறப்பாகக்கூட ஏதேனும் இவர்கள் சாதிக்கலாம். ஆயினும் ஒரு தற்காலிகப் பணியாகத்தான் அது நிற்குமே தவிர, நிரந்தரமானதாகி விடாது. இந்தச் சினிமா மாயைக்கு ஆட்படாத கலைஞர்களின் பெயரையும் நான் குறிப்பிட்டாக வேண்டும்.

திருமதிகள் ருக்மணி அருண்டேல், பாலசரஸ்வதி, புல்லாங்குழல் மாலி, அரியக்குடி, செம்மங்குடி போன்ற உயர் கலைஞர்களுக்கெல்லாம் சினிமாவில் சான்ஸ் கிடைக்காமலா அதில் ஈடுபடாமல் இருந்தார்கள், அவர்கள் தங்களையும் சினிமாவையும் சரியாகக் கணித்து அதன் மாயங்களுக்குச் சிக்காதிருந்தவர்கள் என்பதே அவர்களுக்குப் பெருமையாகும்.

இப்போதும்கூட நான் பெரிதும் மதிக்கும் நாட்டியக் கலைஞரான செல்வி. பத்மா சுப்பிரமணியம் இந்தச் சினிமா உலகத்தோடு சம்பந்தம் இல்லாமல்தான் இருக்கிறார். இவர்களெல்லாம் சினிமா மயக்குகளுக்கு மசியாதவர்கள்.

ஒரு நாட்டியக் கலைஞருக்குச் சினிமாத்துறை பெருமை தருவதாக இருக்கமுடியாது என்பதை அனுபவங்கள் வாயிலாக அக்காலத்தில் நான் நிறையவே கண்டிருக்கிறேன்.

இப்படித்தான் ஓர் எழுத்தாளனும்! ஆனால் எனது படைப்புகளுக்கும் எனக்கும் நான் படைத்த உடனேயே சம்பந்த மற்றுப் போய் விடுகின்றது.

ஓர் இசைக் கலைஞன் தனது இன்னிசையை, தனது குரல் வளத்தைச் சினிமாத்துறைக்கு தரமுடியாது என்று மறுத்தால் அவனை ஒருபோதும் அவனறியாமல் பயன்படுத்த முடியாது.

இவ்வாறு ஒரு நாட்டியக் கலைஞர், தனது வாழ்க்கையில் சினிமாத்துறை தான் போகக்கூடாத இடம் என்று ஒதுங்கி இருக்கலாம். அவர்கள் வஞ்சகமாக இதில் சிக்கவைக்க முடியாது.

ஆனால் ஓர் எழுத்தாளனான என்னால் சினிமா உலகம் நிச்சயம் பாதிக்கப்படுகிறது, எண்ணுகிற உலகம், சிந்திக்கிற உலகம், அறிவு உலகம் என்னால், எனது கதைகளால் பாதிக்கப்படாமல் என் காலத்தில் இருக்க முடியாது.

அதுவே எனது எழுத்திற்கு அர்த்தம் படைக்கிற செயலாகும். இதனை மனதில்கொண்டு அத்தகைய முயற்சியைத் தடுக்காமல், எனது படைப்புகளைப் படமாக்குவது என்கிற மனப்பக்குவத்தோடுதான் திரையுலகத்தில் நான் ஈடுபாடு காட்டினேன்.

அதாவது, எனது எழுத்துகளை நான் கண்ட கற்பனைகளை நான்தான் படமாக்க முடியாதே தவிர, ஆனால் அவையே பிறரால் தமிழ்த் திரையுலகில் உள்ளவர்களால் சீரழிக்கப்பட்டு அவியலாய், அழுகலாய், அசிங்கமாய்ப் படமாக்கப்படும் என்று நான் அறிந்து கொண்டே அதைவிட்டு விலகினேன்.

இக்காலத்தில் சினிமா எடுக்கவோ, தமிழ் சினிமா படங்களைப் பார்க்கவோ எனக்குச் சந்தர்ப்பம் இல்லாது போயிற்று.

ஆனாலும் சினிமா சம்பந்தப்பட்ட பலரோடும் நான் பற்றற்ற நட்புக்கொண்டு பழக நேர்ந்தது.

அவர்களெல்லாம் மக்கள் மத்தியில் மிகவும் பிரபலமாய் இருந்தார்கள். அவர்களில் ஒருவர் கவிஞர் கண்ணதாசன்.

55

இந்த அத்தியாயத்தைத் தொடங்குவதற்கு முன்னால் வாசகர்களுக்குச் சில உண்மைகளைச் சுருக்கமாய் மனத்தில் பதியுமாறு முதலிலேயே சொல்லிவிட வேண்டியது அவசியம்.

கவிஞர் கண்ணதாசனைப் பற்றி நான் என்ன சொல்லியிருந்த போதிலும், என்னைப்பற்றி அவர் என்ன கூறியதாக இடையில் உள்ளோர் கூறியபோதிலும், பத்திரிகைகளில் படித்தபோதிலும் நாங்கள் ஒருவருக்கொருவர் எதிரெதிரே சந்தித்துக்கொள்கிறபோது இரண்டு சூரியன்களுக்குமுன் இருள் அழிந்து ஒழிவதுபோல அந்த எதிர்மறைக் கருத்துகள் மறைந்து ஒழியும்.

‘காணுங்கால் காணேன் தவறாய காணாக்கால காணேன் தவறல்லவை’ என்னும் குறளுக்கு ஏற்ப, எங்களைப் பற்றி பேசப்பட்ட எல்லாத் தப்பபிப்பிராயங்களும் கருத்துகளும் சந்தித்தபோது மறைந்தே போகின்றன. இது, எனது மகத்துவத்தினால் ஏற்பட்டது அல்ல. அப்படிப்பட்ட முகராசி இந்தக் கண்ணதாசனுக்கு உண்டு. இவரை தி.மு..க.வைச் சேர்ந்த இளங்கவிஞராக முதலில் நான் அறிந்தேன். பொதுவாகவே, எனக்கு தி.மு.க.வில் அறிமுகமானவர்கள் என்று யாரும் இல்லை என்று சொல்லலாம் அக்காலத்தில்.

ஏதோ தீண்டத்தகாதவர்கள்மாதிரி அவர்களை நான் ஒதுக்கி வந்திருக்கிறேன்.

கண்ணதாசன் எனது ஆத்ம நண்பரான கவிஞர் தமிழ்ஒளிக்கு நண்பர்.

ஒருகாலத்தில் கவிஞர் கண்ணதாசனிடம் ஏதேனும் சிறு பொருளுதவிக்காக அல்லது அவர் நடத்திய தென்றல் பத்திரிகையில் கவிதைகள் போட்டுப் பொருளுதவி பெறுவதற்காகக் கவிஞர் தமிழ்ஒளி போனதுண்டு.

நண்பர் தமிழ்ஒளியோடு அந்தத் தெருவின் முனை வரைதான் நான் செல்வேன். கண்ணதாசனை நான் சந்தித்தது இல்லை. அவரைப்பற்றி தமிழ்ஒளிமூலம் ஓரளவு கேள்விப்பட்டிருக்கிறேன், அவ்வளவே.

ஒருமுறை, ரவீந்திரநாத் தாகூரின் நூற்றாண்டு விழாக் கொண்டாட்டத்தில் கலந்துகொள்வதற்காக 1961ஆம் ஆண்டில் நான் கல்கத்தா சென்றேன்.

எழுத்தாளர்கள், அரசியல்வாதிகள் ஆகிய பல குழுக்கள் சென்றபோதிலும் நான் சேவா ஸ்டேஜ் நாடகக் குழுவினரோடு போனேன். எனினும் எழுத்தாளர் குழுவில்தான் எனது பெயர் இருந்தது.

கல்கத்தா தமிழன்பர்கள் எங்களுக்கு ஒரு வரவேற்புக்கு ஏற்பாடு செய்திருந்தார்கள். அந்தக் கூட்டத்தில் எஸ்.வி.சகஸ்ரநாமம், தொ.மு.சி.ரகுநாதன், கவிஞர் கண்ணதாசன், நான் ஆகியோர் கலந்து கொண்டோம்.

கண்ணதாசன் தி.மு.கவைச் சேர்ந்தவர் என்றமுறையில் அவரிடம் நெருங்காமல் விலகியே மேடையில் உட்கார்ந்திருந்தேன் நான்.

எனக்கு முன்னால் பேசிய கண்ணதாசன், அந்தக் கூட்டத்தில் என்னை வானளாவப் புகழ்ந்துரைத்தது எனக்குப் பேரதிர்ச்சியாக இருந்தது.

'வங்க மொழிக்கு ஒரு சரத்சந்திரர் என்றால், எங்கள் மொழிக்கு ஒரு ஜெயகாந்தன்' என்றெல்லாம், அவரது பாணியில் அழகாக கண்ணதாசன் பேசினார்.

எனது கதைகளைப் புகழ்ந்து அவர் பேசிக் கொண்டிருந்தபோதிலும் கரவொலி எழுப்பிக்கொண்டிருக்கிற மக்களை பார்த்துக் கொண்டிருந்தேனே தவிர கண்ணதாசனை நான் பார்க்கவோ, ஒரு புன்முறுவல் காட்டவோகூட இல்லை.

அவற்றையெல்லாம் நல்ல பண்புகளாக இப்போது நான் கருதவில்லை; என்றாலும் எனது பண்புகள் அவ்வாறுதான் இருந்தன.

அவர் என்னைப் பாராட்டியது குறித்தோ, அவரைப் பற்றியோ ஒன்றுமே பேசாமல் அவசியமில்லாத ஓர் ஆவேசப் பிரசங்கத்தைப் பேசி முடித்தேன் நான்.

நான் மேடையில் பேசும்போது ஆவேசமாகப் பேசுவது எனக்கு அவ்வளவு சந்தோஷமான விஷயமில்லைதான். எனினும் பேசினால் எனக்கு ஆவேசம் வந்துவிடும்.

அதன்பிறகு ஐ.சி.எப். தொழிலாளர் அரங்கத்தில் தமிழர் திருவிழா என்று ஏதோ ஒரு பொங்கல் நாளன்று ஏற்பாடு செய்திருந்தனர்.

தலைமை திரு.ம.பொ.சிவஞானம், சிறப்புச் சொற்பொழிவு நான்; கவியரங்கத்திற்குத் தலைமை கண்ணதாசன்.

இந்த விழாவுக்கு வந்தவுடன் கவிஞர் என்னோடு வெகுகாலம் பழகியவர்போலப் பேசினார்.

அதற்கு ஒரு காரணமும் இருந்ததை நான் சிறிதுநேரத்தில் கண்டுகொண்டேன். அவருக்கு அவசரமாகப் போக வேண்டியிருந்தது. கவியரங்கத் தலைமையை என் தலையில் கட்டிவிடத் திட்டம்; என் சம்மதத்தை எதிர்பார்த்தார்.

அன்போடும் நம்பிக்கையோடும் கேட்கப்படும் இதுபோன்ற உதவிகளை, இவைகுறித்த எனது அபிப்பிராயங்களை ஒருபுறம் ஒதுக்கி வைத்துவிட்டு, எவருக்கும் தருவது எனது வழக்கம்.

கவிஞர் கண்ணதாசன் அந்தக் கூட்டத்திலும் என்னைப் புகழ்ந்து பேசிவிட்டுப் போனார்.

இதற்குப் பிறகும் நான் அவரிடம் நெருங்கவில்லை.

பின்னர் ஏதோ ஒரு பள்ளிக்கூட விழாவில் அவரும் நானும் கலந்துகொள்ள நேர்ந்தது. இந்தக் கூட்டத்தில் கவிஞர் கண்ணதாசன் சொன்னார்:

"நான் எப்போதும் என் தலையணைக்கடியில் ஒரு புத்தகத்தை வைத்துக் கொண்டிருக்கிறேன். அதைத் திருக்குறள் என்று நினைத்து விடாதீர்கள். அது ஜெயகாந்தன் எழுதிய 'யாருக்காக அழுதான்' என்று சொல்லிவிட்டுக் கதையின் பல பகுதிகளை மேற்கோள் காட்டிப் பேசினார் கண்ணதாசன்.

அவரது அந்தத் தோரணை Gesture என்னைக் கவர்ந்தது. ஆயினும் நான் அவரை நெருங்கவில்லை.

'யாருக்காக அழுதான்' கதையைப் படமாக்கத் திட்டமிட்ட பொழுது, அதற்குக் கவிஞர் கண்ணதாசனிடம் இருந்து ஒரு பாடலை வாங்கிப் போடவேண்டுமென்று நானே அவரைப் பசுல்லா ரோடிலிருந்த எங்கள் ஆசிய ஜோதி பிலிம்சிற்கு வருமாறு அழைத்தேன்.

ஒருநாள் காலை 9 மணிக்கு அவர் வந்தார். எனது தனி அறைக்கு அவரை அழைத்துச்சென்று அவரிடம் 'மது அருந்தலாமா?' என்று நான் கேட்டேன். அக்காலத்தில் எனது மேஜையில் இருந்த டிராயர்களில் வரிசை வரிசையாக மதுப்புட்டிகள் இருந்தன.

கவிஞர் அந்த நேரத்தில் குடிப்பதற்கு அதிகம் விரும்புவதில்லை என்று அறிந்தேன். எனது உபசரிப்புக்காக ஒரு பெக் அருந்திவிட்டு அந்த இடத்திலேயே பாட்டை எழுதிக் கொடுத்துவிட்டுப் போனார் கண்ணதாசன்.

அவர் எழுதிய பாடலுக்கான பணம் என்னிடம் வெகு நாட்கள் ஒரு கவரில் கிடந்தது. ஆனால், அந்தப் பணம் அவரிடம் கொடுக்கப்படவே இல்லை. அப்புறம் நானே செலவழித்துவிட்டேன். அவரும், தான் எழுதிய பாடலுக்குப் பணம் கொடுக்க வேண்டும் என்று கேட்கவில்லை.

அந்தத் தோரணையும் எனக்குப் பிடித்திருந்தது. ஏனெனில் இந்தக் குணம் என்னிடம் நிறையவே உண்டு.

56

கல்கத்தாவில் நான் பார்த்த கண்ணதாசனுக்கும் பின்னாளில் நான் பார்த்த கண்ணதாசனுக்கு மிகப்பெரிய வித்தியாசங்கள், மாற்றங்கள் இந்த இடைப்பட்ட காலத்தில் ஏற்பட்டிருந்தன.

அவரோடு ஓரிருமுறை பழகியபிறகு அவரிடம் ஏற்பட்ட கருத்து மாற்றங்களின் காரணமாக எனக்கு அவரிடம் இணக்கம் ஏற்பட்டது.

இப்போது இவர் தீவிர தி.மு.கழக எதிர்ப்பாளாராக மாறி யிருந்தார். காங்கிரஸ் ஆதரவாளராக மாறி இருந்தார். நேருவைப் புகழுபவராக மாறி இருந்தார். கம்யூனிஸ்டுத் தோழர்களிடம் அன்பு பாராட்டுபவராக மாறியிருந்தார்.

கம்யூனிஸ்ட் தோழர்கள், காங்கிரஸ் தோழர்கள் ஆகியவர்களோடு சேர்ந்து தி.மு.கவை எதிர்ப்பதில் முன்னணியில் நின்ற தேசிய அணி மேடையில் மிக முக்கியப் பேச்சாளராகவும் மாறியிருந்தார்.

அரசியல் மேடைகளில் நாங்கள் அடிக்கடி சந்திக்க நேர்ந்தது.

எனது பிரசங்கங்களை, அவற்றில் அவர் ரசித்த கருத்துகளை அவர் திரும்பத் திரும்ப நான் இல்லாத நேரத்தில்கூடப் பல நண்பர்களிடம் சொல்லிக்காட்டிப் புகழ்ந்து கொண்டிருப்பார்.

என்னை மிகவும் அன்போடு செல்லமாக ‘ஜெயா’ என்று அவர் அழைப்பார்.

சில உறவினர்கள் என்னை ‘காந்தா’ என்று அழைப்பது தவிர, என்னை இவ்விதம் அழைக்கும் நண்பர் இவர் ஒருவரே.

நான் சினிமாத் துறையில் இருந்து முற்றிலும் விலகியிருக்க விரும்பிய ஒரு சூழ்நிலையில், சினிமாவோடு முழுக்க முழுக்கச் சம்பந்தப்பட்டிருந்த கவிஞரின் நெருக்கமான அந்தரங்கமான அன்யோன்யமான நண்பர்களில் ஒருவனாய் இருந்தேன்.

இதனால் தொழில் உறவு இல்லாமலேயே சினிமா சம்பந்தப்பட்ட மிகப் பலரோடு, நான் இக்காலத்தில் நட்புக்கொள்ள நேர்ந்தது.

அநேகமாக, ஒவ்வொரு நாளும் எனக்குப் பொதுக்கூட்டங்களில் பேசவேண்டியிருந்தது. அந்தச் சமயங்களில் நாள்தோறும் பொதுக்கூட்டங்களில் நானும் அவரும் ஒரே மேடையில் பேச வேண்டியிருந்தது.

கூட்டம் முடிந்தபிறகு நானும் அவரும் எங்கேயாவது சந்தித்து இரவு முழுவதும் உல்லாச அனுபவங்களில் கழிக்க நேர்ந்தது.

அந்த இரவுகளில் நாங்கள் அரசியல் பற்றியும் தமிழிலக்கியம் பற்றியும் பேசிக்கொண்டிருப்போம். எங்கள் இருவரையும் மதிக்கின்ற பல நண்பர்கள் எங்கள் உரையாடலைக் குழுமியிருந்து கேட்க விரும்புவர்.

விடியற்காலை நேரத்தில்தான் அநேகமாய் வீடு திரும்புகிற மாதிரி சில இரவுகள் கழிந்தது உண்டு. இப்படிப்பட்ட உல்லாசங்களுக்கு நான் அதிகம் அனுபவப்பட்டவனில்லை. அதை நான் விரும்பியதும் இல்லை.

ஆனாலும் நண்பர்கள் உடனிருப்பதைக் கருதியும் நாங்கள் இரவில் பேசுகின்ற பல அரிய நல்ல விஷயங்களைப் பலரும் கேட்கவும் உடனிருந்து மகிழவும் விரும்பியதாலும் நான் இரவு நேரச் சந்திப்புகளைப் பயனுடையதாகவே மாற்றிக்கொண்டேன். அதனாலேயே எனது உடனிருப்பு கவிஞருக்கு அதிகம் உவப்பானதாய், உற்சாகமளிப்பதாய் இருந்தது.

ஒருநாளைக்கு ஒருமுறையேனும் நாங்கள் டெலிபோன்மூலம் பேசிக்கொள்வோம். ஒரு வாரத்திற்கு ஒருமுறையேனும் நாங்கள் மதிய உணவு சேர்ந்தே உண்போம்.

ஆனாலும், ஒவ்வொரு மாலைப் பொழுதையும் மதுவின் துணையோடுதான் கழித்தோம்.

அவரது சினிமாப் பாடல்களை நான் ரசித்தபோதிலும் கவிதைகள் என்ற பெரும் தரத்திற்கு என்னால் அவற்றை உயர்த்த முடியவில்லை. எனினும் தமிழ் மொழியின் இலக்கிய மணத்தை இந்த சினிமாப் பாடல்களில் மிகச் சிறப்பாக இணைத்து அந்தத் திரைப்படத் துறைக்கே பெருமை ஏற்படுத்திய முதல் கவிஞர் இவர்தான்.

எனது இந்த முடிவை எக்காரணத்தைக் கொண்டும் மாற்றிக்கொள்ள இயலாது. அவரது பாடல்களில் பல, சிறிதே செப்பம் செய்யப்பெறின் ஈடு இணையற்ற கவிதைச் சிகரத்தை அடையும்.

தமிழ் இலக்கியத்திலும், இலக்கணத்திலும் எனக்கு இருக்கும் பயிற்சியை மிகச் சிறப்பாக அறிந்துகொண்டுள்ள மிகச்சிலருள் கண்ணதாசனும் ஒருவர்.

"ஜெயாவின் தலைப்புகளில் பல அருமையான பல்லவிகள்" என்று அவர் அடிக்கடி சொல்வதுண்டு. தமிழ்மொழியின் மீதுள்ள உரிமை காரணமாக அவற்றை அவர் சொந்தத்தோடு எடுத்து ஆண்டதும் உண்டு.

அவரது குழந்தைகள் அனைவருக்குமே என்மீது அளவிடற்கரிய அன்பு உண்டு. பெரியவர்கள் சில மனக்கட்டுப்பாடுகள் காரணமாக ஒருவர்மீது கொண்டுள்ள அபிமானத்தையும் அன்பையும் ஒரு வரையறைக்குள்தான் வைத்துகொள்ள முடியும்.

ஆயினும் அத்தகைய பெற்றோரின் குழந்தைகள் நம்மீது காட்டுகிற அன்பு அந்தப் பெற்றோர் மனத்தில் மறைந்திருக்கிற அன்பின் அளவைக் காட்டிக் கொடுத்துவிடும் என்பது எனக்குப் பல சமயங்களில் நேர்ந்த அனுபவம்.

ஆனால் கண்ணதாசன், அவரது குழந்தைகள் விஷயத்தில் இந்த அனுபவம் வேறுவிதமாய் அமைந்தது.

அவரும் அவரது குழந்தைகளும் என்மீது போட்டி போட்டுக்கொண்டு அன்பைச் சொரிந்தனர். அவர்களது அன்பை நான் இப்போது நினைவுபடுத்திக்கொள்கிறேன்.

தலைவர் காமராஜர், நாகர்கோவில் தேர்தலுக்காக நின்றபோது நான், கண்ணதாசன் அவரது குழந்தைகள் எல்லாரும் பதினைந்து தினங்கள் ஒன்றாகக் கன்னியாகுமரியில் தங்கியிருந்தோம். கண்ணதாசனுக்குப் பல உள்ளூர்ப் பிரமுகர்கள் ராஜோபசாரம் செய்தனர். ஆனால் கண்ணதாசனும் அவரது குழந்தைகளும் எனக்கு நல்லுபசாரங்கள் செய்தனர்.

எங்கே ஏரி, குளம் இருக்கிறதோ அங்கெல்லாம் தேடிக்கொண்டு சென்று நானும், அவரும் அவரது குழந்தைகளும் நீந்தி விளையாடிய நினைவும் அனுபவித்த நிகழ்ச்சிகளும் எனது நினைவைவிட்டு அகலாதவை.

அவரைத் தெரிந்தவர்கள் வந்தால் உடனே என்னை அவர்களுக்கு அறிமுகப்படுத்தி வைப்பார். அவரது விருந்துகளுக்கெல்லாம் என்னை அழைத்துப் போக விரும்புவார்.

வெளியூரில் கூட்டம் என்றால் 'ஜெயா'வைக் கூப்பிடுங்கள் என்று அவர்களிடம் சொல்லுவார்.

'ஜெயா, நீயும் என்னோடு வருகிறாய். விமானத்தில் உனக்கும் சேர்த்து டிக்கெட் போட்டாயிற்று" என்று, அவராகவே உரிமையோடு எனது நிகழ்ச்சிகளையும் ஏற்பாடு செய்துவிடுவார். வெளியூர் மேடைகளில் என்னையும் கண்ணதாசனையும் இரட்டையர்கள் என்று எங்களது அரசியல் அபிமானிகள் கூப்பிடுமளவிற்கு இணைந்து ஏராளமான மேடைகளில் தோன்றியிருக்கிறோம்.

ஆயினும், நான் அவரிலிருந்து வேறுபட்டவன் என்பதைக் கூட்டத்திலேயே நான் காட்டிக்கொண்டு விடுவேன்.

அது அவருக்கு அந்த நேரத்தில் சிறிதளவு மனச் சுருக்கத்தை ஏற்படுத்தியதும் உண்டு.

சிலசமயங்களில் கூட்டம் முடிந்தபிறகு அவற்றிற்கு நான் கூறிய வியாக்கியானங்களைக் குறித்து மிக மேலோட்டமான விவாதங்களைத் தொடங்குவார். எனினும் அவை ஆழமான, சூடான விவாதங்களாகக்கூட மாறியதில்லை. மகிழ்ச்சியும் சிரிப்புமாக மனச் சுருக்கங்கள் தீர்ந்துபோகும்.

நான் எனது கருத்து மாறுபாடுகளுக்கான சமாதானங்களைக் கூறிய பட்சத்தில் அல்லது விளக்கங்கள் அளித்ததும் சிறிது நேரத்தில் அவர் அதை நல்ல கோணத்தில் புரிந்துகொண்டு மாறியும் விடுவார்.

57

கவிஞர் கண்ணதாசன் சதா நேரமும் கனவுகளில், கற்பனைகளில், கவிதா சன்னிதானத்தில்தான் இருப்பார் என்று எவரேனும் நினைத்தால் அதைவிடத் தப்பபிப்பிராயம் வேறு இருக்க முடியாது.

அவர் எப்போதும் ஏதேனும் திட்டங்கள் போட்டுக் கொண்டிருப்பார். பொருளாதாரப் பிரச்சினைகளில் மூழ்கியிருப்பார். வியாபாரச் சள்ளைகளில் சிக்கிக்கொண்டிருப்பார். அவை அரசியல், சினிமா, பத்திரிகை சம்பந்தப்பட்டதாகவும் இருக்கும்.

இந்தச் சூழல்களில் இருந்து தப்பித்துக்கொள்ள அவருக்குத் துணையாய் இருந்தது மதுமயக்கந்தான்.

கவிதை எழுதுவதுகூட அவருக்குத் துணையாய் இருந்ததில்லை.

இவ்விதமாக வாழ்க்கையை ஆக்கிக்கொண்டதற்கு அவரே காரணம் என்று எனக்குத் தோன்றியது. இவையாவும் ஒரு கவிஞனுக்கு இயல்பு அல்லாதன. இப்படிப்பட்ட வாழ்க்கைப் பிரச்சினைக்கு இரையாகிப் போன ஒரு மனிதரிடத்துத் தமிழும் கவிதையும் வந்து தங்கி இளைப்பாறியது எனக்குப் பேராச்சரியத்தைத் தந்தது.

"இவருக்கு நிலையான, உயர்வான, உன்னதமான வாழ்க்கை அமைய வேண்டும்" என்ற நல்லெண்ணத்தால், இவருக்காக நான் பிரார்த்தனை செய்ததும் உண்டு. வேறென்ன செய்ய?

இதையெல்லாம் அவரிடம் நான் குறையாகவோ, குற்றமாகவோ காணவில்லை. ஒரு மனிதனிடம் இத்தகைய இயல்புகள் இருப்பதற்குக் காரணமாய் அமைவது ஒரு சமூகத் தன்மையின் விளைவுதான்.

இத்தகைய சமூகத் தன்மைகளுக்கு இரையாகிவிடுவதும், நாளாவட்டத்தில் அந்தக் கொடிய சமூகத்தின் ஒரு கூறாகவேகூட ஒரு கலைஞன் ஆகிவிடுவதும் ஒரு கவிஞனுக்கு ஏற்புடையதன்று. அவ்விதமாக இந்தக் கொடிய சமூகத்தின் கோரப்பிடியில் இருப்பவர்களை யாரோ காப்பாற்ற வல்லவர்?

வன்மையினாலும், வலிமைமிக்க மக்கள் சக்தியாலும் சமுதாயத்தைப் புரட்டுவது எப்போதும் பின்னாளில்தான் சற்றுக் காலந்தாழ்ந்துதான் நடக்கக்கூடியது என்பது சரித்திரம்.

ஆனால், ஆண்டாண்டு காலமாக அனுமதிக்கப்பட்டும் வழக்கமாகச் செயல்பட்டும் வருகின்ற சமூக மூடத்தனத்தை சமூகக் கொடுமைகளை, வஞ்சனைகளை ஒரு மனிதன் தனது எண்ணத்தால், தவத்தால், சிந்தனையால் வெகுகாலத்திற்கு முன்பே தகர்த்தெறிய முற்பட்டு விடுகிறான் என்பதும் சரித்திரம்தான்.

சரித்திரத்தில் தனி மனிதர்களின் சாதனைகள் அல்லது அவர்களது பாத்திரங்களில் எது என்று தீர்மானிப்பதில் கருத்து வேறுபாடுகள் நம் மத்தியில் இருக்கலாம்.

ஆனால் நாளது வரை வந்த எல்லா புரட்சிக்காரர்களும் பெரும் கவிஞர்களாகவே, கவியுள்ளத்தில் ஏற்படும் கனலான சிந்தனைச் செல்வங்களாகவே, உணர்ச்சிப்பிழம்புகளாகவே திகழ்ந்திருக்கிறார்கள்.

அந்த மாபெரும் மனிதர்கள் தாங்கள் பங்கேற்றுள்ள விஞ்ஞானத் துறை அல்லது ஆன்மிகத்துறை அல்லது புரட்சிக்களம் தந்த பெரும் சுமைகள் காரணமாகத் தம்மை கவிஞர்களாகக் காட்டிக் கொள்ளமுடியாமற் போயின...

மற்றபடி, காரல்மார்க்ஸில் இருந்து சேகுவேராவரை கவியுள்ளமும் கவிதை சஞ்சாரமும் கொண்டு மொழிக் காதலர்களாகவே வாழ்ந்திருக்கிறார்கள் என்று அறிகிறோம். கவிதை என்பது புரட்சிக்காரர்களிடமிருந்து பிரிக்கமுடியாத ஒன்றாகவே இருந்திருக்கிறது என்பதை அறிந்தவர்களில் நானும் ஒருவனானததினால் கண்ணதாசனைப் போன்றவர்களிடம் மொழிவளமும் கவித்துவமும் பிரமிக்கத்தக்க அளவில் இருந்தபோதிலும் அவர்கள் வெறும் போகப் பிரியர்களாகவும், நிலையான புத்தியில்லாதவர்களாகவும் நிமிஷத்திற்கு ஒரு புத்தியுடையவர்களாகவும் நிலை தடுமாறுகிற அவலத்தை நினைக்கின்றபோது ரகசியமாக வேணும் அவர்களுக்காக அழாமல் இருக்க முடியவில்லை.

எனக்கும் அவருக்கும் இருந்த நட்பு ஒருபோதும் எங்களிருவருக்குமிடையே கருத்தொற்றுமை உண்டு என்று யாரேனும் நினைப்பதற்கு அடையாளம் ஆகிவிடக் கூடாது என்று ஜாக்கிரதை உணர்ச்சியோடு நானிருந்தேன்.

உள்ளொன்று வைத்துப் புறமொன்று பேசுகின்ற சாதுர்யம் நான் பயிலாததும் பயில விரும்பாததுமாகும்.

பல சமயங்களில் நட்போடும், நல்லுணர்ச்சியோடும், கேலியாகவும், சீரியஸாகவும் அவருடைய நலன் நாடி மாறுபட்ட கருத்துகளை நான் சொல்வதுண்டு. அவற்றை அவர் மரியாதையோடு கேட்டுக்கொள்வார்.

அவரும் நான் சொன்னவற்றுக்குத் தகுந்த சமாதானமும், குறிப்பிட்ட ஒரு காரியத்தைத் தான் செய்யவேண்டியதன் அவசியத்தையும், சூழ்நிலையும் விளக்கி தமது காரியங்களை நியாயப்படுத்த முயல்வார். அப்போது நமக்கு அவர்பால் அனுதாபம்தான் பிறக்கும்.

இவ்வளவு முன்னெச்சரிக்கையோடும், தற்காப்புக் கவசங்களோடும் வாழ்கிற ஒரு மனிதன் நான் என்று, என்னைப்பற்றி அவர் கருதியிருக்க முடியாது.

அவரை நான் ஒரு குழந்தை என்று நினைத்தேன். ஆனால் அவரோ என்னைத் தன்னைவிடவும் ஒரு குழந்தை என்று கருதினார். எனவே, அவர் குழந்தை அல்ல என்று நான் கண்டுகொண்டேன்.

கவிஞர் கண்ணதாசன் எண்ணற்ற திட்டங்களைப்போட்டு அவற்றை அவசரத்தோடு பகிரங்கமாக அறிவித்துவிடுவார்.

அவரது திட்டங்களில் பல நிறைவேறாமல் போனதும் உண்டு. அதற்கு அவர் காரணமல்ல. அந்தத் திட்டங்களே... அவை நிறைவேறாமல் போனதற்குக் காரணமாகும். அந்தத் திட்டங்கள் நிறைவேறாது என்று ஆரம்பத்திலேயே அவருக்கும் தெரிந்திருக்கும். ஆனாலும், அவரால் புதிது புதிதாகத் திட்டமிடாமலும் அதைப் பகிரங்கமாக ஆர்ப்பாட்டத்துடன் அறிவிக்காமலும் இருக்கவே முடியாது.

அப்படிப்பட்ட காரியங்களை ஏன் அவர் தொடர்ந்து செய்கிறார் என்று யோசிப்பதே நமக்குப் பயன் தரும்.

நண்பர் கண்ணதாசன் அக்காலத்தில் தலைவர் காமராஜ் கருத்துகளுக்குப் பிரச்சாரமாக இருந்தார், தி.மு.க. எதிர்ப்பாளராகவும் இருந்தார். இந்த நோக்கத்திற்காக அவர் சில ஆண்டுகளை முழுமையாக அர்ப்பணித்தார் என்று சொல்லலாம். அதற்காக கம்யூனிஸ்டு, காங்கிரஸ் ஒற்றுமையை விரும்பினார். சேனைகளைத் திரட்டினார். நாடகங்கள் போட்டு நடித்தார். பத்திரிகைகள் நடத்திப் பெரும் பரபரப்பு உண்டாக்கினார்.

ஒரு புதிய திட்டத்தை ஒருநாள் அவர் என்னிடம் தெரிவித்தார். நாம் இருவரும் சேர்ந்து டைரக்ட் செய்து ஒரு படம் தயாரிக்க வேண்டும் என்கிற யோசனையே அது.

நானோ, சினிமா என்றால் காததூரம் ஓடுகிற மனோபாவம் உடையவனாக இருந்தேன். எனக்குச் சினிமாத்துறையோடு இருந்த ஊடலைத் தீர்த்துவைத்தவர் கண்ணதாசன் என்றே சொல்ல வேண்டும்.

'நியாயம் கேட்கிறோம்' என்ற பெயரில் ஒரு படம் தயாரிக்க கண்ணதாசன் திட்டம் போட்டார். நானும் அவரும் கூட்டாக டைரக்ட் செய்வதாகவும் சொன்னார்.

Script அவர் எழுதுவாராம், நான் செட்டில் Executive டைரக்டராக இருப்பேனாம். கதை அவருடையதாம். காட்சி அமைப்புகள் என்னுடையதாம். இவ்வாறு எங்களுக்குள் வேலைப் பிரிவினைகளும் செய்துகொண்டோம்.

Script எழுதுவதற்ககாச் சில நாட்கள் பெங்களூர் சென்று தங்கி யிருந்தோம். கவிஞர் விடியற்காலை நேரத்திலேயே உற்சாகமாக இருப்பார். மத்தியான நேரம் வருகிற வரை டிக்டேட் செய்வார். உதவியாளர்கள் எழுதிக் கொள்வார்கள், என்னிடம் யோசனை கேட்பார். நானும் சொல்வேன்.

ஒருமாதிரியாக Script செய்து கொண்டு வந்தோம்.

அது என்ன கதை என்றுகூட எனக்கு அப்போதும் தெரியவில்லை. இப்போதும் தெரியவில்லை. ஆனாலும் என் மனத்தில் ஒரு மாதிரியான கதையும் அவர் மனத்தில் ஒரு மாதிரியான கதையும் உருவாகிக் கொண்டிருந்தது.

தேவிகா, டி.ஆர்.மாகலிங்கம், நாகேஷ், வி.கே.ராமசாமி, முத்துலட்சுமி ஆகிய நடிக நடிகையர் புக் செய்யப்பட்டார்கள். மஸ்தான் கேமிரா திரு.மஸ்தான் அவர்களைப் பற்றிச் சொல்லவேண்டும்.

ஒருமுறை ஸ்டுடியோவில் என்னை மேக்கப் டெஸ்ட்டுக்கு வரச் சொல்லியவர்தான் அவர்.

சினிமாத் துறையில் ஈடுபாடு இல்லையென்றாலும் நடிகர்களோடு சேர்ந்து பொழுது கழிப்பது மனதுக்குப் பிடிக்க ஆரம்பித்தது. இதனாலேயே அவரது இந்தத் திட்டத்திற்கு ஒப்பினேன். இந்தத் திட்டம் ஒருபோதும் நிறைவேறாது என்ற (அவ) நம்பிக்கை எனக்கு உறுதியாக இருந்தது. ஒருவேளை, தப்பித்தவறி படம் முடிந்து வெளிவருவது உறுதிப்பட்டுவிட்டால் கவிஞருக்கு நட்பினால் நான் செய்த உதவியாக எனது பணியைக் கருதி, எனது பெயரை அந்தப் படத்திலிருந்து நீக்கிக்கொள்வது என்றும் தீர்மானித்தேன்.

ஒரு வேலை என்கிற முறையில் படப்பிடிப்பை நான் ஒழுங்காக நடத்தினேன். நான் செட்டில் டைரக்ட் செய்யும்போது எனக்கு

எப்படிப்பட்ட Executive வேண்டும் என்று நினைத்தேனோ அப்படிப்பட்ட Executive ஆக நான் பணியாற்றினேன்.

அடுத்தவர் கதையைப் படமாக்கும்போது நமக்குக் கொஞ்சம் சுதந்திரம் அதிகமாகக் கிடைக்கும். ஓரளவு எனக்கே திருப்தியாக இருந்தது என் டைரக்‌ஷன் படப்பிடிப்பு நேரத்தை நான் முழுமையாகப் பயன்படுத்த முடியவில்லை.

மத்தியானம் இடைவேளையின்போது என்னோடுதான் சாப்பிட வேண்டும் என்று கண்ணதாசன் வந்துவிடுவார். கண்ணதாசனைப் பார்க்கும்போதே எனக்குக் குடிக்க வேண்டும் என்ற பலவீனம் வந்துவிடும். இரண்டுபேரும் சேர்ந்து மத்தியானம் குடித்துவிட்டுச் சாப்பிடுவோம். சாப்பிட்டதும் அவர் நித்திரையில் ஆழ்ந்துவிடுவார். எவ்வளவு குடித்தாலும் எனக்குத் தூக்கம் வராது. எனவே, நான் படப்பிடிப்பைத் தொடர்ந்து நடத்துவேன். இதுமாதிரி தடங்கல்கள் என் மனத்துக்குத்தான் உறுத்தல் தந்ததே தவிர, இதையொரு குறையாக யாருமே கருதவில்லை.

இத்தனைக்கும் மத்தியில் படம் 6000 அடிகள் வரை வளர்ந்தது. படம் முடிந்து வெளிவந்துவிடுமோ என்ற பயமும் எனக்கு ஏற்பட்டது.

58

ஏதேதோ காரணங்களால் 'நியாயம் கேட்கிறோம்' படம் பாதியிலேயே நின்றுபோனது, ஒருவகையில் எனக்கு நிம்மதியைத் தந்தது.

இந்தக் காலத்தில்தான் காங்கிரஸ் கட்சிக்கு அகில இந்திய ரீதியில் பெரிய சோதனை ஏற்பட்டது.

நான் அரசியல் கலவாமல் எனது அனுபவங்களை எழுத முயல்வது ஒரு வடிவச்சிறப்பு கருதித்தானேயொழிய அரசியல், இலக்கியம், கலை இவை எல்லாம் ஒன்றோடு ஒன்று சம்பந்தம் அற்றது என்று நிறுவுவதற்கு அல்ல.

கலைஞர்களின் வாழ்க்கையில் என்னதான் அவர்கள் அரசியலிலிருந்து விலகி இருந்தாலும் அல்லது அதனோடு ஒட்டிக் கொண்டிருந்தாலும் சில அடிப்படை போக்குகள் அவர்களது வாழ்க்கையைப் பாதிக்குமளவுக்கு நடந்துவிடுகிறது என்பதற்கு உதாரணமாக, கண்ணதாசன் அரசியலில் பல நிலைகளை எடுத்தார் என்பதைப் படிக்கின்றவர்கள் நினைவுக்குக் கொண்டு வருவதற்குத்தானே தவிர, இந்தப் பகுதியில் அரசியல் பிரச்சாரம் செய்யும் உத்தேசம் எதுவும் எனக்கில்லை.

ஆனால் உத்தேசம் இல்லாமலே சில காரியங்கள் நிகழ்ந்து விடுவதும் உண்டு.

ஜாகிர் உசேன் இறந்துபோனார். இந்திய ஜனாதிபதி பதவிக்கு ஒருவரைத் தேர்ந்தெடுக்க வேண்டிய பொறுப்பு, காங்கிரஸ் கட்சியில் குறிப்பாக காமராஜருக்கு ஒரு சுமையாக அமைந்த நேரம் அது.

காமராஜர் ஒரு பெயரைப் பிரயோகிப்பது (பிரேரேபிப்பது) என்றால் அது ஒன்றும் அவரது தனித்த விருப்பு வெறுப்புக்கு மட்டும் உட்பட்டதாக இராது.

தனது விருப்பத்திற்கேற்ப தன்னைச் சேர்ந்தவர்கள் எல்லாரது விருப்பத்தையும் தெரிந்துகொண்டு, தமது செல்வாக்குக்கு உட்பட்டவர்கள் எல்லாரும் விரும்புகிறார்களா என்பதைச் சந்தேகத்திற்கு இடமின்றி நன்றாகத் தெரிந்துகொண்டு, பின்னரே ஒரு பெயரை அவர்முன் மொழிவார்.

அப்படி ஒரு நெருக்கடியான நேரத்தில் அவரால் முன் மொழியப்பட்ட பெயரே திருமதி. இந்திராகாந்தி

அவ்வாறே ஜனாதிபதி தேர்தலின்போதும் இந்திராவின் சம்மதத்தோடு திரு. நீலம் சஞ்சீவ் ரெட்டியைப் போட்டி இல்லாமல் இந்தியாவின் ஜனாதிபதியாக தேர்ந்தெடுக்க காங்கிரஸ் சார்பில் காமராஜர் அவர் பெயரைப் பிரேரேபித்தார்.

அதன்பின்னால் இந்திராகாந்தி நடந்துகொண்டது நியாயமா, அநியாயமா, சரியா, தப்பா என்பதை விவாதிப்பதற்கு இங்கே இடமில்லை.

காங்கிரஸ்காரர்களால் வெகுகாலத்திற்குமுன்னரே சுழற்றி எறியப்பட்டுவிட்ட மனசாட்சியின் பெயரால் திரு.வி.வி.கிரி ஜனாதிபதியாகத் தேர்ந்தெடுக்கப்பட்டார்.

காமராஜர் கையில் இருந்த காங்கிரஸ் தலைமையைப் பறிப்பதற்கான ஒருவித உட்கட்சிப் போராட்டம் காங்கிரஸில் நடப்பதை உணர்ந்தேன்.

அதுவரை, என்னைப்போல் உணர்ச்சியும் கருத்தும் கொண்டிருந்தார் கவிஞர் கண்ணதாசன்.

ஜனாதிபதி தேர்தலில் சஞ்சீவரெட்டி தோற்று, கிரி வெற்றி பெற்ற பின்னர் அவரது போக்கு மாறியது.

ஒரே நாளின் முற்பகுதியில் ஒரு கருத்தும், பிற்பகுதியில் இன்னொரு கருத்துமாக மாறி அவர் கிரியையும் இந்திராவையும் ஆதரித்தது எனக்கு ஆச்சரியம் தந்தது.

அதற்குப்பிறகு எங்களுக்கிடையே சந்திப்புகள் அபூர்வமாகவே ஏற்பட்டன.

அக்காலத்தில் காமராஜர் எதிர்ப்பு தமிழகத்தில் மிக மட்டரகமாக நடந்தது என்னைப் போன்றவர்களுக்குப் பெரும் கொதிப்பை ஏற்படுத்தியது.

இதில் கண்ணதாசன் செலுத்திய பங்கை என்னால் எக்காலத்திலும் மறக்கவோ, மன்னிக்கவோ முடியாது.

அவர் காமராஜரை தரக்குறைவாகவும், தூஷணையாகவும் பேசியதாக வந்த செய்திகளையெல்லாம் பின்னால் பல சந்தர்ப்பங்களில் கவிஞர் என்னிடம் மறுத்தார். பகிரங்கமாகவும் அவற்றுக்காக சமாதானங்கள் சொன்னதுண்டு அதற்குமேல் 'காற்றில் கரைந்துபோன விஷயங்களுக்கு அதிக முக்கியத்துவம் கொடுப்பானேன்?' என்று கவிஞரை மதிக்கிற காமராஜர் அபிமானிகள் எல்லாரும் அவரை மன்னித்து மறந்தனர்.

ஆயினும் அவர் அடிக்கடி மாறினார்; முன்புசெய்த தவறுகளில் சுவடுகூடத் தெரியாமல் போகுமளவிற்கு மறுபடியும் காமராஜர் புகழ்பாடுபவராய் மாறினார். ஆனாலும் அரசியலில் காமராஜருக்கு எதிரான, அக்காலத்தில் இந்திரா அணியிலேயே கவிஞர் இருந்தார்.

கவிஞர் கண்ணதாசன் மூலம் அரசியல் சம்பந்தம் இல்லாத, அரசியலுக்கு அப்பாற்பட்ட சில நண்பர்கள் எனக்கு அறிமுகமாகி இருக்கிறார்கள். அவர்கள் நாங்கள் இருவரும் கருத்தளவில் ஒன்றுபடாவிட்டாலும் தொடர்ந்து இருவரும் நாங்கள் நண்பர்களாக இருக்கவேண்டும் என்று விரும்பினர்.

அப்படிப்பட்ட நண்பர்களில் ஒருவர் சிவகாசி கரனேஷன் லித்தோ ஒர்க்ஸ் பாகஸ்தரான திரு.டி.சி.ராஜசபை.

59

கண்ணதாசன் தமது பெயரால் ஒரு பத்திரிகை தொடங்கியதும் அதில் நான் 'சினிமாவுக்குப் போன சித்தாளு' என்று ஒரு கதை எழுதித் தமிழ் மக்களிடையே மிகுந்த பரபரப்பு ஏற்படுத்தியதும், பிற விவரங்களும் எனது 'பத்திரிகை உலக அனுபவங்கள்' என்ற தலைப்பில் நான் எழுதவேண்டியவை என்பதால் அவற்றைக் குறித்து இங்கு அதிகம் விவரித்து எழுதாமல் விடுகிறேன்.

அந்தக் காலத்தில் கண்ணதாசனோடு ஏற்பட்ட எனது அனுபவங்களை இரண்டு தலைப்புகளில் பிரித்து எழுதலாம். ஒன்று, பத்திரிகை அனுபவங்கள். மற்றொன்று, அரசியல் அனுபவங்கள் எனது அரசியல் அனுபவங்கள் இரண்டாம் பாகத்திலும் இனி எழுத நேரும் பத்திரிகை உலக அனுபங்களிலும் அவை பொருத்தமாக இடம் பெறலாம்.

எனினும் இதனிடையே நேர்ந்த கலையுலக அனுபங்களை இங்கே கூறிவிடுவது பொருத்தமாக இருக்கும்.

திரு. எம்.ஜி.ராமச்சந்திரன் தி.மு.கழகத்திலிருந்து வெளியேற்றப்பட்டார். இவரைப்பற்றி எனது அரசியல் உலக அனுபவங்களில் நான் ஏதும் எழுதாததற்குக் காரணம் நான் நடந்து வந்த பாதையில் இவரை நான் எங்கும் சந்திக்கவில்லை என்பதே. நண்பர்கள் சிலர் நல்லெண்ணம் காரணமாக அல்லது அவர்களுக்கு எம்.ஜி.ஆரின்பால் இருக்கும் பலவீனம் காரணமாக என்னையும் அவரையும் சந்திக்க வைக்கவேண்டும் என்று ரொம்பத்தான் விரும்பினார்கள்.

தமிழக அரசியலில் எம்.ஜி.ஆரின் பாத்திரம் நான் மெச்சத் தகுந்ததாய் இல்லாமற்போனதுவும் போவதுவும் ஒரு குறையன்று.

எனவே, அரசியல்ரீதியாக இவரோடு ஒரே மேடையில் நான் சந்தித்ததோ பேசியதோ இல்லை.

தன் காலத்தில் அவன் வயதொத்தோரும் அவனிலும் இளையோரும் முதியோரும் எந்த உயர்ந்த லட்சியமும் இல்லாமல் லட்சியங்களிலிருந்து வழுக்கி விழுந்தபிறகு, ஏதேதோ சுயநலத்தை சொந்தத் தேவைகளைப் பூர்த்தி செய்துகொள்வதற்கும், அதுபோலவே எம்.ஜி.ஆருக்குப் பயன்படவும், அவரைப் பயன்படுத்தவும் ஒரு தரமற்ற மோக வெள்ளத்தில் போய்க்கொண்டிருக்கிற ஒரு சூழ்நிலையில் அதில் எதிர்நீச்சல் போடுபவனாக இருக்கும் ஒருவன் அப்படிப்பட்ட ஒருவரின்மீது அவர் எவரே எனினும் ஆழ்ந்த விருப்பமோ, வெறுப்போ கொண்டுவிட முடியாது.

ஆயினும் திரு.எம்.ஜி.ஆரைப் பற்றி கண்ணதாசன் பேசிய, எழுதிய பல விஷயங்கள் எனக்குப் பெரிதும் அருவருப்பை அளித்தன.

அப்போது கண்ணதாசன், "நீ சினிமாவுக்குப் போன சித்தாளு எழுதவில்லையா" என்று கேட்டார். அதை வெளியிட்ட பத்திரிகையின் ஆசிரியராக இருந்த அவரே, அது தனிப்பட்ட முறையில் எவரையும் தரம் தாழ்த்தவில்லை என்று அப்போது அதற்காக என்னைப் பாராட்டிய இவரே, இன்றுதான் கக்குகிற அவதூறு சகதியோடு எனது எழுத்தையும் ஒன்றாக மதிப்பிடுகிறாரே என்று எண்ணுகையில் அவரது குணம் எனக்கு மனச் சுருக்கத்தை ஏற்படுத்தியது.

அவரை நான் மறுபடியும் நன்கு புரிந்துகொண்டேன். இந்தக் காலத்தில் கருணாநிதியின் பிரகடனப்படுத்தப்படாத தமிழக அரசவைக் கவிஞராக இருந்தார் கண்ணதாசன்.

அக்காலத்தில் அநேகமாக, ஒவ்வொருநாளும் கவிஞரும் கலைஞரும் சந்தித்துக்கொண்டிருந்தனர்.

எனவே, கவிஞரின் அன்றைய கரைசல் அரசியலை என்னால் ஜீரணிக்க முடியவில்லை.

நான் கலைஞரையும் எம்.ஜி.ஆரையும் என்றும் எப்போதுமே எனது இரண்டு எதிரிகளாக கருத்தளவில் அரசியலில் கருதி இருக்கிறேன். இவர்கள் எவர்மீதும் எனக்குத் தனிப்பட்ட முறையில் பகையோ, நட்போ இருந்ததில்லை. இதில் ஒருவர் அல்லது இன்னொருவரோடு சேர்ந்து ஓட்டுப் பொறுக்குவதுதான் இந்திய அரசியல் ஜனநாயகத்தில் தமிழக அரசியலாகவும், தமிழக ஜனநாயகமாகவும் நேர்ந்து விடுகிறது. இவர்களை எதிர்த்து இந்த அவலமான தமிழக அரசியலுக்குப் பதில் சொல்கிற குரலாக தேசியரீதியில் எழுத்தாளர்கள், கலைஞர்கள் ஒன்றுபடுவது எனக்கு எக்காலத்திலும் சம்மதமே.

இந்த நிலையில், நான் எனது எழுத்தாலும் பேச்சாலும் அழித்துத் தாக்குகிற இலக்குகளுக்கிடையே கவிஞர் தென்படாமல் இருக்க வேண்டும் என்று நான் நட்புக்கருதி எனக்குள்ளே பிரார்த்தித்ததும் உண்டு.

ஆனால் இதில் வினோதம் என்னவென்றால், எனக்கு எதிர்நிலை எடுத்த கவிஞர் கண்ணதாசன் எனது தாக்கும் குறிக்கு இலக்காகி இருந்தவர்களுக்கும் எனக்கும் பாலம் போடும் முயற்சியில் அடிக்கடி முனைந்ததே.

இந்தக் காலத்தில் என்னைப் பார்க்கிற நண்பர்கள் எல்லாம் கலைஞர் கருணாநிதி அவர்களும் என்னைப் பார்க்க விரும்புவதாகச் சொன்னார்கள். அதே காலத்தில்தான் எம்.ஜி.ஆர். அவர்களும் என்னைச் சந்திக்க விரும்புவதாகச் சொன்னார்கள். இவர்கள் எல்லாம் என்மீது கொண்டிருந்த ஏதோ தவறான நம்பிக்கையை நினைத்து எனக்குச் சிரிப்புத்தான் வந்தது.

60

'சினிமாவுக்குப்போன சித்தாளு' கதையை நாடகமாகத் தயாரித்துத் தரவேண்டும் என்று கவிஞர் கண்ணதாசன் என்னைக் கேட்டார்.

எனக்கு நாடகத் தயாரிப்புகளில் எப்போதுமே அதிக ஈடுபாடு கிடையாது என்பதனாலும் சிலரது அரசியல் நோக்கங்களுக்கு என்னுடைய கதைகள் பயன்படுவது எனக்குச் சம்மதம் இல்லை என்பதாலும் 'அதற்கென்ன? நாடகம்தானே நடத்தினால் போச்சு' என்று சொல்லி, என்னளவில் அந்த முயற்சியிலிருந்து நான் ஒதுங்கிக் கொண்டேன்.

திண்டுக்கல் இடைத்தேர்தல் வந்தது. 'சினிமாவுக்குப் போன சித்தாளு' கதையை நாடகமாக்கி, அந்தத் தொகுதியில் எம்.ஜி.ஆரை எதிர்த்துப் பிரச்சாரம் செய்ய தி.மு.க.வினர் விரும்பினர்.

இதில் கவிஞர் கண்ணதாசனுக்கு பெரும் பங்கு உண்டு. கலைஞர் கருணாநிதியும் பின்னணியில் இருந்தார்.

நாடக ஒத்திகை நடந்தது. எங்கே யார் யார் முன்னிலையில் அது நடைபெற்றது என்ற செய்திகள் எல்லாம் எனக்கு வந்து கொண்டிருந்தன.

இதைத் தடுத்தால் அது ஓர் அரசியல் ஆகும். இதற்கு ஒத்துழைப்புத் தந்தாலும் அது வெளிப்படையாக தி.மு.க. அரசியலாகும் என்பதால் என்னளவில் நான் இந்த முயற்சியிலிருந்து விலகியிருப்பது என்று தீர்மானித்தேன்.

அந்த நாடகம் திண்டுக்கல்லில் நடந்ததாக எனக்குத் தெரிய வந்தது. அதன்பிறகு நண்பர் ஆர்.எஸ்.பாண்டியன் மூலம் அந்த நாடகத்திற்கு எழுத்தாளர் சன்மானமாக எனக்கு ஏதோ ஒரு தொகை அனுப்பப்பட்டது. நான் அது எவ்வளவு தொகை என்றுகூடப் பார்க்காமல் 'எனக்குச் சம்மதம் இல்லாமல் எனது கதையை நாடகமாக்கி நடத்தியிருப்பதால் அதற்குச் சன்மானம் பெறும் உரிமை இல்லாதவனாய் இருக்கிறேன்' என்று, அந்தத் தொகையைத் திருப்பி அனுப்பிவிட்டேன். உடனடியாக ஆனந்தவிகடன் பத்திரிகையில் ஒரு துக்கடா செய்தியாக அந்த விஷயத்தைப் பகிரங்கமாய்ப் பதிவு செய்து கொண்டேன்.

பல சமயங்களில், என்னைச் சுற்றிலும் உள்ள என்னவர்களாலேயே செய்யப்படும் தீமைகளை அல்லது சரியில்லாத காரியங்களை என்னால் தடுத்து நிறுத்தமுடியாமல் போவதுண்டு. எனினும் அப்படிப்பட்ட சமயங்களில் அத்தகு காரியங்களில் நான் தார்மீகமாகப் பங்குபெற என்னளவில் இவற்றிலிருந்து நான் ஒதுங்கி விலகி நின்றுவிடுவேன்.

அதற்கு அடையாளமாக எனது வெளியிடும் திறனுக்கு அதில் ஒன்றே எழுதுவது, அதுவும் எல்லாச் சமயங்களிலும் வெளிவரும் என்று சொல்ல முடியாது. ஏதேனும் மார்க்கம் இருக்கும்பட்சத்தில்

அதன்மூலம் நான் எனது மறுப்புகளை ஒத்துழையாமையைப் பதிவு செய்துகொள்வேன்.

இதுவரையில் அத்தகைய எனது முயற்சிகள் பல பகிரங்கமாகப் பதிவாகியிருப்பதே எனது மனத்துக்கு மிகவும் இதம்தருகிற விஷயம் ஆகும்.

அப்படிப்பட்ட பதிவின் நோக்கம், நமது நிலையினைப் பிறர் அறியும் அளவுக்குப் பிரகடனம் செய்வது மட்டும் இல்லை நோக்கமின்றியே அவ்வாறு நிகழ்வது உண்டு. அது நாம் பதிவுசெய்த கொள்கைக்கு உடனடித் தேவையையும் அது சார்ந்துள்ள உண்மையையும் பொறுத்தது ஆகும்.

உதாரணமாக, கவிஞர் தமது நட்பின்மூலம் எனக்குப் பல தர்மசங்கடமான, இக்கட்டான, நெருக்கடியான சூழ்நிலைகளை ஏற்படுத்தியது உண்டு. இருந்தாலும் எனக்குக் கவிஞர்மீது எத்தகைய கசப்பு உணர்ச்சியும் ஏற்பட்டது கிடையாது என்பதைச் சொல்லிவிட வேண்டும். அவர் எது செய்தாலும் ஒரு கவிஞனுக்கு உரிய அசட்டுத் தனத்தோடு செய்துவிடுகிறார் என்று என்னையும் பிறரையும் அவர் நினைக்க வைப்பார். அது அவரது இயல்பு என்று உணர்ந்தேன்.

தான் வெல்லமுடியாத பலவான் ஒருவனைத் தன்னிலும் துணிச்சல் உள்ள ஒருவனோடு மோதவிட்டு அதன் முடிவைக் காணுகின்ற, அதில் சில நற்பயன்களை எதிர்பார்க்கிற நல்ல நோக்கமுடைய ஒருவராகத்தான் இருந்தார் கவிஞர்.

அத்தகு நெருக்கடியான சோதனைகள் பல அவரால் எனக்கு ஏற்பட்டாலும் அவற்றை நான் வரவேற்று அந்தச் சவாலை ஏற்று அவருக்கு மாறான கருத்தை அவர் முன்னிலையிலேயே கூறி அவருக்கு மறுமொழி சொல்வதற்கான சந்தர்ப்பத்தைத் தந்து எல்லார் முன்னிலையிலும் எனது கருத்தை நிறுவி வெற்றியடைவதற்காகவே அவற்றை நான் வரவேற்றேன் என்றே சொல்ல வேண்டும். அப்படிப் பல நிகழ்ச்சிகள் நடந்தது உண்டு.

நான் எக்காலத்திலும் மரியாதை கொடுத்தோ, பெரிதாக மதித்தோ ஈடுபாடு கொள்ளாத திரு.அண்ணாதுரையின் மறைவுக்கு ஓர் அனுதாபக் கூட்டம் போடு அதில் நானும் பேசுவேன் என்று கவிஞர் என் பெயரை அறிவித்தது எனக்கு ஒரு சோதனையான நிகழ்ச்சியாகும்.

61

அவ்வாறு சத்தியமூர்த்தி பவனில் ஏற்பாடு செய்யப்பட்ட அண்ணாதுரை இரங்கல் கூட்டத்தில் நான் என்னென்ன பேசினேன் அதன் விளைவுகள் என்னென்ன என்பதை ஓர் இலக்கியவாதியின் அரசியல் அனுபவங்களில் ஏற்கனவே எழுதியிருக்கிறேன்.

நான் இலக்கியத் துறையில் அதாவது 1. பத்திரிகைகளில் எழுதுவது, 2. அரசியல் துறையில் அதாவது மேடைகளில் ஏறி முழங்குதல் 3. கலைத்துறையில் அதாவது சினிமாவுக்காக எழுதுதல் ஆகிய மூன்று கூறுகளாக எனது சமூக இயக்கத்தைத் தெரிந்தே, திட்டமிட்டே பிரித்துக்கொண்டு செயல்பட்டேன்.

ஆரம்ப காலத்தில் இயல்பாக ஏற்பட்ட இந்த மூவகை உறவும் பின்னர் இந்தச் சமூகத்தோடு நான் சிறப்பாகப் போராடுவதற்கான பாசறைகளாய்ப் பயன்பட்டன, பயன்பட்டு வருகின்றன.

இதில் ஒரு பாசறை சமூகத் தாக்குதலுக்குச் சமாளிக்க முடியாமல் நொறுங்கும். அது நான் எதிர்பார்த்த ஒன்றாகவேகூட அமையும். அதுபோன்ற தருணங்களில் அங்கே நமது எதிர்ப்பை எவ்வளவு தூரம் காட்டமுடியும். தொடர்ந்து அவ்விதமான போராட்டத்தை அந்த முனையில் நடத்துவதனால் ஏற்படுகின்ற சமூக விளைவுகளில் பலன்கள் ஆக்கப்பூர்வமானதாய் அமையுமா? என்பதெல்லாம் யோசித்து அவை எதிர்மறை விளைவுகளையே உண்டாக்கும் என்று அறிகிற பட்சத்தில் நான் கொஞ்சங்கூடத் தயங்காமல் அங்கிருந்து பின்வாங்கி விடுவேன். அதில் வீராப்பு உணர்ச்சி காட்டமாட்டேன். மனம் ஒடிந்தும் போகமாட்டேன்.

எனது அடுத்த பாசறைகளிலிருந்து முன்னிலும் மூர்க்கமான தாக்குதல்கள் நான் வெற்றிகரமாகவே தொடுப்பேன்.

உதாரணமாக, சினிமாத் துறையில் எனக்கேற்பட்ட கசப்பான அருவருப்பான, நம்மால் தீர்க்கமுடியாது என்று எனக்குத் தெளிவாகிவிட்ட பல அனுபவங்களினால் அதிலிருந்து விலகுவது என்று தீர்மானித்து நான் முற்றாக விலகினேன்.

இதற்குப் பொருள் என்றென்றும் இந்த ஜென்மத்தில் நான் இந்தத் துறைக்கே வரமாட்டேன் என்பது அல்ல. நான் திரும்பவும் இனி சினிமாத் துறைக்கு வரவே மாட்டேன் என்று ஏதோ சத்தியம் செய்து கொடுத்ததுபோலவும் நர்ன் வாக்கு மீறிவிட்ட மாதிரியும் என்மீது குற்றம்சாட்டினார்கள் சிலர்.

என்மீது சாட்டப்படுகிற குற்றச்சாட்டுகளுக்குப் பதில் சொல்கிற பழக்கம் எனக்கு இல்லை. ஆயினும் இப்படிப்பட்டவர்களால் கலைத்துறையில் அறிவுடையோர் சிலரும் குழப்பமடைய நேர்ந்துவிடுகிறது. அவர்கள் தெளிவு பெறும் பொருட்டு இதை நான் விளக்கியுமிருக்கிறேன்.

ஒருமுறை, உறுதியாக நான் விலகுவது என்று தீர்மானித்தது; அந்த நிமிஷம் உண்மையே ஆகும்.

எந்த விரதத்துக்கும் சாபத்துக்கும் தண்டனைக்கும் வாக்குறுதியிக்கும் கூட ஒரு கால வரையறை உண்டு. அந்த விரதங்களும் வாக்குறுதிகளும் ஒரு கால நிர்ப்பந்தத்தால்தான் ஏற்படுகின்றன என்பதைப் புரிந்துகொண்டால், அவை மாறுவதற்கான நியாயங்களையும் புரிந்துகொள்ளலாம்.

தமிழ் சினிமாத் துறையிலிருந்து நான் விலகியிருந்த காலங்களில் ஒரு தமிழ் சினிமாகூட நான் பார்த்ததில்லை. சினிமா பற்றிய எந்தச் செய்தியும் எனக்குத் தெரியாது.

புதிய நடிக, நடிகையரின் படங்களையும் செய்திகளையும் இணைத்து இவர்கள் இன்ன பெயருக்கு உரியவர்கள் என்றுகூட எனக்குச் சொல்லத் தெரியாது. அதுபோல் நான் விலகியிருந்த காலத்தில் நேர்ந்த கண்ணதாசனின் நட்பு ஓரளவு சினிமா, பத்திரிகை (அதாவது, கலை, இலக்கியம்) என்று சம்பந்தப்பட்டபோதிலும் பெரும்பாலும் அரசியல் சார்ந்ததாகவே இருந்தது.

சினிமாவில் எனக்கு ஏற்பட்ட அனுபவத்தின் விளைவாக 1966ஆம் ஆண்டில் எப்படி விலகினேனோ அதேபோல 1971ஆம் ஆண்டு தேர்தலுக்குப் பிறகு நான் அரசியலிலிருந்தும் - அதாவது, கட்சி சார்ந்த மேடைகளில் பேசுவது - விலகி நின்றேன்.

இந்த அனுபவங்களினால் எனக்கு எந்தவிதக் குறையுணர்ச்சியோ வருத்தமோ இப்போதும் இல்லை. மாறாக, எனது பாசறைகள் ஒவ்வொன்றிலும் நான் மிகச் சிறப்பான முறையில் போராடி காலத்தால் குறிக்கத்தக்க பல நல்ல அடையாளங்களை ஓர் இலக்கியப் பிரஜை என்ற முறையில் ஏற்படுத்தியிருக்கிறேன் என்ற நிறைவே எனக்கு ஏற்படுகிறது. ஒவ்வொன்றிலிருந்தும் விலகிப் பின்வாங்கி யிருந்தாலும்கூட ஒரு போர்வீரன் உயிரோடு இருக்கும் வரை அவன் தோற்றுவிட்டதாகச் சொல்லமுடியாது; கூடாது.

மேலும் முன்னேறுவதும் பின்வாங்குவதும் பதுங்குதலும் சரணடைவதும் கூடப் போராட்டத்தின் ஒரு பகுதியேயாகும்.

நான் சார்ந்துள்ள, மறுபடியும் எவர் விரும்பியபோதிலும் மீட்டுக்கொள்ள முடியாத அளவுக்கு என்னை ஈர்த்துள்ள, என் காலத்திய சமூக, அரசியல், பொருளாதார, சித்தாந்த உறுதிப்பாட்டினை

எப்போதும்போல் நான் இழக்காமல் இருக்கும்வரை எனது போராட்டம் ஓய்ந்துவிடுவதும் இல்லை; தோற்றுவிடுவதும் இல்லை.

நான் சினிமாவில் இருண்டு விலகியிருந்த காலத்தில் அரசியல் மேடைகளிலும் பத்திரிகைகளிலும் ஆற்றிய பணிகள் காரணமாக நான் சினிமாக்காரர்களுக்கு மிகவும் நேசமுடையவனானேன். இவர்களில் பலர், அவர்களை நான் சினிமாக்காரர்கள் என்று அழைப்பதை விரும்பக்கூட மாட்டார்கள். ஏனெனில், அவர்களில் பலர் அதற்கெல்லாம் முன்பே நண்பர்கள் ஆனோர். ஆயினும் என்ன? அவர்கள் சினிமாக்காரர்கள்தான்.

எனக்கு அறிமுகமான புதிய நண்பர்களில் பலர், இந்தத் துறையின் இளைய தலைமுறையைச் சேர்ந்தவர்கள்.

டைரக்டர் ஸ்ரீதர் அவர்களுக்கும், எனக்கும் ஏற்பட்ட பரிச்சயமும், சம்பாஷணைகளும் இதற்கு முன்வந்த அத்தியாயங்களில் குறிப்பிடப்பட்டிருக்கின்றன.

அவரது உதவியாளர்களில் ஒருவரும் ஸ்ரீதரின் உடன்பிறவா சகோதரர் என்று மதிக்கப்படுபவருமான சி.வி.ராஜேந்திரன் குமுதம் பத்திரிகையில் என்னையும் எனது நாவல்களில் ஒன்றான 'சில நேரங்களில் சில மனிதர்களையும்' புகழ்ந்து அதற்குத் தாம் ஒரு திரைக்கதை வசனத்தை அமைத்து வருவதாகவும் எழுதியிருந்தார்.

இந்த நாவலை ஏற்கனவே தாம் படமாக்க விரும்புவதாகக் காலம் சென்ற திரு.ஏ.பீம்சிங் அவர்கள் தனது புதல்வரான இருதயநாத் குழந்தை எழுத்தாளரான பூவண்ணன் இவர்கள் மூலம், சொல்லி அனுப்பியிருந்தார். நானும் ஒப்புக்கொண்டிருந்தேன்.

அந்த விஷயத்தையே நாங்கள் மறந்துபோகிற அளவுக்கு திரு.பீம்சிங் வேறு பட வேலைகளில் மூழ்கியிருந்தார்.

நானும் அவ்வாறே பல அலுவல்களில் ஈடுபட்டு இருந்ததால் அதை மறந்தே போனேன்.

திரு.ராஜேந்திரனின் பேட்டி பீம்சிங் அவர்களையும் அவரது யூனிட்டையும் எழுப்பிவிட்டது போலும்.

உண்மையில், இதற்கிடையில் திரு.சி.வி.ராஜேந்திரனும், ஸ்ரீகாந்தும் என்னைச் சந்தித்து இதைப் படமாக்குகிற யோசனைகளைப் பகிர்ந்து கொண்டிருக்கிறார்கள்.

அந்த நம்பிக்கையில்தான் ராஜேந்திரன் குமுதம் பத்திரிகைக்கு அந்தப் பேட்டியை அளித்திருக்க வேண்டும்.

62

பொதுவாகப் பீம்சிங் டைரக்‌ஷனில் உருவாகும் படங்களுக்குத் திரைக்கதை வடிவத்தை அவரேதான் அமைப்பது வழக்கம்.

அவரே உட்கார்ந்துகொண்டு அதை எழுதினால்தான் அவரே திரைக்கதை அமைப்பை உருவாக்கினார் என்பது அர்த்தமல்ல! அதை எப்போதுமே பிரதி எடுக்கிற உதவி டைரக்டர்கள்தான் செய்வார்கள்.

ஒரு கதையை சினிமாவின்மூலம் சொல்வதற்கு அடிப்படையாக, அதை ஒரு காட்சி வடிவப் பொருளாய்க் கற்பனை செய்து (Visual Images) வரிசைக் கிரமப்படுத்திப் படமெடுப்பதற்கு ஒரு தீர்மானமான Guide போல் எழுதிக்கொண்டு செயல்படுவதைத் திரைக்கதை வடிவ அமைப்பு (Film Script) என்பர்.

ஒரு கதையே படமாகி விடுவதில்லை. ஒரு கதை நன்றாக இருக்கும். அதுவே படமானால் நன்றாய் இராது. இப்படி ஏற்படுவதற்கு ஒன்று; படமெடுப்பதில் குறைபாடு இருத்தல் வேண்டும் அல்லது கதையில் உள்ள குறைபாடு காரணமாக இருக்க வேண்டும்.

உண்மையில், இந்தக் காரணங்களில் ஒன்றேனும் உண்மையாக இருக்குமானால் மொத்தத்தில் குறைபாடு வராது என்பது எனது அனுபவம். இரண்டுமே குறைபாடு உடையதனால்தான் பிரச்சினை. ஒரு படத்திற்கு வடிவ அமைப்புக்காட்சி மிக முக்கியம். திரு.பீம்சிங் ஒன்றுமில்லாத கதைகளையெல்லாம் மிக வெற்றிகரமாக சினிமாவாக ஆக்கியிருக்கிறார்.

தமிழில் எழுதுகிற அளவுக்கு அவர் மொழி தெரியாதவராக இருந்தாலும் திரு.பீம்சிங், வெறும் கதைக் களிமண்ணைப் பிசைந்து கொண்டிருப்பவர்களை வசனம் எழுதச் சொல்லித் தமது திரைக்கதை அமைப்புத் திறனால் அவற்றை வெற்றிகரமான படங்களாக்கி இருக்கிறார். எனவேதான் படங்களில் வசனம் எழுதியவர்களின் பெயர்களையோ, கதாசிரியர்களின் பெயர்களையோ போட்டு திரைக்கதை டைரக்‌ஷன் என்று தமது பெயரை நிறுவுவார். அதுவே சரியானதும் ஆகும்.

என் விஷயத்தில் இவர் அதை செய்யட்டும் என்று நான் விரும்பினேன்.

'சில நேரங்களில் சில மனிதர்கள்' கதைப் பிரதியை என்னைத் தேடிவந்த அவரிடம் அன்புடன் மதிப்பிற்குரிய நண்பருக்கு என்று ஒரு அன்பளிப்பு ஓர் மாதிரி கொடுத்துவிட்டு வெளிப்படையாகச் சொன்னேன்.

"இதோ இப்போது எடுத்துக் கொடுத்ததுபோல்தான் நான் உங்களுக்குக் கதையைக் கொடுத்து உதவி செய்ய முடியும். இதை நீங்களோ அல்லது நீங்கள் விரும்புகிற வேறு யாரையேனும் வைத்தோ திரைக்கதை வசன வடிவமைப்பை எழுதிக் கொள்ளுங்கள். நாவலில் வருகிற வசனங்களையே பயன்படுத்திக் கொள்ளுங்கள். ஆனாலும் படம் எடுக்கிறபோது எப்படி எப்படியெல்லாம் எடுக்கிறீர்கள் என்பதை நான் அறிந்துகொள்வதற்கும், அதில் என்ன சேர்க்கலாம், என்ன சேர்க்கக்கூடாது என்பதற்கு எனது யோசனைகள் அனுமதித்தும், இறுதியாக இந்தப் படம் சிறப்பாக இருக்கிறது என்று நான் சொல்வதற்கு இடம் வைத்தும் நீங்கள் படம் எடுத்துக் கொள்ளுங்கள்" என்று பீம்சிங்-கிடம் சொன்னேன்.

அவரும் எனது வற்புறுத்தலுக்கு, எனது கருத்துகளுக்கு மறுப்புச் சொல்லி என்னைச் சமாதானப்படுத்தாமல் கதையை மிகுந்த நம்பிக்கையோடு அவர் வசம் நான் ஒப்புவித்ததைப் போன்றே அதைப் பெற்றுக்கொண்டு போனார். யார் யாரோ அதற்குத் திரைக்கதை அமைப்பை எழுதிப் பார்த்தார்கள்.

63

'சில நேரங்களில் சில மனிதர்கள்' கதையைப் படமாக்குகிற தீர்மானம் காரியாம்சத்தில் நிறைவேற அதன் திரைக்கதை வடிவத்தை ஜெயகாந்தன்தான் எழுதி ஆக வேண்டும் என்று அனுபவ பூர்வமாக அவர்களுக்குத் தீர்மானம் ஆயிற்றுபோலும்.

இந்த நாவலைத் திரைப்படமாக்குகிற முயற்சியில் இறங்குகிற பலரிடம் அதற்கான ரகசியம் ஒன்றை நான் பகிரங்கப்படுத்தி இருக்கிறேன்.

ஒரு கதையை வாசகர்கள் ஒப்பும்படியாக, அதாவது ஓர் அழகியை மூன்று சொற்களில் 'அவள் ஓர் அழகி' என்று எழுதி அதை வாசகர்கள் ஏற்றுக்கொள்ளும்படி செய்ய இயலும். ஆனால் கட் புலனுக்குப் புலப்படுகிறமாதிரி ஓர் உருவத்தை நிறுத்தி 'அது அழகின் உருவம்' என்று எல்லோரையும் ஏற்றுக்கொள்ள வைப்பது அவ்வளவு சுலபமானதல்ல.

ஓர் அழகியை வண்ணங்களாலும் வரிகளாலும் தீட்டிக் காட்டிவிடமுடியும். அதைப் பார்க்கிற எல்லோரும் தானும் ஓர் ஓவியராக வேண்டுமென்று ஆசைப்படுவதில்லை.

ஆனால் சிறப்புற எழுதுகிற எழுத்தாளனைப் பார்த்து தானும் இவ்வாறு எழுத முடியும் என்று பலர் நம்பிக்கையே கொண்டு

விடுகிறார்கள். ஓர் ஓவியத்தைப் பார்க்கும்போது ஏற்படாத இந்த உணர்ச்சிப் பெருக்கு இந்த எழுத்தைப் பார்க்கும்போது ஏற்படுவது இயல்புதான்; ஆனால், அதுவே கடினமானது என்பது முயன்றால் தெரியவரும்.

இந்த எழுத்துக்கு அப்படிப்பட்ட ஏமாற்றுகிற, மயக்குகிற சக்தி உண்டு. அனைவரும் ரசிக்கும்படி எழுதிய கதைகளை 'ஆகா அற்புதம்' என்று சில வேளைகளில் பாராட்டுகளைத் தட்டிச் சொல்கிற கதைகளைக்கூடப் படமாகப் பிடித்தால் அநேகமாய் அவை எல்லாமே ஏமாற்றத்தையே தரும்.

டால்ஸ்டாயின் எல்லா எழுத்துகளுமே இதற்குச் சாட்சி. அவரது கதைகளைப் படமாக எடுத்து ஒன்றுகூட சினிமா சாதனத்தின்மூலம் தனிச்சிறப்பு அடைந்ததில்லை. டால்ஸ்டாயின் இலக்கிய மேதைமை அதில் துலங்குவதில்லை என்று பல சோவியத் டைரக்டர்கள் அங்கலாய்த்திருப்பதை நான் அறிவேன்.

அப்போதெல்லாம் எனக்கு ஒன்று தோன்றியதுண்டு; ஒருவேளை, டால்ஸ்டாய் உயிரோடு இருந்து தமது கதைகளுக்குத் தாமே திரைக்கதை வடிவம் அமைத்துத் தந்திருந்தால் அவரது கதைகள் படமாக்கப்பட்ட பிறகு அந்த அளவு எதிர்பார்த்த கலை மேன்மையைத் தந்திருக்குமோ என்று.

எனது கதைகளை எழுதுவதற்கு முன்னாலும் எழுதிக் கொண்டிருக்கும்போதும் ஒவ்வோரு நிகழ்ச்சியாய், ஒவ்வொரு பாத்திரமாய், ஒவ்வொரு காட்சியாய் கணுக்கணுவாய் (Frame by frame) உலாவவிட்டு நிகழவும் பேசவும் வைத்து இயக்கி மானசீகமாகப் படைத்துப் பார்த்தப் பின்னர்தான் அவற்றைப் பதிவு செய்கிற முயற்சியில் அதை நான் எழுத்துகளாய் இறுதியில் வடித்து வைக்கிறேன். அவற்றை வேறு ஒரு மீடியத்திற்கு மாறுவதற்கான முயற்சி எனக்குச் சிரமம் தராது. எனவே, ஒரு கதையை எழுதுவதற்கு முன்னால்கூட அதற்குத் திரைக்கதை அமைத்துவிடுவது எனக்குச் சாத்தியம் ஆகும்.

எழுதிய பிறகு என்னைப் போலவே மானசீகமாய் மனத்திரையில் கண்டு களித்துவிட்ட என் வாசகர்களுக்கு மறுபடியும் அதனைத் திரையில் ஒருமுறை தீட்டிக்காட்டுகிற முயற்சிகளை என்னைத் தவிர வேறு ஒருவர் மேற்கொண்டால் பாதியில் அவர்களுக்கு அதிருப்தியும், தமது பணியில் எனது கதைக்கு அநீதி வழங்கிவிட்ட உறுத்தலும் அப்படி ஒரு குற்றச்சாட்டும் ஏற்படுவது உறுதி.

ஏனென்றால் இந்தக் கதைகளை ஏதேதோ காரணம் பற்றி இன்றைக்குத் தலைசிறந்தவர்கள் என்று பெயரெடுத்திருப்பவர்கள் பல பகுதிகளை எடுத்துக்கொண்டாலும் திரித்துப் பயன்படுத்தினாலும் எனது வாசகர்கள் அவர்களைவிட ஆயிரம் மடங்கு அறிவிலும்

தரத்திலும் உயர்ந்தவர்கள் என்பதால் இந்த முயற்சிகளை கண்டுபிடித்துத் தரம் தாழ்த்திவிடுவார்கள். தலை சிறந்தவர்கள்கூட இக்காரியத்தால் முடிவில் தலைகவிழ்ந்து நிற்க நேரும்.

பாமரர்களையே ஏமாற்றிப் பழக்கப்பட்டவர்களுக்கு இப்படிப்பட்ட பெருமுயற்சிகள் தகாததும் ஆகும்.

அதனால்தான் உண்மையிலேயே சினிமாவுக்கு என்று எழுத மனமில்லாமல் நான் கதையைத் கொடுத்திருந்தாலும் இது படமாக்கத்துக்கு முன்னால் என்னிடமே திரும்பிவரும் என்று ஓர் அச்சத்தில் நான் எதிர்பார்த்தும் ஒரு மகிழ்ச்சியில் அதற்காகக் காத்திருந்தேன் என்றும் சொல்லுதல் வேண்டும்.

அவ்வாறே இதற்குமுன்னால் பலர் எழுதிய ‘சில நேரங்களில் சில மனிதர்கள்’ திரைக்கதை வடிவ ஃபைலுடன் திரு.பீம்சிங் அவரது யூனிட்டைச் சேர்ந்தவர்களும் ஒருநாள் என்னிடம் வந்தார்கள்.

அவர்கள் வரவை எதிர்பார்த்திருந்த நானும் மகிழ்ச்சியோடு வரவேற்றேன்.

அவர்கள் கொடுத்த ஃபைலின் முதல் பக்கத்தைக்கூட நான் புரட்டிப் பார்க்கவில்லை.

எனது எழுத்து வேலைகளையெல்லாம் ஒன்றரை மாதத்திற்கு நிறுத்தி வைத்துவிட்டு டைரக்டர் பீம்சிங்கின் உதவியாளர்களுடன் உட்கார்ந்து நான் சொல்லச் சொல்ல அதற்கான திரைக்கதை எழுதப்பட்டது. இந்த அனுபவத்தின் காரணமாகத் தமிழ் சினிமா பற்றி எனக்கு இருந்த பல தப்பபிப்பிராயங்கள் மாறின.

அந்த யூனிட்டைச் சேர்ந்தவர்கள் நான் ஏற்கனவே சந்தித்திராத புதியவர்களானாலும் அவர்கள் என்னைப் பற்றி நன்கு அறிந்திருந்தனர்.

எனது கற்பனைகளை நான் எண்ணுகிறமாதிரியே புரிந்துகொண்டு எழுதுகிறபோதே அவர்களால் ரசிக்க முடிந்தது.

இவ்வாறு பூரணமான ஒரு திரைக்கதை வடிவ அமைப்பின் அவசியத் தேவையை அதற்கு முன்னாலேயே அவர்கள் அறிந்திருந்தார்கள்போலும்.

எனவே அவர்களுக்கும் எனக்கும் இந்த அனுபவம் பெரு மகிழ்ச்சியையும் புதிய பயிற்சியையும்கூட தந்தது.

‘சில நேரங்களில் சில மனிதர்கள்’ படம் வெளிவந்த பிறகு டைரக்டர் பீம்சிங் இவ்வாறு எழுதினார்:

“ஒரு பெரிய நாவலைத் திரைப்படமாக்கும்போது, திரைக்கு ஏற்றவாறு கூடுதல் குறைத்தல் செய்யவேண்டி வருமே, இதற்கு கதாசிரியர்

ஒப்புக்கொள்வாரா என்ற சந்தேகம் என் மனத்தில் எழுந்தது. என் சந்தேகத்திற்குக் காரணம், திரு.ஜே.கே. அவர்களைப் பற்றி நான் கேள்விப்பட்டிருந்தது. 'அவர் மிகவும் பிடிவாதக்காரர். மற்றவர்கள் சொல்வதை எடுத்துக்கொள்ளமாட்டார். தான் சொன்னதே சரி என்றுதான் வாதிப்பார். விட்டுக்கொடுக்கமாட்டார். தன்னம்பிக்கை உள்ள ஒரு தனிப்பிறவி என்ற விதத்தில்தான். அதனால், முதலில் படமாக்குவதற்குக் கதையைத் தர அவர் ஒப்புக்கொள்வாரா பார்ப்போம் என்று எனது மூன்றாவது செல்வன் இருதயநாத்தைக் கேட்டுவரச் சொன்னேன்.

"நீங்கள் செய்கிறீர்கள் என்பதால் மகிழ்ச்சியுடன் தருகிறேன்" என்றார்.

கதைக்கான தொகையைப் பற்றி அவரிடம் கேட்டபோதுகூட மிகப் பெருந்தன்மையுடன் "என் கதைக்கு விலை நிர்ணயம் செய்ய நான் விரும்பவில்லை. என் கதை உங்களுக்குப் பிடித்திருக்கிறது; என்ன கொடுக்கலாம் என்று தோன்றுகிறதோ கொடுங்கள்" என்று சொல்லிவிட்டார்.

"எனக்குத் திரைப்பட கலையைப் பற்றி தெரியாததால் உங்கள் விருப்பம்போல மாற்றம் செய்துகொள்ளுங்கள்" என்றார். இது நான் எதிர்பார்க்காதது, அவரைப்பற்றி மற்றவர்கள் சொன்னதற்கு மாறுபட்டது. ஒருவருடன் பழகாமல் அவரைப் பற்றி மற்றவர்கள் சொல்வதை நம்புவது எவ்வளவு தவறு என்பதை திரு.ஜே.கே. அவர்களின் விஷயத்தால் தெரிந்துகொண்டேன்.

"திரு.ஜே.கே.யுடன் ஏற்பட்ட அந்தச் சந்திப்பின் மகிழ்ச்சியிலும் அவர்மீது அந்த நிமிஷமே உண்டான நம்பிக்கையிலும் நீங்களே இதற்குத் திரைக்கதை அமைப்பும் அமைத்துத் தாருங்கள்' என்றேன். அவரும் ஒப்புக்கொண்டார்.

"அதன்பிறகு அவர் எனது சகாக்கள் திருமலை, மகாலிங்கம் இருவரையும் உடன் வைத்துக்கொண்டு குறைந்தது நாற்பது நாட்கள் ஒரு யக்ஞம்போல், மிகுந்த சிரத்தையுடன் எழுதி முடித்தார்.

"இந்த இடத்தில் ஒன்று கூற விரும்புகிறேன்; ஒரு மனிதனுக்கு முதுகெலும்பு எவ்வளவு முக்கியமோ, அவ்வளவு முக்கியம் ஒரு திரைப்படத்திற்கு திரைக்கதை அமைப்பு. இதை இத்துறையில் இருப்போர் பெரும்பாலோர் செய்வதில்லை என்பதை மிகவும் வருத்தத்துடன் தெரிவித்துக்கொள்கிறேன். ஏன், நானேகூட இந்த 'சில நேரங்களில் சில மனிதர்கள்' கதைக்கு திரைக்கதை அமைத்த திரு.ஜே.கே அவர்கள் எடுத்துக்கொண்ட உழைப்பையும் நேரத்தையும்போல் என்னால் உருவாக்கப்பட்ட மற்ற திரைப்படங்களுக்கு எடுத்துக் கொண்டேனா என்றால் இல்லை என்றுதான் என் மனசாட்சி பதில் சொல்லும்.

ஜெயகாந்தன்

“இனிமேலாவது இந்தத் துறையில் ஈடுபட்டிருக்கும் அனைவரும் இதுவரை முறைப்படிச் செய்தவர்கள் அப்படியே தொடர்ந்தும். இதுவரை அப்படிச் செய்ய வாய்ப்பில்லாதவர்கள் வாய்ப்பை ஏற்படுத்திக்கொண்டும் முதலில் திரைக்கதையை முழுமையாகச் செய்துகொண்டு தயாரிப்பில் ஈடுபட்டால் தேய்பிறையாகிக் கொண்டு வருவதாகச் சொல்லப்படும் நமது தமிழ்த் திரை உலகம் வளர்பிறையாவதற்கு வழிகோலும் என்று எண்ணுகிறேன்.

“இனி ‘சில நேரங்களில் சில மனிதர்கள்’ விஷயத்துக்கு வருகிறேன். திரு.ஜே.கேயின் திரைக்கதை அமைப்பைப் பார்த்த எனக்கு முழுத்திருப்தியும் மகிழ்ச்சியும் ஏற்பட்டது. என் எண்ணம் அதில் அப்படியே பிரதிபலித்தது. படத்தை முழுமையாக எடுத்து முடித்தபிறகு படத்தொகுப்பிலும்கூட என் விருப்பத்திற்குமாறாக அவர் எதையுமே சொல்லவே இல்லை. படத்தொகுப்பில் மாற்றங்கள் செய்து முழுப்படத்தையும் அவரிடம் போட்டுக் காண்பித்தவுடன் அவர் சொன்னது:

இதனை இதனால் இவன் முடிக்கும் என்றாய்ந்து
அதனை அவன்கண் விடல்

என்ற குறளை கூறி திருப்தி அடைந்தார்.

“ஜே.கே. அவர்கள் நமது திரைப்பட உலகத்திற்குக் கிடைத்திருக்கும் வரப்பிரசாதம் என்று துணிந்து சொல்வேன்.

“அவரைப் போன்ற எழுத்தாற்றல் உள்ளவர்கள் கிடைத்து விட்டால், தழுவல் இல்லாமல் ‘நகல் இல்லாமல்’ ஒரிஜினலாகவே தமிழ்ப் படங்களைத் தயாரிக்கலாம். அதன் வாயிலாகத் தமிழ் படவுலகம் தலைநிமிர்ந்து ராஜநடை போடலாம் என்பதில் சந்தேகமே இல்லை. இந்தத் திரைப்படத்தை உருவாக்க ஒத்துழைத்த அனைவருக்கும் எனது உளம்கனிந்த நன்றி.”

64

திரைக்கதை வடிவம் எழுதுவதற்கு முன்னால் எந்தெந்தப் பாத்திரத்திற்கு, யார் யார் நடிக்கப் போகிறார்கள் என்பது எனக்குத் தெரிந்தாக வேண்டும். இது ஒரு பொது விதி அல்ல. நமது நடிகர்களின் முகராசிகளையும் குண நலன்களையும் நான் அறிந்திருந்தபடியால்

நாம் எழுதியது இவர்களால் பொருத்தமாய் வெளிக்கொணரப் படுமா என்ற ஐயம் எழுந்து, திரைக்கதை வடிவம் செய்கிற வேலை சீர்கேடு அடையக்கூடாது என்பதன்பொருட்டு அந்த விஷயங்களை நான் முன்கூட்டியே தெரிந்துகொள்ள வேண்டும் என்றேன்.

அந்தக் கணிப்பே மாறாகப்போகுமானால், அந்தப் பாத்திரங்களை யார் ஏற்று நடிக்கிறார்களோ அவர்களுக்கு ஏற்ப சிறு மாற்றங்களை நடிகர்களின்பொருட்டு செய்வதற்கு எந்தக் கதையும் இடம்தரும்.

'சில நேரங்களில் சில மனிதர்கள்' படத்தில் நடிக்கவிருக்கிறவர்களைப் பற்றி நடிகர்கள் என்ற முறையில் ஒன்றும் அதிகம் தெரியாது.

நமது நடிகர்களை நண்பர்களாக, தனிப்பட்டமுறையில் அதிகம் அறிவேன் என்றாலும், அவர்கள் நடிப்புத்திறனில் எப்படித் திகழ்கிறார்கள் என்பது எனக்குத் தெரியாது.

நான் தமிழ்ப் படங்களைப் பார்ப்பதை பத்து வருஷங்களுக்கு முன்பாகவே விட்டுவிட்டேன் என்றாலும் நமது தமிழ்ப்படங்கள் நம்மை விடாப்பிடியாகத் துரத்திவந்து தமது அவலநிலையை அடிக்கடி அறிமுகம் செய்துகொள்கின்றன. ரேடியோவில் ஒலிச்சித்திரம் கேட்கிறது, தெருவெல்லாம் இந்த நடிக நடிகையரின் திருக்கோலம் ஆபாசமாகவும், அலங்காரமாகவும் வானளாவி உயர்ந்து பெருகி நிற்கிறது.

போதாக்குறைக்கு பத்திரிகைகளில் இவர்கள் முக விலாசங்களும் குண விசேஷங்களும் இவர்களாலும் இவர்களின் அனுகூலச் சத்துருக்களாலும் வெளிவந்து விடுகின்றன.

இவை போதாது என்று சினிமாவுக்கு என்றே பத்திரிகைகள் வேறு பெருகி மண்டிவிட்டன.

படம் பார்க்காமலேயே இந்தப் பாடல் எந்தெந்தப் படங்களில் வருகிறது என்பதெல்லாம் எல்லாருக்கும் தெரிந்துவிடுகிறது. நேரடியாக ரசனையோ, நோக்கமோ ஏதும் இல்லாமல் இவ்வாறு நம்மைச் சூழ்ந்து வந்து தாக்கம் ஏற்படுத்துகின்றன சினிமா செய்திகள்.

அவர்களைப் பற்றிய செய்திகளைக் கண்டு அவர்கள் பால் இவர்கள் எந்த அளவுக்கு இந்தத் தொழிலுக்கு விசுவாசமானவர்கள் என்ற அச்சம் எனக்கு ஏற்பட்டது.

கதையில் வரும் பிரபு என்ற முக்கியமான பாத்திரத்திற்கு மட்டும் நான் சொல்கிற நடிகரையே போட வேண்டும் என்று நான் வற்புறுத்தினேன்.

ஸ்ரீகாந்தின் நடிப்புத் திறனைப்பற்றி எனக்கு ஒன்றும் தெரியாது. எனது எழுத்துகளை விரும்பிப் படிக்கிற நெடுநாளைய வாசகர் என்ற முறையில் அவரை நான் அவர் மூலமாகவும், பிறர் மூலமாகவும் அறிந்திருந்தேன். அந்தக் கதை பத்திரிகைகளில் வரும்போது அதை அவர் ஆழ்ந்து தோய்ந்து படித்திருந்தார். அந்தப் பாத்திரத்தை அவர் சிறப்பாகச் செய்ய முடியும் என்று நான் நம்பினேன்.

நடிகை லட்சுமியை 'காவல் தெய்வம்' படத்தில் மட்டுமே நான் பார்த்திருக்கிறேன்.

ஒரு தற்காலப் பிராமணப் பெண்ணுக்கு அவர் பொருத்தமாக இருப்பார் என்று தோன்றுகிறது. ஓர் உத்தமமான பெண்ணின் முகக்களை அவருக்கு இயல்பாக இருப்பதாலும் அந்தக் கதையில் வரும் கங்கா என்ற பாத்திரத்தில் லட்சுமி நடிக்கலாம் என்றும் தீர்மானம் செய்தோம். இவர்களைத் தவிர, மற்ற கதாபாத்திரங்களுக்கு யாரைப் போட்டாலும் பொருந்தி நிற்கும்.

ஆனால், கூட இருந்தவர்கள் அனைவருமே அந்தப் பிரபு பாத்திரத்திற்கு ஸ்ரீகாந்த் பொருத்தமில்லை என்று ஆரம்பத்தில் அபிப்பிராயப்பட்டார்கள்.

அப்புறம் தொடர்ந்து அதுபற்றி விவாதித்தபோது பல தரப்பான அபிப்பிராயங்கள் பரிமாறிக் கொள்ளப்பட்டன. நான் எல்லாருடைய கருத்துகளையும் திறந்த மனத்தோடு கேட்டேன். இறுதியில் எனது நிலையை இவ்வாறு தெளிவுபடுத்தினேன்.

"இந்தக் கதை ஆகட்டும் அல்லது வேறு எனது வேறு எந்தக் கதையை வேண்டுமானாலும் ஆகட்டும். அதனைப் படமாக்குகிறபோது அதற்கு மூலதனம் போட தயாரிப்பாளர் அல்லது டைரக்டர் அவர்கள் விருப்பப்படி எந்த நடிக, நடிகையரையும் போடுவதற்குப் பூரண உரிமை படைத்தவர்கள்தான். கதை எழுதியவன் என்கிற ஹோதாவில் அதில் தலையிடுகிற ஓர் எழுத்தாளனின் செயல் அத்து மீறியதாகும். ஆனால் குறிப்பிட்ட ஒரு நடிகரைப் போடுவதனால் எனது கதையையோ, ஒத்துழைப்பையோ தர மறுக்கும் உரிமையும் எனக்கு உண்டு. நமக்குள் அவ்விதம் உரிமைகளைப் பிரயோகிக்கும் நிலைமை நிச்சயம் வராது. ஏனெனில் எனது மனப்பூர்வமான ஈடுபாடு ஒரு படைப்பு சிறப்பாக உருவாக வேண்டுமென்பதைத் தவிர வேறு ஒன்றுமில்லை. எதிர்மறையாகச் சொல்லுவதைவிட நேரிடையாகச் சொல்லுவது மேலும் தெளிவுதரும். அதாவது, எனது நோக்கம் பணம் அல்ல; நடிக நடிகையரில் எனது விருப்பு வெறுப்புக்கு ஆட்பட்டோர் என்று எவருமில்லை. ஒருவரை வேண்டாம் என்றோ, ஒருவரை வேண்டும் என்றோ நான் திடமாகச் சொல்லுவது அவர்கள் பால் எனக்குள்ள தனிப்பட்ட உணர்ச்சிகளைச் சார்ந்ததல்ல; ஒருவேளை

எனக்கு அவ்விதத் தனிப்பட்ட விமர்சனங்கள் அவர்கள்பால் இருந்தபோதிலும்கூட.

"இன்னும் தெளிவாகச் சொல்லுகிறேன்; ஸ்ரீகாந்த் ஒன்றும் தனிப்பட்ட முறையில் எனக்கு அத்யந்த நண்பர் அல்ல. நாங்கள் ஒருவர் விஷயத்தில் ஒருவர் குறுக்கிடாத அளவுக்குப் பரஸ்பரம் மரியாதை தெரிந்தவர்கள். சில ரிலாக்ஸ்ட் சூழ்நிலைகளில் மனம்விட்டுப் பேசிக்கொண்டும் சூடாகவும் சுவையாகவும் கழித்த சம்பவங்கள்கூட எங்களிருவருக்குமிடையே நட்பைப் பலப்படுத்தித்தான் இருக்கின்றன இதெல்லாம்கூடப் பின்னால் நிகழ்ந்த நிகழ்ச்சிகளே ஆகும்.

அப்போது சி.நே.சி.ம. படத்திற்குப் பாத்திரங்களைப் பற்றி யோசித்த நேரத்தில் அவரைப் போட வேண்டும் என்று நான் விரும்பியது, ஒரு படைப்பாளியென்ற முறையில் நான் வகுத்த வடிவத்துக்கேற்ப பொருந்தக்கூடியவர், சந்திரபாபுவுக்குப் பிறகு இவரே என்று நான் கருதியதுதான்.

தொடர்ந்து எனது படங்களிலும் ஸ்ரீகாந்த் நடித்ததற்கு நான் காரணமில்லை என்றே கருதுகிறேன்.

65

ஆரம்பத்தில் பிரபுவின் வேஷத்திற்கு ஸ்ரீகாந்த் பொருத்தம்தானா என்னும் ஐயத்தைத் தெரிவித்த எல்லா நண்பர்களும் இந்தப் படம் வெளிவந்த பிறகு அந்தப் பாத்திரத்தை ஏற்று ஸ்ரீகாந்த் மிகச் சிறப்பாக நடித்தார் என்பதைக் கண்டு அவரைப் பாராட்டினார்.

தொடர்ந்து பீம்சிங் யூனிட்டோடு எனது பல கதைகளைப் படமாக்குகிற முயற்சிகள் மேற்கொள்ளப்பட்டன. 'சில நேரங்களில் சில மனிதர்கள்' திட்டமிட்டபடி பெரும் வெற்றியைத் தேடித்தந்தது. அந்தப் படத்தின் வருகை, பல தமிழ் சினிமா ரசிகர்களுக்குப் புதிய நம்பிக்கையைத் தந்தது என்றே சொல்லலாம்.

அதைவிடவும் சினிமாத்துறை சம்பந்தப்பட்டோர்க்குத் தரமான படங்களை வியாபாரரீதியாகவும், ஜனரஞ்சகமாகவும் எடுத்துத் திரையிட்டு வெற்றிப்படமாக ஆக்க முடியும் எனும் புதிய நம்பிக்கை ஏற்பட ஒரு பழம்பெரும் டைரக்டர் மூலம் 'சில நேரங்களில் சில மனிதர்கள்' புதுப்பாதை வகுத்தது; ஒரு புதிய நம்பிக்கையையும் தந்தது என்றும் சொல்லலாம்.

இந்தப் படத்திற்கு, தமிழ்ப் படத்திற்கு இதுவரை கிட்டாத தேசிய விருது கிடைக்கும் என்று எல்லோராலும் எதிர்பார்க்கப்பட்டது.

கலையின்பாலும் கலைஞர்களின்பாலும் ஒரு சோசலிஷ அரசு கைக்கொள்ள வேண்டிய ஆதரவுப்போக்கினை மேற்கொள்வதற்கு ஆட்சியிலிருக்கும் ஓர் அரசு கொண்டுள்ள முற்போக்கு நோக்கங்களே ஆதாரமாக அமையும்.

அப்படிப்பட்ட நோக்கமும், பார்வையும் கலையின்பால் கொண்ட அரசாக இருந்தது இந்திரா அரசு.

நெருக்கடி நிலை காலத்தில், இந்திரா அரசு விமர்சனத்திற்குரிய பல நடவடிக்கைகளை வேறு துறைகளில் மேற்கொண்டபோதிலும் கலை, இலக்கியத்துறையில் அதாவது, சினிமா பத்திரிகைத் துறையில் மிக உயர்வான அதேசமயத்தில் மிகக் கடுமையான இந்த தேசத்தின் கலை, இலக்கிய வளர்ச்சிக்கு மிகவும் தேவையான பல நடவடிக்கைகளை மேற்கொண்டிருந்தது.

அதனால் நாடும் மக்களும் நல்லோர் ரசனையும் பெரும் பயன்பெற்றதுண்டு என்பதால் அப்போதும் சரி, இப்போதும் சரி, எனக்கு எமர்ஜென்சியின்பால் இரண்டுவித அபிப்பிராயங்கள் இருந்ததில்லை.

அக்காலத்தில் ஒரு நாவலை மிகச்சிறந்த முறையில் படைத்து அனுபவம் உடைய தொழில் நுணுக்கக் கலைஞர்களின் துணையோடு தூய்மையான நோக்கத்தோடு படைக்கப்பட்ட இந்தப் படம் நல்ல நோக்கம்கொண்ட அரசியலாரின் நன்மதிப்பைப் பெறும் என்று நானும் நம்பினேன்.

இந்தப் படத்தை சென்சாருக்கு அனுப்பியபோது தணிக்கை அதிகாரிகள் இந்தப் படத்தின் தரத்தைக் குறித்து எங்களிடம் தனிப்பட்ட முறையில் பாராட்டுதல்களைத் தெரிவித்தனர். நான் எழுதிய அல்லது சம்பந்தப்பட்ட எந்தப் படத்திலும் தணிக்கைக் குழுவினரின் கத்திரிக்கோலை வைக்க நான் இடமே வைத்ததில்லை.

இந்த ஒரு காரணம் பற்றியே நானும் எங்களது குழுவினரும் எங்களது தனித்துவம் பற்றிப் பெருமைப்படலாம்.

ஆயினும் நெருக்கடி காலத்தில் கத்திரிக்கோல் உபயோகப் படுத்தப்பட்டதாக ஒரு மார்க் இருக்க வேண்டுமாம் அப்போதுதான் அரசின் கூலிக்கு மாரடிக்கும் அதிகாரவர்க்கம் 'எமர்ஜென்சிக்கு உண்மையாக மாரடித்தார்கள்' என்று பெயர் கிடைக்குமாம் என்ற காரணங்களை சொல்லிப் படத்தில் வெட்டுவதற்கு ஏதாவது கொடுங்கள் என்று அதிகாரிகள் வேண்டினராம்.

எமர்ஜென்சிக்கு மரியாதை கொடுக்கிற வகையில் நானும் - காரில் பிரபுவும் கங்காவும் பேசிக்கொண்டு போகும் காட்சியில் அவன் தன்னைத்தானே Iam a Shameless Bastard என்று சொல்லிக் கொள்வதை வெட்டிக் கொள்ளுமாறு சம்மதம் தந்தேன்.

இதைத் தவிர 'சில நேரங்களில் சில மனிதர்கள்' படத்தில் சென்சார் போர்டிடமிருந்து வெட்டுமில்லை விமர்சனமும் இல்லை.

ஆனால், அதேசமயம் அதையடுத்து வெளியான ஒரு தமிழ்ப் படத்தில் 'தேவடியாப் பசங்க' என்று, வழியில் போகிறவன் காரில் போகிறவனைத் திட்டுகிற வசனமும் காட்சியும் அனுமதிக்கப்பட்டதையும் நாம் பார்த்திருக்கிறோம்.

பலவிதமான மரியாதைக்கும் மதிப்புக்கும் உரித்தானதாக இருந்த சி.நே.சி.ம. படமாக வெளியானபோது, இந்த தேசத்திற்கே விபத்து நேர்ந்தது என்பதே சத்தியம்! அதாவது, இந்திரா அரசு மத்தியில் கவிழ்ந்தது! நான் பலமுறை சொன்னதுபோல் மறுபடியும் சொன்னேன்; 'விருதுகளும் பரிசுகளும் பெறுபவர்களின் தகுதியை, தரத்தைப் பொறுத்தது அல்ல. அது தருகிறவர்களின் தரத்தாலும் தகுதியாலும் பெருமையடைகிறது' என்று. ஜனதா அரசு மரியாதைக்குரிய தகுதிகள் படைத்த அரசு அல்ல; தமிழர்மீதும் முற்போக்குக் கலைகள்மீதும் இவர்களுக்கு தீவிர வஞ்சம் உண்டு. நமது கலை, இலக்கியங்களை, படங்களை இந்த ஜனதா அரசு அவமதிக்கும் என்பதை நான் அறிந்தேன்.

அந்த ஆண்டு மாநிலத் தரத்திற்குக்கூட பரிசு தரும் தகுதி எந்தவொரு தமிழ்ப்படத்திற்கும் இல்லை என்று மதியீனத்தால் அந்த மத்திய ஜனதா மந்திரி அத்வானி மொழிந்தார் என்றா நினைக்கிறீர்கள்? இல்லை; அது ஒரு ஜனதா மமதை. இந்த அவார்டு கமிட்டிகள் என்பவைகளின் யோக்கியதைகள், நடைமுறைகள் என்ன என்பதையெல்லாம் பகிரங்கமாக அலசுவதில் எனக்கு அக்கறை கிடையாது.

இந்தமாதிரியான குழுக்களில் நானும் அங்கம் வகித்திருந்தாலும் ஒரு சாமியார்போலத்தான் நடந்துகொண்டிருக்கிறேன். இதற்காக அதிகாரிகளையோ, அரசாங்க ஊழியர்களையோ குறைசொல்வதில் பயன் இல்லை.

அவர்களால் நியமிக்கப்படும் நீதிபதிகள் எல்லாம் அரசாங்கத்தைச் சார்ந்து இருப்பவர்கள்தான். இப்படிப்பட்ட ஒரு கூட்டத்திடையே ஏதோ ஒரு மரியாதை கருதி இந்தப் பதவிகளை மறுப்பதனால் எனது மதிப்பிற்குரியவர்களின் மனம் புண்படுமே என்று அவற்றில் இருந்திருக்கிறேனேயல்லாது இவர்களின் நோக்கங்கள்மீதும் இவர்களது அரசியலிலும் எனக்கு நம்பிக்கை இருந்ததில்லை.

ஜெயகாந்தன்

ஆனாலும், இந்த வடவர் நல ஜனதா அரசு சினிமாவுக்காக, தமிழ்நாட்டு நடிகைகளைப் பிடித்துக்கொடுப்பதில் மட்டும் எப்போதும் நாட்டம் காட்டுகிறது. தேசியத் தமிழர்களாகிய நமக்கு அதில் ஒரு சந்தோஷம்! அதில் ஒரு பெருமை! அதில் லாபம்கூட அல்லவா?

66

இந்திக்காரர்களுக்கு இப்படி எழுதியவுடன் 'இந்திக்காரர்களில் தொழிலாளர்கள் இல்லையா, விவசாயிகள் இல்லையா இப்படியெல்லாம் பேசித் தேசிய ஒற்றுமையை குலைக்கலாமா' என்று பேசிப்புலம்பும் 'தேசியத் திருடர்களின்' பசப்புகள் ஒருபுறம் இருக்கட்டும்.

இந்திக்காரர்களுக்கு அரசியல் சினிமா சம்பந்தப்பட்டவர்களுக்கு நம்மிடம் சில விசேஷமான நேசமும் இடையறாது இருந்து வந்திருக்கிறது. அவர்களுக்கு நமது மொழி தெரியாது. அதைத் தெரிந்துகொள்ள வேண்டிய அவசியமும் அவர்களுக்கு இல்லை. பேருக்கு நாங்களும் வேறு மொழிகள் படிப்பதுண்டு என்று காட்டுவார்கள். அங்கே லேவாதேவியாவது நடத்துகிற அளவு வெள்ளைக்கார அதிகாரிகள் இந்திய மொழிகளைப் பேசிய அளவுக்கு இவர்களுக்கும் நம் மொழியின்பால் நேசம் உண்டு.

நம்முடைய எழுத்துகள் இந்தியில் மொழிபெயர்க்கப்பட வேண்டுமென்றாலும் அதை நாம்தான் செய்ய வேண்டும். நமக்குத்தான் இந்தி தெரிந்தாக வேண்டும். இந்தியிலிருந்து எதையேனும் தமிழுக்கு மொழிபெயர்க்க வேண்டுமென்றாலும், நாம்தான் அதையும் செய்ய வேண்டும் இதுதான் நமது தேசிய உணர்ச்சியின்வழி வந்த சுதந்திர இந்தியாவின் தேசிய ஒருமைப்பாட்டு மரபு.

மேலும் நமது நடிகர்கள், அவர்கள் என்னதான் உலக நடிகர்களின் திறமைக்கு ஒப்ப இருந்தாலும் அவர்களைப் பற்றி இந்திக்காரர்களுக்கு ஒன்றுமே தெரியாது, ஏனெனில் நமது நடிகர்கள் மீசைவைத்த ஆண்பிள்ளைகளாக இருக்கின்றார்கள்.

ஆனால், அதேசமயத்தில் நமது தமிழ்நாட்டு நடிகைகளின் திறமையை ஏற்றுக்கொண்டு ஆக்கமும் ஊக்கமும் ஆதரவும் தருவதில் அவர்கள் பின்னடைவதே இல்லை.

ஒரு தமிழ் நடிகரைவிட, தமிழ் கலாசாரத்தைவிட, தமிழ்ப்படத்தைவிட நமது சில தமிழ் நடிகைகள், இந்திப் படவுலகை ஈர்த்துவிடுகிறார்கள். இதில் பொறாமைப்பட எதுவும் இல்லையென்றாலும் இப்படி நான் சொல்லும்போது எனது மதிப்பிற்குரிய நடிகைகள் அவர்களைக் குறைகூறுவதாக நினைத்துக்கொள்ள வேண்டாம். இது ஒரு குறையெனில், அதற்கு நமது நடிகைகள் சிறிதும் பொறுப்பென்று நாம் நினைக்கலாகாது. பாவம்!

ஆயினும் இந்த அவலம் குறித்த நமது சுயமரியாதைப் பாதிப்பையேனும் அவர்கள் பகிர்ந்துகொள்ள வேண்டும் என்று நம்புகிறேன். இல்லையென்றாலும் அதில் எனக்குக் கவலையில்லை போகட்டும்.

நம்முடைய உறவு, இந்த மத்யத்துவத்தோடு மாநிலத்துக்கு தேசிய ஒருமைப்பாடு, கலாசார வளர்ச்சி ஆகியவை ஒருபுறம் இருக்கட்டும் நம்மிடையே நிலவும் உறவே சமத்துவமானதாக இல்லை.

எனவே, இதுகுறித்து வருந்த வேண்டுவது கலைஞர்களாகிய நாம் மட்டும் இல்லை. ஏனெனில் இந்த அரசு எத்தகைய மரியாதையை நமக்குத் தரும் என்பதும் நாம் அறிந்ததுதான். எனவேதான் மத்திய அவார்டுக்கு நமது படங்கள் அனுப்பப்பட்டு சிறுமைப்படுவதை நான் விரும்பவில்லை என்பதை பகிரங்கமாக படத் தயாரிப்பாளர்களிடம் கூட நான் சொல்ல நேர்ந்தது. அவார்டு பெறுவது தகுதியை நிர்ண யிப்பதால் எத்தகையவர்களால் தரப்படுகிறது என்பது அவர்கள் தருகிற படங்களின் தரத்தை வைத்து நிர்ணயமாகும் அல்லவா? தகுதியான படங்களுக்கு விருது கிட்டவில்லை என்று புலம்புவதன்மூலம் இதற்கான முயற்சிகள் மூலம் சிறுமைப்பட்டவர்களை நான் அறிவேன்.

ஏதேனும் ஒரு தகரப் பரிசை வாங்கிக்கொண்டு வருவதனால் நமது சிறுமைகள் ஏதும் பெருமையாக மாறிவிடாது என்றும் நண்பர்களிடம் புலம்பியும் பேசியும் வந்த நான், “இனி, நமது படங்களை இந்த மத்திய அரசு அவார்டுக்கு அனுப்ப வேண்டாம்” என்று இப்போது பகிரங்க வேண்டுகோளே விடலாம் என்று எண்ணுகிறேன்.

எனது மறுப்புகளை இப்படித்தான் நான் சொல்லமுடியுமே தவிர, பட முதலாளிகளை நான் எவ்வாறு தடுக்க முடியும்? அங்கே போய் அவமானப்பட்டுத்தான் நமது பட முதலாளிகள் அனுபவம் பெற வேண்டுமென்றால், நாம் என்ன செய்ய முடியும்?

எனது கதைகளையெல்லாம் படமாக்குகிற முயற்சிகளில் நானும் பீம்சிங் யூனிட்டும் பல திட்டங்கள் போட்டோம். அவை, ‘ஒரு நடிகை நாடகம் பார்க்கிறாள்’, ‘கருணையினால் அல்ல’, ‘கங்கை எங்கே போகிறாள்’ இன்னும் பல.

இத்தனை முயற்சிகளுக்கும் லட்சியங்களுக்கும் பக்க பலமாய் நட்புகொண்டு உறுதுணையாய் என்னோடு நின்றிருந்த டைரக்டர் பீம்சிங், திடீரென கடுமையாக உடல்நலம் பாதிக்கப்பட்டு நர்சிங்ஹோமில் படுக்கையில் விழுந்துவிட்டார்.

67

தமது அந்திம காலத்தில் மிகக் குறுகியகால நட்பில் திரு. பீம்சிங் பெரிய நம்பிக்கைகளை என்னுள் வளர்த்து வைத்திருந்தார். அவரும் நானும் இணைந்து பணியாற்றிய அனுபவங்கள் இவ்வளவு சீக்கிரமாய் மாறிப்போகும் என்று என்னால் கற்பனைகூடச் செய்ய முடிந்ததில்லை.

வாழ்க்கையில் அவ்விதம் நிகழ்ச்சிகள் அடுக்கடுக்காக நடந்தவாறு தான் இருக்கின்றன. அதனால் எனக்கேற்பட்ட பெரிய அனுபவம் என்னவெனில், இழப்புகள் வந்தாலும் மரணம் எனக்கு எவ்விதமான அதிர்ச்சியையும் தருவதில்லை. மரணத்தை எதிர்நோக்கித் தயாராகக் காத்திருப்பவனே அறிவாளி. இந்த மானிட வாழ்க்கையில் நானும் இந்த உலக பந்தத்தால் ஏற்பட்ட உறவுகளும் ஒருநாள் நிச்சயம் பிரிந்துவிடத்தான் நேரும். இதில் ஆத்மார்த்தமான நட்பும் உணர்வுகளும் உறவுகளும் அல்ல; அவற்றால் விளைந்த விளைவுகளேதான் நிலையானவை; அர்த்தமுடையவை. என்னுடைய நம்பிக்கைகளையும், புதிய இலக்குகளையும் குறித்துத் திட்டமிடுகையில் என்னை வழிநடத்திச் சென்றவர்கள் பலர் திடீரென்று மறைந்துபோகிறார்கள். அவர்கள் எல்லாம் என்னுள் ஆவிர்ப்பவித்து விடுகிறார்கள் எனது சக்தியும் எனது சங்கற்பங்களும் மேலும் உறுதிப்படுகின்றன.

அவர்களை நான் எப்போதும் மானசீகமாய் என்னோடு இருத்தி வைத்துக்கொண்டு ஒவ்வொரு பிரச்சினைக்கும் எனக்கு மயக்கமோ, கலக்கமோ, பிரமிப்போ ஏற்படும்போது அவர்களைப் பற்றிய நினைவுகளோடு 'கலந்துபேசி' முடிவுக்கு வருகிறேன்.

இவ்வாறு நான் கூறும்போது, ஏதோ ஆவி உலகத் தொடர்பு ஆற்றல் எனக்கு இருக்கிறது என்று யாரும் நினைத்துக்கொள்ள வேண்டாம்.

அண்மையில், ஒருமுறை பிரஷ்னேவ் சொன்னார்; "பெரிய பிரச்சினைகளைத் தீர்க்க முடியாமல் சிரமம் நேர்கிறபோது நான் தோழர் லெனினை நினைத்துக்கொள்வேன். அந்த நினைவின் ஒளியில் பிரச்சினைக்கு பரிகாரம் காண முயலுகிறேன்" என்று. அவ்வாறு

சொன்னதோடு மட்டுமல்ல, "இந்தப் பழக்கத்தைக்கூட நான் லெனின் மூலம்தான் கற்றுக்கொண்டேன். அப்படிப்பட்ட சூழ்நிலைகளில் லெனின், மார்க்சை நினைவுகொள்வாராம்" என்றார்.

மார்க்சைப் பற்றி, லெனினைப் பற்றிய எண்ணங்களும் எழுத்துகளும் படைப்புகளாகத் தங்களை வெளிப்படுத்திக்கொண்டு சிரஞ்சீவியாக வழிகாட்டிக்கொண்டு நிற்கின்றன.

பீம்சிங் டைரக்‌ஷனில் உருவாகிய பிற படங்களில் எனது பணியை எப்போதும்போலவே செய்து முடித்தேன். எல்லோரும் அவ்வாறே செய்தார்கள். ஆனால் பீம்சிங் உயிரோடு இருந்து அவரால் செய்யப்படும் பணி என்று அந்தப் படங்களில் இருக்குமல்லவா? அது இல்லாதுபோனது ஒரு குறையாகவே போயிற்று. இதை உணருமளவுக்கு நான் அவரை அறிந்திருந்தேன்.

எனக்கு நல்ல படங்களில் அதாவது, எனது படைப்புகளை உருவாக்கும் முயற்சிகளில், பலரோடு சேர்ந்து எனது பணிகளை நிறைவேற்ற வேண்டும் என்ற ஒரு நோக்கம் அல்லாமல் இந்தச் சினிமா உலகில் நான் பிரவேசித்ததற்கு வேறு காரணம் ஏதுமில்லை.

வேறு கதைகளுக்கு என்னால் வசனம் எழுத முடியாது. வேறு ஒருவரின் திரைக்கதைக்கு என்னால் டைரக்ட் செய்யமுடியாது. ஆனால், நான் டைரக்ட் செய்கிறதைவிட எனது கதைகளை, என்னை, எனது நோக்கங்களை, நன்கு இலக்கியத் தரத்தில் சமுதாயக் கண்ணோட்டத்துடன் புரிந்துகொண்டிருக்கிற ஒரு சுதந்திரமான டைரக்ட் மூலமே எனது படங்கள் உருவாக வேண்டும் என்று நான் அவாவினேன், அவாவுகிறேன்.

'டைரக்‌ஷன் ஜெயகாந்தன்' என்று போடுவது நான் வகிக்கும் பதவியோ, பட்டமோ அல்ல. தரத்தையும் பொறுப்பையும்விட எனக்குத் திருப்தி தருகிற பணி அது. ஆனால் ஒரு படத்திற்கு, அதை உருவாக்கும் யூனிட்டுக்குத் தலைமைப் பொறுப்பு ஏற்கத்தகுந்தவர் டைரக்டரே ஆவார்.

வேறுவழியில்லாமல் எனது திறனை நான் பல சமயங்களில் டைரக்‌ஷனுக்கு இரவல் தந்து அந்தப் பணியை முழுமையாக நிறைவேற்றி இருக்கிறேன்.

எனது இயல்புக்கு மிகவும் சலிப்புத் தருகிற காரியம் ஸெட்டில் ஷூட்டிங்கில் எல்லோரோடும் நின்றுகொண்டு படத்தை உருவாக்கும் உழைப்பில் பங்குபெறும் நேரடிப் பணிதான்.

நான் செட்டில் வேலை செய்யும்போது சில ஒழுங்குமுறைகளை கடைப்பிடித்து வருகிறேன்.

பொதுவாக ஷூட்டிங் பார்க்க வருகிற 'ஜீவராசி'களைக் கண்டால் எனக்கு எரிச்சல் வந்தது. அதுவும் நகரத்திற்கு வந்துவிட்டால் செய்யவேண்டிய காரியமாக ஸ்டுடியோ விஜயம் பண்ண வேண்டும் என்று கருதுவது ஒரு நாட்டுப்புறத்தனம் என்பது ஏனோ நம்மவர்களுக்கு இன்னும் புரியவில்லை.

நகரத்தில் பெரிய பெரிய ஓட்டல்கள் எவ்வளவு இருக்கின்றன. அங்குபோய்ச் சாப்பிடுகின்றவர்கள் அந்தப் பதார்த்த வகைகளை எப்படிச் செய்கிறார்கள் என்று ஹோட்டல் சமையல்கட்டுக்குப் போய்ப் பார்க்க விரும்பியது உண்டா?

'இதில் உங்களுக்கென்ன அதீத ஆர்வம்' என்று சில சமயங்களில் கேட்டுவிடலாமோ என்றுகூடத் தோன்றும். ஆனாலும் நமது ஜனங்கள் ரொம்பவும் பாவம்! அவர்கள் என்ன செய்வார்கள்? நடிகர்கள் இருக்கிறார்களே இங்கே...

68

நமது நடிகர்கள், தயாரிப்பாளர்கள், வினியோகஸ்தர்கள், தியேட்டர்காரர்கள் ஆகியோர் உன்னதமான கலை நோக்கத்திற்குப் புறம்பான பண்பாடு கொண்டவர்கள். இதன்பொருட்டு அவர்களைக் குறை கூறுவதோ, பகைப்பதோ அறிவுடைமையாகாது. ஒரு குடும்பத்தின் தலைமைப் பொறுப்பில் இருக்கிற ஒருவர் எவ்வளவுதான் புறக்கணிக்கப்பட்டபோதிலும் அவருக்குட்பட்ட அந்தக் குடும்பத்தின் அங்கத்தினர்கள் தத்தமது ஆசைக்கும் நோக்கத்திற்கும் ஏற்ப குடும்பத்தின் செல்வாக்கையும் அந்தஸ்தையும் முற்றாகச் சிதைத்து மரியாதையைக் கொடுத்துக்கொண்டு போகும்போது அந்தக் குடும்பத் தலைவனின் மனோநிலையில் வெறுப்பேற்பட்டிருக்கும்? அந்தக் குடும்பத்தின் பிற அங்கத்தினர்மேல் அவன் பகைமையை பாராட்டுவான்? அவ்விதம் செய்திருந்தானெனின் அந்தக் குடும்பத்தின் இன்றைய சீரழிவுக்கு இவனே ஆதிகர்த்தா என்றல்லவா பொருளாகிவிடும்.

ஓர் இலக்கியவாதி அத்தகைய கலைக் குடும்பத்தின் தலைமைப் பொறுப்புக்குத் தகுதியானவன். அதாவது இலக்கியத்தை, அந்தத் தரத்திற்கு இலக்கு ஆக்குவதன்மூலமே ஒரு சமூகத்தின் தரம் உயர்கிறது என்று பிற சமூகத்தினர் அறிவர். யார் தந்தாலும் தராவிட்டாலும் இலக்கியத்தின் பெருமையோ, மேன்மையோ குலைந்துவிடுவதில்லை. அது அந்த உயர்நிலை எய்தியே நிற்கிறது. ஆனால் அந்த இலக்கிய

இதயம் மகிழ்ந்து மகிழ்ந்து பரவசம் எய்தி மேலும் மேலும் புதிய நோக்கங்களுக்காகத் தமது சமூகத்தின் புகழ் துவசத்தை வானளாவப் பறக்கவிட்டு நிமிர்ந்து நிற்கும்போதுதான் உண்மையில் இலக்கியச் சிறப்பின் பொருள் விளங்கும்.

மிகவும் கெட்டுப்போன அதாவது புறக்கணிக்கப்பட்ட குடும்பத் தலைவன். சீரழிந்த குடும்பத்தின்பால் என்ன பார்வை, என்ன நோக்கம் கொண்டு தொடர்ந்து அந்தக் குடும்பத்தின் நன்மைக்காகவே பிரார்த்தனையேனும் செய்வானேயொழிய அழிக்க முற்படுவதில்லை. ஆனால் வேறு யாரோ அந்நியர்கள் இந்தக் குடும்பத்தின் சீரழிவையே பெருமையாகவும் சிறப்பாகவும் ஆக்கி, அந்தக் குடும்பத் தலைவனைவிடவும் அதிக உறவும் அதிக நேசமும் பாராட்டினாலும் அதன் விளைவுகளை அந்தக் குடும்பம் அனுபவிப்பது உறுதி.

அப்படித்தான் இந்தக் கலை உலகில் இலக்கியம் புறக்கணிக்கப் பட்டிருக்கின்றது. இந்தக் கலை உலகம் மிகவும் சீரழிவுற்று மேனாமினுக்கிகளால், மைனர் பயல்களால், விபச்சாரகர்களால் எதையும் கூட்டிக்கொடுத்துத் தங்கள் லாபக் கணக்கை கூட்டிப்பெருக்கிக் கொள்ளுபவர்களால் கறுப்புப்பணக் கயவர்களால், சமூக விரோதிகளால் பணம் என்னும் பெரும் வலையை வீசி முற்றாகப் பிரிக்கப்பட்டுள்ளது. எனவே, இந்தச் சமுத்திரத்தில் நமது கட்டுமரத்தில் போன பயணம் மறுபடியும் நாம் கரையேறி வருகிற பட்சத்தில் வெற்றிகரமான பிரயாணம் என்றே சொல்லப்பட வேண்டும்.

இவற்றிலிருந்து என்னளவில் மட்டும் மீண்டு நான் சினிமாத் துறையிலிருந்து ஓர் ஒதுக்கம் கொண்டு நிற்கிறேன். பசுமரத்தாணி போலச் சில விஷயங்கள் சிலர் மண்டையில் பதிந்துவிடுவதுண்டு, சிலர் மண்டையில் மரத்தில் அடித்த துருபிடித்த ஆணியாகச் சில விஷயங்கள் மாட்டிக்கொள்வதுமுண்டு. அப்படிப்பட்ட மகானுபாவர்கள், நான் ஏதேனும் படம் எடுக்கும்போது 'ஒதுங்கி இருக்கிறேன்' என்று சொன்னாயே, மறுபடியும் படம் எடுக்கிறாயே என்று 'அறிவு' வழிய வந்து என் விஷயத்தில் நிற்க வேண்டாம் என்று இடித்துச் சொல்லவும் வேண்டியிருக்கிறது.

எனது ஒதுக்கம் 'ஆயுதத்தை' களத்தில் போட்டுவிட்டு ஓடுவதல்ல, தோளோடு தோள் உரச ஒருவருக்கொருவர் எதிரும் புதிருமாக நெருக்கமாய் நின்றபோதிலும் தலை வணங்காது எதிரியோடு பொருந்திப் போரிடுவது நமது இயல்பு ஆகும்.

இதைக் கலை உலகிலிருந்து நான்தான் ஒதுங்கி நின்றேனேயொழிய, அது என்னை ஒதுக்கிவிட முடியாது என்றும் நான் கண்டேன். எனது கதைகளின் தலைப்புகளும் கதாபாத்திரங்களின் சம்பாஷணைகளும் எனது புத்தகங்களும் என் பெயரும் படங்களில் இடம்பெறத்தான்

செய்கின்றன. இதனால் எனக்குப் பெருமையோ, சிறுமையோ ஏற்பட்டு விடுவதில்லை.

எனது ஆற்றலில் மட்டும் நம்பிக்கை கொண்டு, நான் இந்தச் சினிமா உலகத்தோடு கட்டிப்புரண்டு வசப்படுத்தாமல் எனக்கு வெற்றி இல்லை. எனது கலையுலகப் பணிகளுக்கும் வெற்றிகளுக்கும் எனது பாங்கு பாஸ் புத்தகத்தைப் பார்த்து பயனில்லை. நான் படைத்து இலக்கியமானவைகள் நிகழ்காலத்திலும் எதிர்காலத்திலும் ஒளிப்பதிவு நாடாக்களாகவும், சினிமாக்களில் இன்னும் எதிர்காலத்தில் என்னென்ன விதமான மக்கள் தொடர்புச் சாதனங்கள் ஏற்படுமோ அவற்றினிலும் அவையெல்லாம் நிரந்தரம் பெற்றுத் துலங்கும்.

இந்த நம்பிக்கைகளை எனது சினிமா உலக அனுபவமும் அல்லது பத்திரிகை உலக அனுபவமும் எத்தனையோ முறை தகர்க்க முயன்றபோதிலும் அதனால் தளர்ந்துவிடாமல் எதிர்காலத்தைப் பற்றி இன்னும் பலமான நம்பிக்கைகளையே அந்தத் தகர்ப்பு முயற்சிகள் எனக்கு ஏற்படுத்தியிருக்கின்றன.

இந்தக் கலையுலகத்தில் தற்போது - நிகழ்காலத்தில் நான் என்ன செய்துகொண்டிருக்கிறேன், என்னென்ன திட்டங்களை வைத்திருக்கிறேன் என்பதையெல்லாம் மீண்டும் ஒருமுறை - காலம் கைகூடினால் இதன் இரண்டாம் பாகத்தில் எழுதுவேன். இப்போது இடைவேளையில் நான் விடைபெற்றுக் கொள்கிறேன்.

ஜெயகாந்தனின் பேட்டிகள்

காலித்தனமான பண்புகளுக்குக் கலைமுலாம் பூசுகிறார்கள்!

தமிழ்த் திரையுலகம் வைரவிழாவை நெருங்கிக் கொண்டிருக்கிறது. இந்த அறுபதாண்டு காலத்தில் நல்லதும் கெட்டதுமாக சினிமா உலகம் சமூகத்தின் பெரும் சக்தியாக வளர்ந்திருக்கிறது. இதன் எதிர்காலம் தமிழகத்தில் எப்படி இருக்கும் என்று கருதுகிறீர்கள்?

இந்த அறுபதாண்டு காலத்தைத் தமிழ் சினிமா உலகத்தின் தோற்றமும், வளர்ச்சியும், சீரழிவும் என்று மூன்று பாகங்களாகப் பிரிக்கலாம்.

ஆரம்ப காலத்தில் திரைப்படத்தின் பிரவேசம் தமிழகத்தில் மிகப்பெரிய எதிர்பார்ப்புகளையும் நம்பிக்கைகளையும் உருவாக்கியதென்னவோ உண்மைதான். அதற்குக் காரணம், சினிமா என்பது நவீன விஞ்ஞான சாதனமாய் இருந்ததுதான். அந்த விஞ்ஞான சாதனத்தின்மூலம் நமது சமூக நம்பிக்கைகளையும் எதிர்பார்ப்புகளையும் நிறைவேற்றிக்கொள்ள முடியும் என்று அக்கால அறிவுலகத்தினர் ஆர்வம் கொண்டனர்.

ஆரம்பத்தில் இந்தத் துறையில் துணிந்து நுழைந்தவர்கள் பெரும் மூலதனக்காரர்கள் அல்லர். படித்த, மத்தியதர வர்க்கத்தைச் சேர்ந்த கலையார்வம் மிகுந்த உயர்குடி மக்கள் இத்துறையில் ஆரம்பப் பிரவேசம் செய்தனர். இந்தியா சுதந்திரம் அடைகிறவரை சினிமாவின் வளர்ச்சி மிக ஆரோக்கியமானதாய் இருந்தது. படிப்பறிவும், பள்ளிக்கூட வசதிகளும் இல்லாத காலத்தில் அக்காலப் பாமரர்க்குப் பல துறைகளிலும் அறிவூட்டும் சாதனமாய் சினிமா விளங்கியது. மேலும், அக்காலப் படைப்பாளிகளின் நோக்கம் மக்களுக்கு அறிவூட்ட வேண்டும்; தங்களது மேலான பிரச்சாரங்களினால் மக்களின் மரியாதைக்கு உட்படவேண்டும் என்ற பணிவார்ந்த கடமை நிறைவேற்றமாய் இருந்தது. நமது பண்டைய இலக்கியங்களையும், புராணங்களையும், பாட்டிமார் சொன்ன பன்னிரண்டு மந்திரி கதைகளையும் புதிய வெளிச்சத்தில் மக்கள் அறிந்துகொள்ள அவர்கள் பணியாற்றினர்.

சுதந்திரத்துக்குப் பிறகு எல்லாத் துறைகளிலும் சீரழிவுப் போக்குகள் தலையெடுத்ததுபோல் சினிமா உலகிலும் அவை ஊடுருவி ஆதிக்கம் செலுத்த ஆரம்பித்தன. வெறும் லாப நோக்குடன் மக்களின் ரசனையைத் தரம் தாழ்த்தவும் காலித்தனமான பண்புகளுக்குக் கலைமெருகு பூசவும் தலையெடுத்த முயற்சிகள் அக்காலத்திலேயே அங்கொன்றும் இங்கொன்றுமாய் தென்படலாயின. தமிழகத்தைப் பொறுத்தவரை, இத்தகு பண்புகளை ஊக்குவித்து ஆதரிக்கும் கிரியா

சக்தியா திராவிடப் பாரம்பரிய குறுகிய அரசியல் சமூகப் பின்னணி துணை நின்றது. அது காரணம் பற்றியே திராவிடப் பாரம்பரியத்தின் தந்தையான பெரியார், சினிமாவை எதிர்த்தும் பழித்தும் பிரச்சாரம் செய்தார். தமிழ்நாட்டு அறிவாளிகள் பெரியார் ஈ.வெ.ரா. ஆயினும், பிற சமூகப் பெரியார்களாயினும் சினிமா உலகம் குறித்து அதிகம் சிந்தனை செய்ததில்லை. அந்த அளவு அதன் தரமும் நோக்கமும் தாழ்ந்து போகத் தொடங்கியது.

எங்கு அறிஞர்களின் பார்வை படாத பிரதேசம் இருக்கிறதோ அங்கே போய் ஊடுருவி வளை தோண்டுகிற பெருச்சாளிகள்போல் தமிழர் கலாசாரத்தை அரிக்கும் சகல போக்குகளும் 1960களில் தமிழ் சினிமா உலகில் மண்டிச் செழிக்கத் தொடங்கின.

இதன் விளைவாய் ஆரம்ப காலத்தில் இருந்ததுபோல் அறிஞர் பெருமக்களின் ஆதரவும் மெய்யான கலைஞர்களின் அபிமானமும் சினிமா உலகுக்குக் குறைய ஆரம்பித்தன. இடைக்காலத்தில், இலக்கியவாதிகளும் புதுமைக் கலைநோக்கம் உடையவர்களும் இந்தச் சீரழிவிலிருந்து சினிமா உலகைக் காப்பாற்ற முடியும் என்று நம்பி, பல கடுமையான சோதனைகளை மேற்கொண்டனர். அந்த அளவு அவர்களது சிறப்பு தமிழ் சினிமா வரலாற்றில் குறிக்கப்பட்டே இருக்கிறது.

ஆயினும் பயன் என்ன?

பாமர ரசனையை வளர்த்து அவர்களுக்கே உரிய தீனியைப் பாமரத்தனமாக விநியோகிக்கத்தக்க படங்களைப் படாடோபமாகத் தயாரித்து வெளியிடும் பாமரர்களே இங்கு பெரிய படாதிபதிகளாக உருவாயினர்.

கள்ளப் பணம், கடத்தல் பணம் இன்ன பிற சமூக விரோத வழிகளில் சம்பாதிக்கப்பட்ட அனைத்து மூலதனங்களின், களஞ் சியமாய் சினிமா உலகம் ஆக்கப்பட்டதால் அத்துறையில் சிறந்து விளங்கிய வல்லவர்களும், நல்லவர்களும் தாமே விரக்தியுற்று ஒதுங்க வேண்டிய சூழ்நிலை முழுமையாய் உருவாகிவிட்டது.

இதற்கிடையில் தொலைக்காட்சி கலாசார ரசனை என்ற ஒன்று அதிவேகமாகவும் மிக ஆழமாகவும் தமிழ் மக்களிடம் மட்டுமல்லாமல் இந்திய மக்கள் அனைவரிடத்தும் வேரூன்றி விகசித்து வருகிறது. தமிழ் சினிமா உலகில் நேர்ந்த விரக்தியோடு நெஞ்சுலர்ந்து நிற்கும் பல்லாயிரக்கணக்கான கலைஞர்களுக்கும் படைப்பாளிகளுக்கும் ஏன், தயாரிப்பாளர்களுக்குக்கூட இந்தி தொலைக்காட்சியெனும் மற்றுமொரு விஞ்ஞானக் கலை சாதனம் புதிய நம்பிக்கைக்கு இடம் தந்திருக்கிறது.

இன்று சினிமாவுக்குப் போகிறவர்கள் அதாவது, தியேட்டர்களில் போய்ப் படம் பார்க்கிறவர்கள் என்பவர்களின் தரமே மாறிவருகிறது. அந்தக் கூட்டத்துக்கும் கலாரசனைக்கும் சம்பந்தம் இல்லை.

ஒரு ஜனநாயக நாட்டில் கலை, ரசனைத் துறைகளில் எல்லாத் தரமுடைய கலைஞர்களுக்கும், எல்லாத் தரமுடைய ரசிகர்களுக்கும் இடம் தரத்தானே வேண்டியிருக்கிறது. அதே நியதிப்படி இந்தப் பாமரத்தனமான சினிமா படங்களுக்கும் தொலைக்காட்சியில் உரிய இடத்தைத் தரவேண்டியிருக்கிறது என்பதைத் தவிர, இன்றைய மேலான தமிழ் ரசிகர்கள் சினிமாக்களை நம்பி பயன் இல்லை என்னும் உண்மை போகப் போக அனைவருக்கும் புரியவரும்.

இலக்கியமும் மேலான இலட்சியங்களும் இனி மெல்ல மெல்ல தியேட்டர்களில் வெளியிடப்படும் பழைய சினிமா உலகத்தைக் கைகழுவி விலகிவிடும்.

பாமரர்களை மேலும் பாமரர்களாக்கும் முயற்சியில் பணம் பண்ணுகிற போலி கலைஞர்கள் இன்று நிறையவே திரையுலகில் பெருகியிருக்கிறார்கள். ஆம்; வேறு எப்போதையும் விட இப்போது பெருகியிருக்கிறார்கள். இது ஒரு நல்ல அறிகுறி. இந்தப் பெருக்கத்தின் விளைவாக அவர்களிடையே சமூகம் சகிக்கமுடியாத அளவுக்குப் போட்டிகள் உருவாகும். அந்தப் போட்டிகளின் விளைவாகத் தமிழ் சினிமா உலகத்தின் போக்கு மாறி எதிர்காலத்தில் சில ஆரோக்கியமான மாற்றங்கள் ஏற்படலாம்

பாமரர்களுக்கான கலைகளும் அவற்றைப் படைப்பவர்களும் நம்முடைய வெறுப்புக்கோ, தூற்றுதலுக்கோ ஆளாகத் தக்கோர் அல்லர். பொதுவான இலட்சியங்கள் அதன் மூலம் எய்தப்படும் எனில் அதுவும் ஒரு பணியே என்று புரிந்துகொள்கிற பணிவும் பயிலுகின்ற பண்பும் இந்தப் பணம் படைத்த பாமரத் தயாரிப்பாளர்களும் எதிர்காலத்தில் நிச்சயம் உருவாகியே தீரும்.

அப்போது, தியேட்டர்களில் ஓடும் இந்தப் படங்களிலேயிருந்து கூடத் தரமான, மேலான படைப்புகளைத் தேர்ந்தெடுத்து; தரமான, மேலான ரசிகர்களுக்குத் தரும் சாதனமாய் வீடியோவும் தொலைக்காட்சியுமே விளங்கும்.

(பேட்டி எடுத்தவர் : துரை - 1980)

ஜெயகாந்தன் மீண்டும் படம் எடுக்கிறார்

நீங்கள் சொந்தமாகத் தயாரிக்க முன்வந்திருக்கும் படத்தின் பெயர் என்ன?

'புதுச்செருப்பு' புதுச்செருப்பு என்றால் முகம் சுளிப்பானேன்? பாதுகா பட்டாபிஷேகம் என்று நினைத்துப் பாருங்கள். ராமாயணக் கதை நினைவுக்கு வருகிறதல்லவா? அதற்கு எவ்வளவு மரியாதை தரலாம்? அதே மரியாதையை தமிழர்கள் என்னுடைய இந்தக் கதைக்கும் தருவார்கள்.

படத்தை நீங்கள்தான் டைரக்ட் செய்கிறீர்களா?

விஜயன் செய்கிறார். முன்பு நான் படம் எடுத்தபோது என்னிடம் உதவியாளராக இருந்தவர்தான்.

கதை, வசனம் மட்டும் நீங்கள் எழுதுகிறீர்களாக்கும்?

கதை, வசனம் எழுதுகிறேன் என்பதைவிட நான் இந்தப் படத்தை உருவாக்குகிறேன் என்று சொல்லிக்கொள்ளவே விரும்புகிறேன். என்னுடைய 'ஸ்கிரிப்டில்' எல்லா விவரங்களையும் குறித்திருக்கிறேன். காமரா எங்கே வைக்க வேண்டும், பாத்திரங்களின் வசனம், ரீ ரிகார்டிங் குறிப்புகள், ஒலிப்பதிவுக் குறிப்புகள் எல்லாவற்றையும் எழுதியிருக்கிறேன். நான் உருவாக்கம் செய்த இந்தப் படத்தின் கதையை விஜயன் டைரக்ட் செய்கிறார் வையத்துரை படம் எடுப்பார், நடிகர்கள் நடிப்பார்கள். முன்பு பத்திரிகைகளில் வெளியாகி உள்ள தம் சிறுகதைகளான 'ராஜா வந்துட்டார்', 'புதுச் செருப்பு கடிக்கும்', 'சீசர்', 'அரைகுறைகள்' ஆகியவற்றில் அமைந்துள்ள ஒரே களத்தையும் அதில் வரும் நாலுஜோடி தம்பதியின் வாழ்க்கையில் நடைபெறும் நிகழ்ச்சிகளையும் பல கோணங்களில் ஆராய்ந்து ஒரே கதையாக செய்திருக்கிறார்.

இதில் நடிப்பவர்கள் யார்?

ஸ்ரீகாந்த், சாரதா, நாகேஷ், மனோரமா, எஸ்.ஆர்.விஜயா, ஷோபா, பூரணம் விசுவநாதன், ஒய்.ஜி.பி. ஹெரான் ராமசுவாமி, விஜயப்ரியா, கோபி. இவர்களெல்லாம் என்னுடன் ஒத்துழைக்க முன்வந்திருப்பதில் ஒரு தனி மகிழ்ச்சி உண்டு. வெறும் நடிப்பை மட்டும் இவர்கள் எனக்காகத் தருவதில்லை. கார் தருகிறார்கள், தயங்காமல் கால்ஷீட் தருகிறார்கள், எவ்வளவு என்று பேரம் பேசாமல் அவர்களாகவே

வலிய வந்து உற்சாகத்தோடு உழைக்கிறார்கள். என்னால் இயன்ற அளவு பணம் மட்டும் நான் தருகிறேன். நான் இப்போது ஒரு சினிமா முதலாளி. (அட்டகாசமாக ஒரு சிரிப்புச் சிரிக்கிறார். பிறகு ஆவேசமாகப் பேசுகிறார்)

நான் எழுத்தாளனாக இருந்து இலக்கிய உலகில் ஒரு தனித்த பெருமையை உண்டாக்கிக் கொண்டேன். ஒரு காலத்தில் தமிழ்ப் பத்திரிகைகளில் இலக்கியத் தரமான கதைகள் இல்லையென்று பெரிய விமரிசகர்கள் சொன்னார்கள். அந்த வசையைத் தான் பொய்யாக்கினேன். இன்று தமிழ்த்திரை உலகில் இலக்கியத் தரமான படங்கள் இல்லையென்ற பெரும் வசைக்கு ஆளாகி நிற்கிறோம். எனவே, நான் தமிழ் கலைத் துறையின் மற்றோர் அங்கமான சினிமா உலகத்தில் மீண்டும் பிரவேசிக்க அவசியம் ஏற்பட்டிருக்கிறது. சினிமாவுக்குத் தானே இப்போதெல்லாம் மவுசு? ஆனால் என்றும் எனது எழுத்தாளர் ராஜபீடம் நான் திரும்பி வந்து அமருகிறவரை காலியாகவே இருக்கும்.

உங்கள் படத்தின் தனித்தன்மை என்னவாக இருக்கும்?

தங்களுடைய சொந்த வாழ்க்கையின் அழகுகளையும், மேன்மைகளையும் பார்த்து ரசிப்பதற்கு வழியில்லாமல் வேறு எந்தெந்த வாழ்க்கையையோ பார்த்து மக்கள் ஏமாற்றப்படுவதைக் கண்டு நான் பொருமுகிறேன்.

இப்படி ஒருமுறை ஒரு தமிழ் எழுத்தாளன் 15 ஆண்டுகளுக்கு முன்பு பொருமினான். இப்பொழுது இன்னொரு தமிழ் எழுத்தாளன் அதே லட்சியத்திற்காக, இன்னும் பெரும் முஸ்தீபுகளுடன் இன்னும் அதிக அனுபவங்களுடனும் இன்னும் அதிக ஒத்துழைப்புடனும் அப்போதையவிடவும் அதன் தேவை அதிகமாகிவிட்ட சூழ்நிலையில் இந்தப் படத்தை எடுக்க முன்வந்திருக்கிறான். இருவருக்கும் ஒரே பெயர்தான் ஜெயகாந்தன். தமிழ்த்திரை உலகுக்கு ஏற்பட்ட இந்த வசையையும் இந்த ஜெயகாந்தன் நிச்சயம் பொய்யாக்குவான்

உங்களுடைய கருத்துகளை எழுத்திலே வெளியிடும்போது உங்களுக்கு

ஒரு மகிழ்ச்சி ஏற்படும். அதேமாதிரி, உங்கள் கருத்துகளை சினிமாமூலம் வெளியிடும்போது ஒரு மகிழ்ச்சி உண்டாகிறது. இந்த இரண்டு மகிழ்ச்சிக்கும் என்ன வித்தியாசம்?

இலக்கியத்துக்கும், சினிமாவுக்கும் உள்ள அடிப்படை வித்தியாசத்தை, சிறப்பை இல்லாமல் ஆக்கிவிடுவது என்னுடைய உத்தேசம் அல்ல. நான் சினிமா படைப்பவனே ஒழிய, இன்னமும்கூட முழுக்க முழுக்க சினிமா ரசிகனாக ஆகிவிட முடியவில்லை.

13 ஆண்டுகளுக்குமுன்பு எடுத்த படத்திற்கும் இந்தப் படைப்புக்கும் ஆற்றலில் என்ன வளர்ச்சியை எதிர்பார்க்கலாம்?

இதில் நான் ஒரு சூத்ரதாரியே. முன்பு என்னுடைய படத்தை எடுக்கும் எல்லா காரியங்களிலும் நானே முழுக்க முழுக்க ஈடுபட்டேன். இப்பொழுது நான் 'இதனை, இவன் முடிக்கும் என்று ஆய்ந்து அதனை அவன் கண் விடல்' என்கிற மூதுரைக்கு ஏற்ப தகுந்தவர்களை வைத்து நிறைவேற்றிக்கொண்டிருக்கிறேன். இது ஒரு படைப்பு என்ற முறையில் ஒரு கூட்டுப்பணி ஆகும்.

(குமுதம் - 7/4/1977)

சினிமாவும் நானும்

ஒருகாலத்தில் 'ஜெகதலபிரதாபன்' படத்தை இருபத்தி நாலுமுறை திரும்பத் திரும்ப பார்த்திருக்கிறேன். உண்மைதான் எப்பொழுது? அந்த சினிமாதான் உண்மையென்று நம்பிப் பாமரத்தனத்தில் திளைத்திருந்தபோது என் பேதமையின் அடையாளமாய்! மெல்ல மெல்ல இந்த வாழ்க்கையோடுள்ள நேசம் என்னைத் தழுவ அதன் தாக்கம் என்னுள் இறங்க நம் நடைமுறை வாழ்க்கையோடு இந்த சினிமா எவ்வளவு முரண்பட்டிருக்கின்றது என்கிற நிதர்சனம் தெரிந்தபோது, அதன் போலித்தன்மைகள் அடையாளம் தெரியத் தொடங்கின. இந்த சினிமாவை ஒரு தேசத்துரோக குற்றமாகக் கருதும்வகையில் அது கபோதிகளின் கைகளில் சிக்கியிருப்பதை உணரமுடிகிறது.

முதலில் இந்த சினிமாவில் ஒழிக்கப்படவேண்டிய அம்சம் போலித்தன்மை எதையும் மிகைப்படுத்துதல், சினிமாவில் மலையையே ஒருவன் விழுங்குகிறான். கெட்டவன் என்றால் அவனைவிடக் கெட்டவன் யாருமே இருக்க முடியாது. நல்லவன் என்றாலும் அதேபோல தான். தெய்வீகத்தன்மைகளோடு சினிமாவுக்கென்றே சிருஷ்டிக்கப்படும் கதாநாயகன், நாலைந்து ஆண்களுடன் கட்டிப்புரண்டால் அது சண்டை, பெண்களுடன் கட்டிப் புரண்டால் காதல்! சமுதாயத்தினரை கெடுக்கக்கூடிய சகல அம்சங்களுடன் ஒரு திரைக்கதை அமைப்பு. உங்களது வக்கிரமான உணர்வுகளைப் பிரதிபலிப்பதேபோல், எல்லாவற்றையும் சொல்லிச் செய்து காட்டியபிறகு ஒரு தத்துவப் பாடல் 'அதைச் செய்யாதே; இதை செய்யாதே' என்று அவ்வளவுதான் உங்கள் சினிமா பூர்த்தியாகிவிடுகிறது. இந்த சினிமாவையும் வாழ்க்கையையும் காதலையும் சமூகத்தையும் நீங்கள் எவ்வளவு கொச்சைத்தனமாய்ப் புரிந்துகொண்டுள்ளீர்கள்?

பொழுதுபோகத்தானே சினிமா என்கிறீர்கள். எது பொழுதுபோக்கு? பொழுதைப்பற்றி நினைக்கவே முடியாத மக்களிடையே அரையும்குறையுமாய் உடைகளை உடுத்தி, பொழுதுபோக்கும் நேரங்களிலெல்லாம் மறந்திருப்பது என்ன என்று ஆராய்ந்து கற்பனை செய்யவைப்பதா? ஆடை இல்லாதவளைக் காட்டும்பொழுது அசிங்கத்தையல்ல, அங்கே அதன் காரணத்தை உணரவிடுங்கள். பொருளாதாரம் சீரழிவதை, சீரழிந்திருப்பதை உணர்த்துங்கள். மீள்வதைப்பற்றி யோசிக்கவிடுங்கள். ஒரு சமுதாயத்தின் வளர்ச்சி அதன் கலையோடும் சம்பந்தப்பட்டிருப்பதல்லவா? துணி விலக்கிய அங்கங்களையும் வீராவேச வசனங்களையும் இணைத்து தரகு வேலை செய்து நமது கலாசாரத்தை, மனிதநேயத்தை எவ்வளவு ஆழக்

குழிதோண்டிப் புதைக்கிறீர்கள்? இந்த சமுதாயத்துள் எப்படி நீசத்தை ஊடுருவ விடுகிறீர்கள்? கேவலம் நீங்கள் சம்பாதிக்க விரும்புகிற பணத்திற்காக!

நடைமுறை வாழ்க்கையின் அவலங்களை ஒவ்வொருவரும் உணர உலகியல்ரீதியாகச் சிந்திக்க ஏற்றத்தாழ்வும், மேடும் பள்ளமுமான சமூக அமைப்பின் சிக்கல்களைப் புரிந்துகொள்ள, வளர்ந்துவரும் மனிதகுலம் இத்தகைய சீரழிவுகளிலிருந்து எங்ஙனம் தங்களைத் தற்காத்துக்கொள்ள முடியும்? இதன் ஆணிவேர்கள் எவ்வளவு தூரம் ஊடுருவியிருக்கின்றன. இவற்றைக் கிள்ளி எறிய நாம் என்ன செய்யலாம்? என்ன செய்ய வேண்டும்? என்பது போன்ற வினாக்களுக்கு இந்த சினிமா விடை தருவதாயிருந்தால் என்னால் அதை ஒரு சினிமாவாக ஒப்புக்கொள்ள முடியும்!

கலையார்வம் மிகக்கொண்டு தொண்டு செய்கிறார்களாம் எது கலை? அதில் எது உங்களது தொண்டு? கலை தொண்டு என்ற வார்த்தைகளின் பதத்தையே உங்களுக்குச் சாதகமாய் திருப்பிக்கொண்டு யாரோடு விளையாடிக்கொண்டிருக்கிறீர்கள்? ஒவ்வொரு தனி மனிதனின் கொச்சைத்தனமான அரிப்புகளை, பாமரத்தனமான ரசனையோடு மிக மட்டமான முறையில் கலந்து காட்சியாக்கி இந்தச் சமூகத்தையே நாற வைத்துக் கொண்டிருக்கிற உங்களை அடையாளம் காட்டி அழித்தொழிப்பதே எனது பணி. நான் ஒரு சமூகப் புரட்சிக்காரன். நான் சினிமாவிற்குள் நுழைந்ததே உங்களது நசிவுகலை முயற்சிகளை முறியடிக்கத்தான். வெற்றி, தோல்வி, லாப நஷ்டங்களை கலைஞன் ஒருபோதும் கணக்கிலெடுப்பதில்லை. காரணம், கலைஞன் என்பவன் வியாபாரியல்ல. சமூகநலம் நாடும் ஓர் இலக்கியவாதி, ஒருபோதும் வியாபாரியாக மாறமுடியாது.

விபச்சாரம், கொலை, கொள்ளை, கள்ள நோட்டு, கறுப்புப்பணம் போன்ற சமூக விரோதச் செயல்களுக்கு உற்பத்தி ஸ்தானமாய் இருக்கிற சினிமா முதலைகள் நான் எப்படி ஒப்புக்கொள்ள முடியும்? பாலுணர்வைக் கொச்சைப்படுத்தி, தங்களது அசிங்கமான ரசனைகளின்மூலம் கலை என்ற பெயரில் இவர்கள் வெளியிடும் வக்கிரங்களின் வடிகால்களை நான் எப்படி ஒப்புக்கொள்ள முடியும்? கலையையும் வளர்த்து காசும் பண்ணுகிறார்களாம். காசு பண்ண நினைக்கும்பொழுதே இவர்களின் கலை செத்துவிடுகிறதே! பணத்தோடு சம்பந்தப்பட்ட எதுவுமே, பணத்தைப் பெற்றுக்கொண்டு பணத்திற்காகச் செய்யப்படும்வரை அது விபச்சாரம்தானே.

ரசிகர்களுக்கு சந்தோஷத்தைக் கொடுக்கத்தான் என்கிற வேசைத்தனம் அவர்களே ஒப்புக்கொள்ளும் நியாயம். அது சந்தோஷம்? அரையும்குறையுமாய் உடையை உடலில் கட்டி, ஒரு ரசிகனோ, ரசிகையோ முழுவதுமாய் ஒரு நடிகையை நிர்வாணமாய் ரசிக்கத் திரையை நோக்கி ஏங்குவதோ சந்தோஷம்? அந்த சந்தோஷம் யாருக்கு?

ஜெயகாந்தன் ❈ 283

பார்ப்பவர்களுக்கா? இல்லை படைப்பவர்களுக்கா? பார்ப்பவர்களுக்கு என்ற சாக்கில் உங்களுக்கு வடிகால் தேடிக்கொள்கிறீர்களா? ரசிகர்கள் என்றென்றைக்குமாய் நிரந்தரமாய் விழித்துவிடாதிருக்கத்தான் இந்தக் கவர்ச்சியா?

கவர்ச்சி அளவோடு இருக்கலாம் என்கிற பம்மாத்து மாய்மாலம் பண்ணி ரசிகர்களின் கருத்தை திசைதிருப்பும் பட்டிமன்றங்கள்; பத்திரிகைகளில் பலத்த சர்ச்சைகள், இடையிடையே ஞாபகமாய் பண்பாடு, பாரம்பரியம், பெண்ணைத் தெய்வமாக மதித்துக் கொண்டாடுவது எங்கள் மரபு என்கிற ஒப்பாரிகள். வேஷம் போடத்தான் அவர்கள் இறங்கியிருக்கிறார்கள் என்பதை நாம் மறக்க முடியுமா? இந்த சமூகத்திற்கு ஊறுவிளைவிக்கும் எதுவும் எனக்குச் சம்மதமல்ல; பிரத்தியேகமாய் இன்றைய சினிமா எனக்கு முற்றிலும் சம்மதமானதல்ல!

இன்னொரு வாதம் வியாபாரத்தனமாய் சினிமாவை முன்னேற்றிக் கொண்டிருக்கிறார்களாம். அதை வியாபாரப் பொருளாக்கியிருக்கிறீர்கள்? வெறும் பெண்களை அவர்களது அங்கங்களை குளோஸ் அப்பில் காட்டி ஒவ்வொரு மனிதனையும் மிருகமாய் மாற்றிவிடுகிற உணர்வுகளையா? பெண்களை வைத்துதான் உங்களால் வியாபாரம் செய்யமுடியுமென்றால் அதற்கு சினிமாதானா அகப்பட்டது? தரகுவேலை பார்க்கலாமே! அதுதான் உங்கள் ரசனையென்றால் அப்படியெல்லாம் எடுக்கும் அந்தரங்க அசிங்கங்களை நீங்கள் மட்டுமே போட்டுப் பார்த்து உங்கள் ரசனைகளை மெச்சிக் கொள்ளுங்கள்.

பாவம் உங்களது வக்கிரமான ரசனையைப் பகிர்ந்துகொள்ள பணம் கொடுத்து படம் பார்க்கவரும் ரசிகன்தானா அகப்பட்டான்? ரசிகர்களுக்கு என்ற பெயரில் உங்களது மன அரிப்புகளை எப்படியெல்லாம் வெளிக்காட்டிக் கொள்கிறீர்கள்? உங்களை ஒழிக்கவும் ரசிகர்களை பாமரத்தனத்திலிருந்து எழுப்பவுமே உங்களுக்கு எதிராய் போராடிக்கொண்டிருக்கிறேன். இந்தக் குரல்கள் உங்கள் செவிகளை எட்டும் என்பது எனக்குத் தெரியும்.

குரல் கொடுப்போரின் வீர்யம் கூடும்போது நீங்கள் தப்பிக்கவும் முடியாது. கலை என்ற பெயரால் கலைத்தன்மை நசுக்கப்படுவது, ஒரு இலக்கியவாதிக்கு எப்படி சம்மதமாக முடியும்? ஒருபுறத்தில் எங்களுக்கு அவார்டு கிடைக்கவில்லையே என்கிற புலம்பல். அவார்டு கேட்க அதைப்பற்றிப் பேச தமிழ் சினிமாக்காரர்களுக்கு என்ன அருகதை இருக்கிறது. தேவையான விஷயங்களை அழகான ஒரு சினிமாவாகச் சொல்லக்கூட பெண்களின் ஆடை விலகிய அம்மணத்தைப் பயன்படுத்தும் உங்கள் படங்களுக்கு அவார்டா? நீங்கள் கேட்பது நிர்வாணத்திற்கா? இல்லை இதை எப்படியெல்லாம் பயன்படுத்தி காசு சம்பாதிக்கிறோம் என்கிற உங்களது மூளை உத்திக்கா? எழுபது கோடி மக்களுள்ள இந்தியாவில் நாங்கள் ஆணும் பெண்ணும்

இப்படி கூடிக்குலாவி, கனவு கண்டு பாட்டுப்பாடித் திரிவதுதான் நடைமுறை உண்மை, எங்களது கலாசாரம் இதுதான்.

இதைத்தான் உயரிய கலைப்படைப்பாக தாங்கள் பதிக்கிறோம் என்று பறை சாற்றிக்கொள்ளவா அவார்டு? நீங்கள் நினைக்கும்பொழுது சினிமாவை கலை என்கிறீர்கள். தொழில் என்கிறீர்கள், சிலவேளைகளில் சமத்காரமாய் கலைத்தொழில் என்கிறீர்கள்! முதலில் உங்களுக்குள்ளேயே அதைத் தீர்மானித்து, கலையென்றால் சினிமாவை கலைத்தன்மையுள்ளதாய் மாற்றுங்கள். தொழில் என்றால் சட்டப்படியானரீதியில் மக்களுக்கு பயன்படும்படியான தொழிலாக்குங்கள்.

ஒரு பைத்தியக்காரனுக்கு பொழுதுபோகவில்லையென்று அவன் செய்யும் எல்லா சேஷ்டைகளையும் பொழுதுபோக்க நாமும் செய்ய முடியுமா? வேண்டாமா? செய்யலாம்? நீங்கள் இந்த சமூகத் திலிருந்து எவ்வளவு தூரம் அந்நியப்பட்டு நிற்கிறீர்கள்? ரசிகர்களை கொச்சைத்தனமான பிற்போக்கு ரசனைகளுக்கு பலியிட்டு, அவர்களுக்கு இதுதான் பிடிக்கிறது.

அதனால்தான் இதைக் கொடுக்கிறோம் என்னும்போது உங்கள் மனசாட்சியின் குரலே உங்களை ஓர் ஏமாற்றுக்காரன் என்று உணர்த்தவில்லையா? எந்த தாய் தகப்பன் பாசம்மிக்க தனது குழந்தைகளுக்கு தெரிந்துகொண்டே போலிச் சமாதானங்கள் சொல்லியே விஷத்தைக் கொடுப்பார்கள்? உங்களைப்போல! இம்மாதிரியான தன்மைகள் இல்லாமல் படம் எடுக்க முடியாதா? ஏன் அப்படி எடுத்தால் ஓடாதா? கலையின்மீது நம்பிக்கை இல்லாமல், கலையைப் பற்றி தெரியாமல் ஏன், கலையைப் படைக்கின்றோம் என்றபெயரில் தெரியாத விஷயத்துள் காலை விடுகிறீர்கள்?

வளரவேண்டிய சமூகத்தை சமூகத்தின் சரியான பிரஜைகளை ஏன் இப்படி திசை திருப்புகிறீர்கள்? இந்தச் சின்னஞ்சிறிய நாற்றுகளை இப்படி ஏன் மூளையிலேயே அழுக விடுகிறீர்கள்? இப்படியெல்லாம் படம் எடுத்து யார்மீதுள்ள கோபத்திற்கு யாரிடம் வஞ்சம் தீர்த்துக்கொள்கிறீர்கள்? இப்படியெல்லாம் இந்த சமூகத்தைப் பழிவாங்க உங்களைத் தூண்டுகிற மூல காரணம் எது?

நீங்கள் மாறப்போவதில்லையென்றாலும் மாற்றப்பட வேண்டியவர்கள்!

ஜெயகாந்தன்

ஜே.கே. பற்றி திரைப்படக் கலைஞர்கள்

லட்சுமி:

அவருக்கு அறுபது வயது. ஆனால், அவர் எழுத்துக்கு வயது நூறுக்குமேல். நீண்டநாட்களுக்குப் பிறகு சென்ற வருடம் அவரைச் சந்தித்தேன். ஏதோ தினமும் பார்த்துப் பேசுகிறவரைப் போல்தான் இருந்தார். அதே தெளிவான மனசுடன் என்னிடம் பேசினார். அவர் கொஞ்சம் கோபக்காரர்போல் தடாலடியாக திடீரென்று பேசுவார்... திட்டுவார்... பிறகு கொஞ்சநேரத்தில் அழுத்தந் திருத்தமாக எல்லாவற்றையும் மனதில் இருந்து துடைத்துவிட்டு பேச ஆரம்பித்துவிடுவார்.

"இப்ப கோபமாகத் திட்டினீர்களே" என்று நாம் பயந்தால்கூட.

"இல்லை... உட்கார்... கதை சொல்கிறேன் கேள்..." என்று ஏதாவது சப்ஜெக்ட் சொல்வார்.

நான் பனிரெண்டு வயதில் இருந்து அவருடைய வாசகி, ரசிகை. நான் தமிழ் படிக்க ஆரம்பித்ததே அவருடைய கதைகள் மூலமாகத்தான். தொடர்ந்து அவருடைய கதைகளைப் படித்து வந்தேன். காதல் கதைகளை அந்தக் காலத்திலேயே மிகவும் வித்தியாசமாக எழுதியிருக்கிறார். அதுமட்டுமல்ல... எந்த ஒரு விஷயத்தையும் எந்த சமூகத்தைச் சேர்ந்த ஒரு இளைஞனுக்கும், இளம் பெண்ணுக்கும் பொருந்துவதுபோல் எழுதியிருக்கிறார்.

எழுத்தாளர் என்கிறவகையில் அவர் ஒரு முழுமையான எழுத்தாளர். பொதுவாக பெண்களுடைய கதையை அதாவது, பெண்ணைப் பற்றி பெண் எழுத்தாளர்கள் எழுதினால்தான் சரியாக இருக்கும் என்று பொதுவாக நினைக்கிறார்கள். ஆனால், மிகவும் சரியாக பெண்ணைப் பற்றி எழுதியிருக்கிற ஒரே எழுத்தாளர் ஜெயகாந்தன்தான் என்று நான் சொல்லுவேன்.

அவருடைய 'கங்கா' கேரக்டரும் சரி... 'கோகிலா'வும் சரி... 'பாப்பாத்தி'யும் சரி... ஒரு பெண்ணின் மனதை இவ்வளவு ஆழமாக உணர்ந்து அதை எழுத்தில் கொண்டுவருகிற எழுத்தாளர் எனக்குத் தெரிந்தவரை தென்னிந்தியாவிலேயே இவர் ஒருவர்தான்.

சின்னச்சின்ன விஷயங்களையெல்லாம்கூட மிகவும் நுணுக்கமாக சிந்திப்பவர் அவர்.

நான் ஒரு சுயமான பெண்ணாக, சுதந்திரமாக சிந்திக்கிறேன் என்றால், இன்றைக்கு எனக்கும் ஏதாவது கொஞ்சம் பொதுஅறிவு இருக்கிறது என்று நினைத்தால், அதற்குக் காரணம் இரண்டு. ஒருவர், ஜிட்டு கிருஷ்ணமூர்த்தி இன்னொருவர், எழுத்தாளர் ஜெயகாந்தன்தான் என்று தைரியமாகச் சொல்லுவேன்.

சினிமாத் துறை என்று பார்க்கப்போனால் அவரைப்போல் இன்னொருவர் இந்த அளவுக்கு 'கான்ட்ரிபியூட்' பண்ண முடியாது என்று சொல்ல வேண்டும். 'யாருக்காக அழுதான்', 'உன்னைப்போல் ஒருவன்', 'சில நேரங்களில் சில மனிதர்கள்' போன்ற கதைகள்தான் தமிழ்ப் படங்களை 'வேர்ல்டு மார்க்கெட்'வரை கொண்டு போயிருக்கிறது. சினிமாவுக்கு அவருடைய சாதனைகள் விலைமதிப்பற்றது.

எனக்கு தேசிய விருது கிடைத்தது அவருடைய படத்தில் நடித்ததால்தான்.

இப்போதும் அவரைப் பார்த்தால்கூட எந்த மாற்றமும் இல்லாமல் அதே ஜெயகாந்தனாகத்தான் தெரிகிறார். முக்கியமாக அவருடைய அந்த மீசைக்கு வயது முப்பதுதான் இருக்கும் என்று நினைக்கிறேன்.

ஸ்ரீகாந்த்:

ஜே.கே.யின் காலத்தில் வாழ்பவன் என்றமுறையில் பெருமைப் படுகிறவன் நான். அவருடைய முத்திரைக் கதைகளைப் படித்து வந்தபோது, 'ஒருபிடி சோறு' கதையைப் படித்து முதலில் பிரமித்தேன். தொடர்ந்து அவருடைய ரசிகனாகி எல்லா கதைகளைப் பற்றியும் கடிதம் எழுத ஆரம்பித்தேன். முதலில் அவருக்கும் எனக்கும் எந்தத் தொடர்பும் கிடையாது.

'யாருக்காக அழுதான்?' கதையை அவர் எழுதி முடித்தபோது கவிஞர் வாலி அதை நாடகமாக்க விரும்பி என்னிடம் சொன்னார். நானும் உற்சாகமாகப் புறப்பட்டு கவிஞர் வாலி, மேஜருடன் அவருடைய எக்மோர் வீட்டுக்கு சென்று பார்த்தோம். அதுதான் எங்கள் முதல் சந்திப்பு, அதற்குப் பிறகு எப்படியோ நானும் ஜே.கே.யும் உடன்பிறந்த சகோதரர்களைப்போல் பழக ஆரம்பித்து விட்டோம்.

அவரோடு பழகப் பழக நான் எங்கு பேசினாலும், ஜே.கே.யின் பாதிப்பு எனக்குள் வளர ஆரம்பித்தது.

சினிமாவிலும்கூட அவருக்கு நிகராக ஒருவர் இன்னும் எழுதி விடவில்லை. ஏனென்றால் அவருக்கு நிகராக அவரேதான் எழுத முடியும். அவர் கதைக்கு அடுத்தவர்கள் வசனம்கூட எழுத முடியாது. ஃபிலிம் இன்ஸ்டியூட்டில் அவரின் ஸ்கிரிப்டை அப்படியே மாற்றாமல் பாடத்திட்டமாக வைத்திருக்கிறார்கள்.

அரசியல் கருத்துகளிலும்கூட ஒரு தெளிவான பார்வை கொண்டிருந்தார். கம்யூனிஸ்ட் கட்சியிலும் அவருக்கு நண்பர்கள் இருந்தார்கள். காங்கிரசிலும் நண்பர்கள் இருந்தார்கள். யாருக்காகவும் தன் தனிப்பட்ட அபிப்பிராயங்களை மாற்றிக்கொள்ளாதவர். அவருக்கு மணிவிழா என்பது மிகச் சிறப்பாக நடைபெறப்போவதில் எனக்கு மிகுந்த மகிழ்ச்சியே.

பொதுவாக, நான்கைந்து எழுத்தாளர்கள் ஒன்றாகக்கூடி உட்காருவதே ரொம்ப சிரமமான விஷயம். ஆனால் ஜே.கே.யைச்

சுற்றிலும் எந்த நேரமும் ஒரு குரூப் உட்கார்ந்திருக்கும். அவர்களில் அரசியல் கட்சிக்காரர்கள் இருப்பார்கள், வியாபாரிகள் இருப்பார்கள். எழுத்தாளர்களும் இருப்பார்கள். எல்லோருடனும் ஒரு நண்பனாக அவர் உட்கார்ந்து, திறந்த மனதோடு எதை எதையோ பேசிக்கொண்டிருப்பார். பாரதியைத்தான் அப்படிச் சொல்வார்கள். அவருக்குப் பிறகு ஒரு ஆதர்சக் கலைஞனாக எத்தனையோ பேருக்கு ஜே.கே. விளங்கிக் கொண்டிருக்கிறார். இன்றைக்கு வருகிற ஏராளமான எழுத்தாளர்கள் தங்களுக்குப் பாதை காண்பித்தவராகவும் கதவு திறந்து கொடுத்தவராகவும் அவரைக் கருதுகிறார்கள். ஆனால் அவரோ, அது எதைப் பற்றியும் அக்கறை எடுத்துக்கொள்ளாமல் ஒரு தவம்போல் இலக்கியத்தையும் எழுத்தையும் செய்துவருகிறார்.

பலரும் அவரை ஒரு முரட்டுத்தனமான ஆளாகத்தான் கற்பனை செய்வார்கள். ஆனால் என் முப்பது வருடப் பழக்கத்தில், பழகுவதற்கு அவரைப்போல் இன்னொருவரை நான் இன்னும் பார்க்கவில்லை. அவர் சத்தமாய்த்தான் பேசுவார். அவை வெறும் சத்தமல்ல; சத்தியம்.

எந்தவித பாராட்டுக்கும் விருதுக்கும் சபலப்படாதவர்... 'ஞானபீடம்' போன்ற பல விருதுகளுக்கு உரியவராக இருந்தும் அதையெல்லாம் பொருட்படுத்தாமல் சிறந்த இலக்கியவாதியாகவும், நல்ல படைப்பாளியாகவும், உயர்ந்த மனிதராகவும் விளங்கும் ஜே.கே. அவர்களுக்கு நான் ஆத்மார்த்தமான விசிறி என்பதோடு மட்டுமல்லாமல் நண்பன் என்ற முறையிலும் பெருமகிழ்ச்சி அடைகிறேன்.

நாகேஷ்:

எழுதுபவரெல்லாம் எழுத்தாளர்களுமல்ல, எழுத்தாளர்கள் அத்தனைபேரும் எழுதுபவருமல்ல. என்னைப் பொறுத்தவரைக்கும் எந்த வாசகரையும் (எந்தத் தட்டைச் சார்ந்தவராயிருந்தாலும்) காந்தத்தைப் போல் ஈர்க்கும் எழுத்து வல்லமை கொண்டவர் ஜே.கே.

பேருக்குப் பின்னால் ஜே போடுவது அனைவரின் பழக்கம். முன்னால் ஜே போட்டு பின்னால் பேரால் அழைக்கப்படுகிறார் என்றால் அது ஜெயகாந்தன்தான் அவர் எழுதியது எல்லாமே ஜெயம்தான்.

சக்கர நாற்காலியில் வருகிறமாதிரி ஒரு காட்சியில் நடிக்க வேண்டும். சும்மா இருக்கும்போது அதுமாதிரி நடந்து பயிற்சி எடுக்கச் சொன்னார் அதெல்லாம் எளிது என்று சாதாரணமாக இருந்தபோது, 'நடிப்பைப் பார்த்து மற்றவர்கள் மூஞ்சி சுளிக்கும் அளவுக்கு முயற்சி பண்ணுங்களேன்' என்று அதே விஷயத்தைத் திரும்பவும் பொறுமையாக கட்டாயப்படுத்தினார். அது ஒன்றுபோதும், அவர் கேரக்டர்மீது செலுத்தும் கவனத்தைச் சொல்வதற்கு ஒரு பானைக்கு ஒரு சோறு. இவர் பேனாவுக்கோ... அவ்வளவு பலம் உண்டு.

●●●